દ્રૌપદી

સ્વયંને શોધવા નીકળેલી સ્ત્રીની કથા...

કાજલ ઓઝા-વૈદ્ય

આર. આર. શેઠ એન્ડ કંપની પ્રા. લિ.

પુસ્તક પ્રકાશક અને વિક્રેતા

૧૧૦/૧૧૨, પ્રિન્સેસ સ્ટ્રીટ
અર્થબાગ
મુંબઈ ૪૦૦ ૦૦૨
ટેલિ. (૦૨૨) ૨૨૦૧૩૪૪૧

'દ્વારકેશ'
રૉયલ ઍપાર્ટમેન્ટ પાસે, ખાનપુર
અમદાવાદ ૩૮૦ ૦૦૧
ટેલિ. (૦૭૯) ૨૫૫૦૬૫૭૩

Web : www.rrsheth.com
E-mail : sales@rrsheth.com

Darupadi, Novel
Written by Kaajal Oza Vaidya
Published by R. R. Sheth & Co. Pvt. Ltd., Mumbai □ Ahmedabad
2011
ISBN : 978-93-80868-81-3

મુદ્રણો
પ્રથમ આવૃત્તિ : ફેબ્રુઆરી, ૨૦૧૧
પુનર્મુદ્રણ : ફેબ્રુઆરી, ૨૦૧૧
પુનર્મુદ્રણ : મે, ૨૦૧૧

₹ ૧૯૫-૦૦

પ્રકાશક
ભગતભાઈ ભુરાલાલ શેઠ
આર. આર. શેઠ એન્ડ કંપની પ્રા. લિ.
મુંબઈ ૪૦૦ ૦૦૨ □ અમદાવાદ ૩૮૦ ૦૦૧
Web : www.rrsheth.com
E-mail : sales@rrsheth.com

મુદ્રણ ભૂમિ ઑફસેટ, અમદાવાદ ખાતે થયું.

અર્પણ

પ્રિય મિત્ર વિવેક

સખી શિલ્પા

અને

મન્વિતાને.

મારી વાત

કાજલ ઓઝા-વૈદ્ય

ખલિલ જિબ્રાનના પુસ્તક 'પ્રૉફેટ'માં એક સ્ત્રી એમને કહે છે, "અમને પીડા અંગે જણાવો." અલમુસ્તફા કહે છે કે, "તારી પીડા, એ તારી સમજદારીને બાંધી રાખેલા ઈંડાના કોચલાની જેમ તૂટવાની એક પ્રક્રિયા છે. જેમ બીજ તૂટીને એમાંથી ફણગો નીકળે છે એમ જ પીડામાંથી સમજદારી બહાર આવે છે. કોશેટામાંથી પતગિયું નીકળે છે એમ જ પીડામાંથી જ્ઞાન નીકળે છે."

આ સવાલ સ્ત્રી પાસે પુછાવીને ખલિલ જિબ્રાને એક સુંદર વાત કરી છે. પીડા સાથેનો સ્ત્રીનો સંબંધ જૂનો છે. એ દરેક વખતે પોતાની અંદર ઘવાતી, પીડાતી આવી છે. સ્ત્રીનું જ્ઞાન ક્યારેય સ્વીકારાયું નથી. સ્ત્રીની આવડત, સમજદારી કે આધ્યાત્મ વિશે સતત સવાલો ઊઠતા રહ્યા છે. આજની અર્બન સ્ત્રીને સફળ થવા માટે એ જ સંઘર્ષ કરવો પડે છે જે આજથી હજારો વર્ષ પહેલાં પુરાણકાળની સ્ત્રીને કરવો પડતો હતો.

ગૌતમ બુદ્ધે સ્ત્રીઓને દીક્ષા આપવાનો ઇનકાર કર્યો હતો. એક કથા કહે છે કે આમ્રપાલી નામની ગણિકાએ બુદ્ધ પાસે દીક્ષા માગી હતી, પરંતુ બુદ્ધે એવું કહીને એને દીક્ષા આપવાનો ઇનકાર કર્યો હતો કે, "ફરસી નીચે મસ્તક મૂકવું કે વિકરાળ વાઘના મુખમાં પડવું સરળ છે, પરંતુ ગણિકાના મોહમાં ફસાવું એથીયે વધુ ભયાનક છે."

બુદ્ધનો ઉછેર કરનાર ધાત્રી મહાપ્રજાપતિ ગૌતમીને સંસાર ત્યાગીને ભીખ્ખુ સંઘમાં ભળવું હતું. એણે ત્રણ વાર વિનંતી કરી અને બુદ્ધે ત્રણ વાર ના પાડી.

એ સિવાયના કેટલાક ધર્મોમાં સ્ત્રીઓને દીક્ષા આપવાનો કે દર્શનનો નિષેધ છે. આ કેમ છે, શા માટે છે એ વિશેનો સવાલ દરેક વખતે, દરેક યુગમાં, દરેક સ્ત્રીએ પૂછ્યો છે.

રાજ્યસભાની વચ્ચે જે દ્રૌપદીએ કુરુવંશના અનેક વડીલો અને દુર્યોધનને સવાલ પૂછ્યો હતો કે, "મારા પતિ પહેલા મને હાર્યા કે પોતાની જાતને ?" ત્યારે એનું અપમાન કરવામાં આવ્યું હતું. એ જ દ્રૌપદીએ વર્ષો સુધી એક પણ સવાલ પૂછ્યા વિના સતત એ જ પાંચ પતિઓની સેવા કરી હતી એ વિશે કોઈએ ઉલ્લેખ સુધ્ધાં કર્યો નહીં.

એક સ્ત્રીએ જ – એની સાસુ કુંતીએ જ એને પાંચ પુરુષો વચ્ચે વહેંચાવાનો આદેશ આપ્યો હતો, તેમ છતાં એણે અનૌરસ કર્ણના મોઢે 'વેશ્યા' શબ્દ સાંભળવો પડ્યો ત્યારે કોઈએ ઊભા થઈને એનો પક્ષ ન લીધો !

સમાજની આ આખીયે વ્યવસ્થા સ્ત્રીની વિરોધી શા માટે છે એ સવાલ હવે ખરેખર મહત્ત્વનો બનતો જાય છે. કારણ કે સ્ત્રી સમાજવ્યવસ્થાના પાયામાં છે. દરેક વખતે કોઈ પણ સમાજ જ્યારે હચમચી ઊઠે ત્યારે એના પાયા – એના પાયામાં રહેલી સ્ત્રી હચીમચી ઊઠી છે એમ ચોક્કસ માની લેવું.

સ્ત્રી બદલાતા સમાજની સાક્ષી અને સાધન બંને છે, કારણ કે નવા સમાજને પોતાના શરીરમાંથી અને પોતાના મનમાંથી એણે જ જન્મ આપ્યો છે. સ્ત્રી જ્યાં સુધી ઇચ્છે ત્યાં સુધી જ સમાજવ્યવસ્થાને આધીન રહે છે. સમાજવ્યવસ્થા તોડી નાખવાનું સ્ત્રી માટે અત્યંત સરળ છે, કારણ કે સ્ત્રીના ચારિત્ર્ય પર આ સમાજવ્યવસ્થાના પાયા ગોઠવાયેલા છે. કોઈ પણ સમાજ જ્યારે પણ સ્ત્રીને અવગણીને આગળ વધે છે ત્યારે એ સમાજ બહુ પ્રગતિ સાધી શકતો નથી.

જેમને વેદો-પુરાણોમાં શૂદ્ર તરીકે ઓળખાવાય છે તેવા લોકોના સમાજ બહુ પ્રગતિ સાધી શકતા નથી, કારણ કે ત્યાં સ્ત્રી સન્માનની

પ્રથા નથી. સ્ત્રીની નિરક્ષરતા આખાય સમાજની નિરક્ષરતા છે કારણ કે નિરક્ષર માતા ભાગ્યે જ સાક્ષર કે વિદ્વાન બાળક ઉછેરી શકે છે.

સ્ત્રીનો સ્વભાવ એક જ પુરુષ સાથે બંધાઈને રહેવાનો અને સલામતી ઝંખવાનો છે, પરંતુ એ સહી શકે એનાથી વધારે અત્યાચાર એના ઉપર ગુજારવામાં આવે ત્યારે એમાંથી જન્મેલો વિદ્રોહ સર્વનાશ સર્જે છે. સ્ત્રીનો વિદ્રોહ સમાજને બદલે છે – બદલાવાની ફરજ પાડે છે.

બહુ શાંતિથી વિચારીએ તો સમજાશે કે પુરુષ ભાગ્યે જ બદલાયો છે. આજથી ૨૦ વર્ષ પહેલાંના પુરુષમાં અને આજના પુરુષમાં ઝાઝો ફરક નથી પડ્યો. એની જરૂરિયાત, માનસિકતા અને માન્યતા આજે પણ એ જ છે જે આજથી ૨૦ વર્ષ પહેલાં હતાં. મા-બહેન-પત્ની કે દીકરીને અમુક રીતે સુરક્ષિત રાખવી અને બહારની સ્ત્રીને ઉપભોગની દૃષ્ટિએ જોવી એ પુરુષની માનસિકતા ત્યારે પણ હતી અને આજે પણ છે. એને માટે ત્યારે પણ સ્ત્રી મનોરંજન અને ઉપભોગનું, સવલતનું અને સેવાનું સાધન હતી, આજે પણ છે. એને માટે ત્યારે એની પત્નીએ એનું કહ્યું માનવું જરૂરી હતું, આજે પણ છે...

ખરું પૂછો તો છેક પુરાણોના કાળથી પુરુષના મન અને વિચારોમાં બહુ ઝાઝો ફેર પડ્યો નથી, પરંતુ સ્ત્રી પ્રત્યેક યુગે બદલાઈ છે. એણે પોતાનો વિકાસ જાતે સાધ્યો છે અને એનું કારણ એની પીડા છે. ફિનિક્સ પંખી પોતાની જ રાખમાંથી ઊભું થાય છે. એવી રીતે સ્ત્રી દરેક વખતે પોતાના જ વિનાશમાંથી નવું સર્જન કરે છે.

"જેમ બીજને ઊગવા માટે ધરતીમાં દબાવવું પડે છે એમ દબાયેલી, કચડાયેલી સ્ત્રી ફણગો ફોડીને વિકસે છે અને વિશાળ વૃક્ષ બની જાય છે. જ્યારે પુરુષ માટીની જેમ ત્યાંનો ત્યાં જ રહી જાય છે." ભર્તૃહરિએ પોતાના એક શ્લોકમાં આ વાત કહી છે.

તો 'નીતિશતક'માં એમણે લખ્યું છે કે, "હું સતત જેની ખેવના કરું છું તે મને તિરસ્કારીને બીજાની ઝંખના કરે છે. એ બીજો પુરુષ ત્રીજી સ્ત્રીમાં આસક્ત રહે છે અને મારી પાછળ વળી કોઈ અન્ય સ્ત્રી મન પરોવી રહી છે. તે સ્ત્રીને, તે પુરુષને, કામદેવને, મને પ્રેમ કરનારી તે સ્ત્રીને ધિક્કાર છે.

"જાંબુરાખ્યાન" એક આગવી પરંપરા છે. સામાન્ય રીતે મહારાષ્ટ્રની તળપદી બોલીમાં આ જાંબુરાખ્યાનોમાં મહાભારત અને રામાયણની કથાઓને વણી લેવામાં આવે છે. આવા જ એક આખ્યાનમાં દ્રૌપદી કૃષ્ણને કહે છે કે, "કર્ણને જોઈને મારું મન ક્યારેક વિચલિત થઈ જાય છે. મને વિચાર આવે છે કે જો હું પાંચ પાંડવને એકસાથે બાંધી શકું તો એમાં છઠ્ઠાનો સમાવેશ શું કામ ન થઈ શકે ?" આવું કહ્યા પછી દ્રૌપદી કૃષ્ણને તદ્દન નિર્ભિક અને સ્વાભાવિકપણે પૂછે છે, "શું આવું વિચારવાથી મારું મન મલીન થયું છે ?"

"જરાય નહીં." કૃષ્ણ ઉત્તર આપે છે, "સંતત વહી જતી નદીમાં ક્યારેક થોડી માટી, ઝાડ કે ઝાંખરા પડે તેથી નદીનું પાણી મેલું નથી થઈ જતું. એ તો આગળ વહી જાય છે અને એના વહેતા રહેવાની પ્રક્રિયા જ એને શુદ્ધ રાખે છે."

મહાભારતમાં શાંતિપર્વાંતર્ગત મોક્ષધર્માનુશાસનપર્વમાં 'સ્ત્રીઓ એ ઘોર દેખાવની કૃત્યાઓ છે' નામનો અધ્યાય ૨૧૩માં લખ્યું છે કે, "સંસારરૂપી વસ્ત્રને વણવામાં સાળ સમાન એવી સ્ત્રીઓને જ કારણ તરીકે જાણવી. (માટે જેમ બને તેમ સ્ત્રીઓનો તો ત્યાગ જ કરી દેવો.) સ્ત્રીઓ પ્રજાઓને ઉત્પન્ન કરનારું એક ક્ષેત્ર છે અને તેથી જ તેઓ પ્રકૃતિ કહેવાય છે, તેમ જ પુરુષો ક્ષેત્રજ્ઞરૂપ કહેવાય છે. જેમ પ્રકૃતિ ક્ષેત્રજ્ઞને બાંધે છે, તેમ સ્ત્રીઓ પણ પુરુષોને બાંધનારી છે, માટે સ્ત્રીઓને તથા પ્રકૃતિને (માયાને-અવિદ્યાને) એકસરખી જ જાણીને પુરુષે તેઓનો ત્યાગ કરવો. જેમ ઘટ (ઘડો) માટીની અંદર સૂક્ષ્મરૂપે રહેલો છે, તેમ સ્ત્રીઓ રજોગુણની અંદર સૂક્ષ્મરૂપે રહેલી છે, એટલું જ નહીં પણ તેઓ ઇન્દ્રિયોની સનાતની મૂર્તિ છે અને ભયંકર દેખાવની કૃત્યાઓ જ છે, જેથી અજ્ઞાની પુરુષોને તેઓ મોહિત કરી નાખે છે."

આ બધું કહ્યા પછી પણ મહાભારતમાં સ્ત્રીનું મહત્ત્વ ઓછું નથી. સત્યવતીથી શરૂ કરીને ઉત્તરા સુધી તમામ સ્ત્રીઓને સન્માનની દૃષ્ટિએ જોવામાં આવી છે એટલું જ નહીં. શ્રી વેદ વ્યાસે સ્ત્રીમાત્રને સતી અથવા દેવી તરીકે વર્ણવી છે.

ટીના દોશીએ એમનાં પુસ્તકમાં વેદો અને પુરાણોના કેટલાક રસપ્રદ દાખલા ટાંક્યા છે. સ્ત્રીઓ વિશે વિવિધ પ્રકારની માન્યતાઓ કેવી પ્રવર્તતી હતી તેની માહિતી પુસ્તક 'પુરાણકાળમાં સ્ત્રી'માંથી મળે છે.

મનુસ્મૃતિમાં કન્યાનાં વિવાહ થતાં જ એ પતિની માલિકીની બની જતી. મનુએ કન્યાવિવાહના સંદર્ભમાં લખ્યું છે : "વિવાહોમાં શાંતિમંત્રનો પાઠ અને પ્રજાપતિનો જે યજ્ઞ કરાય છે, તે એ સ્ત્રીને માટે મંગલ છે અને તેનું જ પ્રદાન કરવામાં આવે છે તે પતિની માલિકીનું કારણ બને છે."

'ઋગ્વેદમાં પત્ની ઘરનું કેન્દ્ર હતી, એ જ ઘરની સામ્રાજ્ઞી હતી...' ડૉ. ભગવત શરણ ઉપાધ્યાયે 'વુમન ઇન ઋગ્વેદ'માં આ શબ્દો નોંધ્યા છે. એમણે લખ્યું છે, 'ઋગ્વેદમાં આર્ય પત્નીને ગૃહપત્ની તરીકે સંબોધવામાં આવી છે. આખા ઘરનો વહીવટ કરતી. ઘરના દરેક સભ્યની સંભાળ રાખતી. પતિની નાની-મોટી જરૂરિયાતનો ખ્યાલ રાખતી. પત્ની પતિની સંપૂર્ણ સાથી હતી.'

પ્રો. એ. એસ. અલ્તેકર લિખિત 'ધ પોઝિશન ઑફ વુમન ઇન હિંદુ સિવિલાઇઝેશન'માં લખ્યું છે કે, 'માત્ર સ્ત્રીઓ જ કરી શકે એવી કેટલીક ધાર્મિક ક્રિયાઓ ઈ.સ. પૂર્વે ૫૦૦ સુધી પ્રચલિત હતી. સમૃદ્ધ અને હરિયાળી ખેતી માટેની સીતા વિધિ, ઢોરઢાંખર માટે રુદ્રબાલીની ક્રિયા તથા કન્યાવિવાહ સમયે શુભકામના અર્પતી રુદ્રયાગ વિધિ... આ ત્રણેય ધાર્મિક ક્રિયાઓ સ્ત્રી જ કરતી.'

મનુએ પતિ-પત્નીને એમનો ધર્મ સમજાવવાની સાથે જ, પતિને પત્નીનો આદરસત્કાર કરવાનો આદેશ આપ્યો છે. મનુએ પત્નીનું માનસન્માન શા માટે કરવું જોઈએ એ વર્ણવવા ત્રીજા અધ્યાયમાં કેટલાક શ્લોકો રચ્યા છે.

– 'જ્યાં સ્ત્રીનો આદરસત્કાર થાય છે ત્યાં દેવીદેવતાઓ પ્રસન્ન થાય છે, પણ જ્યાં એમનો સત્કાર થતો નથી ત્યાં યજ્ઞયાજ્ઞાદિ સર્વ ધર્મક્રિયાઓ વિફળ નીવડે છે.'

– જ્યાં પત્ની, ભગિની, પુત્રી, દેરાણી, જેઠાણી, સાસુ, વહુ, નણંદ વગેરે સ્ત્રીઓ શોક કરે છે તે કુળ તત્કાળ નાશ પામે છે, પણ જ્યાં તેઓ શોક કરતી નથી તે જ કુળ હંમેશાં વૃદ્ધિ પામે છે.'

– 'આદરસત્કાર નહીં પામેલી પત્ની, બહેન વગેરે સ્ત્રીઓ જે ઘરને શાપ આપે છે તે ઘરો જાણે કૃત્યાથી હણાયાં હોય તેમ ચારેબાજુથી નાશ પામે છે.'

– 'ઐશ્વર્યેચ્છુ પુરુષોએ સત્કારના પ્રસંગોમાં તથા ઉત્સવોમાં દાગીના, વસ્ત્રો અને ખાનપાનોથી સ્ત્રીઓનો નિત્ય સત્કાર કરવો.'

સ્ત્રીઓ વિશેના પરસ્પર વિરોધી આટઆટલાં મંતવ્ય છતાં આ જગત સ્ત્રી વિના ચાલી શકે તેમ નથી એ સત્ય છે. કોઈ પણ નવલકથા, વ્યાખ્યાન, કવિતા કે સિનેમા પણ સ્ત્રીની હાજરી વિના રસહીન-અર્થહીન બની જાય છે.

સ્ત્રીઓની કથાઓ અત્યંત પ્રચલિત છે. મહાભારત, રામાયણથી શરૂ કરીને આપણી વાર્તાઓમાં સ્ત્રીઓનાં જુદાં જુદાં પાત્રો જોવા મળે છે. આમાંનાં કેટલાંક પાત્રોનો માત્ર નામોલ્લેખ કરવામાં આવ્યો છે. ખાસ કરીને મહાભારત અને રામાયણમાં આવાં પાત્રો ઘણાં મહત્ત્વનાં હોવા છતાં એમને વિશે ખાસ કશું લખાયું નથી.

એમની પીડા, એમની મનોવ્યથા, એમના સુખ કે એમની સમજદારીની કથા મેં એમના જ મુખે લખવાનું નક્કી કર્યું છે.

'હું' – ફર્સ્ટ પર્સન સિંગ્યુલરમાં લખાતી આ કથા સ્ત્રીની પોતાની કથા છે.

આ કોઈ ઇતિહાસ, સંશોધન કે બીજા સંદર્ભ ગ્રંથો પર આધારિત દાખલા-દલીલો ટાંકીને કરવામાં આવતો શાસ્ત્રાર્થ નથી જ. આ કથા છે, એવી સ્ત્રીની, જેમને કંઈ કહેવું છે... એમની પોતાની કથા તમે જાણો, સાંભળો એવું કદાચ આ સ્ત્રી પણ ઇચ્છતી હશે.

એવાં સંવેદનો, જેને તમે પોતીકાં માન્યાં હશે એવી લાગણીઓ, જેમાં ક્યાંક તમે તમારું પ્રતિબિંબ જોઈ શક્યા હશો.

સ્ત્રી હોય કે પુરુષ – સંવેદનાઓની તીવ્રતા ભિન્ન હોઈ શકે. સંવેદનાઓ ક્યારેય ભિન્ન નથી હોતી.

આ કથા કહેવાનું એકમાત્ર કારણ એ છે કે જેને ક્યારેય મહત્ત્વ નથી આપવામાં આવ્યું અથવા જેમના શબ્દ આપણા સુધી નથી પહોંચી શક્યા એવી સ્ત્રીને પુરાણોનાં પાનાંઓમાંથી જગાડીને સદીઓથી એની આંખો પર છવાઈ ગયેલાં ઊંઘનાં આવરણ હટાવીને મારે કશુંક એવું કહેવું છે, જેમાં એ સ્ત્રી તો છે જ – સાથે સાથે થોડીક હું છું, થોડાક તમે છો અને થોડીક આપણી સહભાગે વહેંચાતી સમસંવેદનાઓ છે.

એક અગત્યની વાત.

અહીં કોઈ શાસ્ત્રોક્ત – પુરાણોક્ત જ્ઞાન કે વિદ્વતાની પરીક્ષા આપવાનો મારો પ્રયાસ નથી.

અહીં ભાષા કે શબ્દપ્રયોગો કદાચ શુદ્ધતાની દૃષ્ટિએ ખરા ન ઊતરે તો મારા ભાષાજ્ઞાનને મૂલવવાને બદલે સંવેદનાઓની શુદ્ધતા પર ધ્યાન આપવા મારા વાચકને મારી વિનંતી છે.

આ દ્રૌપદી 'આજની' છે... હજી જીવે છે ક્યાંક, તમારામાં અને મારામાં પણ !

'હલચલ' પરિવાર હંમેશાં મારા સાહસોમાં પ્રોત્સાહક બળ બની રહ્યો છે. આ કથા લખતી વખતે મને ખબર નહોતી કે વાચકો આવકારશે કે નકારશે...

તેમ છતાં, 'સાંવરી'ના પાનાઓ પર 'મારી દ્રૌપદી'ને સ્થાન આપીને મને ફરી એક વાર ઋણી બનાવી છે.

'સાંવરી'ના વાચકોનો હૃદયપૂર્વક આભાર.

૩૦૮, સુપર પ્લાઝા
'સંદેશ' પ્રેસ રોડ
વસ્ત્રાપુર, અમદાવાદ-૧૫
E-Mail : kaajalozavaidya@gmail.com
Website : www.kaajalozavaidya.com

કાજલ ઓઝા-વૈદ્યનાં પુસ્તકો

નવલકથા

* **કૃષ્ણાયન :** કૃષ્ણના જીવનની ત્રણ સ્ત્રીઓ. રાધા, રુક્મિણિ અને દ્રૌપદી – પ્રેયસી, પત્ની અને મિત્ર... માણસ થઈને જીવી ગયેલા ઈશ્વર સાથે પોતાના મનની વાત કરે છે. અંગ્રેજી, મરાઠી, હિન્દી ભાષામાં અનુવાદિત થયેલી નવલકથા.
* **દ્રૌપદી :** સ્ત્રીઓને પુરાણોનાં પાનાંઓમાંથી જગાડીને સદીઓથી એમની આંખો પર છવાઈ ગયેલાં ઊંઘનાં આવરણ હટાવીને મારે કશુંક એવું કહેવું છે, જેમાં એ સ્ત્રીઓ તો છે જ – સાથે સાથે થોડીક હું છું, થોડાક તમે છો અને થોડીક આપણી સહભાગે વહેંચાતી સમસંવેદનાઓ છે. આ દ્રૌપદી 'આજની' છે – હજી જીવે છે ક્યાંક, તમારા અને મારામાં પણ...!
* **યોગ-વિયોગ (ભાગ ૧-૨-૩) :** સંબંધોના તાણાવાણા ઉકેલતી એક કથા. 'ચિત્રલેખા'ના પાનાં ઉપર ૭૬ પ્રકરણ સુધી સફળતાપૂર્વક વાચકોને જકડી રાખનાર અદ્‌ભુત નવલકથા.
* **મધ્યબિંદુ :** જે સ્ત્રીને પતિ અને પ્રેમીની વચ્ચે બે જિંદગી જીવતાં આવડે છે એવી સ્ત્રીના પ્રણયની સંવેદનશીલ અને છતાં હૃદયમાંથી નીકળતી સાચી વાત. 'દિવ્ય ભાસ્કર'ના વાચકોને સ્પર્શી ગયેલી પહેલી બોલ્ડ ગુજરાતી નવલકથા.
* **મૌનરાગ :** અંજલિ પોતે જ પોતાની કેદી છે ! અંજલિ અને એની આ પીડા... સાથે સાથે વહેતા અનિરુદ્ધ અને અક્ષયની બંધ હોઠોમાં કહેવાતી લગ્નજીવનથી લંબાઈને ભૂતકાળના પ્રેમસંબંધ સુધી ફેલાતી વ્યથા-કથા.
* **છલ (ભાગ ૧-૨) :** નિયતી અને રેવતી... એક જેવી દેખાતી બે ટ્વીન બહેનોની તદ્દન જુદી જિંદગીની રસપ્રદ વાર્તા.
* **પારિજાતનું પરોઢ :** ધર્મની ગાદી પર બેઠેલા એક એવા માણસની કથા જે ધર્મની વ્યાખ્યા ધરમૂળથી બદલવા માગે છે. 'ધર્મ પ્રેમ છે કે પ્રેમ જ ધર્મ ?' એ સવાલ સૌને પૂછતી એક વિધર્મી પ્રેમીઓની સ્વધર્મ કથા.
* **એક સાંજને સરનામે :** આથમતી સંધ્યાએ પાંગરતા પ્રણયની એક એવી વાત, જેમાં પ્રેમની વ્યાખ્યા નવેસરથી લખવાનો પ્રયાસ છે. અનેક જુદા સ્થળ અને સંવેદનોમાં જીવતી સ્ત્રીઓના મનોભાવોના તાણાવાણા ગૂંથીને બનાવેલું એક ભાતીગળ પોત એટલે નવા સમયની નવલકથા.
* **તારા વિનાના શહેરમાં :** જાતથી ભાગતી રાધિકાના પ્રવાસની એવી વાત જેમાં પડાવ તો અનેક આવે છે, પરંતુ મંઝિલ ક્યાંય મળતી નથી. પ્રેમ પામવાનો પ્રયત્ન ખરેખર આટલી બધી પીડા આપતો હશે? 'મુંબઈ સમાચાર'ના વાચકોએ વખાણેલી નવલકથા.
* **પોતપોતાની પાનખર (ભાગ ૧-૨) :** અનાહીતા અને શિવાંગી વચ્ચે જીવતા કરણને પોતાનું અસ્તિત્વ શોધવું છે. આ શોધમાં નીકળી પડેલા ત્રણેય જણાના રસ્તામાં સવાલોની સાથે સાથે સંબંધો અને સત્યો એવી રીતે સેળભેળ થઈ જાય છે કે ત્રણેય એકબીજામાં ગૂંથાઈને એકસાથે જીવવા મજબૂર થઈ જાય છે. સમય સાથે વહેતી સંબંધોની સંવેદનશીલ નવલકથા.

* **લીલું સગપણ લોહીનું :** શૈલરાજ અને સિકંદર... લોહી એક ને સગપણ કાંઈ નહીં ! વેરમાંથી વહાલ સુધીના વિસ્તૃત પ્રવાસની વેદના એક પછી એક એવા વળાંક લે છે જેમાં માણસના માણસ સાથેના સંબંધની એક સુંદર વાર્તા સર્જાય છે. વાચકોની સાથે વહેતી નવલકથા.
* **દરિયો એક તરસનો :** માનસશાસ્ત્રના પ્રશ્નો પર નવલકથાઓ ગુજરાતી ભાષામાં ઓછી લખાઈ છે. 'પર્સનાલિટી ડિસઑર્ડર' ઓછાવત્તા અંશે બધામાં હોય છે. 'દરિયો એક તરસનો' વિક્ષિપ્ત-વિખંડિત-વિખરાયેલા વ્યક્તિત્વોની એક એવી જીગ્સો છે જેના કેટલાક ટુકડાઓ ખોવાઈ ગયા છે. આપણી ઇચ્છા અને સંબંધનાં સત્ય વચ્ચેની ખાલી જગ્યા એટલે 'દરિયો એક તરસનો.'
* **સન્નાટાનું સરનામું :** અહીં બધાં જ પાત્રો પોતે જ પોતાની દયા ખાય છે... પોતાના દુર્ભાગ્ય પર અફસોસ કરે છે, પોતાના અભાવ સાથે એકાકાર થઈને જીવે છે. ખાલીપો એમનું ભાગ્ય છે, વિફળતા એમની નિયતી ! અહમ્ અને સ્વમાન વચ્ચેની ભેદરેખા ઓળંગીને બહાર નીકળી જતી સ્ત્રીનાં સંવેદનોની એક એકલવાયી કથા.
* **શુક્ર-મંગળ :** પાને-પાને જકડી રાખતી, સંબંધોના સમીકરણોને ઊથલાવી-પલટાવી અને વેરવિખેર કરી નાખતી અંડર વર્લ્ડ સાથે જોડાયેલા વેર અને પ્રણયની એક જબરજસ્ત થ્રીલર.
* **સત્ય-અસત્ય** : બિનજરૂરી રીતે ફક્ત શોખ માટે કે વાતને ટાળી જવા માટે જૂઠ્ઠું બોલતો સત્યજીત... પ્રિયંકા અને આદિત્યની આ પ્રણયકથા સાવ જુદી રીતે આકાર પામે છે. કૃષ્ણે મહાભારતમાં કહ્યું હતું, 'મિથ્યા અને અસત્ય વચ્ચે તફાવત છે.' સત્યજીતના સત્ય અને અસત્યને એકબીજા સાથે તાણાવાણામાં ગૂંથીને સર્જાતી એક આગવી સંવેદનશીલ નવલકથા.

નવલિકા

* **સંબંધ તો આકાશ :** સ્ત્રી-પુરુષના સંબંધોને આવરી લેતી બાર ટૂંકી વાર્તાઓ જેમાં મા-દીકરાથી શરૂ કરીને લગ્નેતર સંબંધ સુધીના આકાશને કલમથી આંબવાનો એક સંનિષ્ઠ પ્રયાસ પ્રત્યેક વાર્તામાં વિસ્તરે છે.
* **કાજલ ઓઝા-વૈધની વાર્તાઓ :** આ ટૂંકી વાર્તાઓનો બીજો સંગ્રહ છે. ત્રણ લઘુનવલ અને બીજી ટૂંકી વાર્તાઓ સાથે આ સંગ્રહમાં જુદા પ્રકારની, જુદા અવાજની ટૂંકી વાર્તાઓ સંકલિત કરવામાં આવી છે.

કવિતા

* **શેષયાત્રા :** એકમાત્ર કવિતાસંગ્રહ જે મનની પીડામાંથી ઉદ્ભવતી સ્ત્રી સંવેદનાની કવિતાઓને ઉજાગર કરે છે.

નાટક

* **પરફેક્ટ હસબન્ડ :** આપણી ભાષાનાં ૨ નાટકો જે રંગમંચ પર ધૂમ મચાવી ચૂક્યાં છે.

નિબંધો – લેખો

* **સર્ચલાઇટ :** આ લેખો અણસમજમાંથી પ્રગટેલી એક એવી સમજ છે જે કદાચ કોઈના અંધરાઈ રહેલા રસ્તાઓ ઉપર પ્રકાશ પાથરીને એમને દિશા બતાવી શકે. આ લેખો 'ફૂડ ફોર થૉટ' છે, વિચાર માટેનું અમૂલ્ય ભાથું...

૧૪ : દ્રૌપદી

* **એકબીજાને ગમતાં રહીએ :** 'સંદેશ'ના પાના ઉપર 'સંબંધોનાં સમીકરણ' નામે ઉકેલાતી રહેલી સમસ્યાઓનો એક એવો સંગ્રહ જે સુખી થવાની નાની નાની ફૉર્મ્યુલા તમારા સુધી લઈને આવે છે. ગુજરાતી ભાષામાં પ્રેમ અને પરિણયની છણાવટ કરતો પહેલો મૌલિક લેખસંગ્રહ.
* **મન – માઇનસથી પ્લસ :** લાગણીનાં બંધનોમાં બંધાતા પહેલાં કે સંબંધમાં પ્રવેશતાં પહેલાં સમજવાં જ જોઈએ એવાં કેટલાંક સત્યોની નાનકડી હેન્ડબુક ! અપેક્ષાઓના લિસ્ટની બહાર નીકળીને સંબંધને સમજવાની, ફરિયાદોના લિસ્ટને ટૂંકું કરવા માટેની સાવ સરળ, છતાં ખૂબ જ ઉપયોગી એવી નાની નાની વાતોનો એવો સંગ્રહ જે આપણે બધા જ જાણીએ છીએ. જરૂર છે તો માત્ર એને ઓળખીને આવકારવાની.
* **Get વેલ Soon :** મન સાથે જોડાયેલી કેટલીક સર્વસામાન્ય સમસ્યાઓ વિશેના લેખો. મોટા ભાગના સહુ જે વાતને જાણે છે, પણ સમજી શકતા નથી એવી સાદી વાતોની સમજણપૂર્વક કરાયેલી છણાવટ. નાના-મોટા સહુને ઉપયોગી નીવડે તેવી, સંબંધો સુધારવાની, જિંદગીને વધુ રસપ્રદ બનાવવાની સાવ સરળ ફૉર્મ્યુલા.
* **આઇ લવ યુ... :** પ્રેમમાં પડેલી દરેક વ્યક્તિ લગ્નને જ જીવનનું અંતિમ ધ્યેય સમજે છે પ્રેમમાં પડેલી દરેક વ્યક્તિ માને છે કે રોમાન્સની અથવા પ્રેમની આ મનોદશા કાયમ રહેશે. દરેક વ્યક્તિ ઇચ્છે છે કે એના લગ્ન આદર્શ હોય. ભાંગી ગયેલા, તૂટી ગયેલા લાગતા, મૃતઃપ્રાય થઈ ગયેલા લગ્ન પણ ફરીથી નવપલ્લવિત થઈ શકે છે. જરૂર છે થોડી સમજદારીની, થોડા સ્વીકારની, થોડા પ્રયત્નની અને થોડા સમાધાનની.

અનુવાદ

* **પ્રેમની પાંચ ભાષા :** ડૉ. ગેરી ચૅપમૅનના વર્લ્ડ બેસ્ટ સેલર 'ફાઇવ લવ લેંગ્વેજીસ'નો અનુવાદ. તમારા પ્રિયજનને હૃદયની વાત કહેવાનો સાચો અને સરળ રસ્તો.
* **જીવનસાથી (સ્પાઉસ) :** "લગ્ન એક નશો છે એ વાતમાં કોઈ શંકા નથી, પણ આ એક વિચિત્ર પ્રકારનો નશો છે. એ વાતમાં પણ શંકા નથી કે જો આ નશો એક વાર ઊતરી જાય તો જીવનભર પીડા આપતા ઘાવમાં બદલાઈ જાય છે." આવું કહે છે છ બાળકોની મા, કર્તવ્યનિષ્ઠ પત્ની અને પ્રસિદ્ધ લેખિકા શોભા ડે. એમનું માનવું છે કે લગ્ન પોતાની અંગત જિંદગી અને પોતાના જીવનસાથી, બાળકો અને સાસરાવાળાની જિંદગી વચ્ચે તાલમેલ સાધીને સમાધાનપૂર્વક જીવવાનું નામ છે. લગ્ન પહેલા અને લગ્ન પછીની પોતાની જિંદગીના બે અલગ અલગ સમયો વચ્ચે સંતુલન જાળવવાનું કામ પડકારજનક છે.

સંકલન

* **પ્રેમ - ચુંબન - પ્રાર્થના - આંસુ - સ્મિત :** ત્રણ ભાષામાં સંકલિત કરાયેલી સર્વપ્રથમ ફોટો બુક. પરિકલ્પના અને સંકલન દ્વારા દૃશ્ય અને શબ્દને નજીક લાવી જીવનના વિવિધ વિષયોને એકબીજા સાથે સાંકળતી ભેટ આપવાલાયક ઉત્તમ પુસ્તિકાઓ.

૧૫ : દ્રૌપદી

પત્રો

* **વ્હાલી આસ્થા :** પિતાએ પુત્રીને લખેલા આ પત્રો એક નાજુક સંબંધના બદલાતા રંગોને આલેખવાનો પ્રયાસ છે. સ્ત્રીલેખકે લખ્યા હોવા છતાં આ પત્રો એક પિતાના હૃદયની લાગણીઓને વર્ષોવર્ષ વાચા આપે છે. ૭થી ૨૫ વર્ષની ઉંમર સુધી પુત્રીને સંબોધીને લખાતા પિતાના આ પત્રોમાં દરેક પિતાએ પોતાની પુત્રીને કહેવાની વાતો છે.
* **પ્રિય નમન :** લગ્નની પહેલી ઍનિવર્સરીથી પચ્ચીસમી ઍનિવર્સરી સુધી પતિ-પત્નીના એકબીજાને લખાતા રહેલા પત્રો. જે સંબંધોના સત્યોથી શરૂ કરીને અપેક્ષાઓની પીડા સુધી વિસ્તરે છે. લાગણીઓના એવા તાણાવાણા જેમાં દરેક વાચક પોતાના લગ્નજીવનનું પ્રતિબિંબ તો નિહાળી જ શકશે, પરંતુ ક્યાંક પોતાને પ્રશ્નો પૂછીને પરિસ્થિતિ સુધારી શકશે તો ક્યાંક સંવેદનાઓના પ્રવાહમાં વહેતાં વહેતાં પોતાના વીતેલાં વર્ષોમાં ભીંજાશે પણ ખરા.

ઑડિયો બુક

* **તારા ચહેરાની લગોલગ :** આદિત્ય, નીશા અને આકાશ એકબીજાંની સાથે ફક્ત પત્રોમાં વાત કરે છે... એકબીજાં સુધી પહોંચવાના પ્રયાસમાં એક ન સમજાય તેવી અસમંજસ સર્જાય છે. એકબીજાંને લખાતા પત્રોમાંથી સર્જાતો એક ઝંઝાવાતી પ્રણયત્રિકોણ.
* **પ્રેમપત્રો :** અહીં એક એવો અંગત સંવાદ જાહેરમાં વંચાયો છે, જે આપણા બધા માટે સાવ જાણીતો સંવાદ છે. બંધ આંખે કે ટોળાની વચ્ચે એકાદ ક્ષણ માટે એકલા પડીને આપણે બધાએ આ સંવાદ અનુભવ્યો છે. અહીં લખાયેલાં ગીતો સાચા અર્થમાં યુગલગીતો છે. બે જણાંના કંઠે ગવાતાં એવાં ગીતો, જેમાં બે જણાની વાત કહેવાઈ છે.
* **ત્રણ પેઢીની કવિતા :** કવયિત્રી પન્ના નાયક, કાજલ ઓઝા-વૈદ્ય અને એષા દાદાવાલાના સ્વમુખે ઉદ્‌ઘાટિત થતી આ કવિતાઓમાં ચિક્કાર અને ભરપૂર જીવનનો ચિત્કાર છે. ક્યાંક વતનઝુરાપો છે, ક્યાંક તનઝુરાપો છે અને ક્યાંક મનઝુરાપો છે. પ્રિય અને આત્મીય વચ્ચે આ કવિતાઓ લાગણીનો ઓવરબ્રિજ છે.

૧

પ્રકૃતેઃ ક્રિયમાણાનિ ગુણૈઃ કર્માણિ સર્વશઃ ।
અહંકારવિમૂઢાત્મા કર્તાહમિતિ મન્યતે ॥

બધાં જ કાર્યો પ્રકૃતિના ગુણોથી થાય છે, પરંતુ મૂઢ ચિત્તવાળો મનુષ્ય સમજે છે કે એ કર્તા છે. જ્યારે પોતાને કર્તા માનીને મનુષ્ય કાર્ય કરે છે ત્યારે એનું ફળ પણ એણે જ ભોગવવાનું રહે છે.

જે મનુષ્ય પોતાનાં સર્વે કાર્યોને ઈશ્વરાધીન માનીને કરે છે તે સર્વે મનુષ્યના કાર્યફળમાં પણ ઈશ્વર સહભાગી રહે છે.

કૃષ્ણએ કહ્યું હતું કુરુક્ષેત્રમાં, "તમારાં સર્વ કાર્યો મને અર્પણ કરો..."

"પ્રશ્ન એ છે કે જો પ્રકૃતિ અનુસાર કાર્ય થાય છે તો મનુષ્ય કયા કર્મ માટે દંડિત થાય છે ?" મેં પૂછ્યું હતું, સ્વયં કૃષ્ણને.

કોણ જાણે એમની પાસે પણ એનો ઉત્તર હતો કે નહીં! પરંતુ એમણે હસીને કહ્યું હતું, "સખી, તું પ્રશ્ન બહુ પૂછે છે."

મારી મા પણ મને આ જ કહેતી, "તું પ્રશ્ન બહુ પૂછે છે."

હું ક્વચિત એને પૂછતી, "ધૃષ્ટદ્યુમ્નને જે શિક્ષા આપવામાં આવે છે એ મને આપવામાં આવશે ખરી ? મને શસ્ત્રવિદ્યા અને રાજનીતિ કેમ નથી શીખવતા ?"

"તારે રાજ્ય નથી કરવાનું..." મારી મા હસી પડતી, "તારે તો રાજ્ય કરવાનું છે તારા પતિના હૃદય પર... એને સંતુષ્ટ, સુખી અને આનંદિત રાખવાની શિક્ષા તને આપવામાં આવશે."

"ધૃષ્ટદ્યુમ્નને પણ એની પત્નીને સુખી અને સંતુષ્ટ રાખવાની શિક્ષા આપવામાં આવશે ?" હું પૂછતી. મારી મા અને દાસીવૃંદ મારી વાત પર હસતું.

"પુરુષે તો કદી એવી શિક્ષા લેવાની હોય ? સ્ત્રીએ જાતે જ સુખી થવાની કળા હસ્તગત કરી લેવાની..."

"તો પુરુષ જાતે સુખી નથી થઈ શકતો. એને સુખ માટે બીજાની આવશ્યકતા પડે છે, ખરું ?" હું વિવાદ કરતી, "એનો અર્થ એ થયો કે પુરુષ કરતા વધુ સ્વાવલંબી સ્ત્રી છે. પુરુષ એના પર આધારિત છે. પોતાના ભોજન માટે, પોતાના સુખ માટે... પોતાના ઉત્તરાધિકારીને મેળવવા માટે... બીજી ઘણી બાબતો માટે..." મારી વાત બીજી સ્ત્રીઓ ચકિત થઈને સાંભળતી રહેતી. એમણે પહેલા ક્યારેય આવું બધું સાંભળ્યું નહોતું. વિચાર્યું તો નહોતું જ... "એટલે પુરુષ કરતા સ્ત્રી વધુ શક્તિશાળી થઈ, ખરું ને ? સ્ત્રી પાસે વધુ કળાઓ છે, વધુ શક્તિ છે તો પછી એને બળ વગરની, અબળા શા માટે કહેવાય છે ?"

માની પાસે આનો ઉત્તર નહોતો. માની પાસે શું કામ ? મારા પિતામહી કે માતામહી પાસે પણ આના ઉત્તરો નહોતા જ... ક્યાંથી હોય ? એમણે કદી આવું વિચાર્યું જ નહોતું... પુરુષની આસપાસ રચાયેલું એમનું વિશ્વ એમના પોતાના અસ્તિત્વને એમના સુધી આવવા જ નહોતું દેતું.

મારા પ્રશ્નો એમને વિચલિત કરી નાખતા. એક એવા વિશ્વના દ્વાર એમની સમક્ષ ઊઘડી જતા જે વિશ્વ એમને માટે પ્રતિબંધિત હતું. એમનો ઉછેર જ એવી રીતે કરવામાં આવતો કે એના મનોજગતમાં, એમના ભાવવિશ્વમાં અમુક પ્રશ્નો ઉદ્ભવે જ નહીં.

પરંતુ મને આ પ્રશ્નો ઉદ્ભવતા, કારણ કે મારો તો ઉછેર જ નહોતો થયો !

મનુષ્યમાત્રનો ઉત્તમ સમય એનો બાલ્યકાલ હોય છે. એને સાચી સંવેદના બાલ્યકાલમાં પ્રાપ્ત થાય છે. સરળતા, હાસ્ય અને અશ્રુ આપણી પાસે બાલ્યકાલનો પ્રસાદ છે. ક્ષમા, મિત્રતા અને કરુણા એક બાળક પાસે જ હોઈ

શકે, પરંતુ હું તો જન્મથી જ યુવતી હતી. બાલિકા બનવાનું સુખ મને મળ્યું જ નહીં. એ નિર્દોષ રમતો, સખીઓ સાથે ઉન્મુક્ત હાસ્ય, એ હિંચકાઓ અને પૂતળીઓની રમતો મને મળ્યા જ નથી.

જ્યારે મનુષ્ય પાસે બાલ્યકાલ નથી હોતો ત્યારે એની પાસે સરળતા કે સહજતા નથી હોતી. કોઈ મીઠી સ્મૃતિ નથી હોતી એની પાસે. ...જેમાંથી એની ભીતર એક સ્વાભાવિક સ્મિત પ્રગટી શકે.

હું તો અગ્નિમાંથી જન્મેલી, સંપૂર્ણપણે વિકસિત સ્ત્રી-યુવતી હતી.

મારા પ્રશ્નો પણ અગ્નિની જેમ દઝાડતા હતા. મને અને બીજાને ! મારી બુદ્ધિ ધીમેધીમે વિકસિત થતી, જ્ઞાનને ધીમે ધીમે પચાવતી કોઈ વૃક્ષની જેમ વિસ્તરતી જતી બુદ્ધિ નહોતી. અગ્નિ જેવી દાહક, શસ્ત્રની ધાર જેવી ઘાતક અને તેજથી સામેની વ્યક્તિને આંજી નાખતી બુદ્ધિ હતી મારી. શબ્દો પર ભય પમાડે તેવો કાબૂ... ભાષા સાથે એક અજબ જેવી મિત્રતા... શબ્દને પાસા બનાવીને ફેંકતા આવડતા હતા મને ! મારી સાથે વિવાદમાં ઊતરનારી વ્યક્તિને નિઃશસ્ત્ર, નિઃશબ્દ કરી નાખવાથી શત્રુ પર વિજય મેળવ્યા જેવો આનંદ થતો મને.

મારી સામે ઊભેલો પુરુષ મારા સૌંદર્યથી, મારા શબ્દથી, મારી બુદ્ધિથી અંજાઈ જાય એટલો જ સમય મને એ પુરુષ સાથે વાતચીત કરવામાં આનંદ આવતો. એ હારી જાય પછી એ પુરુષ સાથેનો સંવાદ પૂરો થતો.

ધૃષ્ટદ્યુમ્નને જે મહત્ત્વ આપવામાં આવતું એનાથી મને ઘણો અસંતોષ હતો. હું એનાથી વધુ બુદ્ધિશાળી હતી, વધુ તેજસ્વી, વધુ સુંદર અને વધુ ચતુર. તેમ છતાં, મારા પિતા નાની નાની બાબતમાં એની સલાહ પૂછતા. રાજ્ય અને વ્યવહારની બાબતોમાં એની સાથે ચર્ચા કરતા. હું કંઈ બોલવા જાઉં તો મને કહેવામાં આવતું કે, "તારે તારા શ્વસૂરગૃહે જઈને તારાં મંતવ્યો આપવાનાં છે. આ તારું ઘર નથી."

"કેમ મારું ઘર નથી ? હું અહીં રહું છું, અહીં જન્મી છું. મારા સંવેદનો અહીં પાંગરે છે, તો શા માટે આ ઘર મારું નથી ?"

સહુ હસતાં... મને રમૂજનું કેન્દ્ર બનાવવામાં આવતું...

"દરેક સ્ત્રી પરણીને પોતાના ઘરે જાય છે."

"તો પછી એને શ્વસૂરગૃહ કે પતિગૃહ શા માટે કહેવાય છે ? પત્નીગૃહ

કેમ નથી કહેવાતું ?" સહુ ચકિત થઈને મને જોતા રહેતા, "જો એ ઘર મારું હોય તો મને હમણાં જ મોકલી દો ત્યાં. મારે તમારા ઘરે શા માટે રહેવું પડે ?" હું પૂછતી.

"તારી સાથે વિવાદ કરવો વ્યર્થ છે." પિતા કહેતા.

"શા માટે પૂછે છે આટલા પ્રશ્નો ?" ધૃષ્ટદ્યુમ્ન ઉશ્કેરાઈ જતો, "ચૂપચાપ જીવવાનું શીખી જા. આ જ પ્રમાણે વિવાદ કર્યા કરીશ તો પતિગૃહમાં સન્માન નહીં સચવાય."

"પ્રશ્ન પૂછવાથી માનહાનિ થાય ?" હું એક નવો પ્રશ્ન પૂછતી, "ગુરુજી તો કહે છે કે, પ્રશ્ન પૂછનાર જ્ઞાની બને છે. જેને જ્ઞાન મેળવવું હોય એણે પ્રશ્ન પૂછવા જોઈએ." પિતા અને ધૃષ્ટદ્યુમ્ન મને ખંડમાંથી બહાર જવાની આજ્ઞા કરતા. હું ખિન્ન મને ત્યાંથી ચાલી જતી, પણ મારા પ્રશ્નનો ઉત્તર અધૂરો રહી જતો. હું જાણતી હતી કે પ્રશ્નો પૂછવાને કારણે હું અપ્રિય થઈ રહી છું અને છતાં મારી બુદ્ધિ મને પ્રશ્ન પૂછવા વિવશ કરી નાખતી હતી.

એ સમયે હું નહોતી જાણતી કે મારો એક પ્રશ્ન હસ્તીનાપુરની રાજનીતિનું ભવિષ્ય બદલી નાખશે.

મારો એક પ્રશ્ન ભરતવર્ષના સંપૂર્ણ ઇતિહાસને રક્તરંજિત કરી નાખશે.

મારો એક પ્રશ્ન સમગ્ર કૌરવકુલના વિનાશનો સૂત્રધાર બની જશે.

મારા મનમાં અનેક પ્રશ્ન ઊઠતા. એમાં અટવાઈને હું રાજ્યગુરુ પાસે જતી. પ્રશ્ન કરતી – કર્મ વિશે, પૂર્વ જન્મ વિશે... એ કહેતા, "આટલા અધિક પ્રશ્ન ન કર. સંશય જન્મે ત્યારે શ્રદ્ધાને લુપ્ત કરી નાખે છે."

મારા પ્રત્યેક પ્રશ્નનો ઉત્તર મેળવવા હું સ્વયં સાથે યુદ્ધ કરતી. વિજય-પરાજયના અજ્ઞાત વિશ્વમાં ડૂબતા-તરતા હું સ્વયં સાથે સમાધાન કરતા શીખી રહી હતી, પરંતુ મારું સ્ત્રીત્વ અને મારું સ્વત્વ મને એ સમાધાન સુધી પહોંચવા જ નહોતું દેતું.

પ્રશ્ન... પ્રતિપ્રશ્ન... મારી ભીતર એવી રીતે ઉદ્‌ભવતા જેમ સમુદ્રમાં તરંગો ઉદ્‌ભવે છે.

દરેક મનુષ્યના જીવનમાં આટલા પ્રશ્નો હોય ? શું પ્રત્યેક મનુષ્યની બુદ્ધિ આટલી તીવ્ર અને આટલી તીક્ષ્ણ હશે ?

કહેવાય છે કે જે પ્રશ્ન કરે છે એને ઉત્તર જરૂર મળે છે, પરંતુ મારા

પ્રશ્ન સદૈવ અનુત્તર જ રહ્યા. મારા પ્રશ્નોએ માત્ર મને જ નહીં, કદાચિત અન્યોને પણ અનુત્તર કરી દીધા.

મારી બુદ્ધિએ અનેક શત્રુઓને જન્મ આપ્યો. ક્યારેક મારા 'સ્વજન' આ શત્રુઓના દળમાં ઊભેલા જણાતા હતા, તો ક્યારેક હું સ્વયં...

હૃદયના ઊંડાણમાં ચાલતો સંઘર્ષ મને છિન્ન-વિછિન્ન કરી નાખતો. સ્વયં સાથે મિત્રતા ના હોય ત્યારે જીવન દુર્ગમ બની જાય છે. સ્વયંની શત્રુ બનીને, સ્વયંને પ્રશ્ન પૂછતી હું... સ્વયંને હરાવતી, સ્વયં જ જીવતી... સ્વયં પર જીત્યાનો સ્વયં પર અહંકાર કરતી અને સ્વયં સાથે વિવાદમાં હારી ગયાની પીડા પણ સ્વયં જ ભોગવતી...

સમય જતા મને સમજાયું હતું કે હું એકાકી બનતી જતી હતી. સ્વયં સાથેનો મારો સંવાદ ક્યારેય શાંતિપૂર્ણ રહી શકતો નહીં. હું જ્યારે જ્યારે સ્વયં સાથે સંવાદ કરતી ત્યારે અજાણપણે અકારણ વિવાદમાં ઊતરી પડતી. એ વિવાદ અને એ સમસ્યાઓ મારી અંદર એક કટુતાને જગાડવા લાગ્યા હતા. વિવાદ કરતી વખતે મારી અંદર જાણે બે સ્ત્રીઓ સામસામે ઊભી રહી જતી. એક એવી જેને ફક્ત હરાવવા માટે વિવાદ કરવો હતો... શબ્દોના અસ્ત્રશસ્ત્ર સજીને દલીલોના તીરકામઠાં લઈને એ એવી રીતે તૂટી પડતી જાણે સામે ઊભેલી બીજી સ્ત્રીને નષ્ટ કરવી એ જ એનો ઉદ્દેશ્ય હોય. મારી જ અંદર એક બીજી સ્ત્રી આ અત્યાચાર સહેતી. ધીમેધીમે તૂટતી જતી અને પછી હથિયાર નાખી દેતી. આ એ યાજ્ઞસેની હતી, જેને મારી માતા અને માતામહી અત્યંત ચાહતા... આ એ યાજ્ઞસેની હતી, જે સહુની અપેક્ષા પૂરી કરતી. દ્રુપદકુળના સંસ્કાર અને ગરિમા લઈને જે જીવી રહી હતી... આ એ યાજ્ઞસેની હતી, જે સહનશીલ અને સંવેદનશીલ હતી... આ એ યાજ્ઞસેની હતી, જેના ઉપર માતા અને પિતાને ગર્વ હતો.

પરંતુ આ યાજ્ઞસેનીને હરાવવામાં... મારી અંદરની બીજી સ્ત્રીને ખૂબ આનંદ આવતો. એ નમ્ર, સહનશીલ, ત્યાગ અને બલિદાનમાં શ્રદ્ધા રાખનારી, મારા સમયની અન્ય સ્ત્રીઓ જેવી યાજ્ઞસેની મને સહેજેય નહોતી ગમતી.

મારી અંદરની એ નમ્ર નારીને પીડા આપીને, હરાવીને હું એમ માનતી કે હું મારા સમયની બધીયે સ્ત્રીઓને હરાવું છું. એમની માન્યતાઓ પર, એમની શ્રદ્ધા અને ત્યાગના અર્થહીન લાગતા વિચારો પર ઘાત કરીને હું કશું મેળવી રહી છું એમ લાગતું મને.

હું સ્વયં જ મારી શત્રુ બની જતી. સ્વયં મને પીડા આપતી. હું સ્વયં જ મારા અશ્રુ જોઈને અનોખી તૃપ્તિનો અનુભવ કરતી!

મને એ જ્ઞાત હતું કે હું અન્યોથી ભિન્ન છું, પરંતુ આ ભિન્નતા શું છે એનું જ્ઞાન નહોતું મને.

મારી ભીતર વલોવાતું આ પ્રશ્નોપનિષદ જ મારી ભિન્નતા હતું.

મારી આસપાસ કેટલીયે યુવતીઓ હતી, જે ક્યારેય પ્રશ્નો નહોતી કરતી તેથી જ આનંદિત હતી કારણ કે એ હૃદયથી જીવતી હતી. હું ફક્ત બુદ્ધિથી વિચારી શકતી હતી. બુદ્ધિથી જ જીવીત હતી અને બુદ્ધિ દ્વારા જ અન્યોને સમજવાનો પ્રયાસ કરતી.

આ જ બુદ્ધિથી હું સ્વયંને છેદતી રહી. મારી માન્યતા હતી કે હું મારી તીવ્ર અને તીક્ષ્ણ બુદ્ધિ પાસે મારું ધાર્યું કરાવું છું, પરંતુ મારી બુદ્ધિ ક્યારે મારા મન કરતા પણ મોટી થઈને મારા ઉપર રાજ્ય કરવા લાગી એની મને પણ જાણ ન રહી.

આ જ બુદ્ધિ મને સરળતાથી, સ્વાભાવિકતાથી, સાદગીથી દૂર કરતી ગઈ. મનુષ્યમાત્રને જો સરળતાની નિકટ રહેવું હોય તો હૃદયથી જીવવું જોઈએ. બુદ્ધિ સંવેદનાને ક્ષુબ્ધ કરી નાખે છે અને ઊર્મિને સ્થગિત. શબ્દ મુખમાંથી બહાર નીકળતા પહેલા સ્વયં જ વિચારતા શીખી જાય છે.

પ્રશ્ન શસ્ત્ર બની જાય છે. બુદ્ધિ પ્રશ્નનું શરસંધાન કરે છે અને વીંધી નાખતા બાણ છોડે છે...

સદૃશં ચેષ્ટતે સ્વસ્યાઃ પ્રકૃતેર્જ્ઞાનવાનપિ ।
પ્રકૃતિં યાન્તિ ભૂતાનિ નિગ્રહ કિં કરિષ્યતિ ॥

જ્ઞાની પોતાની પ્રકૃતિ અનુસાર કામ કરે છે, અજ્ઞાની પોતાની પ્રકૃતિ અનુસાર. બધાં પ્રાણી પોતાની પ્રકૃતિ અનુસાર કામ કરે છે. એમ કહીને સખા કહે છે, "તમે પ્રકૃતિની વિરુદ્ધ શું કરી શકશો ?"

આ પ્રકૃતિ એટલે સ્વયં ઈશ્વર ? કે પછી પ્રકૃતિ એટલે ઈશ્વરે સર્જેલું એક અજબ રહસ્યચક્ર ? જન્મ પહેલાં અને મૃત્યુ પછીના એક અજાણ પ્રદેશની અણસમજ...

પ્રકૃતિ પાસે કેટલાંય રહસ્યો છે. આવનારી કાલનું રહસ્ય, વીતેલી ગઈ કાલનું રહસ્ય. આપણે મનુષ્ય તો અહીં આ જ ક્ષણને વિચારી શકીએ છીએ.

એના અનુસાર કાર્ય કરીએ છીએ. એના જ અનુસાર ક્રિયા અને પ્રતિક્રિયા કરીએ છીએ. પરંતુ પરિણામ તો ક્યાંક દૂર ઊભું આપણી પ્રતીક્ષા કરે છે.

ભવિષ્યના ગર્ભમાં મનુષ્ય માટે એક એવી ક્ષણ આકાર લે છે, જેને કર્મનું ફળ કહેવાય છે.

આ અને આવી કેટલીયે વાતો મને સમજાવવામાં આવતી. મારી કુતૂહલવૃત્તિને કાબૂમાં રાખવાનું મને વારંવાર કહેવાતું, પરંતુ પ્રશ્ન પૂછ્યા વગર તો ઉત્તર કેમ મળે અને ઉત્તર મળ્યા વિના સમાધાન કેમ થાય ? સમાધાન ન થાય તો જ્ઞાન કેમ મળે ? ...જ્ઞાન વિના કરેલું તમામ કાર્ય નિષ્ફળ છે, નિરુદ્દેશ છે...

હું આવો વિવાદ કરું ત્યારે સખા મને સમજાવવાનો પ્રયાસ કરતા.

અજ્ઞશ્ચાશ્રદ્દધાનશ્ચ સંશયાત્મા વિનશ્યતિ ।
નાયં લોકોઽસ્તિ ન પરો ન સુખં સંશયાત્મનઃ ॥

અજ્ઞાની તથા શ્રદ્ધા વિનાનો સંશયમય રહી નાશ પામે છે. સંશયમય રહેલાને આ લોક નથી, પરલોક નથી અને સુખ નથી.

સુખ નહોતું જ... મારા ભાગ્યમાં !

પ્રશ્ન પૂછ્યા વિના સમજવું મારી પ્રકૃતિ નથી. સ્વીકારી લેવું મારા સ્વભાવમાં નથી.

એ સ્વીકાર કરવાનું કહેતા, કારણ કે સખા માટે તો પરમ સ્વીકાર એ જ એમનો ધર્મ છે. 'ન'કાર એમની પ્રકૃતિમાં જ નથી.

પરંતુ, હું તો અગ્નિમાંથી જન્મી છું. સતત પ્રજ્વલ્લિત રહું છું. મોં ફાડીને સમિધ માગતી રહું છું.

ઉત્તરનું સમિધ.

મારા પ્રશ્નના પ્રજ્વલિત અગ્નિમાં સતત ઉત્તરના સમિધ ઓર્યા કરવા પડે છે. માત્ર સખા જ મારા આ અગ્નિને શાંત કરી શકે છે, આજે પણ !

શ્રાવણ વદ આઠમની મેઘલી રાતે મૂશળધાર વર્ષા સાથે અવતરેલા ઘનશ્યામ જલપ્રકૃતિ છે. વહેવું, શીતળતા આપતા રહેવું અને જીવનનું નિર્માણ કરવું એ જ એમનું પરમ કર્તવ્ય છે.

ભસ્મ કરી નાખવું એ જ મારો ગુણધર્મ છે, મારું કર્તવ્ય છે.

એક જલ અને એક અગ્નિ, કઈ રીતે મિત્ર હોઈ શકે ? છતાંય મારા

જીવનના પરમ સત્યનો દ્યોતક, મારા પરમ મિત્ર, મારા સખા, મારા અસ્તિત્વને જેમણે સતત સંકોરીને શ્વસતું રાખ્યું એવા મારા સખા જલ છે... જીવન છે...

હું અગ્નિ છું.

અગ્નિમાંથી પ્રગટેલી... અગ્નિનો અંશ... અગ્નિ જેટલી જ પ્રજ્વલિત, અગ્નિ જેટલી જ તપ્ત, અગ્નિ જેટલી જ વિશુદ્ધ, અગ્નિ જેટલી જ દાહક... ને અગ્નિ જેટલી જ પાવક...

હું પ્રગટી ત્યારે...

જન્મ નહીં, પ્રાગટ્ય હતું મારું...

મારા પ્રાગટ્યના સમયે મારું અંગ અંગ તપ્ત હતું. મારી અંદર અગ્નિ ભરીને આ પૃથ્વી પર મોકલી દેવામાં આવી હતી. એમ કહેવામાં આવ્યું હતું કે હું જેને પણ સ્પર્શ કરીશ, એ સર્વ મારા ભીતરની આગથી ભસ્મ થઈ જશે.

જ્યારે હું યજ્ઞકુંડમાંથી પ્રગટ થઈ રહી હતી ત્યારે પુષ્પો નહોતાં વરસ્યાં આકાશમાંથી... દસેય દિશાઓ ત્રાહિમામ પોકારી રહી હતી. સૂર્યનારાયણ પ્રખર તેજથી પૂર્ણ પ્રકાશિત થઈને જાણે અગ્નિવર્ષા કરી રહ્યા હતા. વૃક્ષ સ્થિર થઈ ગયાં હતાં. પૃથ્વીમાંથી અગ્નિ નીકળતો હોય એમ ઉષ્ણ શિખાઓ આકાશ સુધી પહોંચતી હતી. વાયુ સ્થિર થઈને અપલક દૃષ્ટિથી મને નિહાળી રહ્યો હતો. દેવગણ સ્તબ્ધ હતા. અગ્નિના આહ્‌વાન મંત્રો સાથે એક અતિ ભયંકર વાતાવરણનું નિર્માણ થયું હતું. યજ્ઞવેદીમાં પ્રજ્વલ્લિત અગ્નિનો તાપ એટલો ભયાનક હતો કે ઋષિગણ શ્વાસ લેવાનું ભૂલી ગયા હતા ઘડીભર.

અસ્તિત્વ તો સ્ત્રીનું હતું, પરંતુ સર્જન કરવું મારા ભાગ્યમાં નહોતું. મારે વિધ્વંસ કરવાનો હતો. એ જ મારું કર્તવ્ય હતું અને એ જ મારું લક્ષ્ય.

શા માટે ? શા માટે કરવાનું હતું આ બધું ?

મારા સર્જન પૂર્વે કોઈએ મારો અભિપ્રાય નથી પૂછ્યો, અનુમતિ પણ નહીં ! ન મને કોઈએ મારું કર્તવ્ય કે કાર્યકારણ સમજાવ્યું. મારે માટે તો એક માર્ગ નિશ્ચિત કરી દેવામાં આવ્યો. જેના પર ડગલાં માંડતા મારે એ સર્વેનું રક્ત વહેવડાવવાનું હતું... જેમણે મને જન્મ આપ્યો, જે મારો જ સહોદર હતો, જેમણે ક્યારેક મારી કામના કરી, જેમણે ક્યારેક મને સન્માન આપ્યું, જેમણે મારી સાથે પ્રણય કર્યો, જે મારા જ ઉદરમાંથી જન્મ્યા... સહુ જેને મેં પ્રેમ કર્યો, તે એક પછી એક મારા અગ્નિમાં હોમાઈ જવાના હતા. મારા ભીતરનો દાવાનળ

એમને તહસનહસ કરી નાખવાનો હતો. એ સર્વે મારા સ્વજન હતા. એ સર્વે મારી સાથે જોડાયેલા હતા. એમાંથી કોઈએ મારું કશુંય બગાડ્યું નહોતું, પરંતુ મારા કાર્યને, લક્ષ્યને, મારા જીવનધ્યેયને સિદ્ધ કરવા. સર્વેનું રક્ત મારી હસ્તરેખામાં લખાયેલું હતું.

હું સ્વયં સર્વનાશ થઈને જન્મી. મારાં સ્વજનોનો સર્વનાશ. મારા પિતા, મારી માતા, મારો ભાઈ...

એક જ નહીં, બંને ભાઈઓ !

એક તો ધૃષ્ટદ્યુમ્ન અને બીજો... ભાઈ હતો કે બહેન ? 'શિખંડી' નામ હતું એનું.

અમે બંને એકબીજાની ખૂબ નિકટ હતા. એકબીજાનું મૌન સમજી લેતા. એકબીજાની પીડા વહેંચી લેતા. એકબીજાનો આનંદ વહેંચ્યા વિના માણી શકતા નહીં.

શિખંડી સતત અપમાનિત, પીડિત હતો. ઉપહાસનું કેન્દ્ર બનતો. તિરસ્કૃત અને ત્યજ્ય રહેતો... પ્રણયભગ્ન ! હું હંમેશાં એમ જ માનતી રહી કે એને સંભાળવાનું ઉત્તરદાયિત્વ ફક્ત મારું છે. કદાચ એટલા માટે કે એ પણ મારી જેમ યજ્ઞકુંડમાંથી જન્મ્યો હતો. એ પણ મારી જેમ નહીં માગેલું યજ્ઞફળ હતો. એ પણ મૃત્યુનું વરદાન લઈને જન્મ્યો હતો.

પિતા દ્રુપદે મહાદેવની આરાધના કરી. પ્રસન્ન થયેલા મહાદેવે મારા પિતાને પૂછ્યું, તો પિતાએ કહ્યું કે, "હું ભીષ્મ પાસે બદલો લેવા માટે પુત્ર માગું છું."

"તને પ્રથમ કન્યા પ્રાપ્ત થશે, પછી એ જ કન્યા પુરુષ બની જશે."

"એવું શા માટે પ્રભુ ?"

"આ અફર છે..."

પુત્રી જન્મ થયો. આખા નગરમાં દ્રુપદ સિવાય કોઈ નહોતું જાણતું કે આ પુત્ર નથી, પુત્રી છે. એનો ઉછેર પુત્રની જેમ કરવામાં આવ્યો. દશાર્ણ દેશના રાજા હિરણ્યવર્માની પુત્રીનાં લગ્ન એની સાથે કરાવવામાં આવ્યાં. સમય જતાં દશાર્ણરાજને સત્યની જાણ થઈ, ત્યારે શિખંડી ઘર છોડીને ચાલી ગઈ. કુબેરનો સેવક સ્થૂણાકર્ણ એને જંગલમાં મળ્યો અને એણે એને પુરુષત્વ આપ્યું. વચન એવું હતું કે દશાર્ણ દેશનો રાજા હિરણ્યવર્મા જ્યારે ખાતરી કરીને પાછો ચાલી

જાય ત્યારે એ પુરુષત્વ પાછું સોંપી દેશે. સ્થૂણાકર્ણ નામના કુબેરના સેવકે એને પુરુષત્વ તો આપ્યું, પરંતુ કુબેરે કોપિત થઈને એને શાપ આપ્યો, "આ પાપી સ્થૂણાકર્ણનું સ્ત્રીત્વ હવે કાયમ આમ જ રહેશે. શિખંડી મરી જશે પછી જ સ્થૂણાકર્ણ પુરુષ બનશે."

શિખંડી કાશીરાજની પુત્રી અંબાના મૃત્યુ પછી જન્મ્યો હતો. અંબા દેવવ્રત કર્ણને ચાહતી હતી, પરંતુ ભીષ્મની પ્રતિજ્ઞા એના પ્રણયમાં બાધારૂપ બની. અંબાને અપહરણ કરીને હસ્તિનાપુર લઈ આવવામાં આવી, પરંતુ ભીષ્મ એની સાથે લગ્ન કરી શકે એમ નહોતા. પોતાના ભાઈઓ માટે લવાયેલી આ સ્ત્રી સાથે લગ્ન કરવા ભીષ્મ ક્યારેય તૈયાર નહોતા. એને શૈલરાજને ત્યાં લઈ જવામાં આવી, પરંતુ શૈલરાજે એને નકારી દીધી. એ પછી પ્રણયના પ્રતિશોધમાં એટલી બધી ઉશ્કેરાઈ કે એણે ભીષ્મનું મૃત્યુ માગી લીધું.

સ્ત્રી જે વ્યક્તિને ઝંખે એ એને ન મળે તો એનો વિનાશ કરવો એ કયા પ્રકારની પ્રકૃતિ હશે ? પામી ન શકાય તેને ઊધ્વંસ્ત કરી નાખવું એ અહંકારની કઈ કક્ષા હશે ?

શિખંડીની હસ્તરેખામાં પણ મૃત્યુ લખાયું હતું.

પરંતુ, એની સામે નિશ્ચિત લક્ષ્ય હતું, એક જ વ્યક્તિનું મૃત્યુ.

એનું સમગ્ર અસ્તિત્વ પ્રતિશોધની આસપાસ ઊછરતું ગયું, પણ એ પ્રતિશોધ એક જ વ્યક્તિ પરત્વેનો હતો. સતત એને જ વિશે વિચારતો. એને જ મનન કરતો. એનાં જ સ્વપ્નાં જોતો. મનોમન એની જ સાથે સંવાદ કર્યા કરતો શિખંડી પોતાનું અસ્તિત્વ પણ ભૂલી જાય એટલી હદે ગંગાપુત્ર દેવવ્રતને પોતાના મનોજગતમાં સમાવી ચૂક્યો હતો.

આ એનો પ્રણય હતો કે પ્રતિશોધ ?

કે પછી પ્રણયમાંથી જન્મેલો પ્રતિશોધ ?

અમે બંને પીડિત હતા, અમે બંને પ્રજ્વલ્લિત – પ્રતાડિત હતા.

યજ્ઞફળ નહોતો મારો ભાઈ ! એ તો યજ્ઞની રાખમાંથી જન્મ્યો હતો. પોતાની રાખમાંથી ઊભી થયેલી અંબા હવે 'શિખંડી' બનીને અવતરી હતી.

ફક્ત પ્રતિશોધ માટે પુનર્જન્મ લીધો હતો એણે.

એને પોતાના પૂર્વજન્મની બધી જ વાતો યાદ હતી. પૂર્વજન્મનું નામ અંબા. એની બે બહેનો ધૃતરાષ્ટ્ર અને પાંડુની માતા હતી. જે મારી સાસુમહી થવાની હતી એવી મને કલ્પનાય નહોતી ત્યારે.

પિતામહને પહેલી વાર જોયા ત્યારે એક જ વિચાર આવ્યો હતો, "આ શ્વેત વસ્ત્રધારી, જેની આંખમાંથી અનર્ગળ પ્રેમ વરસે છે તેવા ન્યાયપ્રિય, કર્તવ્યનિષ્ઠ અને સત્યવચની મનુષ્યને શિખંડીના હાથે મૃત્યુ પ્રાપ્ત થશે ? આ વીર યોદ્ધાએ શિખંડીની સામે હારવું પડશે ?"

મારા મનમાંથી પ્રાર્થના નીકળી ગઈ હતી, "હે ઈશ્વર ! આ દેવ જેવા મનુષ્યનું સન્માન અખંડ રહે તેવું મૃત્યુ પ્રદાન કરજે એને."

કદાચ મારી પ્રાર્થના સ્વીકારાઈ ચૂકી હતી, એટલે જ પિતામહનું મૃત્યુ શિખંડીના હાથે ન થયું... જોકે શિખંડી એમના મૃત્યુનું કારણ બન્યો અને એનો પ્રતિશોધ પણ પૂર્ણ થયો.

આપણે સૌ વિધિ-વિધાનથી અજ્ઞાત, આપણી મનોકામનાઓના એક એવા જગતમાં જીવીએ છીએ, જેમાં આપણી પાસે ફક્ત એક જ વિકલ્પ હોય છે. આગળની તરફ વધતા જવાનો... ન ભવિષ્ય વિશે દૃષ્ટિ હોય છે, ન પુનઃ પાછા ફરી શકવાની સંભાવના. ફક્ત એક જ દિશા હોય છે, જે આગળની તરફ લઈ જાય છે. એ અંધકારમાં ડૂબેલું ગર્ભ જેવું રહસ્ય હોય છે.

કોઈ માતાના ઉદરમાં કારાવાસ ભોગવતા આપણે તરતા રહીએ છીએ – અવતરણની પીડાદાયક ક્ષણ સુધી.

મારે માટે ગર્ભનો કારાવાસ નહોતો. મારે માટે કોઈ અવતરણ નહોતું. નહોતી એની પીડા કે એના પછીનું રુદન...

કહેવાય છે મારા જન્મ સમયે આકાશવાણી થઈ હતી. મારા પિતા સહિત યજ્ઞની દીક્ષા લઈને બેઠેલા તમામ ઋષિગણ દિગ્મૂઢ થઈને સાંભળતા રહ્યા હતા એ ભયાનક ભવિષ્યવાણી.

દસેય દિશાઓમાંથી એક ભયાવહ ગૂઢ અવાજ કહી રહ્યો હતો, "આ કન્યા તમારા અપમાનનો પ્રતિશોધ લેવા માટે પ્રગટ થઈ છે. તમારી પ્રતિજ્ઞા પૂર્ણ કરવા માટે આનો આવિર્ભાવ થયો છે. એના જ દ્વારા પૃથ્વી પર મહાયુદ્ધ થશે. ધર્મની સંસ્થાપના થશે અને એક નવા યુગનું નિર્માણ થશે."

હું પોતે પણ આશ્ચર્યચકિત હતી. કયા અપમાનનો પ્રતિશોધ લેવાનો હતો મારે ? ધર્મની સંસ્થાપના કરવા હું સબળ હતી ખરી ? પરંતુ, ભવિષ્યવાણી કદી વ્યર્થ નથી હોતી. મેં એ જ સમયે દૃઢ નિર્ધાર કર્યો, મારું કર્તવ્ય પૂર્ણ કરવાનો.

સાચું પૂછો તો મારા પિતાએ આ યજ્ઞ જ અપમાનના અગ્નિમાં પ્રજ્વલિત થઈને યોજ્યો હતો. છેલ્લા કેટલાય સમયથી એમના મનમાં ફક્ત એક જ વાત હતી – પ્રતિશોધ... પ્રતિશોધ... પ્રતિશોધ...

એ પણ કોની સામે ? એમના પરમ મિત્ર દ્રોણાચાર્ય સામે. સાચું પૂછો તો આપણને સૌથી વધુ દુઃખ એ જ પહોંચાડે છે, જે આપણી પરમ નિકટ હોય છે. જેની પાસેથી આપણે સુખની અપેક્ષા રાખીએ છીએ એ જ આપણને દુઃખી કરી શકે ને ?

દ્રોણાચાર્ય સાથે પણ એમ જ થયું હશે. દોષ મારા પિતા દ્રુપદનો નહોતો એમ કહેવું અન્યાય ગણાશે. મારા પિતાનું અપમાન તો પછી થયું. પહેલાં એમણે દ્રોણાચાર્યનું અપમાન કર્યું. પોતાના રડતા-કકળતા પુત્ર અશ્વત્થામાને દૂધ માટે ભૂખ્યો જોઈને દ્રોણ પોતાના પરમમિત્ર બાલસખા દ્રુપદને ત્યાં આવ્યા.

અજાચક વ્રત ધરાવતા દ્રોણાચાર્ય ક્યારેય કોઈ પાસે કશું માગતા નહીં, પરંતુ શાસ્ત્રમાં કહ્યું છેને, "બુભૂક્ષિત કિમ ન કરોતિ પાપમ્ ?" ભૂખ્યો માણસ કોઈ પણ પાપ કરવા તૈયાર થઈ જાય છે.

સામાન્ય રીતે આપણને આપણું દુઃખ એટલી પીડા નથી આપતું, જેટલી પીડા આપણને સ્વજનના દુઃખથી થાય છે. પોતાના એકમાત્ર સંતાનને ભૂખે ટળવળતું જોઈને દ્રોણાચાર્ય પોતાનું વ્રત તોડવા તૈયાર થયા. દ્રુપદ પાસે એમણે ફક્ત એક ગાયની માગણી કરી.

મારા પિતાએ પોતાની આખી ગૌશાળામાંથી એક ગાય તો ન જ આપી, સાથે દ્રોણનું અપમાન કર્યું. કોણ જાણે ઈશ્વરે એમને આવી દુર્બુદ્ધિ કેમ આપી ? આમ તો આપણે સૌ કહીએ છીએ કે આપણાં તમામ કર્મો ઈશ્વરને આધીન છે. સર્વ કાંઈ એની ઇચ્છા અનુસાર થાય છે. એની ઇચ્છા વિરુદ્ધ પાંદડું પણ હાલતું નથી. તો પછી ઈશ્વરની ઇચ્છા આ બે પરમ મિત્રોને પરમ શત્રુ બનાવવાની કેમ હશે ?

જે થયું તે, પરંતુ અહીંથી શરૂ થયું પ્રતિશોધનું પહેલું ચરણ...

સંપત્તિ અને સત્તા મનુષ્યને અંધત્વ આપે છે. એની પાસે આંખો તો રહે છે, દૃષ્ટિ વિલુપ્ત થઈ જાય છે. બુદ્ધિથી અંધ થઈ જાય છે મનુષ્ય. જોઈ નથી શકતો આવનારા ભવિષ્યને. પોતાના દુઃસાહસના પરિણામને... જે વિનાશનું કારણ બનીને એની પ્રતીક્ષા કરતું ગીધની જેમ ભવિષ્યના ગોખમાં બેઠું હોય છે.

મારા પિતા પણ આવનારા ભવિષ્યને જોઈ શક્યા નહીં. એમણે દ્રોણને અપમાનિત કર્યા.

એ જ સમયે પ્રતિશોધની પ્રતિજ્ઞા કરી – દ્રોણે.

કદાચિત, પૂર્વજન્મનાં કર્મ હોય છે. જે મનુષ્યને આ જન્મમાં પાપકર્મ કરવા પ્રેરિત કરે છે.... આ જન્મના કર્મનો પડછાયો લંબાય છે આવનારા અનેક જન્મો સુધી... તમે ક્યાં જન્મ લો છો, કયા સંસ્કાર મળે છે, એથીય વધુ મહત્ત્વનું બની રહે છે તમારું પૂર્વજન્મનું કર્મ.

આત્મા વિશુદ્ધ છે, પરંતુ મનની મલિનતા જન્મજન્માંતર સુધી તમારો પીછો કરે છે અને એનું ફળ આપે છે. સખાએ ગીતામાં કહ્યું છે :

બન્ધુરાત્માત્મનસ્તસ્ય યેનાત્મૈવાત્મના જિતઃ ।
અનાત્મનસ્તુ શત્રુત્વે વર્તેતાત્મૈવ શત્રુવત્ ॥

જેણે આત્માના બળથી મનને જીત્યું છે એ જ પોતાનો બંધુ છે. જેણે આત્માના બળથી મનને જીત્યું નથી એ પોતાના જ પ્રત્યે શત્રુ થઈને વર્તે છે.

મારા પિતા અહંકારમાં ડૂબીને પોતાના જ શત્રુ બની ગયા !

નહોતા જાણતા એ, કે ગરીબ-ભિક્ષુક દ્રોણાચાર્ય કોઈ દિવસ કુરુકુળના રાજ્યગુરુ બની જશે. રાજકુમારોને પ્રશિક્ષણ આપશે. અસ્ત્ર, શસ્ત્ર, રાજનીતિ, વેદ, ઉપનિષદ ભણાવશે અને ગુરુદક્ષિણા સ્વરૂપે માગશે દ્રુપદ દ્વારા થયેલા અપમાનનો પ્રતિશોધ.

આ પ્રતિશોધનું ચક્ર અતિ વિચિત્ર છે. હું હજી સુધી સમજી નથી શકી. શું મળે છે પ્રતિશોધ લઈને ? શું સાચે જ પ્રતિશોધ લેવાથી સુખ, શાંતિ, સંતોષ, સંપત્તિ પુનઃ પ્રાપ્ત થાય છે ?

શું એ ક્ષણ પાછી આવીને ઊભી રહે છે ? શું ફરીથી એ ક્ષણોને જીવી શકાય છે ?

પાછા ફરીને બધું બદલી શકાય છે ભૂતકાળમાં ?

પ્રતિશોધ લેવાથી જે ક્ષણે અપમાન થયું હોય, પીડા થઈ હોય એ ક્ષણમાં પાછા ફરીને એ સમગ્ર ઘટનાને બદલી શકાય છે ?

આવું કશુંય થતું નથી. પ્રતિશોધ લીધા પછી પણ સંતોષ મળશે એવું કોઈ વચન નથી હોતું. ક્યારેક પ્રતિશોધની ઘટના પણ ન વિસરી શકાય તેવી પીડા મૂકી જાય છે. પ્રતિશોધ પીડાને ઘટાડે છે એ માન્યતા ભૂલભરેલી છે.

પ્રતિશોધ કોણ લઈ શકે ? કોના પરત્વે લઈ શકાય ? સત્ય અને અસત્યનો ન્યાય કરનાર કોણ છે ? માનવ મન કેટલું વિચિત્ર છે. જ્યારે આપણે સાચા નથી હોતા ત્યારે સમાધાન કરવાની વૃત્તિ ધરાવીએ છીએ અને જ્યારે સામેની વ્યક્તિ ખોટી હોય ત્યારે આપણે ન્યાયની માગણી કરીએ છીએ.

પ્રતિશોધ લેવાથી ન્યાય મળે છે ? પ્રતિશોધ લેવાથી થયેલા અન્યાયને ભૂલી શકાય છે ?

જો નહીં તો શા માટે આ પ્રતિશોધ આટલો મહત્ત્વનો હોય છે ? સત્ય તો એ છે કે પ્રતિશોધ ઘણું બધું ગુમાવવા માટે ધકેલી દે છે મનુષ્યને, એક ઊંડી ગર્તામાં... છેક ટોચ પરથી પછડાતો મનુષ્ય પ્રતિશોધની ઊંડી ખાઈમાં પડ્યા પછી જ સમજી શકે છે કે એણે શું ગુમાવ્યું છે.

સંતોષ, શાંતિ, સુખ, સંપત્તિ, કુટુંબ, પ્રેમ બધું જ નષ્ટ થઈ જાય છે. બળીને ભસ્મ થઈ જાય છે આ પ્રતિશોધની અગ્નિમાં. ધરા રક્તરંજિત થઈ જાય છે. મરણાસન્ન મનુષ્યોની ચીસો અને હૃદયદ્રાવક વિલાપથી શું ક્યારેય સુખ મળી શકે ? જીવન માટે વિનંતી કરતા, કરગરતા મનુષ્યોની નિરીહ આંખોમાં કયો સંતોષ મેળવી શકાય ?

જો કંઈ નથી મળતું તો પ્રતિશોધ લેવાનો શો અર્થ છે ?

પરંતુ આટલી સાદી વાત મહાન જ્ઞાની ઋષિ દ્રોણાચાર્યને પણ નહીં સમજાઈ હોય ?

એમણે જ્યારે પોતાના શિષ્યોને પ્રતિશોધ માટે આગ્રહ કર્યો ત્યારે પાંડવ અને કૌરવ પોતપોતાની સેના લઈ પાંચાલ પર તૂટી પડ્યા.

ચાલાક અર્જુને પહેલાં કૌરવોને જવા દીધા. નગરથી એક યોજન દૂર રોકાઈને એ કૌરવોની હારના મનોરંજનને માણતો રહ્યો. કૌરવસેના પર દ્રુપદનાં બાણ અવિરત વર્ષા કરી રહ્યાં હતાં. દ્રુપદની સેના જે રીતે કૌરવોને ઘેરી વળી હતી એમાં દુર્યોધનની બધી જ વ્યૂહરચના વિફળ થઈ ચૂકી હતી. શંખભેરી મૃદંગ અને સિંહનાદથી પાંચાલની રાજધાનીનું ભૂમિમંડળ કંપતું હતું. ધનુષ્યના ટંકાર આકાશ સુધી પહોંચી ગગનને ચીરતા શત્રુ પર બાણ વરસાવતા હતા. મારા પિતા વીર હતા... અપૂર્વ બાણાવળી...

કૌરવ હતોત્સાહ થઈ ચૂક્યા હતા.

અર્જુન એ જ ઇચ્છતો હતો. પાંચાલની સામે કૌરવોની હાર. દ્રોણની

ગુરુદક્ષિણા આપવામાં દુર્યોધનની નિષ્ફળતા ! શબ્દવેધી બાણની વિદ્યા દ્રોણ તો જ એને આપે તેમ હતા. ગાંડિવ પર દ્રોણના આશીર્વાદ તો જ ઊતરી શકે, જો દુર્યોધનની સેના નિષ્ફળ થઈને પાછી વળે પછી અર્જુન દ્રોણનો પ્રતિશોધ પૂર્ણ કરે.

પાંચાલ રાજની પ્રજા પણ પોતાના રાજ્યકર્તાની મદદે ઊમટી પડી હતી. તમામ કૌરવ પાંચાલની પ્રજા અને રાજાના આ અપૂર્વ શૌર્યથી ભયભીત થઈને ત્યાંથી ભાગી નીકળ્યા. દ્રોણનો ક્રોધ વશમાં ન રહ્યો. આજ સુધી શીખવેલી તમામ વિદ્યા નિષ્ફળ નીવડી ! દુર્યોધન, દુઃશાસન, વિકર્ણ, યુયુત્સુ, સુબાહુ, સંજય... કેટલા વીર અને મહાન યોદ્ધા હતા બધા,પરંતુ પાછા ફરી ગયા.

મારા પિતા સામે હારીને.

દ્રોણ રાજ્યગુરુ તરીકેની પદવી છોડવા તૈયાર થઈ ગયા. કૌરવને શાપ આપવા એમણે કમંડલમાંથી અંજલિ ભરી કે અર્જુનના શંખનાદે એમને અટકાવી દીધા. ગુરુની ચરણરજ ભાલ પર લગાડી અર્જુન ગાંડિવ હાથમાં લઈ બીજા હાથે રથ હાંકતો પાંચાલ તરફ પ્રસ્થાન કરી રહ્યો.

ગદા ઘુમાવતા ભીમસેન, પોતાના રથને સંભાળતો નકુલ, નાનકડી પરંતુ વીરસેનાને પ્રોત્સાહિત કરતો સહદેવ અને આજાન બાહુ અર્જુનની સાથે ધર્મરાજ યુધિષ્ઠિર આંખના પલકારામાં એક યોજન વટાવી ગયા. હાથી, ઘોડા, રથ અને પાયદળને ક્ષણભરમાં ક્ષતવિક્ષત કરી નાખ્યું એમણે.

એક સાથે સહસ્ર બાણની વર્ષા થવા લાગી. મરણાસન્ન પ્રજા અને સૈનિકોની ચીસો દ્રુપદ માટે અસહ્ય નીવડી. એ હાથ જોડીને અર્જુનની શરણમાં આવ્યા.

મારા પિતાનો અહંકાર ઓગળી ગયો હતો. ઐશ્વર્ય સમાપ્ત થયું હતું. સંપત્તિ હવે હસ્તિનાપુરના પાંડવોની હતી. સત્તા પરથી એ પદભ્રષ્ટ થયા હતા.

એમને બાંધીને દ્રોણની સમક્ષ લાવવામાં આવ્યા.

દ્રોણાચાર્યએ ગર્વપૂર્વક પોતાની સમક્ષ ઝૂકેલા એમના મિત્ર અને મારા પિતાને કહ્યું, "તો કહો દ્રુપદ, મેં બળપૂર્વક તમારા દેશ અને નગરને પરાજિત કર્યા છે. તમારું હવે પછીનું જીવન તમારા શત્રુને આધીન છે."

"શત્રુ ? હું તમારો મિત્ર છું દ્રોણ, આપણે સાથે વિદ્યાભ્યાસ કર્યો છે."

"એમ ? તમે તો કહ્યું હતું કે હું તમારો મિત્ર બનવા યોગ્ય નથી. યાચક

છું. એક યાચક અને એક રાજા વચ્ચે મિત્રતા ન હોઈ શકે. આ તમારા જ શબ્દ હતા ને દ્રુપદ ?"

"હું નતમસ્તક મારો અપરાધ સ્વીકાર કરું છું. તમારી પાસે ક્ષમાયાચના કરું છું. ફરીથી એ જ મિત્રતા પ્રસ્થાપિત કરવાની વિનંતી કરું છું."

દ્રોણ હસી પડ્યા, "મિત્રતા ? તમે મારા બંદી છો. હારેલા શત્રુ. આપણી વચ્ચે મિત્રતા કઈ રીતે સંભવ છે ?"

"મને મારો અપરાધ સમજાય છે. સત્તા અને સંપત્તિએ મને અંધ કરી નાખ્યો હતો. અહંકારમાં ચૂર થઈને હું તમારું અપમાન કરી બેઠો. ક્ષત્રિય મૂર્ખતા કરી શકે છે, તમે તો બ્રાહ્મણ છો, વિદ્વાન છો, જ્ઞાની છો, કૌરવ અને પાંડવના શિક્ષક છો, હસ્તિનાપુરના કુલગુરુ છો. જો તમે શરણાર્થીને ક્ષમા નહીં કરો તો તમારું આચરણ ક્ષતિપૂર્ણ ગણાશે. તમે તમારા વિદ્યાર્થીને આવું શિક્ષણ આપશો ? તમે તો રાજનીતિમાં પારંગત છો. ક્ષમા વીરસ્ય ભૂષણમ્... તમે જ તમારા વિદ્યાર્થીઓને શીખતો છો. ખરુંને દ્રોણ ?"

"ઠીક છે દ્રુપદ, હવે મને અસંતોષ નથી. ભીષ્મ પિતામહએ મારા જ્ઞાનનું સન્માન કર્યું છે. મારું અજાચક વ્રત સન્માનીને મને એ સર્વકાંઈ આપ્યું છે, જેના વગર મારો પુત્ર અને મારો પરિવાર દુઃખી હતો. હું તમને ક્ષમા કરું છું અને બંધનમુક્ત કરીને પુનઃ તમારું રાજ્ય તમને સોંપું છું."

"આભાર ! હું ઋણી રહીશ."

"પરંતુ આ હાર તમને યાદ રહે તે માટે, પાઠ શીખવવા માટે હું ઉત્તર પાંચાલનું અહિછત્રા નગર તમારી પાસેથી લઈ લઉં છું. તમારે તમારી રાજધાની છોડવી પડશે, એ જ તમારો દંડ છે..."

મારા પિતા પાંચાલની રાજધાની છોડી માકન્દી પ્રદેશના કામ્પિલ્યનગરમાં રહેવા લાગ્યા. દ્રોણાચાર્યએ એમને ક્ષમા તો કરી હતી, પરંતુ મારા પિતા પોતાનું અપમાન ભૂલી શક્યા નહીં.

આમ જુઓ તો આપણે સૌ કડવી વાતોને વધારે યાદ રાખીએ છીએ. આનંદના અવસર આપણને એટલા ઝડપથી યાદ નથી આવતા, જેટલી ઝડપથી આપણને પીડાના પ્રસંગો સ્મૃતિમાં રહે છે.

દુઃખ, અપમાન, પીડાને આપણે ગળે વળગાડીએ છીએ. ગણી ગણીને પટારામાં રાખીએ છીએ. સંભાળ લઈએ છીએ એની ! વારંવાર બહાર કાઢીને

એને જોતા રહીએ છીએ. સ્મૃતિ તાજી કરીએ છીએ. જ્યારે ઘા ભરાવા લાગે તો ફરી ફરીને એને ખોતરીને જીવિત કરીએ છીએ. મારા પિતા પણ આ જ કરતા રહ્યા.

એ પોતાના બાલ્યકાળના સુંદર સમયને ભૂલી ગયા. મિત્રતાનું વિસ્મરણ થઈ ગયું. એ તમામ વેદો, જેમાં ક્ષમા, શાંતિ, સ્વીકાર અને સરળતાની વાત હતી એ વીસરાઈ ગયા. યાદ રહ્યો ફક્ત પ્રતિશોધ.

દ્રોણને હરાવીને એને પોતાના ચરણમાં નમાવવાની ખેવના એમને રાત-દિવસ બાળવા લાગી. એ કોઈ એવા ઋષિની શોધ કરી રહ્યા હતા, જે એમને પૂર્ણ વિધિથી પુત્રકામેષ્ટી યજ્ઞ કરાવે.

એટલા માટે નહીં કે એમને પુત્રની ઝંખના હતી, પરંતુ એમને એક પ્રતિશોધના ઉત્તરાધિકારીની પ્રતીક્ષા હતી.

આવનારી પેઢીને એ સંસ્કાર નહીં, સિંહાસન નહીં, સભ્યતા કે સંપત્તિ નહીં, પરંતુ પ્રતિશોધ આપવા માગતા હતા ઉત્તરાધિકાર સ્વરૂપે.

એ જ સમયે એમને યાજ અને ઉપયાજ મુનિની સેવાનો અવસર મળ્યો... અને શરૂ થયું પ્રતિશોધનું બીજું ચરણ.

૨

પ્રતિશોધ સાથે મારો સંબંધ મારા જન્મ પહેલાંથી બંધાઈ ચૂક્યો છે. દ્રુપદની પુત્રી તો પછી બની, પ્રથમ તો હું પ્રતિશોધની પુત્રી છું !

મારું અસ્તિત્વ કોઈ ઉત્સવનું પ્રતીક નથી. હું સ્વયં એક વિધ્વંસ છું ! પરાસ્ત, ઉધ્વસ્ત, નષ્ટ કરવું મારી પ્રકૃતિ છે. છતાંય મને સતી કહીને મારી પૂજા કરવામાં આવી, પરંતુ આ સતીત્વને પામવા માટે મેં શું સહ્યું છે એ કોણ જાણે છે ?

સ્વયંવર યોજાયો. મત્સ્યવેધ કરનાર મને વરી શકે... સ્વયંવર એટલે તો 'સ્વયંની ઇચ્છા' ! પરંતુ મને કોઈએ પૂછ્યું નહીં ને પાંચ પતિઓમાં વહેંચાઈ ગઈ. ભારતવર્ષના પરમવીર, મહાનીતિજ્ઞ અને ધર્માચરણ કરનારા પતિઓએ મને વસ્તુ સમજીને દ્યુતમાં દાવ પર લગાડી.

રાજ્યસભામાં મને ઘસડીને લાવવામાં આવી. મારાં વસ્ત્ર ઉતારવામાં આવ્યાં. મને વેશ્યા કહેવામાં આવી. કુરુકુળની કુળવધૂને ભરસભામાં જંઘા પર બેસવા આમંત્રિત કરાઈ. એ વાત સાંભળીને, મારું અપમાન જોઈને લજ્જિત થવાને બદલે હસ્તિનાપુરની સભાના કહેવાતા વીર રાજનીતિજ્ઞો અને ધર્મપુરુષો હસતા રહ્યા, તો કેટલાક મસ્તક નમાવીને ચૂપ રહ્યા.

આ બધા પછી સતી કહેવામાં આવે તો પણ શું ? સન્માન મળે તો

પણ શું ? ભારતવર્ષની મહારાજ્ઞી બનાવીને સિંહાસન પર પ્રસ્થાપિત કરે તો પણ શું ?

સમય વીતી ગયા પછી મળેલો ન્યાય એનું મહત્ત્વ ગુમાવી બેસે છે.

પીડા અને પ્રતાડનામાંથી પસાર થયા પછી મળનારું સન્માન ફરી ફરીને એ જ પીડાનું સ્મરણ કરાવે છે...

દુર્ભાગ્યે સુખ આપવાને બદલે મારા ભાગ્યમાં વિધાતાએ ફક્ત પીડા લખી દીધી હતી, પછી એ પોતાની હોય કે બીજાની.

બીજાને પીડા આપવી અથવા પીડા લેવી એ જ જાણે મારા અસ્તિત્વનો અર્થ બની ગયું. જે કરવા નહોતી માગતી એ જ કરતી રહી. જીવનને એક ભાર, વેદનાનો એક અંબાર સમજીને મારા નાજુક સ્કંધ પર લઈ ભટકતી રહી – સ્થળ, પ્રતિસ્થળ.

અનેક સ્ત્રીઓને મારા વિશે વાત કરીને મેં ક્યારેક દયા, ક્યારેક ઈર્ષ્યા તો ક્યારેક પીડા અનુભવી જોઈ છે, પણ આ પીડા મેં ફક્ત સ્ત્રીમાં જોઈ છે. ભાગ્યે જ કોઈ પુરુષના અવાજમાં મારા વિશે વાત કરતી વખતે મેં સહાનુભૂતિ કે પીડાનો રણકો સાંભળ્યો છે !

મને 'સહાનુભૂતિ' શબ્દ ગમતો નથી. 'દયા' શબ્દ મારામાં ઘૃણા જન્માવે છે. હું રોગી નથી, કે નથી હું શારીરિક રીતે અપંગ. શા માટે કોઈ મારા માટે દયાભાવ અનુભવે ? મને કરુણા નથી જોઈતી, ન્યાય જોઈએ છે, મારો અધિકાર જોઈએ છે મને.

"અધિકાર કે ન્યાય માગવા માટે ઝઝૂમવું કેમ પડે ?" આ પ્રશ્ન પૂછ્યો હતો મેં... મારા સખાને. મેં કહ્યું હતું એમને, "હાથ લંબાવીને કે પાલવ ફેલાવીને કશું નહીં માગું હું. મને એટલું જ જોઈએ છે, જે મેળવવા માટે હું પાત્ર છું. જેને માટે મારો જન્મ થયો છે. જે મેળવ્યા વિના મારું મૃત્યુ સંભવ નથી."

આ સત્ય છે. મારા અધિકાર પામ્યા વિના હું મૃત્યુ નહીં પામું – શ્રદ્ધા હતી મને. મારા માટે સ્વયં યમરાજ પણ પ્રતીક્ષા કરશે – જાણ હતી મને.

મૃત્યુ શબ્દ સાથે જીવ માત્રનો સંબંધ અતૂટ છે. જે જન્મે છે તેનું મૃત્યુ નિશ્ચિત છે.

જાતસ્ય હિ ધ્રુવો મૃત્યુર્ધ્રુવં જન્મ મૃતસ્ય ચ ।
તસ્માદપરિહાર્યેઽર્થે ન ત્વં શોચિતુમર્હસિ ॥

સખાએ કહ્યું હતું, "જન્મેલાનું મૃત્યુ નક્કી છે અને મરેલાનો જન્મ નક્કી છે... એ ટાળવું અશક્ય છે, માટે એનો શોક કરવો યોગ્ય નથી."

પરંતુ ગીતા કહેવાય તે પહેલાં જ મને તો આ વાત સમજાઈ ગઈ હતી. હું સર્વનાશનું નિમિત્ત હતી. મેં મારા મનને આશ્વાસિત કરવા માંડ્યું હતું, એમ વિચારીને કે હું કશુંયે કરતી નથી. ને જે થશે, થવાનું હશે તે માટે મારું કોઈ ઉત્તરદાયિત્વ નહીં હોય.

આપણને સહુને પીડાના ઉત્તરદાયિત્વમાંથી બહાર નીકળી જવું હોય છે. સુખનો અધિકાર જોઈએ છે સહુને, પરંતુ પીડાના પ્રશ્નની સામે ઊભા રહેવા કોઈ તૈયાર નથી ! આપણે સહુ આપણા કર્મના ફળ ભોગવીએ છીએ એમ શાસ્ત્રો કહે છે. કોઈ પોતાના કર્મના ફળ ભોગવ્યા વિના છટકી શકતું નથી એ પણ નિશ્ચિત છે. નિયતિએ સહુનાં લેખાંજોખાં લખી રાખ્યાં છે. ચિત્રગુપ્તના ચોપડે ક્ષણ-પ્રતિક્ષણનો હિસાબ મંડાય છે.

ને છતાંય, આપણે પીડાનું ઉત્તરદાયિત્વ નકારી દઈએ છીએ ! જે કંઈ થાય છે, થઈ રહ્યું છે તે માટે આપણે જવાબદાર નથી એવું કહીને બનતા તમામ પ્રસંગોમાંથી સ્વયંને બહાર કાઢી લેવાનું આપણને અનુકૂળ પડે છે, કારણ કે આપણે આપણા જ કર્મના ફળને ભોગવવા વિશે મનોમન ભયભીત હોઈએ છીએ. સામેની વ્યક્તિએ એના કર્મના ફળ ભોગવવા જોઈએ એમ કહીને ન્યાય-અન્યાયના સિંહાસન પર સ્વયં ગોઠવાઈ જઈએ છીએ. પછી અન્યોને એમના કર્મફળ આપવાનું ઉત્તરદાયિત્વ જાણે આપણું હોય એમ આપણે જ નિર્ણયો લેવા લાગીએ છીએ.

એ નિર્ણયો વિશેની ચકાસણી પણ કરતા નથી, પરંતુ બીજાને કર્મફળ આપતી વખતે આપણે કર્મો સંચિત કરી રહ્યાં છીએ એવો વિચારમાત્ર આવતો નથી. અન્યોનો ન્યાય કરતી વખતે આપણાં કર્મોને વિસરી જવાનું સરળ પડે છે આપણને.

જો જન્મેલાનું મૃત્યુ નિશ્ચિત હોય તો પણ એ મૃત્યુનું ઉત્તરદાયિત્વ આપણા ખભે શા માટે મુકાય છે ? શા માટે આપણને નિમિત્ત બનાવાય છે ? શા માટે એક કાર્યકારણનો સંબંધ જોડાતો રહે છે જન્મ-પ્રતિજન્મ !

મારો જન્મ જ જાણે મૃત્યુના સંદેશ તરીકે થયો હતો. અન્યો માટે મહાવિનાશની દૂત બનીને અવતરી હું ! મહાઆશ્ચર્યની વાત તો એ કે મને

જાણ હતી આ સત્યની ! તદ્દન અસહાય બનીને મારે તો એ જ કરવાનું હતું, જે મારા માટે નિશ્ચિત થઈ ચૂક્યું હતું.

આપણે સૌ એ જ કરતા રહીએ છીએ, જે આપણા માટે નિશ્ચિત થયું હોય છે. સદ્ભાગી છે એ જીવો, જેમને ભાવિની જાણ નથી.

આવનારી દરેક ક્ષણ એમના માટે એક કુતૂહલ, એક આશ્ચર્ય કે પછી અસહાયતાના રંગ સાથે આવે છે. હું મારા દુર્ભાગ્યનો વિરોધ કરી શકું એટલો પણ અધિકાર નહોતો મારી પાસે.

કોઈને એમ કહી દેવામાં આવે કે એણે પોતાના કોઈ અપરાધ વગર એક પછી એક દંડ ભોગવવાનો છે તો એની જે સ્થિતિ થાય તે મારી હતી.

કોઈ સ્ત્રીના પતિનું મૃત્યુ થાય એમાં એનો શો અપરાધ ? પરંતુ એણે મૃત્યુ પામેલા પતિ સાથે ચિતા પર ચડીને પોતાના જીવનનો અંત કરવો પડે એવી જ રીતે મારા પતિના દુર્ભાગ્યનો દંડ મને આપવામાં આવ્યો... એક વાર નહીં, વારંવાર !

જીવતા સળગી જવું કેટલું પીડાદાયક છે એ વાત ફક્ત ‘સતી’ કહેવાતી સ્ત્રી જાણે છે. મને પણ સતી કહીને સન્માનવામાં આવી ! અપમાનના અગ્નિને સમર્પિત કરાઈ. વેદો-પુરાણોએ મારી કથાઓ કહી. મનોરંજન બનાવીને ઘેર ઘેર મારી વાતો કરવામાં આવી.

જ્યાં સુધી બીજી વ્યક્તિ બળતી હોય ત્યાં સુધી એ મનોરંજન હોઈ શકે છે, પરંતુ જાતે સળગવું પડે ત્યારે સમજાય કે વેદનાનો અર્થ શો છે, સ્વયંના ભૂંજાતા માંસની સુગંધ મોઢામાં પાણી નથી લાવતી. સ્વયંની ચીસો સાંભળીને કોઈ ક્રૂર તૃપ્તિનો અનુભવ કે મૃગયાનો આનંદ નથી મળતો.

પહેલાં મારા શરીરને અગ્નિને સમર્પિત કરાયું, પછી મારા પુત્રો... પ્રતિવિન્ધ્ય, સુતસોમ, શ્રુતકીર્તિ, શતાનિક અને શ્રુતકર્મા.

એમને પણ સળગાવીને મારી નાખવામાં આવ્યા. શિબિરમાં ઊંઘતા હતા. બાળક હતા એ તો, પરંતુ એમને પ્રતિશોધનું માધ્યમ બનાવવામાં આવ્યા.

ત્રણ ત્રણ પેઢીથી ચાલ્યો આવતો આ પ્રતિશોધ !

પહેલાં મારા પિતા, પછી હું અને મારી પશ્ચાત મારા પુત્રો... પ્રતિશોધને બલિ ચડી ગયા ને છતાં પ્રતિશોધ અતૃપ્ત જ રહ્યો.

* * *

પ્રતિશોધનું બીજું ચરણ ત્યારે શરૂ થયું, જ્યારે યાજ અને ઉપયાજ મુનિ કાંપિલ્યનગરમાં આવી પહોંચ્યા. મારા પિતા કોઈ એવી વ્યક્તિને શોધી રહ્યા હતા, જે એમને પુત્રકામેષ્ટિ યજ્ઞ કરાવે. એમને પુત્ર જોઈતો હતો માટે નહીં, એમને તો પ્રતિશોધનો ઉત્તરાધિકારી જોઈતો હતો.

યાજ અને ઉપયાજ મુનિની એમણે ખૂબ સેવા કરી. ઉપયાજ મુનિ સાત્ત્વિક હતા. એમણે મારા પિતાની કુંડળી જોઈને કહી દીધું કે એમની કુંડળીમાં પુત્રયોગ નથી. કદાચ પુત્ર જન્મે તો પણ એ તદ્દન અલ્પાયુ અને અસંસ્કારી નીવડશે.

પરંતુ, મારા પિતા તો પ્રતિશોધના અગ્નિમાં તદ્દન વિક્ષિપ્ત હતા. એમણે યાજ મુનિને કોઈ પણ રીતે સમજાવી લીધા અને યાજ મુનિએ લોભમાં અંધ થઈ પુત્રકામેષ્ટિ યજ્ઞ આરંભ કર્યો.

તીવ્ર અગ્નિના પ્રજ્વલ્લિત કુંડમાંથી પહેલા જન્મી હું, પછી ધૃષ્ટદ્યુમ્ન અને અંતે શિખંડી. ધૃષ્ટદ્યુમ્ન અતિ તેજસ્વી હતો. કવચ-કુંડલ, કાંતિથી યુક્ત અને સ્વરૂપવાન, પરંતુ અસહિષ્ણુ, તોછડો... ભ્રષ્ટભાષા અને ધૃષ્ટ એટલે એનું નામ ધૃષ્ટદ્યુમ્ન પાડવામાં આવ્યું.

પછી શિખંડી જન્મ્યો. જન્મ્યો હતો પુત્રીસ્વરૂપે, તેમ છતાં એનો ઉછેર પુત્રની જેમ કરવામાં આવ્યો. મારા પિતા અને એક ખાસ દાસી સિવાય કોઈ નહોતું જાણતું કે એ પુત્રી છે, પુત્ર નથી.

શિખંડી પોતે પણ ક્યારેક ભૂલ કરી બેસતો.

મારા પિતા માનતા રહ્યા કે એમના પ્રતિશોધનો ઉત્તરાધિકારી ધૃષ્ટદ્યુમ્ન છે. એમણે મારા જન્મ સમયે થયેલી આકાશવાણીને પણ અવગણી નાખી.

શુભ્રવસના શુભ્રમુકુટ ધારણ કરીને હું જ્યારે યજ્ઞવેદીમાંથી પ્રગટી ત્યારે પૂર્ણ યૌવના હતી. નીલકમળ જેવું મારું સ્વરૂપ જોઈ કેટલાક યુવા સંન્યાસીઓ મૂર્છિત થઈ ગયા. મારા પિતાએ મને નિહાળી અને કહ્યું, "તમારું સ્વાગત છે, દ્રુપદપુત્રી દ્રૌપદી !"

એ જ સમયે દેવવાણી થઈ, "યજ્ઞમાંથી જન્મેલી આ યાજ્ઞસેની તમારો પ્રતિશોધ પૂર્ણ કરશે, દ્રુપદ ! આર્યાવર્તના શ્રેષ્ઠ પુરુષ સાથે એનાં લગ્ન થશે. ધર્મની સંસ્થાપના કરવામાં એ કારણભૂત બનશે."

મારા પિતા આ વાત ક્યારેય ન માની શક્યા. એક સ્ત્રી ધર્મની સંસ્થાપના કરે ? પુત્ર હોવા છતાં પિતાનો પ્રતિશોધ પુત્રી પૂર્ણ કરે ? અસંભવ !

પુત્ર કામેષ્ટિ યજ્ઞ પશ્ચાત્ત મારા પિતા દઢપણે માનતા રહ્યા કે એમના પ્રતિશોધનો ઉત્તરાધિકારી ધૃષ્ટદ્યુમ્ન છે. આકાશવાણી છતાં મારા પિતાએ એ વાત સ્વીકારી નહીં કે હું હતી એમના પ્રતિશોધની સાચી ઉત્તરાધિકારિણી ! મારે કાળના ખપ્પરમાં જીવોને હોમી દેવાના હતા... એક પછી એક.

પ્રતિશોધનો માર્ગ ફક્ત યુદ્ધમાંથી પસાર થાય છે, ને યુદ્ધ ફક્ત પુરુષ કરી શકે આવી દઢ માન્યતા સાથે મારા પિતાએ ધૃષ્ટદ્યુમ્નને પ્રતિશોધનું વિષ પીવડાવવાનું શરૂ કર્યું. મને આ તમામ વાતોથી અજ્ઞાત રાખવામાં આવી. હું અંતઃપુરમાં સ્ત્રીઓની વચ્ચે ઊછરતી રહી. કેશગુંફન, પાકકળા, સૌંદર્યશાસ્ત્ર અને શૃંગારનું શિક્ષણ અપાતું રહ્યું મને.

ધૃષ્ટદ્યુમ્નને રાજનીતિ, અસ્ત્ર-શસ્ત્ર શીખવવામાં આવ્યાં. જ્યારે મને જ્ઞાન આપવામાં આવ્યું કે મારે કઈ રીતે મારા પતિની સેવા કરવાની... કઈ રીતે એને પૂર્ણ સંતુષ્ટ અને સુખી કરી શકાય.

જ્યારે જ્યારે મારા પતિ કે લગ્નની વાત આવતી ત્યારે મારા પિતા સમગ્ર આર્યાવર્તના વીરોની ચર્ચામાં ગૂંથાઈ જતા. મારા આ સૌંદર્ય અને વિચક્ષણ બુદ્ધિની સાથે કોણ જીવી શકશે એ વિચાર મારા પિતાને મૂંઝવતો હશે એવું હું સમજી શકતી હતી. સમગ્ર આર્યાવર્તમાં મારા પિતાને એવો કોઈ પુરુષ દેખાતો નહોતો, જે પાંચાલ રાજ્યના જામાતા તરીકે મારા પિતાને સંતુષ્ટ કરી શકે.

ઊંડે ઊંડે ક્યાંક એમને એવી પણ ઝંખના હશે જ કે ધૃષ્ટદ્યુમ્નના પ્રતિશોધના યુદ્ધમાં એમનો જામાતા એમના પુત્રને સહાય કરે. સેના અને સંપત્તિની દષ્ટિએ જે સંપન્ન હોય અને હસ્તિનાપુરની સામે લડી શકે એવો વીર એમને દેખાતો નહોતો. હું એ સમયની વાત કરું છું જ્યારે સમગ્ર આર્યાવર્ત હસ્તિનાપુરને અહોભાવથી જોતું હતું. એકસો પાંચ બળવાન રાજકુમારો ભીષ્મ પિતામહની સિંહાસન પ્રત્યેની પ્રતિબદ્ધતા અને શ્રીકૃષ્ણની સહાય સાથે હસ્તિનાપુર એ સમયનું સૌથી બળવાન રાજ્ય હતું.

મારા પિતા મનોમન શ્રીકૃષ્ણને પોતાના જામાતા બનાવવા આતુર હતા. એ સમયે સૌ શ્રીકૃષ્ણની વાતો કરતા. એમના સૌંદર્યની, એમની મોહિનીની ચર્ચા સમગ્ર આર્યાવર્તમાં સંભળાતી. દ્રુપદના દરબાર સુધી પણ એમના ચમત્કારોની, એમના નીલ રંગ સૌંદર્યની, મોહ લગાડનારા સ્મિતની અને રાજીવલોચનની વાતો આવતી.

હજી સુધી એમને જોયા નહોતા મેં, પરંતુ જે કોઈ મને જોતું એ સદૈવ કૃષ્ણને યાદ કરતું. સૌ કહેતા કે એમનામાં અને મારામાં ઘણી સમાનતાઓ હતી. મારી આંખોમાં સૌને એ જ દ્યુતિ દેખાતી, જે એમણે કદાચિત કૃષ્ણની આંખોમાં જોઈ હતી. મારું નામ કૃષ્ણા હતું. મને સ્વપ્ને પણ કલ્પના નહોતી કે જેને મેં આજ સુધી જોયો નથી, જાણ્યો નથી એ જ મારો પ્રાણાધાર બની રહેશે. પતિથી પણ પ્રિયતમ, સ્વયંથી કરતાં પણ નિકટતમ બની જશે.

હું નહોતી જાણતી કે સૌ જેને ઈશ્વર સમજતા હતા, એ કોઈ એક દિવસ મારા એટલા સ્વજન બનશે કે હું મારા સૌથી કઠીન સમયમાં એમનું જ સ્મરણ કરવા વિવશ થઈ જઈશ.

આપણને કળાય જ નહીં એવી રીતે કોઈ જ્યારે આપણા જીવનમાં પ્રવેશ કરીને આપણા સમગ્ર અસ્તિત્વ પર રાજ્ય કરવા માંડે ત્યારે એને સુખ કહેવાય કે વિવસતા એ મને આજ લગી સમજાયું નથી. પ્રેમ, પ્રશ્ન છે કે પીડા ? આપણે જ્યારે પ્રેમમાં ઓતપ્રોત થઈને એ વ્યક્તિ પાસે સુખની કામના કરીએ છીએ ત્યારે આપણને દુ:ખી કરી શકવાનો અધિકાર પણ જાણેઅજાણે આપણે એ વ્યક્તિને આપી દઈએ છીએ. જે વ્યક્તિ આપણા અગાધ સુખનું કારણ હોય છે એ જ વ્યક્તિ આપણી અપાર પીડાનું કારણ બને છે એ કેટલી નવાઈની વાત છે. પ્રણય પરમ સંતોષ હોય છે કે પ્રતાડના ? આ પ્રશ્નનો ઉત્તર આજ સુધી કોઈ મેળવી શક્યું નથી. વ્યક્તિમાત્ર જીવનમાં પ્રેમ ઝંખે છે, પરંતુ એ પ્રેમ એને પીડાની એ સીમા સુધી લઈ જાય છે જ્યાંથી મૃત્યુ પણ એને સુખકર લાગવા માંડે છે.

સખા સાથેનો મારો સંબંધ પ્રણય હતો કે પરમ મૈત્રી એ મને નથી સમજાયું. જોકે સખા હંમેશાં કહેતા રહ્યા કે, એમની સાથે પ્રણય સંબંધે બંધાનારી સ્ત્રીઓ માટે પીડાનો અનુભવ કર્યા વિના જીવવું અસંભવ છે. સખા સાથેના મારા સંબંધમાં પ્રણય હતો કે પરમ શ્રદ્ધા... એ પ્રશ્ન પૂછી પૂછીને થાક્યા પછી મેં એનો ઉત્તર મેળવવાનો આગ્રહ ત્યજી દીધો. એ સંબંધને કોઈ નામ આપવાને બદલે મેં એ સંબંધને યથાતથા સ્વીકારી લીધો. મારા સુખની અપેક્ષાને બદલે મેં એ જે આપે તેને સુખ માનીને જીવવાનો નિશ્ચય કર્યો.

એ પછીના તમામ પ્રસંગોએ જ્યારે જ્યારે હું વિકટ પરિસ્થિતિમાં હતી ત્યારે સખા મારી સહાય બનીને આવી પહોંચ્યા. મારી તમામ સમસ્યાઓમાં એમણે મને સહાનુભૂતિ અને સ્નેહ આપ્યા.

મારા જીવનના સૌથી કઠીન સમયમાં એમણે જ એમનો હાથ લંબાવ્યો. મારા સન્માનની રક્ષા કરી. મને આધાર આપ્યો. મારા પતિઓને વિજય અપાવ્યો, એ ખરું. પરંતુ મને ન્યાય અપાવવામાં એમણે પણ મારી સહાય ન જ કરી.

બહુ સમય વીત્યા પછી સમજાયું કે ન્યાય-અન્યાયનાં ત્રાજવાં આપણા પોતાના હોય છે. આપણે જેને ન્યાય માનીએ છીએ તે સર્વસામાન્ય દૃષ્ટિએ સત્ય હોય એવું જરૂરી નથી. આપણને જે સમયે અને જેવો ન્યાય જોઈતો હોય છે તે સમયે અને તેવો ન્યાય મળે જ એવું વચન વિધાતાએ કોઈને આપ્યું નથી ! આપણે જેને સ્નેહ કરીએ છીએ તે સર્વે આપણા જ સુખનો વિચાર કરશે એ અપેક્ષા ભ્રામક છે. આપણે જેને ન્યાય માનીએ છીએ એને જ ન્યાય માનીને એ આપણા સ્વમાન અને સન્માન માટે એની પ્રિય વસ્તુની ઉપેક્ષા કરશે એ વિચાર પીડાનું મૂળ કારણ છે.

સહુને સહુનું કર્તવ્ય હોય છે. સહુને પોતાની નિશ્ચિત દિશા અને લક્ષ્ય હોય છે. સાથે ચાલી શકાય ત્યાં સુધી સહુ સહપ્રવાસી બની રહે છે, પરંતુ દિશા કે દશા બદલાય તો વ્યક્તિમાત્ર પોતાના શ્રેયનો વિચાર કરીને બાકી બધું ત્યાગી શકે છે. આ અનુભવ મને થતો રહ્યો, વારંવાર. મેં જેમના માટે સમાધાન અને ત્યાગ કર્યા તે સર્વે પોતાનો સમય આવતા મને ત્યાગી ગયા. સહુએ પોતાના સુખનો વિચાર કર્યો, એક સખાને છોડીને. સખા સતત અન્યોના સુખ માટે પ્રયત્નશીલ રહ્યા, પરંતુ એ પ્રયાસમાં એમણે સ્વજનોને બહુ પીડા આપી ! એમના કર્તવ્યમાં જ્યાં અને જેને સાધન બનાવી શકાયા તે સર્વેને એમણે અભિપ્રાય પૂછ્યા વિના જ પોતાની સાથે લઈ લીધા. હું પણ એમાંની એક જ...

હું માનતી રહી કે એ મારા સ્વજન છે. હું એમને પ્રિય છું, પરંતુ સમય સાથે સમજી શકી કે હું તો માત્ર સાધન હતી. એમનું કર્તવ્ય, એમની નિષ્ઠા, એમનું સાધ્ય તો 'સ્વધર્મ' જ !

કૃષ્ણ વિશે જ્યારે પણ વાત થતી ત્યારે પ્રશંસા સિવાય બીજું કશું સાંભળવા મળતું નહીં. એ સાંભળીને મને સુખને બદલે ઈર્ષા થતી. જે વ્યક્તિ આટલી બધી અદ્‌ભુત અને મહાન છે, તેની સામે હું તુચ્છ બની જઈશ એ વિચારમાત્ર મને વિચલિત કરી નાખતો. મારો પતિ અને દ્રુપદનો જામાતા મારા સૌંદર્યમાં, મારી બુદ્ધિમાં અને મારી પ્રશંસામાં સતત પરોવાયેલો રહેવો જોઈએ એવી મારી મહેચ્છા હતી.

હું મારી જાતને બીજી સ્ત્રીઓ કરતા જુદી ગણતી, પણ આમાં હું જુદી નહોતી એ કેટલી નવાઈની વાત છે ! અધૂરપ અને અસલામતીમાં હું બીજી સ્ત્રીઓ જેવી જ હતી... અહંકાર પુરુષ જેવો હતો, પરંતુ ઈર્ષ્યા સ્ત્રી જેવી ! કૃષ્ણની પ્રશંસા સાંભળીને હું મનોમન એમને જીતવાના વિચાર કરવા લાગી. આર્યાવર્તનો શ્રેષ્ઠ પુરુષ જો મારા કહ્યામાં હોય તો સમગ્ર આર્યાવર્ત મારી હસ્તરેખામાં લખાઈ જશે એવા મિથ્યાભિમાનમાં રાચતી હું કૃષ્ણને મળવાની પ્રતીક્ષા કરવા લાગી.

કૃષ્ણની ગમે તેટલી પ્રશંસા કરવામાં આવે, એ મારા જેટલા સૌંદર્યવાન તો નહીં જ હોય એવી મને શ્રદ્ધા હતી. હું ક્યારેક દર્પણમાં જોઈને કૃષ્ણને આહ્‌વાન આપતી. મારી સમક્ષ આવીને મારા સૌંદર્ય સાથે સ્પર્ધા કરવા નિમંત્રણ આપતી એમને...

દર્પણ – જે દર્પનું, અહંકારનું દ્યોતક છે, એની સામે કેટલીયે ઘટિકાઓ સુધી બેસીને હું સ્વયંને નિહાળતી રહેતી. મારા સૌંદર્ય પ્રતિ અહોભાવ કે ઈર્ષ્યા જોઈને મારા અહંકારને પુષ્ટિ મળતી.

ક્યારેક દીપકની જ્યોતિમાં તપ્ત સુવર્ણ જેવું મારું સૌંદર્ય મને ભયભીત કરી નાખતું.

જેમ જેમ દિવસો વીતતા ગયા તેમ તેમ મારા પિતા વધુ ને વધુ ચિંતિત થતા ગયા. કારણ કે મારા સૌંદર્યની ખ્યાતિ જુદાં જુદાં રાજ્યોમાં પહોંચવા લાગી હતી. દ્રુપદની અપ્રતીમ સૌંદર્યવતી પુત્રી દ્રૌપદી સાથે વિવાહ કરવા અનેક રાજાઓ ઉત્સુક હતા. જેમાં જરાસંધ, શિશુપાલ, હસ્તિનાપુરનો યુવરાજ દુર્યોધન અને બીજા ઘણા હતા.

મારા પિતા રાત-દિવસ ભયગ્રસ્ત રહેવા લાગ્યા. પહેલાં તો એમને એમના પ્રતિશોધ વિશે ઉદ્વેગ હતો, પરંતુ હવે એ ઉદ્વેગમાં મારા વિવાહનો પ્રશ્ન પણ ભળી ગયો. આમાંના કોઈ એક રાજા સાથે મારો વિવાહ થાય તો બાકીના બીજા રાજાઓ દ્રુપદના શત્રુ બની જાય! મારા પિતાને કોઈ રીતે સમજાતું નહોતું કે હવે એમણે શું કરવું.

એ ધૃષ્ટદ્યુમ્નને સતત દ્રોણની સાથેનો પ્રસંગ કહ્યા કરતા. એને પોતાનું ઉત્તરદાયિત્વની સ્મૃતિ કરાવતા. એ પ્રતીક્ષા કરી રહ્યા હતા એક એવા પ્રસંગની, જ્યારે એમનો પુત્ર એમનો પ્રતિશોધ પૂર્ણ કરે.

ભગવાન વેદવ્યાસ એ સમયે કાંપિલ્યનગરમાં પધાર્યા. એમની સેવા પૂર્ણ હૃદયથી કર્યા પછી મારા પિતાએ એમને પોતાની પીડા જણાવી. અતિ સૌંદર્યવતી પુત્રીનાં લગ્ન કોની સાથે કરવાં એ વિશે એમને પ્રશ્ન કર્યો.

"ભાવિના ગર્ભમાં શું સંતાયેલું છે તે સ્વયં ઈશ્વર સિવાય કોઈ જાણી શકતું નથી." મુનિ વેદવ્યાસે મારા પિતાની શંકાનું સમાધાન ન કર્યું.

"પરંતુ હું તો પ્રતીક્ષા કરું છું દ્રોણને બંદી બનાવી અહીં લઈ આવવાની. એમ કરતા મારા પ્રાણ પણ જાય તો મને શોક નહીં થાય."

એમણે વેદવ્યાસને પોતાની મનોકામના જણાવી.

"એ કાર્ય તમારે નથી કરવાનું. એનું શ્રેય તો અન્ય કોઈના ભાગ્યમાં લખાઈ ચૂક્યું છે."

મુનિ વેદવ્યાસે સ્મિત કરતાં રહસ્યને વધુ ગૂંચવ્યું.

મારા પિતાશ્રી વિચલિત થઈ ગયા, "આપ મારી પીડાનો ઉપાય સૂચવવાને બદલે મને વધુ વિચલિત કરો છો, મુનિવર. જો દ્રોણ પરત્વેનો પ્રતિશોધ પૂર્ણ નહીં થાય તો હું જન્મ-પ્રતિજન્મ આમ જ ભટકતો રહીશ."

"જે પરિસ્થિતિ ઉપર આપણું નિયંત્રણ નથી, એ પરિસ્થિતિ પરત્વે ગમે તેટલા વિચલિત થયા છતાં પણ તમે કશું જ નહીં કરી શકો, દ્રુપદ !" મુનિએ સત્ય ઉચ્ચારી નાખ્યું, "કાળના હસ્તે લખાયેલા શબ્દ વાંચી નથી શકાતા ને વંચાય તો પણ એને યથાતથ સમજવા અસંભવ છે."

"તો હું શું કરું ?"

"શાંત થઈ જાવ. ભૂલી જાવ તમારો પ્રતિશોધ. દ્રોણ હવે હસ્તિનાપુરના રાજ્યગુરુ છે. એકસો ને પાંચ વીર શિષ્યો એમને વીંટળાઈ વળશે, જે ક્ષણે તમે તમારું બાણ એના તરફ તાકશો તે ક્ષણે ! અપૂર્ણ બાણાવળી અર્જુન, અભૂતપૂર્વ ગદાધારી દુર્યોધન અને ભીમ... તમને ક્યારેય દ્રોણ સુધી નહીં પહોંચવા દે."

"હું પ્રાણાન્તે પણ પ્રતિશોધ લઈશ."

"કલ્યાણમસ્તુ !" મુનિવરે સ્મિતસહ મારા પિતાને આશિષ આપ્યા. એમણે પણ મારા સૌંદર્યની પ્રશંસા સાંભળી હતી. એમણે મને જોવાની, આશિષ આપવાની ઇચ્છા પ્રગટ કરી.

હું દ્રુપદની રાજ્યસભામાં સખીવૃંદથી વીંટળાયેલી આવી પહોંચી. કેશરાશિમાં

ગૂંથેલાં શ્વેત કમળો, નીલ રંગના આરસપહાણમાંથી કોતરી કાઢ્યું હોય એવું મુખ, જેના પર વશીકરણ કરતાં બે અદ્દ્ભુત ચક્ષુ, નમણું નાક, સ્મિત કરતા જ મોતી સરી પડે એવા ઓષ્ઠદ્વય.

મુનિવર સ્વયં ક્ષણાર્ધ માટે સ્તબ્ધ થઈ ગયા.

"કૃષ્ણા..." એમના મુખમાંથી શબ્દ સર્યો !

"મુનિવર, મને સ્પષ્ટ કહો, સત્ય કહો. હું શું કરું ? આવું અદ્દ્ભુત કન્યારત્ન હું કોના ચરણમાં સમર્પિત કરું ?"

"સાચે જ અપ્રતીમ છે આનું સૌંદર્ય... અગ્નિશિખા સરખું તેજસ્વી, એની દૃષ્ટિમાં એની વેધક બુદ્ધિ દ્યુતિની જેમ ઝગમગે છે. એની સાથે દૃષ્ટિ મેળવનારને ક્ષણ માટે હતપ્રભ કરી નાખે એવી એની પ્રતિભા છે. આવી કન્યાને યોગ્ય વર શોધવો સાચે જ વિકટ કાર્ય છે, દ્રુપદ !"

"હું ચિંતિત છું પ્રભુ, જ્યાં સુધી આના વિવાહ નહીં કરું ત્યાં સુધી હું સુરક્ષિત છું. જે ક્ષણે કોઈ એક મહારથીનું માગું સ્વીકાર કરીશ એ ક્ષણે દ્રુપદના રાજ્યનો વિધ્વંસ થઈ જશે. અનેક શત્રુ મને મૃત્યુના મુખમાં ધકેલવા આક્રમણ કરશે. હું ભયભીત છું આના સૌંદર્યથી. આ અદ્દ્ભુત કન્યારત્ન મારા પર વરદાન નહીં, અભિશાપ બનીને અવતર્યું છે."

"ને તેમ છતાંય આ રત્ન કોઈને તો સોંપવું પડશે. વિવાહયોગ્ય કુંવારી પુત્રીથી વધુ મોટું પાપ કયું હોઈ શકે, રાજન્ ?"

હવે હું વધુ સમય શાંત રહી શકું એમ નહોતી, "જો હું અદ્દ્ભુત છું તો મારે શા માટે કોઈના ચરણમાં સમર્પિત થવાનું ? શું પુરુષને સમર્પિત થઈને જ સ્ત્રીનું જીવન યથાર્થ થાય છે ? શું પુરુષ વિના સ્ત્રી પાસે બીજી કોઈ દિશા નથી ? શું અર્ધાંગિની બનીને જીવવું એ જ સ્ત્રીનું ભાગ્ય છે ? સ્ત્રી સ્વયંમાં સંપૂર્ણ ન હોઈ શકે ? જો વિવાહયોગ્ય કુંવારો પુત્ર પિતાને માથે પાતક નથી તો પુત્રી શા માટે પિતાના ઉદ્વેગનું કારણ બને છે ? તમે તો બધું જાણો છો મુનિવર, મારા પ્રશ્નનો ઉત્તર આપો." મારા મુખમાંથી શબ્દ સર્યા કે મારા પિતાની મુખાકૃતિ બદલાઈ ગઈ. ધૃષ્ટદ્યુમ્ન ક્રોધમાં રક્તવર્ણો થઈ ગયો. મારી સાથે આવેલું સખીવૃંદ અવાક્...

થોડીક ક્ષણો માટે રાજ્યસભા ચિત્રમાં અંકિત હોય એમ સ્થિર થઈ ગઈ.

"અક્ષમ્ય અપરાધ કર્યો છે તેં ! મુનિવર પાસે ક્ષમા માગો." મારા

પિતાનો અવાજ ધ્રૂજતો હતો, ક્રોધમાં ! ભયમાં ! એમને હવે મુનિવરના શાપનો ભય લાગ્યો.

"હું શા માટે ક્ષમા માગું ? મારા મનમાં સંશય જાગ્યો. મુનિવર જ્ઞાની છે. જ્ઞાનની યાચના કદીય અપરાધ ન હોઈ શકે." મેં મારી વેધક દૃષ્ટિ મુનિવર તરફ સ્થિર કરી.

દ્વૈપાયન વેદવ્યાસના મુખ પર સ્મિત વિલસી રહ્યું, "અગ્નિ જેવી તપ્ત બુદ્ધિ છે તારી ! દાહક ! એક જ વાતની પીડા છે પુત્રી, આ બુદ્ધિ, આ સૌંદર્ય, આ ભયરહિત સ્પષ્ટતા, આ સત્ય પરત્વેની પ્રતિબદ્ધતા, આ ન્યાયનો આગ્રહ તારા માટે જ સમસ્યા લઈ આવશે." એ થોડીક ક્ષણો શાંત રહ્યા. પછી એમણે મને નિકટ બોલાવી. મારા મસ્તિષ્ક પર એમની હથેળી મૂકી થોડીક ક્ષણો આંખ મીંચીને મંત્રોચ્ચાર કરતા રહ્યા. એમની આંખ ઊઘડી ત્યારે મારા ભાલમાં એમની દૃષ્ટિ કશુંક વાંચી રહી હતી. એમનાં નેત્રો સજળ થઈ ગયાં, "ભવિષ્યનું જ્ઞાન સદૈવ સુખ જ આપે છે એવું નથી પુત્રી, ક્યારેક સમયની પહેલાં આવનાર ભવિષ્યને જાણી લેવું અત્યંત પીડાદાયક હોય છે. હું વાંચી શકું છું તારું ભવિષ્ય, પરંતુ કહી શકતો નથી કે રોકી પણ શકતો નથી કાળના ચક્રને..." એમણે હળવેકથી મારા મસ્તિષ્ક પર હાથ પસવાર્યો, "તારા સમયથી પહેલાં અવતરી છે તું, પુત્રી ! આવનારી શતાબ્દીઓ સુધી અવિસ્મરણીય રહીશ, ચર્ચાસ્પદ બનીશ. ઉત્તમ ભાગ્યને પામીશ, પણ ભોગવી નહીં શકે... પ્રત્યેક ક્ષણે પરીક્ષા થશે તારી, તું નિ:સંદેહ પાર ઊતરીશ આ પરીક્ષાઓમાંથી, પરંતુ એની પીડા તારી સ્મૃતિમાં કાયમ રહી જશે."

"આ અભિશાપ છે કે આશીર્વાદ, મુનિવર ?" હું હજીયે એમની સાથે વિવાદ કરવા માગતી હતી.

"જે પોતાના સમયની પહેલાં જન્મે છે એને ઇતિહાસ સદૈવ સ્મૃતિમાં રાખે છે. સમય ક્યારેય મનુષ્યને નથી ઓળખતો, મનુષ્યે ઓળખી લેવો પડે છે એના સમયને, એ અનુસાર કાર્ય કરવું પડે છે."

"મુનિવર, મને તમારી ગૂઢ વાણી સમજાતી નથી."

"જે સમયની પહેલાં ભવિષ્યમાં જીવિત રહે છે એના સુધી પહોંચવામાં સમય થાકી જાય છે. જે સમયની ગતિ સાથે રહી શકતા નથી એને પાછળ છોડીને સમય આગળ નીકળી જાય છે... પ્રત્યેક મનુષ્યએ પોતાના જ સમયખંડમાં

જીવવાનું હોય છે. જે એમ ન કરી શકે એને સમય દંડ આપે છે. આગળ નીકળી જવા માટે પણ અને પાછળ રહી જવા માટે પણ..."

એ પછી મારા પિતાએ એમને મૂંઝવતો પ્રશ્ન પૂછી નાખ્યો – મારા વિવાહ અંગેનો પ્રશ્ન...

"સ્વયં કૃષ્ણ સિવાય બીજું કોણ હોઈ શકે ?" મુનિવરે અત્યંત સહજતાથી કહ્યું, "આર્યાવર્તનો નરશ્રેષ્ઠ આ અનુપમ સુંદરી સાથે જોડાય તો આર્યાવર્તને એક વીર, વિચક્ષણ બુદ્ધિવાળો અને અનુપમ સુંદર રાજ્યકર્તા પ્રાપ્ત થાય."

"પરંતુ એ તો..." મારા પિતાના અવાજમાં સહેજ કંપ આવ્યો, "એ તો યાદવ છે."

"નરશ્રેષ્ઠને જ્ઞાતિ નથી હોતી, ગુણ હોય છે."

"જી." મારા પિતા પાસે આગળ કહેવા માટે કશું જ નહોતું. એ પછી ક્યાંય સુધી કૃષ્ણનાં અપૂર્વ શૌર્યનાં, ધર્માચરણનાં, ન્યાયપ્રિયતાનાં, સૌંદર્યનાં અને શ્રેષ્ઠતાનાં ગુણગાન થતાં રહ્યાં.

મેં કૃષ્ણને ક્યારેય જોયા નહોતા, પરંતુ જે કંઈ કહેવાતું રહ્યું તે સાંભળતા સાંભળતા હું ક્યારે કૃષ્ણામાંથી કૃષ્ણપ્રિયા બની ગઈ એની મને સ્વયં જ જાણ ન રહી.

મુનિવરની વિદાય પછી મેં પિતાને પ્રશ્ન કર્યો, "જે વીતી ચૂક્યું છે એને શું આપણે બદલી શકીશું ? પ્રતિશોધ લેવાથી જે ઘટી ચૂક્યું છે તેને નિર્મૂળ કરી શકાશે ? ઇતિહાસમાં લખાયેલા અક્ષરો ભૂંસી શકાશે પ્રતિશોધથી ? શું ઇતિહાસમાં જઈને આપણે ફરી એક વાર એ ક્ષણોને જીવીને નવો ઇતિહાસ રચી શકીશું ? જો એમ ન થવાનું હોય પ્રતિશોધનો અર્થ શો છે ?"

"સંશય ન કર... તારે પિતાના પ્રતિશોધનું બળ બનવાનું છે. તારા પતિને સતત પ્રેરિત કરવાનો છે પ્રતિશોધ માટે."

મને હસવું આવી ગયું, "જેને મેં જોયા નથી, જાણ્યા નથી એની સામે પ્રતિશોધ લેવાનો છે... જેના વિશે હજી કોઈ કશુંયે જાણતું નથી એવા મારા પતિએ પ્રતિશોધ પૂર્ણ કરવાનો છે. મારે આ બેની વચ્ચે કડી બનીને મારા પિતાના પ્રણને પૂર્ણ કરવા માટે બળ બનવાનું છે !"

મારો સમય દ્વાપર યુગ હતો. કલિની પહેલાં અને ત્રેતા પછી. મેં જે યુગમાં જન્મ લીધો એ સમયે સ્ત્રી માટે એક પતિવ્રત અનિવાર્ય હતું. મનુએ

પોતાના ગ્રંથ 'મનુસ્મૃતિ'ના પાંચમા અધ્યાયમાં લખ્યું હતું કે, "મન, વાણી અને દેહથી સંયમ રાખનાર સ્ત્રી જે પતિની આજ્ઞાનું ઉલ્લંઘન નથી કરતી તે આ લોકમાં કીર્તિ અને મૃત્યુ બાદ સ્વર્ગલોકને પ્રાપ્ત થાય છે."

એમણે જ લખ્યું હતું કે, "સ્વામીનો ત્યાગ કરનારી સ્ત્રી નિંદા અને તિરસ્કારને યોગ્ય છે."

પરંતુ એક પતિને અનેક પત્નીઓ હોઈ શકે, એ સર્વ માટે પોતાનો પતિ આરાધ્ય દેવથી પણ વધુ હોવો જોઈએ એમ અમને શીખવવામાં આવતું. સ્ત્રીએ શયનખંડમાં રંભા, ભોજનખંડમાં માતા, રાજ્યસભામાં મંત્રી અને ગૃહકાર્યમાં દાસી બનવાનું હતું.

મને આ બધું સમજાતું નહીં.

સમજાતું, તો સ્વીકારી શકતી નહીં.

જે શ્રીકૃષ્ણના ચરણમાં મારા સરખું કન્યારત્ન સમર્પિત કરવાની મુનિવર આજ્ઞા કરીને ચાલી ગયા એ શ્રીકૃષ્ણ કોણ હશે, કેવા હશે, હું શા માટે એમના ચરણમાં મારું સર્વસ્વ સમર્પિત કરું ? આ સમર્પણ પછી પણ એ મને યોગ્ય સન્માન અને સ્નેહ આપશે ખરા ?

આવા અનેક પ્રશ્નો મારા મનમાં ઉદ્ભવતા.

પરંતુ હવે આ પ્રશ્નો મેં કોઈનેય પૂછવાનું બંધ કર્યું હતું.

હું પૂછું તો એ પ્રશ્નોના જવાબ આપવાની કોઈનીય મનઃસ્થિતિ નહોતી, કારણ કે સમગ્ર દેશ એક ભયાવહ પ્રશ્નમાંથી પસાર થઈ રહ્યો હતો.

ભવિષ્ય અનિશ્ચિત હતું.

આર્યાવર્તની રાજનીતિ એક એવી ગૂંચવણ બની ગઈ હતી, જેનાથી સમગ્ર આર્યાવર્ત ભયભીત હતું. અંધ ધૃતરાષ્ટ્ર અને પિતાવિહીન પાંડુપુત્રો વચ્ચે હસ્તિનાપુરના યુવરાજપદને લઈને એક શીતયુદ્ધ શરૂ થઈ ચૂક્યું હતું.

ભીષ્મ પિતામહ કોઈ અનન્ય કારણસર અર્જુન પ્રતિ પક્ષપાતી હતા.

કહેવાય છે કે એમણે સ્વયંને હસ્તિનાપુરના સિંહાસનની રક્ષામાં સમર્પિત કરી દીધા હતા. હસ્તિનાપુરના એકસો પાંચ રાજકુમારોની કથા પ્રત્યેક રાજ્યસભામાં કહેવાતી હતી.

રાજકુમારોની પરીક્ષા થવાની હતી. દૂત હસ્તિનાપુરથી રાજકુમારોનું પ્રશિક્ષણ પૂરું થયાના સમાચાર લઈને આવ્યા હતા. અમારી રાજ્યસભામાં પણ એ વિશે ચર્ચા ચાલતી હતી.

રાજકુમારીઓને રાજ્યસભામાં પ્રવેશ નહોતો. નિમંત્રણ આપીને બોલાવવામાં આવે તો જ અમારે રાજ્યસભામાં જવાનું રહેતું, પરંતુ શિખંડી રાજ્યસભામાં હાજર રહેતો. રોજ સંધ્યા સમયે ઉપવનમાં એ મને રાજ્યસભામાં બનતા તમામ પ્રસંગોની વાત કહેતો.

એક સાંજે હું, નિતંબિની અને શિખંડી ઉપવનમાં ફરી રહ્યાં હતાં...

નિતંબિની મારી સખી હતી. એ મને વારંવાર શ્રીકૃષ્ણનાં પરાક્રમની કથાઓ કહેતી. કોણ જાણે ક્યાંથી જાણી લાવતી, પણ એની પાસે જાતજાતની કથાઓનો ખજાનો રહેતો. એમાંય શ્રીકૃષ્ણ વિશે તો એની પાસે બધી જ માહિતી રહેતી. કેવા દેખાય છે, શું પહેરે છે, શું ભાવે છે, કેટલા પ્રભાવશાળી છે, કેટલી રાણીઓ છે... મારા વગર પૂછ્યે એ મને બધું જ કહેતી. જોકે મારો અહંકાર મને સામે ચાલીને પૂછવા દેતો નહીં, પરંતુ મને જાણવું ગમતું.

અમે ઉપવનમાં ફરી રહ્યા હતા ત્યારે શિખંડીએ રાજ્યસભામાંથી આવેલા ચોંકાવી દેનારા સમાચાર સંભળાવ્યા.

હસ્તિનાપુરના રાજકુમારોની પરીક્ષા સમયે અર્જુનને શ્રેષ્ઠ બાણાવળી ઘોષિત કરવામાં આવ્યો. બરાબર એ જ સમયે એક અજાણ્યા યુવકે મંચ પર આવીને અર્જુન સાથે હરીફાઈ કરવાની માગણી કરી.

એ યુવકે તમામ વિદ્યા દર્શાવી, એ બધું જ કરી બતાવ્યું, જે અર્જુન કરી શકતો હતો. ભગવાન પરશુરામના શિષ્ય તરીકે એણે રાજપુત્રો સાથે હોડમાં ઊતરવાની હિંમત કરી. સૌ અવાક્ હતા... એ જ સમયે દ્રોણાચાર્યએ ઉકેલ શોધી કાઢ્યો.

"આ રાજકુલના વિદ્યાર્થીઓની, રાજકુમારોની પરીક્ષા છે. આમાં સૂતપુત્રને સ્થાન ન હોય." દ્રોણે એને ત્યાંથી કાઢી મૂક્યો.

શિખંડીએ આ પહેલાં દ્રોણની ચાલાકીની એક બીજી વાત પણ કહી હતી. એકલવ્ય નામના તેજસ્વી બાણાવળી ભીલપુત્રનો અંગૂઠો દ્રોણે ગુરુદક્ષિણા સ્વરૂપે માગી લીધો, જેથી એ ક્યારેય શરસંધાન ન કરી શકે અને અર્જુનની બરાબરીનો કોઈ બાણાવળી ન પાકે.

શિખંડીને કોણ જાણે કેમ, દ્રોણ કદીયે ન ગમતા. એને તો હસ્તિનાપુરની કોઈ વ્યક્તિની કોઈ વાત સારી ન લાગતી. એક ગંગાપુત્ર દેવવ્રતને કારણે સમગ્ર હસ્તિનાપુર જાણે એને માટે શત્રુ સમાન જ હતું.

એને માટે પાંડુપુત્રોની વાત પણ બહુ રસપ્રદ નહોતી, પરંતુ મને કહેતો, કારણ કે મને એ વાતો ખૂબ રસપ્રદ લાગતી. આમ પૂછો તો મારે સીધો કોઈ સંબંધ નહોતો હસ્તિનાપુરની રાજનીતિ સાથે, પરંતુ મને સતત એમ લાગતું રહ્યું કે હસ્તિનાપુરની રાજનીતિ સાથે સમગ્ર આર્યાવર્તની રાજનીતિ જોડાયેલી છે. ત્યાં બનતી ઘટનાઓના પડઘા સમગ્ર આર્યાવર્તમાં પડતા.

એ સમયે હસ્તિનાપુરની રાજનીતિ પણ શ્રીકૃષ્ણના પ્રભાવ હેઠળ હતી. પાંડુપુત્રોની માતા કુંતા શ્રીકૃષ્ણનાં ફોઈ થતાં... જ્યારે દુર્યોધન શ્રીકૃષ્ણના જ્યેષ્ઠ ભ્રાતા બલરામના શિષ્ય હતા. આખું આર્યાવર્ત જાણતું હતું કે શ્રીકૃષ્ણ ધર્મના પક્ષે હતા.

પાંડુ સ્વેચ્છાએ રાજત્યાગ કરીને વનમાં વસતા હતા તેથી ધૃતરાષ્ટ્રને હસ્તિનાપુરનું સિંહાસન મળ્યું હતું. પાંડુનો રાજ્યત્યાગ એમના પોતાના પૂરતો કર્યો હતો. એમના પુત્રને યુવરાજપદથી વંચિત રાખવાનો કોઈને અધિકાર નહોતો, પરંતુ હસ્તિનાપુર નરેશ ધૃતરાષ્ટ્ર પોતાની પત્ની ગાંધારીના ભ્રાતા શકુનિના કહ્યામાં આવી જઈને દુર્યોધનને યુવરાજ બનાવવાનું સ્વપ્ન જોવા લાગ્યા હતા. બહુ આશ્ચર્યની વાત એ હતી કે પિતામહ ભીષ્મ પણ આ વિશે કંઈ કહેતા નહોતા. હસ્તિનાપુરનું યુવરાજપદ હવે પછી કોને મળશે એના ઉપર સમગ્ર આર્યાવર્તના ભવિષ્ય અને રાજનીતિનો આધાર હતો.

તમામ રાજાઓને લાગતું હતું કે હસ્તિનાપુરની રાજનીતિની ગૂંચને જો કોઈ એક વ્યક્તિ ઉકેલી શકે તો એ શ્રીકૃષ્ણ હતા. એમનો યોગ્ય નિર્ણય હસ્તિનાપુરની રાજનીતિને સાચી દિશા આપી શકે તેમ હતો યોગ્ય એવું સૌ માનતા હતા.

મારા પિતા પણ એમ જ માનતા. મારો ભાઈ ધૃષ્ટદ્યુમ્ન અને મારા પિતા વારંવાર શ્રીકૃષ્ણની ચર્ચા કરતા. અમારે ત્યાંથી દૂત દ્વારિકા જતા અને દ્વારિકાથી પ્રતિઉત્તર લઈને પાછા ફરતા.

એક વાર દ્વારિકાથી મારા માટે શ્વેત રંગનું સુંદર વસ્ત્ર મોકલવામાં આવ્યું હતું.

નિતંબિની એ વસ્ત્ર જોઈને મને વારંવાર ચીડવતી, "આ વસ્ત્ર નથી, દ્વારિકાનરેશને ત્યાંથી આવેલો વિવાહનો પ્રસ્તાવ છે..."

હું ક્રોધિત થવાનો અભિનય કરતી, પરંતુ મનોમન લજ્જાથી રક્તવર્ણી થઈ જતી...

'શું ખરેખર દ્વારિકાથી વિવાહનો પ્રસ્તાવ આવશે ?' મારું મન ચંચળ થઈ જતું. આર્યાવર્તના શ્રેષ્ઠ પુરુષની પટરાણી બનવાનું સૌભાગ્ય પ્રાપ્ત થશે મને ? હું સ્વયંને જ પ્રશ્ન કરતી અને સ્વયં જ ઉત્તર આપી દેતી, 'મુનિ વેદવ્યાસની વાણી ખોટી કઈ રીતે હોઈ શકે ? હું મારા સમયની શ્રેષ્ઠ સ્ત્રી છું ને આર્યાવર્તના શ્રેષ્ઠ પુરુષ સાથે જીવવા સર્જાઈ છું... અને આર્યાવર્તનો શ્રેષ્ઠ પુરુષ તો...'

* * *

એક દિવસ રાજ્યસભામાંથી નિમંત્રણ આવ્યું, "શ્રીકૃષ્ણ પધાર્યા છે. યાજ્ઞસેનીને રાજ્યસભામાં આમંત્રિત કરી છે." મારો હર્ષ છલકાઈ પડ્યો...

હું દ્વારિકાથી ભેટમાં આવેલું શ્વેત વસ્ત્ર ધારણ કરીને મારા ઘેરાયેલાં મેઘશ્યામ વાદળો જેવા કાળા ભમ્મર વાળમાં શ્વેત કમળ ગૂંથીને, મોતીના અલંકાર પહેરીને રાજ્યસભામાં જવા નીકળી ત્યારે નિતંબિનીએ હૃદય પર હાથ મૂકીને કહ્યું, "આજે શ્રીકૃષ્ણ એમનું હૃદય તમારા ચરણમાં મૂકીને કહેશે, હે દ્રુપદપુત્રી, હવે તમે જ મારા હૃદયેશ્વરી છો..."

હું લજ્જાથી રક્તવર્ણી થતી રાજ્યસભામાં પહોંચી, મારા સૌંદર્યથી કૃષ્ણને અભિભૂત કરવાનો, પરાજિત કરવાનો દઢ નિર્ધાર હતો મારો.

પરંતુ, કૃષ્ણને જોતાં જ મારા શ્વાસ થંભી ગયા.

એક નીલવર્ણવાળા અતિ મનોહર, મધુર સ્મિત કરતા પૂર્ણ પુરુષને જોઈને મારા ધબકારા બમણી ગતિએ વહેવા લાગ્યા. સિંહ જેવી કટિ, બૃહદ્ વૃક્ષઃસ્થળ, શ્યામ રંગના આરસમાંથી બનાવી હોય એવી દેહભંગી, સુવર્ણ મુકુટ, એમાં એક મોરપીચ્છ, પિત પિતાંબર અને ગુલાબ જેવા ઊઘડતા રંગનું ઉપવસ્ત્ર, ગળામાં વૈજયંતીમાળા અને મૌક્તિક અલંકાર...

મેં આટલો મનોહર પુરુષ પહેલાં કદીયે નહોતો જોયો. એમની છવિમાં કંઈ એવું હતું, જેણે મને મારા સૌંદર્ય પ્રતિ અભાન કરી નાખી.

મેં પિતા સમક્ષ જઈને પ્રણામ કર્યાં.

હું કૃષ્ણને જાણતી નહોતી, પરંતુ એમની સાથે દૃષ્ટિ મળતાં જ મને લાગ્યું કે હું એમને સદીઓથી જાણું છું. મારી ભીતર કશુંક મીણ જેવું પીગળીને વહેવા લાગ્યું.

3

શ્રીકૃષ્ણનું આગમન દ્રુપદની રાજ્યસભા માટે ઐતિહાસિક પ્રસંગ બની રહ્યું. મારા પિતા અને ભ્રાતાની ભીતર જે ઉદ્વેગ હતો તે એમના આગમન માત્રથી જાણે શાંત થઈ ગયો. સૌથી આશ્ચર્યની વાત તો એ હતી કે કૃષ્ણને કોઈએ આમંત્રિત નહોતા કર્યા. એ સ્વયં મારા પિતાની રાજ્યસભામાં આવ્યા હતા.

એમણે મને જોઈને આશીર્વચનો કહ્યાં. હું તો બસ એમને નિહાળતી જ રહી. નિઃશબ્દ, આટલું પવિત્ર સૌંદર્ય મેં પહેલાં ક્યારેય નહોતું જોયું. અતૂટ ગાંભીર્ય છતાં મુખ પર એક સહજ સ્મિત. આંખોની મોહિની એવી કે જોનાર વશીભૂત થઈ જાય. સર્વ સન્માન છતાં ક્યાંય આડંબર નહીં, ક્યાંય છળ નહીં, ક્યાંય અહંકાર નહીં. આજ સુધી પિતાજીના દરબારમાં હું ઘણાં રાજપુત્રોને મળી હતી. પોતે પોતાના જ અસ્તિત્વના ભારથી લદાયેલા મણિ અને મૌક્તિક અલંકારોથી લથબથ આ રાજપુત્રોમાંથી એકેયમાં એમના જેવું તેજ મેં જોયું નહોતું.

મારી ભીતર કશુંક મીણ જેવું પીગળીને વહેવા લાગ્યું. મારા તમામ પ્રશ્નો એમની સમક્ષ ઉપસ્થિત થતાં જ જાણે સ્વયં પોતાના ઉત્તરો બની ગયા. એમની દૃષ્ટિમાં એક અજબ જેવી શીતળતા હતી, અકથ્ય સુખ હતું, જેનાથી મારું મન

શાંત થઈ ગયું. મારે એમને જે કંઈ કહેવાનું હતું તે એ જાણતા જ હશે એવી શ્રદ્ધા મારી અંદર આપોઆપ દઢ થઈ ગઈ.

મેં કૃષ્ણને પ્રણામ કર્યાં. એમણે મારા મસ્તિષ્ક પર હાથ મૂક્યો. મેં આંખો મીંચી દીધી. હિમાલયનાં શિખરો અને માનસરોવરનું જળ જાણે મારી બંધ આંખોની સમક્ષ દશ્યપટલ બનીને દેખાતા લાગ્યાં. એમના સ્પર્શમાં હિમાલયની વિરાટ છબી અને શીતળતા હતી.

મેં આંખો ખોલીને એમની સાથે દૃષ્ટિ મેળવવા પ્રયાસ કર્યો. એમણે સ્મિત કરીને હાથ મારા મસ્તિષ્ક પરથી લઈ લીધો, "આટલી વેધક દૃષ્ટિએ મને ન નિહાળો રાજકુમારી, હું અહીં જ વીંધાઈને મૃત્યુ પામીશ." એમણે ઉપહાસ કર્યો. હું લજ્જાથી કોકડું થઈ ગઈ.

રાજ્યસભામાં સર્વે આ જોઈ રહ્યા હતા. સામાન્ય રીતે મારી જીભ બંધાતી નહીં. ભગવાન વેદવ્યાસ સાથે પણ વિવાદ કરીને મેં રાજ્યસભાને ચકિત કરી નાખી હતી. ભલભલા વીર ચતુરો, સજ્જનો અને જ્ઞાનીઓ મારી સાથે વિવાદ કરવાથી ભય પામતા...

"દેવી, હું તમારા લલાટ પર અખંડ સૌભાગ્યનું ચિહ્‌ન જોઈ રહ્યો છું. આર્યાવર્તની ભાગ્યલક્ષ્મી બનવા જ તમારું અવતરણ થયું છે. આ સૌંદર્ય અલૌકિક છે. પૃથ્વી પટે આવું સૌંદર્ય અજોડ છે. આ કેશરાશિમાં સૂર્યને ઢાંકવાની શક્તિ છે. આ ચક્ષુઓમાં ચંદ્રની શીતળતા; વદન પર દૈવી તેજ છે. તમે સ્ત્રી નહીં, પૃથ્વી પર અવતરેલું સાક્ષાત્ મૂર્તિમંત સૌંદર્ય છો."

"પ્રભુ, મને એની જ ચિંતા છે." મારા પિતાથી રહેવાયું નહીં, "એના સૌંદર્યને કારણે જ મારા રાજ્ય પર વિઘ્ન આવ્યું છે. સર્વે રાજપુત્રો અને રાજાઓ એની સાથે વિવાહ કરવા માગે છે. મારી પુત્રી એક જ છે. કોઈ પણ એકને સોંપીશ તો અન્ય સર્વે મારા પ્રાણ લેશે."

"આટલો બધો ભય ?" શ્રીકૃષ્ણના સ્મિતમાં કોઈ રહસ્ય હતું, "સૌંદર્ય તો પૂજનીય છે, ભયજનક નથી."

"પ્રભુ, આપ તો જરાસંધને જાણો છો. દુર્યોધન અને શકુનિ પણ આપથી અજાણ્યા નથી. શિશુપાળ પણ તાકમાં બેઠો છે..."

"એમાંના કોઈ આ સાક્ષાત્ લક્ષ્મીને વરવા યોગ્ય નથી."

"તો શું કરું પ્રભુ ?"

"સ્વયંવર."

"સ્વયંવર !" મારા પિતા આશ્ચર્યચકિત થઈ ગયા.

"હા, એવી આકરી શરત સાથેનો સ્વયંવર, જેમાં માત્ર ઉત્તમ બાણાવાળી જ જીતી શકે."

"પરંતુ પાંડુપુત્રો તો..." મારા પિતાનું મસ્તિષ્ક ઢળી ગયું. મેં આશ્ચર્યથી કૃષ્ણ સામે જોયું. એમના મુખ પર હજીયે સ્મિત હતું. મારાથી રહેવાયું નહીં.

"શું થયું છે પાંડુપુત્રોને ?" મેં ધીમેથી નિમિલિત નેત્રે પૂછી નાખ્યું. સભામાં સૌનાં મુખ મ્લાન થઈ ગયાં.

મને આશ્ચર્ય થયું. પાંડવકુમારોનાં નામ આવતાં જ સામાન્યતઃ સૌ ઉત્તેજિત થઈ ચર્ચા કરતા. આજે પાંડવકુમારોના ઉલ્લેખ માત્રથી સૌ વ્યથિત કેમ થઈ ગયા ?

એકમાત્ર કૃષ્ણનો ચહેરો સ્મિતથી વીલસી રહ્યો હતો. એમણે ધીમેથી મારા પિતાના સ્કંધ પર હાથ મૂક્યો, "ચિંતિત થવાની કોઈ આવશ્યકતા નથી." મારા પિતાએ ચકિત થઈ એમની સામે જોયું, "સત્ય કહું છું." એમના આટલા શબ્દોમાં જ કોણ જાણે શી શક્તિ હતી કે મારા પિતાએ નમીને એમનાં ચરણ સ્પર્શી લીધાં.

"તમારી લીલા અકળ છે, પ્રભુ." મારા પિતાની આંખો સજળ થઈ ગઈ હતી.

"સમયથી આગળ અને વિધાતાથી વધુ જ્ઞાતા કોણ છે ?" એમણે રહસ્યને વધુ ઘૂંટ્યું, "રાજકુમારી ઉત્તમ પતિને પામશે. નરશ્રેષ્ઠ સાથે જીવનનાં તમામ સુખો ભોગવવા એમણે જન્મ લીધો છે." એમણે મારા પિતાની સામે વધુ રહસ્યમય અને મોહક સ્મિત કર્યું.

એમણે મારા મસ્તક પર ફરી એક વાર હાથ મૂક્યો, "તમારું નામ કૃષ્ણા છે. જગત તમને યાજ્ઞસેનીના નામે જાણે છે. યજ્ઞમાંથી ઉત્પન્ન થયેલી દૈદિપ્યમાન તેજસ્વિની છો તમે ! સ્વયં કલ્યાણી છો પિતા અને શ્વસુરના કુળનું તેજ તમારાથી વધશે. આ સંસાર તમને સતી કહીને તમારું સન્માન કરશે."

મારી આંખો ભરાઈ આવી. શું એ જાણતા હતા કે હું તો પ્રતિશોધ લેવા માટે ઉત્પન્ન થઈ છું ? દિવસ-રાત્રી મને એક જ વિચાર બાંધી રાખે છે... પ્રતિશોધનો વિચાર ! પિતાના ઋણનો વિચાર ! મારા અસ્તિત્વનો અર્થ કલ્યાણ છે કે વિધ્વંસ !

મારી દૃષ્ટિ હજી પણ એમના ચરણ પર હતી. દેવમૂર્તિ જેવા આરસપહાણમાંથી બનાવેલાં સુંદર ચરણોમાં સુવર્ણનાં કડાં હતાં. વિશાલ અને મનોહારી એ ચરણોમાં હું ઝૂકી ગઈ. મારી આંખમાંથી વહી રહેલાં અશ્રુઓમાંથી બે-ચાર એમનાં ચરણોમાં સમાઈ ગયાં.

"સૌભાગ્યવતી ભવઃ... તેજસ્વિની ભવઃ... યશસ્વિની ભવઃ..." સાંભળીને મારું સમગ્ર અસ્તિત્વ મુખરિત થઈ ગયું. મારી બધી ઝંખનાઓ, કામનાઓ જાણે એ જ ચરણોમાં સમર્પિત થઈ ગઈ. ક્ષણ તો બે-ચાર જ વીતી હશે, પણ મને લાગ્યું જાણે હું પૂર્વજન્મથી આ જ ચરણોમાં, આમ જ બેઠી છું અને આવનારા કેટલાય જન્મો સુધી મારે આમ જ આ ચરણમાં વિતાવવા છે...

* * *

દ્વાપરનો એ અદ્ભુત સમય હતો.

આર્યાવર્તની રાજનીતિમાં શ્રીકૃષ્ણ સાથે જ એક બીજું નામ મહત્ત્વપૂર્ણ માનવામાં આવતું હતું. કૌરવોના મામા શકુનિનું.

શકુનિ પોતાની બહેન ગાંધારી સાથે બહેનના શ્વસુરગૃહે વસી ગયા હતા. હસ્તિનાપુર નરેશ ધૃતરાષ્ટ્રના એ મુખ્ય સલાહકાર બની ગયા હતા.

હસ્તિનાપુરની રાજનીતિની કથાઓ સાંભળતી વખતે મને ક્યાં ખબર હતી કે હું જ એ રાજનીતિનું કેન્દ્ર બની જવાની છું. એ આખીય રાજનીતિ મારે જ કારણે પરસ્પર વિરુદ્ધ દિશામાં ઊભી રહીને શસ્ત્ર ધારણ કરી એકબીજાનું રક્ત વહાવવા તત્પર થઈ જવાની હતી.

જે સમયે કૃષ્ણ મારા પિતાની રાજ્યસભામાં આવ્યા તે સમયે પાંડુપુત્રો ચર્ચામાં તો હતા જ. સહદેવે બૃહદસ્પતિ પાસેથી નીતિવિષયક શિક્ષણ પ્રાપ્ત કર્યું હતું. નકુલ અશ્વવિદ્યામાં અજેય હતો. અર્જુને સૌવીર દેશના દત્તમિત્રને ત્રણ વર્ષ સુધી યજ્ઞ કરવામાં સહાયતા કરીને અજેય બનવાનું વરદાન મેળવ્યું હતું. 'બ્રહ્મશિર' શસ્ત્ર અર્જુનને પ્રાપ્ત હતું. ગદાયુદ્ધમાં ભીમસેનને કોઈ જીતી શકે એમ નહોતું. યુધિષ્ઠિરનું નામ ધર્મ અને રાજ્યશાસ્ત્રમાં સન્માનપૂર્વક લેવાતું. ભારતવર્ષ અને આર્યવર્ત હસ્તિનાપુરના રાજ્યધ્વજને વિસ્તરતો વિસ્મિત નયનોથી નિહાળી રહ્યા હતા. હસ્તિનાપુરના મંત્રી કર્ણિક અને શકુનિએ એ જ સમયે પોતાની જાળ ફેલાવવાની શરૂ કરી હતી. ભીમને કાર્ણ નામનું વિષ અપાયું હતું. ભીમ તો બચી ગયા, સાથે જ દુર્યોધન સાથે આજન્મ વેરનાં બીજ રોપાઈ ગયાં. દુર્યોધનના મનમાં ભયની સાથે પ્રતિશોધે જન્મ લઈ લીધો.

કર્ણને અર્જુનથી હાર્યાની પીડા સદૈવ રહેતી હતી. દુર્યોધન અને દુઃશાસન મામાના કહ્યે ચાલતા હતા. એ ચારેય જણાએ મળીને પુરોચન પાસે લાક્ષાગૃહનું નિર્માણ કરાવ્યું. વરણાવત નગરમાં માન-સન્માન સાથે એમને થોડા દિવસ વિતાવવા માટે મોકલવામાં આવ્યા.

આમ તો આપણા સર્વેનું જીવન એક લાક્ષાગૃહ છે. ઉપરથી લાગે છે કે ખૂબ સુંદર છે. રંગરોગાન કરીને એને સુશોભિત કરાયું છે. પ્રતિશોધનો અગ્નિ કયા સમયે એને બાહુપાશમાં લઈને ભસ્મ કરી નાખે એની આપણને કોઈને જાણ નથી હોતી. ફાલ્ગુન માસની શુક્લપક્ષની અષ્ઠમીએ રોહિણી નક્ષત્રમાં શુભમુહૂર્ત જોઈને પાંડવોએ પ્રસ્થાન તો કર્યું, પરંતુ હસ્તિનાપુરમાં ચાર વ્યક્તિ હતી જે જાણતી હતી કે હવે પાંચ પાંડવો અને એમની માતા કુંતી ક્યારેય હસ્તિનાપુર પાછાં નહીં ફરે.

માતા કુંતીએ લાક્ષાગૃહમાં બ્રહ્મભોજનનું આયોજન કર્યું. દુર્યોધન દ્વારા પુરોચનને લાક્ષાગૃહ સળગાવી દેવાનો આદેશ આપ્યો. ત્રિકાલ જ્ઞાની સહદેવને જ્યાં સુધી પૂછવામાં ન આવ્યું ત્યાં સુધી એ મૌન રહ્યા. બૃહસ્પતિને આપેલા વચન મુજબ એમણે પોતાના જ્ઞાનનો ઉપયોગ ત્યારે જ કરવાનો હતો, જ્યારે એમને પૂછવામાં આવે...

વિધાતા પણ કેવું કેવું નિર્માણ કરે છે ! એક ત્રિકાળ જ્ઞાની ભ્રાતા સદૈવ એમની સાથે હોવા છતાં પાંડુપુત્રોને ભાગ્યે જ એવો વિચાર આવે કે સહદેવના જ્ઞાનનો સ્વયંના લાભાર્થે ઉપયોગ થઈ શકે.

'સાક્ષરાઃ વિપરિત રાક્ષસાઃ' સાક્ષર જ્યારે પોતાની અગાધ બુદ્ધિનો ઉપયોગ સાચી દિશામાં નથી કરી શકતા ત્યારે એ રાક્ષસ બની જાય છે. દુર્યોધન કે શકુનિમાં શક્તિ નહોતું એવું નહોતું. બુદ્ધિ પણ અપાર હતી. અભાવ હતો તો જ્ઞાનનો, સંયમનો, સમજનો અને સમતાનો. વ્યક્તિમાત્રએ પોતાને અપાયેલી શક્તિઓનો ઉપયોગ કરતા પહેલા ઉપયોગની મહત્તા સમજી લેવી જોઈએ. સ્વાર્થ અને સુખ વચ્ચે બહુ પાતળી ભેદરેખા હોય છે. સામાન્યતઃ વ્યક્તિઓ આ ભેદરેખાને ઓળખી શકતા નથી. જ્ઞાન જ્યારે સ્વયંના લાભાર્થે વાપરવામાં આવે છે ત્યારે એ સ્વાર્થ બની જાય છે. ઈશ્વર બળની સાથે બુદ્ધિ ન આપે ત્યારે એનું પરિણામ ભયાનક હોય છે. શાસ્ત્રોમાં લખ્યું છે કે, કશાયની પણ અતિ ભયજનક છે. વ્યક્તિમાત્રએ પોતાના સંયમની પરીક્ષા કરતા રહેવું જોઈએ.

દુર્યોધન અને શકુનિએ જ્યારે લાક્ષાગૃહનું નિર્માણ કર્યું ત્યારે એમને શ્રદ્ધા હતી એમની કુબુદ્ધિ પર, પરંતુ 'શુભ'માં શ્રદ્ધા રાખીને પોતાનાં તમામ કાર્યો ઈશ્વરને સમર્પિત કરતાં પાંડવોને સતત સહાય મળતી રહી.

ઈશ્વરે શક્તિ આપી છે, કારણ કે એને વ્યક્તિમાત્રમાં શ્રદ્ધા છે. મનુષ્યને એ બળ અને બુદ્ધિ આપે છે. બુદ્ધિ દ્વારા મનુષ્ય જ્ઞાન સંપાદન કરે છે. બળ દ્વારા એ વિદ્યા અને કૌશલ્ય મેળવે છે. આ બંને ગુણો આપ્યા પછી ઈશ્વર પણ ઇચ્છે છે કે મનુષ્ય પોતાની સમસ્યાઓનો ઉકેલ સ્વયં શોધે. નાના નાના દુઃખોથી હારી જનારા કે નાના નાના પ્રશ્નોથી ઉદ્વિગ્ન થઈ જનારા મનુષ્યની સહાય દૈવ પણ કરતું નથી.

કેટલાક વીર પરાક્રમી પુરુષો સ્વયં પર વધુ શ્રદ્ધા ધરાવતા હોય છે. વિધિનાં વિધાનોને આગળથી જાણીને એ મુજબ જ પગલાં ભરવાં એમની પ્રકૃતિમાં નથી હોતું.

પરાક્રમી પાંડુપુત્રો પણ આ વિધાતા સાથેના યુદ્ધમાં પોતાના બાહુબળ પર શ્રદ્ધા રાખીને જીવનયાપન કરવા કટિબદ્ધ હતા. દરેક નાનકડી સમસ્યામાં સહદેવના જ્ઞાનનો લાભ લેવો એમની વીરતાને રુચતું નહીં હોય કદાચિત !

મારા પિતા લાક્ષાગૃહની કથા જાણતા હતા. પાંડુપુત્રો હવે જીવીત નથી એમ માનીને એ વ્યથિત હતા. કૃષ્ણએ જ્યારે સ્વયંવરનું સૂચન કર્યું ત્યારે મારા પિતા વધુ વ્યથિત થઈ ગયા, "પ્રભુ, હું શંકા નથી કરતો, પરંતુ મારી પુત્રીને જો કોઈ અયોગ્ય વર જીતશે તો હું સ્વયંને ક્ષમા નહીં કરી શકું. સ્વયંવરમાં જીતનારાને આપણે યાજ્ઞસેની સોંપવી પડશે."

મારે કહેવું હતું કે સ્વયંવરની કોઈ આવશયકતા નથી. તમે અહીં આવ્યા છો તો હવે મને તમારી સાથે જ લઈ જાવ, પરંતુ નેત્રો નીચાં રાખીને હું ફક્ત એમના ચરણ જોતી રહી. એમના ચહેરા સુધી પહોંચવાની જાણે મારામાં શક્તિ જ નહોતી રહી. એ ચરણમાં કોઈ ચુંબક હતું. એવી મોહિની જે મને નખશિખ બાંધી રહી હતી.

"સ્વયંવરમાં જે જીતશે તે પાંચાલી માટે ઉચિત વર હશે એવું હું તમને વચન આપું છું." એ હજીયે રહસ્યમય સ્મિતથી વીંટળાયેલા હતા.

"અર્જુનની ગેરહાજરીમાં આર્યાવર્તમાં શ્રેષ્ઠ બાણાવળી શોધવો કઠિન છે."

"એ કાર્ય તમે મને સોંપો." શ્રીકૃષ્ણનો અવાજ જાણે આખીયે રાજ્યસભાના ગુંબજોમાં પડઘાઈને અનેક વાર સંભળાતો હતો, "તમારે ત્યાં જે રત્ન છે તે વિશ્વના કલ્યાણાર્થે તમારે ત્યાં અવતર્યું છે. એ રત્નને તમે મહાલયોની દીવાલોમાં સંતાડી નહીં શકો. સમયે એના પ્રસ્થાનની અવધિ નિશ્ચિત કરી છે. એના ભાગ્યમાં અને કાળના નિર્ણયમાં શ્રદ્ધા રાખો."

"પ્રભુ ! હું ફક્ત તમારા ઉપરની મારી શ્રદ્ધાના બળે આ સ્વયંવર યોજીશ." મારા પિતાના નેત્રોમાંથી અશ્રુ છલકાઈ રહ્યા હતા, "મારી પુત્રીનું ભાવિ હું તમને સોંપું છું."

"આજે જ નહીં, હું આયુષ્યપર્યંત તમારી પુત્રીની રક્ષા કરીશ, એનું સન્માન સાચવીશ અને એના સુખ માટે પ્રયત્નશીલ રહીશ."

આટલું સાંભળતા જ મારી અંદર જાણે તમામ પ્રશ્નો શમી ગયા. મેં કૃષ્ણના મુખ તરફ જોયું. એમની આંખો બંધ હતી, પરંતુ બંધ આંખોએ પણ જાણે એ મને જ નિહાળી રહ્યા હતા એવું મને લાગ્યું.

નિતંબિનીએ આખીય કથા કહી ત્યારે હું અવાક્ થઈને સાંભળતી રહી. પાંચેય પાંડુપુત્રોનું લાક્ષાગૃહમાં મૃત્યુ થયું એવા સમાચાર આખાય આર્યાવર્તમાં લાક્ષાગૃહમાં લાગેલી આગની જેમ ફેલાઈ ગયા હતા.

મારા પિતાએ જ્યારે અર્જુનનો ઉલ્લેખ કર્યો ત્યારે રાજ્યસભામાં એટલે જ સ્મશાનવત્ શાંતિ પથરાઈ ગઈ.

અર્જુન જીવિત છે કે નહીં એ વિશે કોઈ નિશ્ચિત સમાચાર પ્રાપ્ત નહોતા. તેમ છતાં અનેક રાજાઓના કોપમાંથી બચવા મારા પિતાને શ્રીકૃષ્ણનું સૂચન યોગ્ય લાગ્યું. પોતાના પરાક્રમ અને વીરતાનું બાહુબલ્ય દાખવી જે તેમની પુત્રીને જીતી જાય તે જ તેનો પતિ બને, તો રાજાઓને માંહોમાંહે કે મારા પિતા સાથે યુદ્ધ કરવાની કોઈ પરિસ્થિતિ ઊભી થાય નહીં.

સ્વયંવરનું આયોજન કરવામાં આવ્યું. ચંદ્રમા જ્યારે પુષ્ય નક્ષત્રમાં પ્રવેશે ત્યારે કૃષ્ણના આગમન પછીના બરાબર આઠમા દિવસે સ્વયંવરનું શુભ મુહૂર્ત નિર્ધારિત થયું.

મારા પિતાને હજીયે અવઢવ હતો. અર્જુન જીવીત છે કે નહીં એ વિશે જાતજાતની વાતો ચાલતી હતી. શ્રીકૃષ્ણની આંખોમાં વંચાતું હતું કે એ બધું

જ જાણે છે. આ સ્વયંવરમાં કોણ જીતશે એ એમના મનમાં જાણે પહેલેથી જ નિશ્ચિત હતું. એમને પૂછવાનું બળ કોઈમાં નહોતું. શ્રેષ્ઠ બાણાવળી કઈ રીતે નક્કી કરવો એ વિશે પણ એમણે જ સૂચનો કર્યાં.

માત્ર વીંધવાનું કૌશલ્ય એટલે બાણાવળી નહીં. અદ્ભુત ધનુષ્યની પણછ ચઢાવવી એ પણ એક કૌશલ્યની પરીક્ષા હોય છે. જે બાણાવળી ધનુષ્યની પણછ ચઢાવી શકે એ જ બીજી કક્ષાની પરીક્ષામાં પહોંચી શકે. અનેક મણનું વજન ધરાવતા ધનુષ્યને ઉપાડીને એની પણછ યોગ્ય રીતે બાંધે એ જ ધાર્યું નિશાન વીંધી શકે એવી જાણ બાણવિદ્યાના કુશળ યોદ્ધાઓને હતી. કૃષ્ણએ યોદ્ધાઓની પરીક્ષા માટે સાચે જ અઘરાં પ્રમાણો નક્કી કર્યાં.

ખૂબ વિચારના અંતે અર્જુનને ઓળખવા માટે એમણે એક એવું ધનુષ્ય બાણ બનાવડાવ્યું કે જે અર્જુન સિવાય અન્ય કોઈથી ઉપાડીને ટંકાર કરવા માટે ચઢાવી શકાય નહીં. વળી, તેમણે એક એવું યંત્ર બનાવડાવ્યું કે જે ગોળ ચક્કર ફરતું રહે. તેના ઉપર વિંધવા માટેનું મુખ્ય લક્ષ્ય ગોઠવવામાં આવ્યું. એક માછલીને એ લક્ષ્યમાં જોઈ શકાતી હતી. નીચે ગોઠવાયેલા જલકુંડમાં માછલીનું પ્રતિબિંબ જોઈને લક્ષ્ય સાધવાનું હતું.

ધૃતરાષ્ટ્રના બળવાન પુત્રો દુર્યોધન, દુર્વિષહ, દુર્મુખ દુર્ધષણ, વિવિંશતિ, વિકર્ણ, દુઃશાસન, યુયુત્સુ વગેરે પરાક્રમી પુરુષો કર્ણને સાથે લઈને પધાર્યા હતા. વળી, યશસ્વી નૃપો શકુનિ, વૃષક, બૃહદબલ, જરાસંધ પણ જીતવાની આશાએ સ્વયંવરમાં પધાર્યા હતા. તે ઉપરાંત અશ્વત્થામા, ભોજ, મણિમાન, સહદેવ, જયત્સેન, સુશર્મા, ચેકિતાન, પૌણ્ડ્રક, વાસુદેવ, શિશુપાલ આદિ સુવિખ્યાત રાજાઓ પણ ઉપસ્થિત હતા.

રાજાઓની સમક્ષ મારા ભાઈ ધૃષ્ટદ્યુમ્નએ ઊભા થઈ ઘોષણા કરી, "હે મહાનુભાવો ! અહીં ધનુષ્ય, ચક્કર ચક્કર ફરતું એક યંત્ર અને બાણો તમે જોઈ શકો છો. યંત્ર ઉપર ગોઠવાયેલા મત્સ્યને વધુમાં વધુ પાંચ બાણોથી વીંધી નાખશે તે વીર પુરુષ મારી બહેન યાજ્ઞસેની નામની અપૂર્વ સુંદરી દ્રૌપદીને પ્રાપ્ત કરશે."

મેં તમામ રાજાઓ તરફ દૃષ્ટિપાત કર્યો. એમને જોતાં જ મને કમકમા આવી ગયા. આ રાક્ષસ જેવા દેખાતા વિશાળ બાહુ અને પથ્થર જેવા વૃક્ષઃસ્થળ ધરાવતા વિકરાળ રાજવીઓમાંથી કોઈની પણ સાથે લગ્ન કેમ થઈ શકે ? મારું

અપૂર્વ સૌંદર્ય, મારી ઋજુતા અને કોમળતાને આ રાજાઓમાંનો કોઈ પણ એના છત્રપલંગમાં ફૂલની જેમ મસળશે. હું એક દાસી બનીને એના અંતઃપુરમાં અશ્રુ સારતી જીવીશ... શ્રીકૃષ્ણએ આવું કેમ વિચાર્યું હશે ? મારા મનમાં વિચાર આવ્યો, બરાબર એ જ સમય શ્રીકૃષ્ણ પોતાના જ્યેષ્ઠ ભ્રાતા બલરામ સાથે સ્વયંવરના સુશોભિત મંડપમાં પ્રવિષ્ટ થયા.

મારા મનની વાત સમજી ગયા હોય એમ એમણે મારી સામે જોયું. અમારી દૃષ્ટિ પરસ્પર મળી. એમની દૃષ્ટિમાં જાણે મારા પ્રશ્નનો ઉત્તર હોય એમ એમણે સ્મિત કરીને દૂર બેઠેલા બ્રાહ્મણો તરફ પોતાની દૃષ્ટિ ફેરવી...

મેં પણ ત્યાં જ જોયું, જ્યાં એ જોઈ રહ્યા હતા.

હું આશ્ચર્યચકિત થઈ ગઈ. મોટી દુંદવાળા, ત્રિપુંડ તાણેલા, મેલાં ધોતિયાં પહેરીને શિખાઓ બાંધીને બેઠેલા બ્રાહ્મણોનાં ટોળાંની વચ્ચે એક દૈદિપ્યમાન સિંહ જેવો પુરુષ દેખાતો હતો. એ બ્રાહ્મણ વેશે તો હતો, પરંતુ એના શરીર અને મુખ પર ક્ષત્રીય સરખો અહંકાર અને કાંતિ હતા. એની બાજુમાં બેઠેલા બીજા બે યુવકો નાજુક હતા, પરંતુ એ પણ તેજસ્વી અને દૈદિપ્યમાન દેખાતા હતા. એની જમણી તરફ બેઠેલો બ્રાહ્મણ યુવક બીજા સર્વેથી જુદો તરી આવતો હતો. પહાડસરખો વિશાળ, તેમ છતાં મુખ પર અલૌકિક તેજ ધરાવતા એ બ્રાહ્મણની બાજુમાં આંખ મીંચીને એક બીજા પુરુષ બેઠા હતા. એમના મુખ પર ગાંભીર્ય અને જ્ઞાનનું ઓજસ હતું.

હું થોડીક ક્ષણો માટે આ તદ્દન જુદા તરી આવતા પાંચ યુવકોને નિહાળતી રહી. એમાંના સૌથી તેજસ્વી અને પરાક્રમી દેખાતા પુરુષે શ્રીકૃષ્ણની સાથે દૃષ્ટિ મળતાં જ બેઉ હાથ જોડી એમને આદરપૂર્વક નમસ્કાર કર્યા. કૃષ્ણના મુખ પર એક તોફાની સ્મિત આવી ગયું. એમણે નાના બાળકની જેમ આંખો ઉલાળી ચક્કર ચક્કર ફરતા યંત્ર તરફ પેલા બ્રાહ્મણ યુવકને ઇશારો કર્યો. એણે ધીરજ ધરવાનો ઇશારો કરી ફરી એક વાર નમસ્કાર કર્યા.

મને એમની વચ્ચે થયેલી વાતચીત સમજાઈ નહીં, પણ એક વાત જરૂર સમજાઈ કે એમની વચ્ચે ફરી રહેલા ચક્ર અને લક્ષ્યવેધ વિશે કોઈ ચર્ચા થઈ. મેં ફરી એક વાર સભામાં પોતાનું પરાક્રમ બતાવવા ઊભા થયેલા રાજવીઓ તરફ મારું ધ્યાન કેન્દ્રિત કર્યું.

હવે રાજાઓ પોતાના આસન પરથી એક પછી એક ઊઠીને ધનુષ્યને

નમાવીને દોરી ચઢાવવાનો પ્રયત્ન કરવા લાગ્યા, પરંતુ દરેકને ધનુષ્યનો એવો આંચકો લાગતો કે તેઓ ધબાક્ કરતાં પૃથ્વી પર પછડાતા. કેટલાક બેહોશ થઈ ગયા તો કેટલાકના દોરી ચઢાવતા મુકુટ અને હાર પણ નીચે તૂટી પડ્યા. આમ, મોટા ભાગના રાજાઓ અને રાજકુમારો હાંસીપાત્ર થઈને પોતાના આસને પાછા બેસી ગયા હતા.

ધીરેધીરે રાજવીઓનો અહંકાર ઓગળી રહ્યો હતો. એક તરફ ખાસ બનાવેલા પંડાલમાં બેઠેલા કૌરવો ઊંચાનીચા થતા હતા. એક પછી એક રાજવીઓને હારતા જોઈને દુર્યોધનના મુખભાવ બદલાતા જતા હતા. ક્ષત્રિયોની હાર જોઈને એને દુઃખ થવું જોઈએ એને બદલે એના મુખ પર આનંદ રેલાતો હતો. દુર્યોધનની બાજુમાં બેઠેલો અત્યંત સ્વરૂપવાન અને મુખ પર કાંતિ ધરાવતો એક તેજસ્વી યુવક સાવ નિરાંતે બેઠો હતો. તેજ વેરતી એની આંખો મને વારંવાર એના તરફ જોવા આકર્ષતી હતી. એને જોતાં જ મને લાગતું હતું કે હું એને જાણું છું. એની સુવર્ણમાંથી બની હોય એવી તપ્ત ત્વચા, કાનમાં પહેરેલા કુંડળ અને શરીર પરનું કવચ સૂર્યના તેજમાં ઝગમગી રહ્યું હતું. આંખ અંજાઈ જાય એવું તેજ ધરાવતો આ દૈવી પુરુષ સૂર્યનો કોઈ અંશ હોય એમ મંડપને ઉજ્જ્વળ બનાવતો હતો.

જ્યારે બીજા રાજાઓ દાખલ થતા હતા ત્યારે એક પછી એક સહુની પ્રશસ્તિમાં એમના રાજ્ય અને રાજ્યવિસ્તારની વાત કરવામાં આવી હતી. એમના વંશ અને પરાક્રમોની પરંપરા ગાતા એમના દૂતો એમની પહેલા આવ્યા હતા. દુર્યોધનની સાથે આવેલો આ પુરુષ ક્યારે આવ્યો અને ગોઠવાઈ ગયો એની જાણ પણ નહોતી થઈ કોઈને.

રાજવીઓ એક પછી એક પોતાના સિંહાસન તરફ નીચા મસ્તકે પાછા ફરતા હતા. દુર્યોધન દરેક વખતે એની બાજુમાં બેઠેલા પેલા તેજસ્વી પુરુષ તરફ જોઈને સ્મિત વેરતો હતો.

જરાસંધ જ્યારે ધનુષ્યના ઝટકાથી જમીન પર પછડાયો ત્યારે દુર્યોધને પોતાની બાજુમાં બેઠેલા પેલા તેજસ્વી પુરુષને દૃષ્ટિથી જ ઊભા થવાનો ઇશારો કર્યો.

હવે એક અદ્દ્ભુત દેખાતો નરસિંહ જેવો પુરુષ દુર્યોધનની બાજુમાં ગોઠવાયેલા આસન પરથી ઊભો થયો. એણે દુર્યોધન સમક્ષ જોઈ આત્મશ્રદ્ધાથી

સ્મિત કર્યું. દુર્યોધને એની પીઠ થાબડી. સિંહ જેવી ચાલે એ લક્ષ્ય તરફ આગળ વધી રહ્યો હતો ત્યારે રાજવીઓના મંડપમાં બૂમાબૂમ શરૂ થઈ ગઈ, "એ તો સારથિપુત્ર છે... એ તો સૂતપુત્ર છે... એને રોકો... એને અટકાવો... એ રાજકુમારીને ન વરી શકે..." હારી ગયેલા અસંતુષ્ટ રાજવીઓ માગણોની જેમ બૂમાબૂમ કરતા હતા.

"આ કોણ છે ?"

"એ અંગ દેશનો રાજવી છે, મારો મિત્ર કર્ણ." દુર્યોધને ઊભા થઈને અહંકારપૂર્વક કહ્યું.

"શું એ સારથિપુત્ર છે ?" મારા પિતાએ સ્પષ્ટ પ્રશ્ન કર્યો.

"વીરના ગુણ જોવાય, જાતિ નહીં. તમે અહીં ઉપસ્થિત રાજવીઓ સમક્ષ ઘોષણા કરી ત્યારે એવું તો કહ્યું જ નહોતું કે આ માત્ર ક્ષત્રિયો માટેની પરીક્ષા છે." દુર્યોધન ક્રોધથી રક્તવર્ણો થઈ ગયો હતો.

મારા પિતા અનુત્તર થઈ ગયા. દુર્યોધન સામે વિવાદ કરવા માટે એમની પાસે શબ્દ નહોતા. એ નિમ્ન મસ્તકે પોતાની બેઠક પર ગોઠવાઈ ગયા. કર્ણ સિંહ જેવી ચાલે તમામ રાજવીઓ ઉપર દૃષ્ટિપાત કરીને લક્ષ્ય સુધી પહોંચે તે પહેલાં જ હું મારા સ્થાનેથી ઊભી થઈ ગઈ, "હું સૂતપુત્રને નહીં પરણું."

સ્વયંવરમંડપમાં શાંતિ પથરાઈ ગઈ.

કર્ણનું મુખ મ્લાન થઈ ગયું.

મારો ભાઈ ધૃષ્ટદ્યુમ્ન ઉત્સાહ અને આનંદથી ઊભો થયો, "આ સ્વયંવર છે. દ્રૌપદીને અધિકાર છે સ્વયં એના વરને પસંદ કરવાનો. એ કર્ણને નકારે છે, તેથી કર્ણ આ પરીક્ષામાં ભાગ લઈ શકે નહીં." દુર્યોધનનો હાથ એની ગદા પર દૃઢ થઈ ગયો. કશું જ બોલ્યા વિના કર્ણ પોતાના સ્થાન પર પાછો જવા લાગ્યો. એણે મારી સામે જોયું. એની દૃષ્ટિમાં અપાર પીડા અને વેદના હતી.

દુર્યોધન ઊભો થયો એટલે તમામ રાજાઓનું ધ્યાન દુર્યોધન પ્રતિ કેન્દ્રિત થયું. એણે ધનુષ્યની નિકટ જઈ ઉપાડવાનો પ્રયાસ કર્યો. એ ધનુષ્યને દોરી ચડાવવા જતાં ગોઠણભેર પડી ગયો. આખાય મંડપમાં હસાહસ થઈ ગઈ. દુર્યોધન પોતાના સ્થાન પર ગોઠવાઈ ગયો.

મોટા મોટા મહારથીઓ એક પછી એક આવતા ગયા અને અપમાનિત થઈ પોતાના સ્થાને પાછા જવા લાગ્યા.

અંતે મારા પિતા ધૈર્ય ખોઈ બેઠા. એમણે તમામ રાજાઓ પર દૃષ્ટિપાત કરી સજળ આંખે ધ્રૂજતા અવાજે કહ્યું, "સમગ્ર આર્યાવર્તમાં એક વીર પુરુષ નથી ? શું હું માની લઉં કે એક પણ રાજવીમાં હવે એવું બાહુબલ્ય, શસ્ત્રકૌશલ્ય બચ્યું નથી ? અર્જુનના જતાં હવે ભરતવર્ષમાં એક પણ બાણાવળી બચ્યો નથી, જે મારી યુવાન કન્યાને પ્રાપ્ત કરી સ્વર્ગનું સુખ ભોગવી શકે ?"

હું પણ કંપી ગઈ.

શું વિધાતાએ મારાં લગ્ન નહીં નિરધાર્યાં હોય ? પ્રતિશોધ માટે ઉત્પન્ન થયેલી હું, આ જન્મે પણ પુરુષને નહીં પામું ?

મને ઋષિ વેદવ્યાસે કહેલી મારા પૂર્વજન્મની કથા યાદ આવી ગઈ. પૂર્વજન્મમાં હું કોઈ ઋષિની પુત્રી હતી. સર્વગુણ સંપન્ન અને શિક્ષિત હોવા છતાં મારું પાણિગ્રહણ ન થયું. શિવની ઉપાસના કરતાં કઠોર તપસ્યા બાદ જ્યારે શિવ પ્રગટ થયા ત્યારે અતિ ઉત્સાહમાં મેં શિવને વારંવાર વિનંતી કરી, "મને સુંદર વર આપો, મને સંસ્કારી વર આપો, મને નીતિવાન વર આપો, મને જ્ઞાની વર આપો, મને પરાક્રમી વર આપો..."

વારંવાર એકની એક વાત સાંભળવાથી કોપિત થયેલા શિવજીએ મને કહી દીધું, "આ જન્મમાં ભાગ્યવિધાતાએ તને પતિ નથી આપ્યો, પરંતુ તેં પાંચ વાર જુદા જુદા ગુણ ધરાવતા પતિ માગ્યા છે, તેથી આવનારા જન્મમાં તને પાંચ પતિ પ્રાપ્ત થશે."

હું વિસ્મિત, ચકિત, અચંબિત, દુઃખી થઈને શિવને પુનઃ પુનઃ વિનંતી કરવા લાગી, "આ તો અધર્મ છે."

"આ મારું વરદાન છે. યદ્યપિ અધર્મ ન હોઈ શકે. પૂર્વજન્મમાં તેં પતિવ્રતા થઈને અનેકાનેક શુભકાર્યો કર્યાં છે. તું નલાયિની નામક ઋષિપત્ની હતી. તારી પરીક્ષા કરવા માટે ઋષિ કુષ્ટરોગી થઈ ગયા. તેં પૂરા તન-મનથી એમની સેવા કરી. ઋષિએ પરસ્ત્રીગમનની ઇચ્છા કરી, એ પણ તારી પરીક્ષા કરવા. તો તું સ્વયં એને ગણિકા પાસે લઈ ગઈ. તારા પતિવ્રત ધર્મથી પ્રસન્ન થઈને મેં જ સૂર્યતત્ત્વનો અંશ તારા શરીરમાં સ્થાપિત કર્યો... તું આવનારા જન્મમાં સૂર્યતત્ત્વનો અંશ લઈને પ્રગટ થઈશ. કન્યા કહેવાઈશ અને આવનારા અનેક યુગો સુધી સતીઓમાં ગણાઈને તારી પૂજા થશે."

આ કથા તો એ સમયે પણ મને સત્ય નહોતી લાગી, પરંતુ આ પળે

તો મને એ કથા પર હસવું આવી ગયું, "એક પતિ પણ દુર્ગમ છે... તો પાંચ પતિ ક્યાંથી મળવાના ?" મેં મનોમન પ્રશ્ન કર્યો. મારાથી ફરી એક વાર કૃષ્ણની સામે જોવાઈ ગયું.

હવે જો કૃષ્ણ ધનુષ્ય ઉપાડે તો ઈશ્વરની કૃપા. સમગ્ર આર્યાવર્તમાં શ્રેષ્ઠ કહી શકાય એવો નર અત્યારે સ્વયંવર મંડપમાં ઉપસ્થિત હતો. તેમ છતાં મારા પિતા મારા વિવાહ અંગે ચિંતિત થઈને અશ્રુ સારી રહ્યા હતા.

મેં યાચક દૃષ્ટિએ એમને ઊભા થઈ લક્ષ્ય તરફ જવા મૌન વિનંતી કરી. સત્ય પૂછો તો હું મનોમન પ્રાર્થી રહી હતી કે એ જ લક્ષ્યવેધ કરે, કારણ કે રાજ્યસભાના પ્રથમ મિલન પછી હું એમની દાસી થવા ઉત્સુક હતી. એ મનોહર દૃષ્ટિ, એ અપૂર્વ સૌંદર્ય, એ પૂર્ણ પુરુષાતન છતાંય ઋજુતા... સ્ત્રીત્વને જગાડનારો એમનો સ્પર્શ...

હવે તમામ રાજવીઓ હારી ગયા પછી શ્રીકૃષ્ણ ઊભા થશે એવી મને દૃઢ શ્રદ્ધા ઉત્પન્ન થઈ. મેં બેઉ હાથ જોડી એમને ઊભા થવા માટે અનુનય કર્યો.

આ વખતે મારી દૃષ્ટિમાં એમણે શું વાંચ્યું હશે એ તો એ જ જાણે, પરંતુ એમણે બ્રાહ્મણવૃંદમાં બેઠેલા પેલા પરમ તેજસ્વી પુરુષ તરફ જોયું. એમની સાથે દૃષ્ટિ મળતાં જ એ પરાક્રમી દેખાતો બ્રાહ્મણ પુરુષ ઊભો થયો.

સિંહ જેવી કટિ, વિશાળ વૃક્ષઃસ્થળ, આજાન બાહુ અને લાંબી આંગળીઓ... વેધક દૃષ્ટિ...એને નિહાળી રહેલા સર્વે રાજવીઓ, મારું સખીવૃંદ, મારા પિતા, મારો ભાઈ સ્તબ્ધ થઈ ગયા. કોઈ કશુંયે બોલી શકે તે પહેલાં એણે સરસંધાન કરી ટંકાર કર્યો. ધનુષ્ય પર બાણ ચઢાવી દૃષ્ટિને નીચેના કુંડમાં સ્થિર કરી. ચક્કર ચક્કર ફરી રહેલા મત્સ્યને લક્ષ્ય બનાવ્યું. સ્વયંવર મંડપમાં નાભિમાંથી નીકળેલા એના ઓમકારનો સ્વર ગૂંજી રહ્યો...

ઘૂંટણિયે બેસીને એણે ધનુષ્યને પ્રણામ કર્યા. શ્રીકૃષ્ણ તરફ જોઈને બે હાથ જોડી મસ્તક નમાવ્યું. એના ઘેરા ગંભીર સ્વરે ઓમકારનો નાદ કર્યો. મસ્તક નમાવીને સ્થિર નજરે એ ફરતી માછલીના પ્રતિબિંબને કુંડમાં નિહાળી રહ્યો. સહુના શ્વાસ જાણે બંધ થઈ ગયા હતા. સ્વયંવર મંડપમાં હવા પણ સ્થિર થઈ ગઈ હતી. એણે આંખો મીંચી દીધી. પલક બંધ થાય ને ખૂલે એટલા સમયમાં એણે બાણ છોડ્યું.

કોઈ કશું સમજે તે પહેલાં લક્ષ્ય વિંધાઈ ચૂક્યું હતું.

એ અજાણ્યો બ્રાહ્મણ મારો ભાગ્યવિધાતા બની ચૂક્યો હતો.

મેં આગળ વધી મારા હાથમાં પકડેલી વરમાળા એના ગળામાં આરોપી તો દીધી, પરંતુ મારાથી કૃષ્ણ સામે જોયા વિના ના રહેવાયું. મેં તો એમને ઊભા થવાની વિનંતી કરી હતી. એ જાણતા હતા કે મારી વિનંતી શી હતી, છતાંય એમણે શા માટે આવું કર્યું હશે ? એક ગરીબ બ્રાહ્મણ સાથે હું કઈ રીતે જીવી શકીશ ? મારા પિતા કેટલા દુઃખી થશે... આવા આવા અનેક વિચારો મારા મનમાં આવી ગયા.

સભામંડપમાં ઉપસ્થિત રાજવીઓએ એકબીજાને કહેવા માંડ્યું, "જુઓ, આ દ્રુપદ રાજા આપણને તણખલા જેવા તુચ્છ સમજીને એની શ્રેષ્ઠ કન્યાનો વિવાહ એક બ્રાહ્મણ સાથે કરી દેવા માગે છે. એણે આપણને સહુને એકત્રિત કરી આપણો ઘોર તિરસ્કાર કર્યો છે. આપણા જેવા મહારથી રાજાઓનો તિરસ્કાર કરવા બદલ એને જીવતો ન છોડવો જોઈએ. ક્ષત્રિયો માટેના આ સ્વયંવરમાં બ્રાહ્મણોને શી રીતે જીતવા દેવાય..."

એ સમયે પેલા બ્રાહ્મણ પુરુષની સાથે આવેલા બીજા ચાર પુરુષો એની આસપાસ ગોઠવાઈ ગયા. મહાયુદ્ધનો સંગ્રામ સ્વયંવર મંડપમાં જ રચાઈ ગયો. તમામ રાજાઓને પોતાના બાહુબળથી નિસ્તેજ કર્યા બાદ જ્યારે કર્ણ, દુર્યોધન, જરાસંધ, શિશુપાલ જેવા મહારથીઓને હરાવીને બ્રાહ્મણ પુરુષ મારી સાથે વિવાહ કરવા ઉપસ્થિત થયા ત્યારે મારા પિતા ખૂબ જ સંતુષ્ટ હતા. એમની પુત્રીનો હાથ એક વીર તેજસ્વી પુરુષના હાથમાં સોંપીને પિતા તરીકેના ઋણમાંથી મુક્ત થયાનો એમને આનંદ હતો.

"પુત્ર, સાચું જ કહ્યું છે કે વીર પુરુષના ગુણને જાણ્યા પછી એનું નામ જાણવું જરૂરી નથી. તેમ છતાં તું મને તારા કુટુંબ વિશે જણાવીશ તો પિતા તરીકે મારો આત્મા તૃપ્ત થશે."

બરાબર એ સમયે ત્યાં આવી પહોંચેલા શ્રીકૃષ્ણએ મંદમોહક સ્મિત સાથે મારા પિતાને જણાવ્યું, "એણે સ્વયંવરની જે કોઈ વિધિવત્ પરીક્ષા હતી તે પૂર્ણ કરી છે પ્રસ્તુત તમામ રાજાઓ સમક્ષ એણે પોતાના બાહુબળનો પરિચય આપ્યો છે, તેથી તમારી પુત્રીના પાણિગ્રહણનો અધિકારી છે. એને આનંદથી તમારી પુત્રી સોંપો, કારણ કે હું જે જોઈ રહ્યો છું તે તમને થોડા સમય પછી દેખાશે."

મારા પિતા અને મંત્રીઓને શ્રીકૃષ્ણમાં પરમ શ્રદ્ધા હતી. એમણે વધુ વિવાદ કર્યા વિના મારો હાથ એ યુવાન બ્રાહ્મણના હાથમાં સોંપી દીધો. એના આજાન બાહુ અને દિવ્ય રૂપ જોતાં મારા પિતાને લાગ્યું કે કોઈ દેવ, ગંધર્વ મનુષ્યનું રૂપ ધરીને મને મેળવવા ત્યાં આવ્યો હતો...

મારા પિતા આનંદના અતિરેકમાં અર્ધદગ્ધ થઈ ગયા. આનંદપૂર્વક એ બ્રાહ્મણના હાથમાં મારો હાથ સોંપીને એ વાનપ્રસ્થ આશ્રમ સ્વીકારવા તત્પર બન્યા...

ત્યાં ઉપસ્થિત સર્વે રાજવીઓની સામે યુદ્ધે ચડીને આ યુવાને મને મેળવી હતી. એણે મને આવા અજાણી વ્યક્તિના હાથમાં સોંપી દીધી ? મારો સહેજ પણ વિચાર ન કર્યો ? હું રાજકન્યા આની સાથે કઈ રીતે જીવીશ... આવા જાતજાતના વિચારો મારા મનમાં આવતા રહ્યા. હું નીચી નજરે પૃથ્વી તરફ જોતી મનોમન પ્રાર્થના કરી રહી હતી. ત્રેતાયુગની સીતાની જેમ જ જો પૃથ્વી મને માર્ગ આપે તો હું અહીં જ મારા પિતાની ભૂમિમાં સમાઈ જવા આતુર હતી.

મને મારા પતિદેવે શ્રીકૃષ્ણના ચરણસ્પર્શ કરવાનો ઇશારો કર્યો, પરંતુ મારું હૃદય ક્ષુબ્ધ હતું. જેના ઉપર મેં ઈશ્વરથીય વધુ શ્રદ્ધા રાખી, એણે મને આવી રીતે છેતરી એ વાતે હું અત્યંત ક્રોધિત અને પીડિત હતી. સ્વયંવરમાં હું જિતાઈ ચૂકી હતી. હવે મને કશુંય કહેવાનો અધિકાર નહોતો. અમારા સમયમાં એમ જ થતું. સ્ત્રી, ભૂમિ અને સિંહાસન ફક્ત બાહુબળના આધારે જ જીતી શકાતા. ભૂમિ અને સિંહાસન જેટલી જ નિર્જીવ સ્ત્રીઓને પણ માનવામાં આવતી. પિતા પણ પુત્રીનો અભિપ્રાય ન પૂછતા... પતિ માટે એ એની સંપત્તિ અને મર્યાદાનો એક ભાગ બની રહેતી. જ્યારે પુત્ર માટે એ પૂજનીય માતા રહેતી, પરંતુ એના શબ્દનું, એના મનોભાવોનું, એની ઝંખનાનું કે પીડાનું કોઈ મૂલ્ય નહોતું.

રાજ્યની સંપત્તિના મૂલ્યવાન અલંકારોની સાથે સાથે રાજ્યાસન પર બેસનારી સ્ત્રી પણ મૂલ્યવાન સંપત્તિ ગણાતી, એટલું જ !

મારું પ્રશ્નોપનિષદ કોણ જાણે ક્યાં ખોવાઈ ગયું હતું. સતત પ્રશ્નો પૂછતી રહેતી હું આજે અવાચક બનીને કોઈ મૂર્તિની જેમ ઊભી હતી. મારી સાથે ઊભેલા પાંચ પુરુષો, શ્રીકૃષ્ણ, મારા પિતા અને ભાઈ જે કંઈ નિર્ણય કરે તે

સ્વીકારીને મારું સમગ્ર જીવન આ અજાણ્યા પુરુષના ચરણમાં સમર્પિત કરવા હું તૈયાર હતી. મારા સમયની બીજી સ્ત્રીઓ કરતા હું ભિન્ન છું એ અહંકાર ઓગળી ચૂક્યો હતો. ગાય, જમીન, અલંકારો કે સુવર્ણમુદ્રાઓની જેમ મારું પણ દાન થવાનું હતું. એ વિશે કોઈ વિવાદ કર્યા વિના હું તદ્દન મૌન, નતમસ્તકે ત્યાં ઊભી રહીને પીડાના સમુદ્રમાં ડૂબી રહી હતી.

મારે ચિત્કાર કરવો હતો. મારી અસહમતી પ્રગટ કરીને મારા પિતાને જણાવવું હતું કે મને આ અજાણ્યા પુરુષ સાથે મારા પિતૃગૃહેથી વિદાય નહોતું થવું. મેં ક્રોધથી અગ્નિવર્ષા કરતી આંખોએ કૃષ્ણની સામે જોયું. મારી દૃષ્ટિ મળતાં જ એમણે એક અજબ જેવું ગૂઢ સ્મિત કર્યું. એમની આંખોમાં કશોક ઉપહાસ વંચાતો હતો. એમના સ્મિતમાં ન કળી શકાય તેવા રહસ્યમય ભાવ હતા...

એમની સાથે દૃષ્ટિ મળતાં જ મારો ક્રોધ આપોઆપ શાંત થઈ ગયો. મારા મનમાં જે કોઈ પીડા અને વિરોધ હતાં એ બધાં જ શ્રીકૃષ્ણ સાથે દૃષ્ટિ મળતાં જાણે શમી ગયાં.

એમણે આગળ વધી મારા મસ્તિષ્ક પર હાથ મૂક્યો, "અખંડ સૌભાગ્યવતી ભવઃ" એમણે કહ્યું. હું આપોઆપ એમની ચરણરજ લેવા નીચી વળી ગઈ.

એમની ચરણરજ લેતી વખતે મેં ફરી એક વાર જોયું કે એમની બિલકુલ લગોલગ ઊભેલા મારા પતિદેવના ચરણ અને શ્રીકૃષ્ણના ચરણ તદ્દન સમાન હતા. એનો આકાર, એનો રંગ એટલા તો એકબીજા જેવા હતા કે કોઈ પણ ભૂલ કરી બેસે.

હું જ્યારે ચરણરજ લઈને ઊભી થઈ ત્યારે શ્રીકૃષ્ણએ મારા ઉત્તરીયનો છેડો મારા પતિદેવના હાથમાં આપીને એને કહ્યું, "હવે દ્રુપદકુમારીનું ક્ષેમકુશળ મારું ઉત્તરદાયિત્વ છે. જાઓ... તમારાં માતુશ્રીના આશીર્વાદ લઈ ગૃહસ્થાશ્રમમાં પ્રવેશ કરો."

એ હજી પણ મંદ મંદ હાસ્ય વેરી રહ્યા હતા.

મારા પતિદેવ આગળ થયા. હું આર્યનારીની જેમ એમનાં પદ ચિહ્નો પર પગ મૂકતી એમની પાછળ જવા લાગી.

થોડાંક યોજન ચાલ્યા પછી અમે એકચક્રા નગરીમાં પહોંચ્યાં. ત્યાં પહોંચ્યા પછી હું આશ્ચર્યચકિત રહી ગઈ. એક નાનકડા ઘરની અંદર દીપકની

જ્યોત જેવી તેજસ્વી વૃદ્ધ સ્ત્રી બેઠી હતી. એ પૂજા કરી રહી હતી. મને દ્વાર પાસે થોભવાનો ઇશારો કરી મારા પતિદેવ ભીતર ગયા. એમણે એમનાં માતુશ્રીનાં ચરણસ્પર્શ કરી હળવેથી કહ્યું, "આજે અમે એક અદ્‌ભુત ભિક્ષા લઈ આવ્યા છીએ."

એમના મુખ ઉપર હાસ્ય હતું, પરંતુ મારું મન ચચરી ઊઠ્યું, "હું ભિક્ષા છું ?" મને પ્રશ્ન થયો, "સ્વયંવરમાં વીરતાપૂર્વક જિતાયેલી સમગ્ર આર્યાવર્તને દુર્લભ એવી રાજકન્યાને ભિક્ષા કહેનાર આ મંદબુદ્ધિ નહીં તો બીજું શું ?" મારું મન વધુ ને વધુ ક્ષુબ્ધ થવા લાગ્યું.

એ સ્ત્રીએ મારી સન્મુખ થયા વિના જ પુત્રના મસ્તક પર હાથ મૂકીને કહ્યું, "તમે જે વસ્તુ લાવ્યા હો તેનો પાંચેય ભાઈઓ સરખા ભાગે ઉપભોગ કરો." એમ કહી એમણે દેવમંદિરમાંથી ચંદન લઈ મારા પતિદેવના ભાલ પર તિલક કરી આશિષ આપ્યા.

સૌ સ્તબ્ધ થઈ ગયા.

મારા પતિદેવનું મ્લાન થઈ ગયેલું મુખ જોઈને એમનાં માતુશ્રીએ મારી તરફ જોયું. તેઓ પણ ઘણાં જ વ્યથિત થયાં, પરંતુ દેવમંદિર સમક્ષ બોલાયેલા શબ્દ મિથ્યા કેમ થઈ શકે, એ વિશે સહુ ચિંતિત થઈ ગયા.

મારા પતિદેવના જ્યેષ્ઠ ભ્રાતાએ માતુશ્રીને સમજાવવાનો પ્રયાસ કર્યો, પરંતુ સર્વે જાણતા હતા કે બાણમાંથી છૂટેલું તીર અને મુખમાંથી નીકળેલા શબ્દ પોતાનું કાર્ય સિદ્ધ કર્યા વિના બ્રહ્માંડ તરફ જતા નથી.

એ જ વખતે પોતાના જ્યેષ્ઠ ભ્રાતા બલરામને લઈને કૃષ્ણ ત્યાં ઉપસ્થિત થયા.

આખીયે વાત સાંભળ્યા પછી એ મારી સમક્ષ ઊભા રહ્યા. વશીકરણ કરતા હોય એવી વેધકતાથી મારી આંખમાં ઊંડે સુધી જોયું, "પાંચાલી, તમે તો તમારા પૂર્વજન્મની કથા જાણો છો. તમારા પુણ્યપ્રતાપે આ પાંચ ભાઈ અખંડ રહેશે. તમારું સૌંદર્ય એમને બાંધી રાખશે. તમારી સદ્‌બુદ્ધિ એમને ધર્મમાર્ગે દોરશે અને તમારું ઔદાર્ય એમને જીવનવિમુખ થતા રોકશે. તમારી વીરતા એમને એમનો અધિકાર મેળવવાની પ્રેરણા આપશે અને તમારું ધૈર્ય એમને ઉત્તમ રાજ્યકર્તા બનાવીને સિંહાસન પર પ્રસ્થાપિત કરશે."

"પરંતુ હું તો..."

કૃષ્ણએ મારા શબ્દ મુખમાંથી નીકળે તે પહેલાં અટકાવ્યા, "કૃષ્ણા ! તમારું નામ તમારા પિતાએ ઉચિત જ રાખ્યું છે. તમે હવે દ્રુપદકુમારી નથી. કુરુવંશની કુળવધૂ છો. આ પાંડવપુત્રો છે. તમે મારાં ફોઈ કુંતાના પુત્રવધૂ છો."

મારે હર્ષથી રોમાંચિત થવું કે વિધાતાની આ વિચિત્રતા પર આંસુ સારવાં એ મને સમજાયું નહીં. હું શ્રીકૃષ્ણની સામે જોઈ રહી. એમની મુખાકૃતિમાં કશુંક એટલું દિવ્ય અને તેજસ્વી હતું કે હું કશું જ કહી શકી નહીં. મેં નતમસ્તક પ્રણામ કરીને એમની વાતનો સ્વીકાર કર્યો એટલે એમણે ફરી એક વાર મારા મસ્તિષ્ક પર હાથ મૂક્યો, "આજ પછી તમારા સન્માનનું રક્ષણ, તમારા શુભનું ઉત્તરદાયિત્વ હું સ્વીકારું છું. વિશ્વથી તદ્દન ભિન્ન એવા તમારા સંસારની તમામ સારી-નરસી ક્ષણોમાં હું સદૈવ તમારી સાથે રહીશ એવું તમને વચન આપું છું."

અત્યાર સુધી બળપૂર્વક મેં રોકી રાખેલાં મારાં તમામ અશ્રુઓ મારા હૃદયનો બંધ તોડીને વહી નીકળ્યાં. હું શ્રીકૃષ્ણના ચરણમાં સમર્પિત થઈ ગઈ.

મારી આંખમાંથી વહેતી વ્યથા, વિરોધ, ફરિયાદ અને પ્રશ્નો શ્રીકૃષ્ણના ચરણ પખાળી રહ્યા.

આ પ્રેમ હતો કે પ્રશ્નોની હારમાળાનો પ્રારંભ...

૪

અમારા વિવાહ પછી પાંડવો અજ્ઞાત રહી શકે તેમ નહોતા. સમગ્ર આર્યાવ્રતને જાણ થઈ ગઈ હતી કે પાંડવો જીવીત છે... દ્રુપદકુમારીની સાથે એમનાં લગ્ન થયાં છે...

ભરતખંડમાં આનાથી હર્ષ વ્યાપો, પરંતુ હસ્તિનાપુરની રાજ્યસભામાં આ સમાચારથી એક અજબ પ્રકારની ગ્લાનિ છવાઈ ગઈ. દુર્યોધનને હવે ભય લાગવા માંડ્યો. એણે જે કંઈ કર્યું હતું તે પછી ભીમ વેર લીધા વિના નહીં છોડે એવો એને દૃઢ વિશ્વાસ થઈ ગયો. મામા શકુનિએ પણ એમ જ ધારી લીધું કે વરણાવતની આગ હવે કુરુરાજ્યસભાને પણ બાળશે. મામા-ભાણેજ ભેગા થઈને પાંડવોના આગમનની તૈયારી કરવા લાગ્યા.

વરણાવતના પ્રસંગ વિશે મારી પાસે પૂરેપૂરી માહિતી નહોતી, પરંતુ લોકોને કહેતા સાંભળ્યા હતા કે એ પાંડુપુત્રોને મૃત્યુના મુખમાં ધકેલવાનું ષડ્યંત્ર હતું.

ભીષ્મ પિતામહ આ સમગ્ર ષડ્યંત્રથી અજ્ઞાત હતા કે કેમ એ વિશે મને સતત દુવિધા રહી, પરંતુ કાકાશ્રી વિદુરે એમને આ માહિતી ન આપી હોય એ વાત મને અસંભવ લાગતી હતી.

મેં આ અંગે મારા પતિશ્રી યુધિષ્ઠિર સાથે ચર્ચા કરવાનો પ્રયાસ કર્યો,

પરંતુ એમણે તો "પિતામહની નિષ્ઠા પર શંકા કરવી એ મહાપાપ છે" કહીને મારી વાતને ટાળી દીધી. સહદેવ મૌન રહ્યા. જેટલી વાર આ અંગેની ચર્ચા શરૂ થતી એટલી વાર ભીમ એટલા ઉશ્કેરાઈ જતા કે બીજા ભાઈઓએ મને આ અંગે ચર્ચા નહીં કરવાની ચેતવણી આપી... લગ્ન થતાથી હું યુવતીમાંથી સ્ત્રી બની. પુત્રીમાંથી પુત્રવધૂ, પરંતુ મારું 'પ્રશ્નોપનિષદ' મારી અંદર જીવતું રહ્યું.

પાંડવો સાથે મને સમજાયું કે અહીં તો પ્રતિશોધ નામના શબ્દોનું અસ્તિત્વ જ નહોતું. એક ભીમને છોડીને સર્વે ત્યાગ, બલિદાન, ક્ષમા અને સહિષ્ણુતાની વાતો કરતા. મારા પતિ યુધિષ્ઠિર ધર્મરાજ કહેવાતા. ક્યારેય અધર્મ કે નીતિ વિરુદ્ધનું આચરણ નહોતું કર્યું એમણે. કુરુકુળના યુવરાજ તરીકે જનસામાન્ય એમને ખૂબ આદર આપતા, ચાહતા. બધા જ ભાઈઓ એમની આજ્ઞા અનુસાર વર્તતા.

ક્યારેક આશ્ચર્યચકિત થઈ જવાય એ રીતે સહિષ્ણુતાથી વર્તતા હતા મારા પતિઓ ! રાજ્ય અને સંપત્તિ વિશે આટલી બધી નિસ્પૃહતા જોઈને ક્યારેક મને ક્રોધ આવતો.

મારા પિતાને ત્યાં મને ઘૂંટી ઘૂંટીને એક જ વાત શીખવાઈ હતી. અપરાધીને દંડ આપવો એ ક્ષત્રિય ધર્મ છે. જો કોઈ ક્ષત્રિય પાપીને દંડિત કર્યા વિના મુક્ત કરે છે તો એ ક્ષત્રિયનો અક્ષમ્ય અપરાધ ગણાય છે. બાલ્યકાળથી આપવામાં આવેલા સંસ્કાર મને વારંવાર ક્ષાત્રધર્મની યાદ અપાવતા. હું મનોમન પ્રાર્થના કરતી કે મારા પતિઓ પણ એ જ ક્ષાત્રધર્મને અનુસરે, એમની સાથે થયેલા અન્યાયનો પ્રતિકાર કરે.

માતા કુંતી અને મારા પાંચેય પતિઓ એ વિશે કશુંય કરે એમ લાગતું નહોતું. હું મનોમન ખૂબ જ ક્રોધિત થતી, પરંતુ એ ક્રોધ મારી અંદર ધૂમ્રસેરની જેમ મને જ ગૂંગળાવતો !

જ્યારે સર્વેને જાણ થઈ ગઈ કે પાંડવો જીવીત છે. તેમનાં લગ્ન થઈ ચૂક્યાં છે અને એકચક્રા નગરીમાં રહે છે ત્યારે કાકા વિદુર રથમાં બેસીને પાંચાલ દેશમાં પાંડવોને મળવા આવી પહોંચ્યા. મારા પિતાએ એમનો આદરસત્કાર કર્યો. કાકાશ્રી વિદુરે ભીષ્મ પિતામહનો સંદેશ આપતા કહ્યું, "મહારાજ ધૃતરાષ્ટ્રએ પોતાના મંત્રીઓ અને પુત્રો સર્વે સાથે મળીને પાંડવોને પુનઃ હસ્તિનાપુર મોકલવાના યથાયોગ્ય પ્રબંધની વિનંતી પાઠવી છે. આપ આપની પુત્રીની

યથોચિત વિદાય કરીને અમને કુરુકુળની નવવધૂને લઈ જવાની અનુમતિ આપો."

મારા પિતાશ્રીએ વ્યથિત હૃદયે વિદાયની અનુમતિ આપી. સુવર્ણ અલંકારો, રથ, ઘોડા, હાથી અને અનેક દાસ-દાસીઓ સહિત ભેટસોગાદો લઈને અમે સૌ મારાં પાંચ પતિઓ, માતા કુંતી અને હું... હસ્તિનાપુરના માર્ગે સંચર્યાં. અમે હસ્તિનાપુરની સીમામાં પ્રવેશ્યાં કે તુર્ત જ પિતામહ ભીષ્મએ હાથી-ઘોડા અને સેના સાથે મહાઅમાત્ય અરણકને મોકલ્યા.

હસ્તિનાપુર પાછા ફરવાના નિર્ણયથી મને આનંદ તો થયો, પરંતુ હું સતત ભયભીત રહેવા લાગી. જેણે એક વાર ષડ્યંત્ર કર્યું છે એ બીજી વાર નહીં કરે એવો વિશ્વાસ શી રીતે કરી શકાય ?

પિતામહ ભીષ્મએ અમારે માટે ભિન્ન પ્રાસાદ ફાળવ્યો. મારા સાસુ કુંતી અને હું એ પ્રાસાદમાં કુરુકુળની અન્ય રાજસ્ત્રીઓની જેમ પૂરેપૂરાં સુખ અને દાસ-દાસીઓની સવલતો સાથે જીવવા લાગ્યાં.

મારા સાસુની જીવનશૈલીમાં કોઈ ફેર પડ્યો નહીં. એકચક્રા નગરીમાં બ્રાહ્મણના ઘરમાં એ જે રીતે પ્રાતઃકાળે ઊઠીને શીતળજળથી સ્નાન કરતા, પૂજાપાઠ કરી પોતાને માટે ખીચડી કે કોદરી બનાવતા. દૂધ કે દહીં સાથે એક જ વાર અનાજ આરોગીને બીજી વાર ફળાહાર કરીને જે રીતે જીવતા હતા એ જ રીતે આ ભવ્ય પ્રાસાદમાં પણ જીવી રહ્યા હતા.

મારે માટે રેશમી સેલાં, અનેક સાડીઓ, સુંદર વસ્ત્રાભૂષણો અને અલંકારોનો અંબાર ઊભો થઈ ગયો. મારી સેવામાં અને શૃંગાર માટે સતત દાસીઓ ઉપલબ્ધ કરાવાઈ. નિતંબીનીને મારા પિતૃગૃહેથી હસ્તિનાપુર લઈ આવવામાં આવી.

હવે મને જરાય અજુગતું કે એકલું નહોતું લાગતું. નિતંબીની મારી પ્રિય સખી હતી. અત્યાર સુધી જે સમાચારોથી હું વંચિત હતી એ તમામ સમાચારો અને માહિતી નિતંબનીના આવવાથી મને મળવા લાગ્યા.

ગજબ આવડત હતી આ સ્ત્રીમાં ! મારા પિતૃગૃહે પણ રાજ્યસભાની રજેરજ માહિતી એ કોણ જાણે ક્યાંથી લઈ આવતી ? અહીં આવ્યા પછી પણ એણે પોતાના ચક્રો ગતિમાન કરી દીધા. ક્યાંક ને ક્યાંક, કોઈક રીતે એણે એનું તંત્ર એ રીતે બિછાવ્યું કે અહીંની રાજ્યસભાની તમામ માહિતી પણ એને મળવા લાગી.

રાજ્યસભામાં વારંવાર હસ્તિનાપુરના યુવરાજની વરણી વિશે ઉગ્ર ચર્ચા થતી.

પુત્રમોહમાં અંધ અને પોતાના સાળાની દોરવણીમાં સત્ય અને રાજ્યધર્મ વીસરી ગયેલા ધૃતરાષ્ટ્ર ઇચ્છતા હતા કે યુવરાજપદ દુર્યોધનને આપવામાં આવે. શકુનિ એને માટે સતત કાર્યરત હતા. ન્યાયી અને સત્યપ્રિય પિતામહ ભીષ્મ સ્પષ્ટ થઈને કહેતા નહોતા, પરંતુ એમની ઇચ્છા યુધિષ્ઠિરને યુવરાજપદે સ્થાપવાની હતી. જનસામાન્યએ તો યુધિષ્ઠિરને યુવરાજ તરીકે સ્વીકારી જ લીધા હતા.

દુર્યોધન અને મામા શકુનિ યુધિષ્ઠિરની લોકપ્રિયતાથી ઈર્ષા અનુભવતા. એમના તમામ પ્રયત્નો અમને હસ્તિનાપુરમાંથી ક્યાંક બીજે ધકેલી દેવાની દિશામાં હતા. લોકનિંદાના ભયથી કે પછી ભીષ્મ પિતામહની ન્યાયપ્રિયતા જાણતા હોવાને કારણે મહારાજ ધૃતરાષ્ટ્ર એ દિશામાં કોઈ નક્કર પગલાં નહોતાં ભરતાં...

સાચું પૂછો તો હસ્તિનાપુરની રાજસભામાં સ્પષ્ટ રીતે જણાઈ આવે એવા બે ભાગ પડી ગયા હતા. પિતામહ ભીષ્મ અને કાકાશ્રી વિદુરને આ પરિસ્થિતિને કારણે ઘણું દુઃખ પહોંચતું, પરંતુ કોણ જાણે શા કારણે તેઓ પણ પોતાની આ અસહાયતા સ્વીકારીને ચૂપચાપ જીવ્યે જતા હતા.

સૌથી દયનીય સ્થિતિ હતી સાસુમહી સત્યવતીની... એમના પ્રપૌત્રો અંદર અંદર સ્પર્ધા કરે એ વાત એમને માટે મૃત્યુથી પણ દુઃખકર હતી. હસ્તિનાપુરની રાજગાદી માટે એમના પિતાએ ભીષ્મ પિતામહ પાસે જે પ્રતિજ્ઞા લેવડાવી ત્યારથી રોપાયેલા આ સત્તાલાલસાના બીજમાંથી વિસ્તરેલું વિષવૃક્ષ સાસુમહી સત્યવતીદેવી માટે ભયજનક અને દુઃખદાયક હતું.

જોકે મને આ બધું ખાસ સ્પર્શતું નહીં. યુવરાજ્ઞી બનવાનો મોહ મને સહેજે નહોતો. મને તો મારી સ્વતંત્રતા વધુ પ્રિયકર હતી.

પાંચ પતિઓ સાથે એક એક વર્ષ વિતાવવાનો ગોવિંદે કરેલો નિયમ હવે મને અનુકૂળ હતો. જોકે મારું મન સતત કિરીટી માટે અદમ્ય ખેંચાણ અનુભવ્યા કરતી. એમની સાથેનું એક વર્ષ આવવાને હજી ઘણો સમય હતો.

ધર્મરાજ યુધિષ્ઠિર એકાંતમાં મને ‘દેવી’, ‘પ્રિયા’, ‘સુંદરી’ જેવા અનેક સંબોધનો કરતા. ક્યારેક ખૂબ આનંદમાં હોય તો એ મને ‘યુવરાજ્ઞી’ કહીને સંબોધતા...

ક્યારેક પૂર્ણિમાના નદીસ્નાન સમયે, મંદિરોની મહાઆરતી સમયે હું જ્યારે જનસામાન્યની સમક્ષ ઉપસ્થિત થતી ત્યારે સહુ મને 'યુવરાજ્ઞી' કહીને સંબોધતા.

જ્યારે જ્યારે ભાનુમતી ઉપસ્થિત હોય ત્યારે હું એના મુખ પર પળે પળે પલટાતા ભાવવિશ્વને નિહાળી શકતી. અન્ય કોઈ પણ સ્ત્રીની જેમ ભાનુમતી પોતાના પતિ દુર્યોધનને અપાર ચાહતી હતી. પોતાનો પતિ ગમે તેટલો વિષયાસક્ત, દુરાચારી કે પાપી હોય તો પણ સ્ત્રી માટે ઈશ્વર બરાબર છે એવું અમને સ્ત્રીઓને બાલ્યકાળથી શીખવવામાં આવતું. ભાનુમતી ભિન્ન નહોતી. એ પણ દુર્યોધનને પરમેશ્વર માનીને પૂજતી. એ અત્યંત સુંદર હતી. રાજ્યકુળની રીતભાત જાણતી. વડીલોની સેવા કરતી. માતા ગાંધારીની તમામ આજ્ઞાનું પાલન કરતી.

દુર્યોધન વિષયાશક્ત હતા. દાસીઓથી શરૂ કરીને નૃત્યાંગનાઓ સુધીની સ્ત્રીઓમાં એમનું મન આસક્ત રહેતું. સંધ્યાના સમયથી શરૂ કરીને મધ્યરાત્રિ સુધી નૂપુરનો ઝણકાર મહાલયોમાં ગૂંજતો રહેતો. ક્યારેક દ્યુત રમતા પુરુષોના સુરાપાન પછી છકી ગયેલા અવાજો મહાલયોને મધ્યરાત્રિ સુધી જગાડતા. દુર્યોધનની આ આસક્તિઓ એમના પિતાશ્રીની જાણમાં હતી. સો પુત્રોના પિતા ધૃતરાષ્ટ્રને દુર્યોધન માટે સવિશેષ ભાવ હતો. દુર્યોધનની તમામ સારી-ખોટી પ્રવૃત્તિઓમાં દુશાસન અને શકુનિ પૂરો સહકાર આપતા. હું ક્યારેક વિચલિત થઈને મારાં સાસુને પૂછતી, "કોઈ આમને કશું કહેતું કેમ નથી ?"

"સમય આવશે ત્યારે સહુ સારાવાના થઈ રહેશે." મારાં સાસુ ઉત્તર આપતાં. મને આ ઉત્તરથી સંતોષ નહોતો થતો. હું દુર્યોધનની વિષયાશક્તિ જોઈને ક્યારેક ઉશ્કેરાઈ જતી. સતત બીજી સ્ત્રીઓમાં રમમાણ દુર્યોધન પોતાની પત્નીની અવગણના કરતા. મહાલયોની ઉજવણીના પ્રસંગોએ ભાનુમતીની સાથે એ જે રીતે વર્તતા એ જોઈને મને ભાનુમતી માટે અનુકંપા જાગતી, હૃદય ભરાઈ આવતું, પરંતુ દુર્યોધનને કોઈ વડીલ ક્યારેય કશું કહેતા નહીં.

કાકાશ્રી વિદુર એને કશું કહેવાનો પ્રયાસ કરે તો દુર્યોધન એમને અપમાનિત કરતા.

તમામ વ્રત-ઉપવાસો કરીને પતિના શુભ માટે સતત કામના કરતી રહેતી ભાનુમતી એક સુંદર અને શ્રેષ્ઠ પત્ની હતી, તેમ છતાં એને સતત પીડા રહેતી

કે દુર્યોધન રાજ્ય ખટપટો અને અન્ય સ્ત્રીઓમાં વ્યસ્ત રહીને ભાગ્યે જ એના માટે સમય ફાળવતા. ભાનુમતીના પ્રાસાદમાં મુખ્યત્વે એકાદ નાનો દીપ ટમટમતો રહેતો. અવરજવર પણ એના પ્રાસાદમાં ઓછી જ રહેતી. ભાનુમતીના પ્રાસાદમાં એક પ્રકારની પીડા અને એકલતા ઘૂમરાતી રહેતી – જાણે એના મનોભાવનું પ્રતિબિંબ હોય તેમ !

મને વારંવાર ઇચ્છા થતી કે હું ભાનુમતી પાસે જાઉં, એની સાથે વાતો કરું, સખીપણા કેળવું. અમે એક જ વયના હતા, પરંતુ ભાનુમતી ક્યારેય મારી સાથે નિકટતા ઊભી જ થવા દેતી નહીં. મને આજે પણ એનાં કારણો સમજાતાં નથી, પરંતુ હું એક વાત સમજી શકતી હતી, તે એ કે ભાનુમતીએ દુર્યોધનના યુદ્ધને પોતાનું અંગત યુદ્ધ બનાવી દીધું હતું. સ્ત્રીઓ શા માટે આટલી બધી લાગણીશીલ હોય છે એ મને હજીયે સમજાયું નથી. પતિના સુખમાં પોતાનું સુખ અને પતિના દુઃખમાં પોતાનું દુઃખ માનીને, પોતાના અંગત અસ્તિત્વને ભૂંસીને સ્ત્રીઓ પોતાના પતિમાં એવી ઓતપ્રોત થઈ જાય છે કે એમને સારા-ખોટાની સમજ પણ ધીમેધીમે વિસરાઈ જાય છે. આમાં એમનો વાંક નથી. એમને સમજ આવે ત્યારથી જ એવું શીખવવામાં આવે છે કે પતિના નિર્ણયો જ સાચા, એની આજ્ઞા જ અંતિમ સત્ય, એનું સુખ એ જ તમારું ઉત્તરદાયિત્વ અને એની સેવા એ જ તમારું કર્તવ્ય. ભાનુમતી આ જ શીખીને આવી હતી. એ પોતાના અસ્તિત્વને ક્યારેય દુર્યોધનના અસ્તિત્વથી ભિન્ન જોઈ શકી જ નહીં.

દુર્યોધનનું યુવરાજ બનવાનું સ્વપ્ન જાણે ભાનુમતીની આંખમાં પણ દેખાવા લાગ્યું. પાંડવો સામે દુર્યોધનનું વેર એ ભાનુમતીએ પણ સ્વીકારી લીધું. દુર્યોધનની પીડાને એણે પોતાની પીડા બનાવી લીધી, પરંતુ એના પતિએ ક્યારેય એની પીડા તરફ દૃષ્ટિ કરવાનો પ્રયાસ સુધ્ધાં કર્યો નહીં. મોટા ભાગના રાજમહાલયોમાં જીવન આમ જ જિવાતા અને પૂર્ણ થઈ જતા. સ્ત્રીઓ ક્યારેય પોતાના અંગત અભિપ્રાય કે અસ્તિત્વની માગણી કરી શકતી નહીં. એમને ક્યારેય એટલું સન્માન આપવામાં આવતું જ નહીં, પરંતુ મારી વાત જુદી હતી. મારા પાંચેય પતિઓ મને સન્માન આપતા, નાની-મોટી વાતમાં મારો અભિપ્રાય પૂછતા, મને ચાહતા અને ક્યારેય મારી અવગણના તો કરતા જ નહીં. રાજમહાલયની સ્ત્રીઓમાં હું ઈર્ષ્યાનું પાત્ર હતી.

ક્વચિત્ ભાનુમતી પણ મને ઈર્ષ્યાથી જ નિહાળતી. એણે મને પાંડવોનો ભાગ ગણીને એક નકારાત્મકતાનું વાતાવરણ ઊભું કર્યું હતું. મેં ક્યારેય એને મારી પ્રતિસ્પર્ધી નથી ગણી, પરંતુ એને માટે હું ક્યારેય એના અંતરંગ વર્તુળનો ભાગ ના બની શકી.

કર્ણની પત્ની વૃશાલી તરફ મને ધકેલવાનો હઠાગ્રહ માતા કુંતી કરતા હોય એવું ક્યારેક લાગતું. એ વૃશાલીને વારંવાર અમારા પ્રાસાદે આમંત્રિત કરતા. ભોજન માટે આગ્રહ કરતા. મહાઆરતી કે પૂર્ણિમાના સ્નાન પ્રસંગે પણ વૃશાલી અમારી સાથે અમારા જ રથમાં આવે એવો એમનો પ્રયાસ હું સ્પષ્ટ જોઈ શકતી.

મને સમજાતું નહીં, જ્યારે જ્યારે હું માતા કુંતીને આ અંગે પ્રશ્ન કરતી ત્યારે એ વાત ટાળી દેતાં હોય એવું મને લાગતું.

એમને પણ મારી પ્રશ્ન કરવાની વૃત્તિ બહુ અનુકૂળ આવતી નહીં. સામાન્ય રીતે એ મને ક્યારેય રોકટોક કરતા નહીં. મારી સ્વતંત્રતાને ક્યારેય બાંધતા નહીં. મારાં વસ્ત્રાભૂષણો કે શૃંગાર પરત્વે પણ એમણે ક્યારેય કશું કહ્યું હોય એવું બન્યું નહોતું, પરંતુ રાજકુળની સ્ત્રીઓ સાથેના મારા સંબંધો વિશે એ હંમેશાં ચિંતિત રહેતાં. હું કોને મળું છું, ક્યાં જાઉં છું, હું શી વાતો કરું છું... કે પછી રાજકુળની અન્ય સ્ત્રીઓ મારા વિશે શું ધારે છે તે વિશે મારા સાસુ સતત કાળજીપૂર્વક પૃચ્છા કરતાં રહેતાં.

ભાનુમતી વિશેની મારી વધતી જતી લાગણી કે સંવેદના એમને બહુ ગમતી હોય એવું મને લાગતું નહીં. એ ક્યારેક મને એ બાબતે આછી ટકોર પણ કરી લેતા, તેમ છતાં મારું મન વારંવાર ભાનુમતી પરત્વે આકર્ષાયા કરતું. મને પણ સમજાતું નહીં કે આવું શા કારણે થતું હતું... ક્યારેક ખૂબ શાંતિથી વિચારું ત્યારે લાગતું કે પાંચ પાંચ પતિ હોવા છતાં હું પણ ભાનુમતીની જેમ જ એકાકી હતી અથવા મને સતત એમ લાગતું હતું કે મારી સાથે અન્યાય થયો છે.

સ્ત્રીઓ એકબીજા સાથે પીડાથી જોડાયેલી રહે છે. એકબીજાની પીડાને સમજવા માટે બહુ લાંબી બુદ્ધિની જરૂર નથી પડતી કદાચ. સ્ત્રી હોવું જ પૂરતું થઈ પડતું હશે ? એક સ્ત્રી બીજી સ્ત્રીના સુખની ઈર્ષ્યા કરે એમ બને, પરંતુ એક સ્ત્રી બીજી સ્ત્રીની પીડાની અવગણના કરી શકતી નથી. આનું કારણ

કદાચ એવું હશે કે સ્ત્રીમાત્રને પીડા સાથે સંબંધ હોય છે. આજે જે પીડા બીજી સ્ત્રી ભોગવી રહી છે એ કદાચ પોતે ભોગવવી પડશે એવા ભય નીચે જીવતી સ્ત્રીઓ પશુઓનાં ટોળાંની જેમ ભયમાં કે દુ:ખમાં એકબીજાની સાથે થઈ જાય છે.

એકમેકની સંભાળ લેવી, એકમેકને સહાય કરવી, એકમેકની સાથે જોડાયેલા રહેવું એ સ્ત્રીઓનો ગુણ છે. શબ્દમાં પોતાની પીડાને કે પ્રશ્નને અભિવ્યક્ત કરવો સ્ત્રી માટે સહજ છે. એકબીજાની પીડાને શબ્દમાં કહીને એકમેક સાથે સેતુ સાંધી લેતી સ્ત્રીઓને એવી જાણ છે કે એમની સ્થિતિ એકબીજાથી જુદી હોઈ શકે, પરંતુ એમના પ્રશ્નો એકમેકથી ભિન્ન નથી. એમના પતિ જુદા છે, પરંતુ પતિની સાથે જોડાયેલી પીડાઓ એકમેકથી ભિન્ન નથી. એમ જ હશે, એટલે જ હું ભાનુમતી સાથે મારા અસ્તિત્વને જોડી લેતી. મને સન્માન આપતા અને પ્રેમ કરતા પતિઓ પણ મારી પીડાને સમજી નથી શકતા એ ભાવ મારી અંદર અકબંધ હતો. આટલા તાદાત્મ્ય પછી પણ મારું મન અહીં સ્થિર નહોતું. મને સતત એમ લાગ્યા કરતું હતું કે હસ્તિનાપુરનો મહાલય એ મારું સ્થાન નહોતું. ક્યારેક દ્વારિકાના સમુદ્રનો વિચાર આવતો ત્યારે શ્રીકૃષ્ણના ચક્ષુઓ દેખાતા મને સમુદ્રમાં. દ્વારિકા જવા માટે મારું મન પણ એ સમુદ્રની જેમ ઊછળવા લાગતું. આ પ્રણય નહોતો. મારે માટે કૃષ્ણ ઈશ્વર નહોતા અને છતાંય ઈશ્વરથી વધુ હતા. એમણે મારા રક્ષણનું વચન આપ્યું હતું, મારા સન્માનનું ઉત્તરદાયિત્વ સ્વીકાર્યું હતું. એ વિચારમાત્ર મને એક અજબ જેવું સુખ આપતો. સમગ્ર આર્યાવર્ત જેને સાક્ષાત ઈશ્વર ગણીને પૂજતું હતું. એણે મને મિત્ર બનાવી હતી એ વિચારે હું ગદ્ગદિત થઈ ઊઠતી. મારા પતિઓ સાથે જોડાયેલા મારા અસ્તિત્વને પેલે પાર કોઈ મને વ્યક્તિ તરીકે સ્વીકારતું હતું એ વિચાર રોમાંચક હતો. પાંચ પતિની પત્ની હોવા છતાં શ્રીકૃષ્ણનો વિચાર કરવો એ પાપ હશે ? જો હોય તો પણ મારાથી આ વિચાર રોકી શકાતો નહોતો, એ મારા જીવનનું સત્ય હતું. હું વારંવાર વિચારતી કે એની અવગણના કરતો પતિ હોવા છતાં શું ભાનુમતી અન્ય પુરુષ વિશે નહીં વિચારતી હોય ?

હું ભાનુમતી સુધી પહોંચવા વિવિધ પ્રયાસો કરતી. ક્યારેક એના પ્રાસાદે જતી તો કદીક એને ભેટ મોકલતી, કદીક ફૂલો તો કદીક મીઠાઈ... ભાનુમતી

ક્યારેય મારી એ ભેટનો અસ્વીકાર ન કરતી. મેં મોકલાવેલા સુવર્ણથાળને અન્ય કોઈ વસ્તુથી ભરીને જ પરત કરતી... પરંતુ આ એની શાલીનતા હતી. એણે ઉમળકાથી કશુંક મોકલ્યું હોય કે સામેથી કહેણ મોકલીને મારા પ્રાસાદે આવી હોય એવું કદીયે બન્યું નહીં.

અન્ય સ્ત્રીઓની જેમ ભાનુમતીના મનમાં પણ મારા માટે કુતૂહલ રહેતું.

અંતઃપુરની સ્ત્રીઓ મારાં સૌંદર્ય, મારી બુદ્ધિ અને મારી ગરિમા જોઈને અંજાઈ જતી. દુઃશલા, ભાનુમતી અને સ્વયં મહારાણી ગાંધારીની દાસીઓ પણ એક યા બીજા કારણ દર્શાવી અમારા મહેલમાં અવરજવર કરવા લાગી હતી.

સૌ મને નિહાળવા માગતા હતા. મારાં સૌંદર્ય વિશે એમણે સાંભળેલી ચર્ચાઓ સત્ય છે કે નહીં તે નજરે નિહાળી પુષ્ટિ કરવા માગતી હતી આ સ્ત્રીઓ.

સાથે જ એમની આંખોમાં હું એક વિચિત્ર પ્રકારનું કુતૂહલ પણ નિહાળી શકતી હતી. પાંચ પુરુષોને એકસાથે પરણેલી સ્ત્રી કઈ રીતે પોતાનો સંસાર નિભાવતી હશે તે વિષયનું કુતૂહલ તેમની આંખોમાં ડોકાયા કરતું.

સમગ્ર આર્યાવત આઘાતથી હતપ્રભ થઈ ગયું. એક પુરુષને પાંચ પત્ની હોય એ તો સ્વીકાર્ય હતું, દ્વાપરયુગમાં. પરંતુ એક સ્ત્રી પાંચ પતિની પત્ની બને એવી કલ્પના પણ રાજકુળની સ્ત્રીઓને થથરાવી ગઈ.

શ્રીકૃષ્ણના તમામ આશીર્વચનો અને સતીત્વના પ્રમાણો પછી પણ હું જાણતી હતી કે ભરતખંડની રાજ્યસભાઓમાં મારી હાંસી કરવામાં આવી હતી. કેટલાય રાજપુરુષો કુટિલ હાસ્ય સાથે વારંવાર મારી ચર્ચા કરતા. ક્યારેક એ ચર્ચા ઊડતી ઊડતી કુરુકુળના અંતઃપુરમાં આવતી.

મારા સાસુને એ બાબતે ક્યારેક ક્ષોભ થતો. જોકે એ પોતાનો ક્ષોભ દર્શાવતાં નહીં, પરંતુ હું એમનાં વાણી અને વ્યવહાર પરથી જાણી શકતી. એમને સતત એમ લાગ્યા કરતું કે મારી આ સ્થિતિ એમના વચનને કારણે થઈ છે. એ એટલા ખુલ્લા હૃદયના નહોતા કે મારી સાથે આ અંગે વાતચીત કરીને પોતાનું મન હળવું કરી શકે. હું જોયા કરતી કે એ કોઈ ને કોઈ બાબતે એ પોતાના મન સાથે તાણાવાણા ગૂંથ્યા કરતાં.

મુખ્યત્વે એ મૌન પાળતા. એમના મનમાં શું ચાલતું હશે એની ભાગ્યે જ કોઈને જાણ થતી. માતા ગાંધારી કે રાજકુળની અન્ય સ્ત્રીઓ સાથે એમને

ઝાઝો મનમેળ નહોતો એ હું જોઈ શકતી, પરંતુ કાકાશ્રી વિદુર જ્યારે અમારા પ્રાસાદે પધારે ત્યારે માતા કુંતીના મુખ પર વ્યાપી જતો આનંદ હું જોઈ શકતી. એ ભાગ્યે જ કોઈ પુરુષ સાથે એકાંતમાં બેસતા, પરંતુ કાકાશ્રી પધારે ત્યારે પોતાના ખંડમાં ઘડીઓ સુધી માતા કુંતી અને કાકાશ્રી એકાંતમાં વાતો કરતાં રહેતાં.

હસ્તિનાપુરના અંતઃપુરથી શરૂ કરીને રાજ્યસભા સુધી વિસ્તરેલી નિતંબીની સૌની પ્રિય હતી. માતા ગાંધારીને પણ એ ઘણી જ ગમતી. ભાનુમતી પણ ક્યારેક પોતાના કેશગુંફન માટે નિતંબીનીનો આગ્રહ રાખતી.

રાજ્યસભાના સમાચાર નિતંબીની સંભળાવે ત્યારે એમાં રસપ્રચુર વર્ણનો રહેતાં. અંગ દેશના રાજા કર્ણ, કૃતવર્મા, યુયુત્સુ, સંજય, અતિબળવાન દુઃશાસન અને અત્યંત સ્વરૂપવાન, પરંતુ અહંકારી દુર્યોધનની કથાઓ એ મને સંભળાવતી.

એક દિવસ નિતંબીની ભયાનક સમાચાર લઈને આવી !

હસ્તિનાપુરની રાજ્યસભામાં જે વિવાદ સતત ઘૂઘવતો રહ્યો હતો તે વિવાદ આખરે શરૂ થઈ ચૂક્યો હતો. કાકાશ્રી વિદુરે પાંડવોના અધિકારની વાત છેડીને મધપૂડામાં પથ્થર માર્યો હતો. દુર્યોધન ક્રોધમાં સભાત્યાગ કરી ગયો હતો. પિતામહ ભીષ્મની સાથે સાથે રાજ્યસભામાં બેઠેલા વીર સેનાપતિઓ અને મંત્રીઓ કશું જ કરી શક્યા નહોતા.

એ રાત્રે મેં પતિદેવ યુધિષ્ઠિરને ઘણા વિચલિત જોયા. સામાન્ય રીતે એ મારી સાથે રાજકારણ કે રાજ્ય કારભારની કોઈ ચર્ચા ન કરતા. તે દિવસે રાત્રે એમણે સામેથી જ વાત શરૂ કરી. એમને મૂંઝવતી વાત એ હતી કે, "પાંચાલી, મને તો રાજ્યસત્તાનો મોહ નથી. હું બધું જ છોડીને હમણાં વાનપ્રસ્થ જવા તૈયાર છું, પરંતુ મારા આ પરિત્યાગને કારણે મારા ભાઈઓ સાથે પણ અન્યાય થાય... અર્જુન અને ભીમ મને ક્યારેય ક્ષમા ન કરે."

"આર્યપુત્ર, આપનો આત્મા જે કહે તે જ સત્ય. બીજા શું કહે છે તેનો વિચાર કર્યા વિના તમને જે સત્ય લાગે તે જ કરો."

"સત્ય ?" મેં મારા પતિને આટલા ઉદાસ અને પીડિત પહેલા ક્યારેય નહોતા જોયા. "વાત સત્યની બહાર નીકળી ગઈ છે. હવે વાત અન્યાય અને અહંકારના યુદ્ધ પર આવી ગઈ છે. ગોવિંદ કહે છે કે, અમારે અમારું અલગ

રાજ્ય વસાવવું. મને વિચાર આવે છે કે હું આવી રીતે મારો ભાગ લઈને ચાલ્યો જાઉં તો લોકનિંદાનો ભોગ બનીશ. હસ્તિનાપુરના રાજસિંહાસન પરત્વેની મારી નિષ્ઠાનું શું ?"

"હું નથી જાણતી પ્રિયે ! પરંતુ એક વાત જરૂર કહી શકું છું કે જ્યાં સન્માન અને સ્વમાન ન હોય ત્યાં સોનાનો ગ્રાસ પણ દુષ્કર છે. નાનકડું પણ આપણું રાજ્ય હશે તો આપણે સુખેથી જીવી શકીશું."

એ પછી ઘણો સમય યુધિષ્ઠિર તદ્દન શાંત રહ્યા...

બીજે દિવસે સવારે મને નિતંબીનીએ જાણ કરી કે પાંડવોને ખાંડવવનનો ભાગ આપી દેવાયો છે. એ ભયાનક જંગલમાં તક્ષક નાગ અને મયદાનવ રહે છે. અર્જુન અને શ્રીકૃષ્ણ ખાંડવવન બાળીને ત્યાં નવી રાજધાની માટે ભૂમિની યોગ્ય વ્યવસ્થા કરવા ગયા છે.

થોડાક જ સમયમાં અમે હસ્તિનાપુરથી ઇન્દ્રપ્રસ્થ જવા રવાના થયા.

નવી રાજધાનીનું નામ ઇન્દ્રપ્રસ્થ હતું. ત્યાં પહોંચતા જ હું સાનંદાશ્ચર્યથી અભિભૂત થઈ ગઈ. ખાંડવદહનમાં અર્જુને મયદાનવને જીવનદાન આપ્યું ત્યારે એણે ઇન્દ્રપ્રસ્થની રાજ્યસભાનું નિર્માણ કરવાની જવાબદારી લીધી.

રાજ્યસભા એટલી સુંદર બની કે જોનાર સૌ આશ્ચર્યચકિત થઈ જતા. હજારો હાથ લાંબી-પહોળી જમીન પર વિશાળ સભાગૃહનું નિર્માણ કરાયું હતું. દીવાલો અને છત ઉપર સુવર્ણનાં ફૂલો, હીરા-માણેક, મોતી જડવામાં આવ્યા હતા. વિશાળ બાગ-બગીચા અને પાંચ ભાઈઓના પાંચ ભવનોનું નિર્માણ કરાયું હતું. ભવનોની આસપાસ વિશાળ બગીચામાં ફૂલ અને ફળોનાં વૃક્ષ હતાં. પાંચ ભવનોની મધ્યમાં એક સુંદર તળાવનું નિર્માણ કરાયું હતું. પાંચેય ભવનોના ગવાક્ષમાંથી તળાવ જોઈ શકાય એવી રીતે ભવનો ગોઠવાયાં હતાં. યુધિષ્ઠિરના ભવનને સીધું રાજ્યસભા સાથે જોડાયું હતું.

ગૃહપ્રતિષ્ઠાનો ભવ્ય ઉત્સવ ઉજવાયો. હજારો બ્રાહ્મણોને ભોજન, દક્ષિણા, ગાયો, નવાં વસ્ત્રો આપવામાં આવ્યાં.

મેં દૃઢતાપૂર્વક દુર્યોધન અને કુટુંબીઓને આમંત્રિત કરવા સામે વિરોધ પ્રગટ કર્યો હતો.

"જેમણે આપણને પોતાના ઘરમાં રહેવાની ના પાડી એ આપણા કુટુંબી કહેવાય ?" મારો પ્રશ્ન હતો, પરંતુ મારા પતિદેવો એમને અહીં બોલાવી ગૃહપ્રતિષ્ઠા ઉત્સવના સહભોજન માટે કટિબદ્ધ હતા.

અંતે સર્વે પધાર્યાં.

જામાતા જયદ્રથ, મારી એકની એક નણંદ દુઃશલા, સો ભાઈઓની સાથે કાકાશ્રી વિદુર પધાર્યાં. માતા ગાંધારી અને મહારાજા ધૃતરાષ્ટ્ર એમની નાદુરસ્ત તબિયતને કારણે ન આવી શક્યા. પિતામહ ભીષ્મ તો હસ્તિનાપુર છોડીને ક્યાંય જતા નહીં. એમણે શુભેચ્છા સ્વરૂપે પાંચ હાથીઓ પર પાંચ ભાઈઓ માટે વસ્ત્રાઅલંકારો અને સોનાના સિક્કા મોકલ્યા. સુવર્ણરથમાં મારે માટે દાસીઓની સાથે રેશમી વસ્ત્રો, મણિ-મોતીના, નીલમ અને પોખરાજના અદ્ભુત અલંકારો આવ્યા.

ભાનુમતી આવે એવી મારી તીવ્ર ઇચ્છા હતી. મેં એને માટે નિમંત્રણ પણ મોકલ્યું હતું, પરંતુ તે ન આવી. દુર્યોધને જ ના પાડી હોય એમ પણ બને.

પૂજાપ્રતિષ્ઠાને અંતે એકસો પાંચ ભાઈઓ જમવા બેઠા.

દુર્યોધન અને દુઃશાસન સતત મારી મશ્કરી કરી રહ્યા હતા. દિયર છે તેમ માનીને મેં વાત કાને ન ધરી, પરંતુ એમના શબ્દબાણ મને પળેપળ વીંધી રહ્યા હતા.

સૌથી દુઃખની કે આશ્ચર્યની, પણ વાત એ હતી કે એ એમની આ મજાક-મશ્કરી મારા પતિઓ સાંભળતા હતા, તેમ છતાં ભીમ સિવાય કોઈનાય મુખ પર ભાગ્યે જ કશો ફેરફાર થતો હતો !

મેં હસ્તિનાપુર છોડવાની વાત એટલે કહી હતી કે ત્યાં મારા પતિઓનું સન્માન નહોતું. ધૃતરાષ્ટ્ર ફક્ત ચર્મચક્ષુથી જ અંધ નહોતા, એ પુત્રમોહમાં પણ અંધ થઈ ચૂક્યા હતા. કાકાશ્રી વિદુરની વાત સાંભળવા કોઈ તૈયાર નહોતું. આવા સમયે મારા પતિઓ દુઃખ અને અપમાન સહે એના કરતા નાના રાજ્યમાં સ્વમાનથી રહેવાનો નિર્ણય લેવામાં મેં એમની સહાય કરી હતી, તેમ છતાં આજે મારું અપમાન થઈ રહ્યું હતું ત્યારે મારા પાંચેય વીર, શક્તિશાળી અને જ્ઞાની પતિઓ શાંતિથી ભોજન કરી રહ્યા હતા. મને અત્યંત ક્રોધ આવતો હતો. દુઃશાસન, જયદ્રથ અને બીજા ભાઈઓ જ્યારે વ્યંગ બાણ મારી ખડખડાટ હાસ્ય વેરતા ત્યારે હું મારા પતિઓ તરફ જોતી. એક ભીમનો ગ્રાસનો હાથમાં જ અટકી જતો. એનું મુખ તમતમી જતું, પરંતુ મોટા ભાઈ યુધિષ્ઠિરની આજ્ઞા વિના એ કશું જ કરે એમ નહોતા.

મને વારંવાર વિચાર આવ્યા, "શું એમને નહીં સમજાતું હોય કે મારે

માટે સ્નેહ અને સંપત્તિ કરતા પણ વધુ મહત્ત્વ સન્માનનું છે ? શું એમને જાણ નહીં હોય કે શું દ્રુપદના મહાલયમાં કેટલા લાલનપાલન અને સન્માનથી ઊછરેલી એક રૂપગર્વિતા છું ? આ વારંવાર થઈ રહેલી મજાક-મશ્કરી ફક્ત મારી સાથે થાય છે ? આમાં એમનું સન્માન અને એમના અસ્તિત્વ પર કોઈ પ્રહાર નથી થઈ રહ્યા ?" પરંતુ મારા પતિઓ તો એ રીતે વર્તી રહ્યા હતા જાણે એમણે કશું બોલવાનું જ નથી.

આ ક્ષણે મને એવો પ્રશ્ન થઈ રહ્યો હતો કે, આર્યાવર્તના મહાન વીર ગણાતા આ પુરુષોને પતિ તરીકે સ્વીકારીને મેં કોઈ ભૂલ કરી છે ? જે પુરુષો સ્ત્રીના સન્માનનું રક્ષણ ન કરી શકે એમને એના સ્નેહ અને શરીરને પામવાનો અધિકાર છે ?

અહીં એક તરફ મારા પર વ્યંગ બાણોની વર્ષા થઈ રહી હતી, તો બીજી તરફ મારું પ્રશ્નોપનિષદ મને ઉશ્કેરી રહ્યું હતું.

સ્ત્રી માટે એનું સન્માન અને સ્વમાન સૌથી મહત્ત્વની વાત હોય છે એમ મને હંમેશાં લાગતું. સ્ત્રી માટે 'પ્રેમ' એટલે સમર્પણ... સમર્પણ એને જ થઈ શકે જે સમર્પણ સ્વીકારવાની યોગ્યતા સાબિત કરે. કુપાત્રને દાન એ મહાપાપ છે એવું શાસ્ત્રોમાં કહ્યું છે. સ્ત્રી જ્યારે પોતાના અસ્તિત્વનું સમર્પણ પતિ કે પુરુષને કરતી હોય છે ત્યારે પોતાના સન્માનના રક્ષણનું વચન એને માટે અનિવાર્ય બની જાય છે.

સ્ત્રી અબળા નથી. પોતાના સ્વમાનનું રક્ષણ સ્વયં કરી શકવાને શક્તિમાન છે, પરંતુ પુરુષના અહંકારને સહેજ પણ આંચ ન આવે તે માટે એણે સદૈવ પુરુષની પાછળ રહેવાનો વિકલ્પ પસંદ કર્યો છે.

જે પતિઓને મેં કોઈ પ્રકારની આનાકાની કે દલીલ વગર સંપૂર્ણ સમર્પણ અને સન્માનથી સ્વીકાર્યા એ પતિઓ આજે મારી મશ્કરી થતી જોઈને શાંત બેઠા હતા એ વાતે મારું લોહી ઊકળી ઊઠતું હતું. હું મૂલતઃ અગ્નિનો અંશ ! દુર્યોધન અને એના ભાઈઓએ આજે અગ્નિમાં ઘૃત હોમવાનું કામ કર્યું હતું. મારી અંદર આત્મસન્માન પ્રજ્વલિત થઈ ઊઠ્યું હતું. આ પરિસ્થિતિના પ્રતિકાર માટે હું વારંવાર મારા પતિઓ તરફ જોઈ રહી હતી, પરંતુ એમની શાંતિ અને સ્વસ્થતા મને વધુ દઝાડતી રહી.

જોકે ગોવિંદ સર્વ કાંઈ નિહાળી રહ્યા હતા. એમની વેધક દૃષ્ટિ આ દરેક

વાતની નોંધ લેતી હતી. એ કશું બોલતા નહોતા, પરંતુ દરેક વાત એમની ભીતર ઊતરી રહી હતી. બે-એક વાર એમની અને મારી દૃષ્ટિ મળી. મારી દૃષ્ટિમાં એમણે અસહાયતા અને પ્રાર્થનાની સાથે સાથે ક્રોધ જોયો જ હશે. કદાચિત તેથી જ તેમણે મને દૃષ્ટિથી જ આશ્વાસન આપવાનો પ્રયાસ કર્યો.

મારો ક્રોધ મારા કાબૂમાંથી નીકળી જશે એવો મને ભય લાગતો રહ્યો...

જયદ્રથ, દુર્યોધન, દુઃશાસન અને બીજા કેટલાક ભાઈઓ હું પીરસવા જાઉં ત્યારે મારો હાથ પકડી લેતા. પોતાની આંગળીઓ ચાટીને બીભત્સ ઇશારા કરતા. મારી કંચુકી પર દૃષ્ટિપાત એવી રીતે થતો જાણે મારાં વસ્ત્રોની ભીતર જઈને એમની દૃષ્ટિ મારાં અંગોને મલીન કરી રહી હોય.

"ભાભી..." દુર્યોધન કદાચ મદિરાપાન કરીને આવ્યો હતો, "સ્વયંવરમાં તમને જોઈને તમારું સૌંદર્ય અમને વિચલિત કરી ગયું હતું. તમારી ગૃહકુશળતા જોઈને વધુ જીવ બળે છે. અમે પણ પાંડવોના ભાઈઓ હોત તો આ ભોજનની સાથે સાથે તમારો સ્વાદ માણી શકત, ખરું કે નહીં ?" દુર્યોધનના આ વાક્ય સાથે કૌરવો નિર્લજ્જતાથી ખડખડાટ હસ્યા. હું શરમથી પાણી પાણી થઈ ગઈ. મેં યુધિષ્ઠિર તરફ જોયું. એમણે દૃષ્ટિથી જ શાંત રહેવાનો ઇશારો કર્યો. ભીમનું મુખ લાલ થઈ ગયું હતું. અર્જુન ક્યારના થાળમાં આંગળીઓથી રમત કરી રહ્યા હતા. કદાચ એ પોતાના ક્રોધને ખાળવાનો પ્રયાસ કરતા હતા...

હું આ વાતનો ઉત્તર આપું તે પહેલા જ મારા સાસુ ત્યાં આવી લાગ્યા. એમણે મને કહ્યું કે, અંગદેશના રાજા કર્ણ ભોજન કરવા નથી બેઠા. મારા સાસુએ એમના માટે ખાસ બનાવડાવાયેલી વાનગીઓ એમ જ પડી રહી. હું એમને અનુનય કરવા ગઈ તો એમણે અત્યંત તિરસ્કારથી મને કહ્યું, "એક સારથીપુત્રને અનુનય કરવા માટે મહારાણીએ પધારવું ન જોઈએ. તેમ છતાં તમે આવ્યા જ છો તો હું તમને કહી દઉં કે પાંચ પતિ સાથે સંબંધ રાખનારી સ્ત્રીને કૃષ્ણ ભલે સતી ગણાવે. મારે માટે એ પાપી છે. પાપીના હાથનું ખાઈને મારે પાતક નથી વહોરવું, માટે મને ક્ષમા કરો."

સવારથી ચાલી રહેલા એક પછી એક આઘાતોએ મારી અંદર અત્યંત કટુ ભાવ ઊભો કર્યો હતો. મારી પ્રકૃતિ વિરુદ્ધ સતત ચુપ રહીને હું જે કટાક્ષો સહેતી રહી તે વાતે મારી અંદર સારી એવી અકળામણ એકત્રિત થઈ ગઈ હતી.

ભોજન પૂર્ણ થયું. પછી મારા પતિઓ એમના ભાઈઓને લઈને ભવનો દેખાડવા નીકળ્યા. દુર્યોધન જાણી જોઈને પાછળ રહી ગયો. બે ઓરડાને જોડતા નાનકડા માર્ગ ઉપર એણે મારો હાથ પકડી લીધો. મને દીવાલસરસી જડી દઈને એણે ચૂમવાનો પ્રયાસ કર્યો.

મારી ચીસ ગળામાં જ અટકી ગઈ. એક જ ક્ષણમાં મારા મનમાં સેંકડો વિચારો આવીને પસાર થઈ ગયા. દુર્યોધનની આ નિમ્નકક્ષાની વર્તણૂક વિશે જો હું ચીસ પાડીને સૌને જણાવું તો અહીં જ યુદ્ધ થઈ જાય. મારા પતિઓએ નિર્માણ કરેલું આ રાજ્ય તહસનહસ થઈ જાય. સુખશાંતિથી અહીં જીવવા માટે તો આવ્યાં છીએ. આ લોકો તો હમણાં જ ચાલી જશે...

સાથે જ મને એવો વિચાર પણ આવ્યો કે હું સૌને અહીં બોલાવું અને દુર્યોધન ફરી બેસે તો ? એ ઊંધી વાત કરીને મારા ચારિત્ર્ય પર આળ મૂકે તો ?

સ્ત્રી માટે એના ચારિત્ર્યથી મોટું આભૂષણ કોઈ નથી. આજે દુર્યોધનની વાત સાંભળીને કદાચિત મારા પતિઓના મનમાં શંકાનું બીજ રોપાય તો મારો સુખી સંસાર છિન્નભિન્ન થતા એક ક્ષણની પણ વાર ન લાગે.

પુરુષનું ચારિત્ર્ય ગમે તેટલું જીર્ણ હોય, પરંતુ સ્ત્રીનું ચારિત્ર્ય અકબંધ હોવું જોઈએ એમ મોટા ભાગના પુરુષો માને છે. મારા પતિઓ પણ આનાથી ભિન્ન નહીં હોય એવું મને લાગ્યું. મનુસ્મૃતિમાં ઋગ્વેદમાં 'પતિવ્રતા' શબ્દનો ઉલ્લેખ કરાયો છે. મનુસ્મૃતિના ભાષ્યકર્તા મેધાતિથિએ એક શ્લોકના સંદર્ભમાં લખ્યું છે, "પતિને ખુશ રાખવા પત્નીએ સતત પ્રયત્નશીલ રહેવું જોઈએ. પત્ની દુઃખી, ઉદાસ કે ગુસ્સામાં હોય તો પણ પતિ સમક્ષ સસ્મિત જ ઉપસ્થિત થવું જોઈએ. જો પત્ની ગુસ્સામાં જ રહે તો તેના ચહેરાનું સૌંદર્ય ગુમાવી બેસે છે અને પતિના હૃદયમાં પ્રેમ જગાવી શકતી નથી. પરિણામે પતિ પત્ની તરફ આકર્ષાતો નથી અને પ્રજોત્પત્તિ થઈ શકતી નથી."

પાંચમા અધ્યાયના શ્લોકમાં કહ્યું છે કે, 'સદાચાર વિનાનો પતિ કે પરસ્ત્રીમાં કામાસક્ત હોય કે વિદ્યા વગેરે ગુણોથી રહિત હોય તોપણ સુજ્ઞ સ્ત્રીએ એની દેવની જેમ નિત્ય સેવા કરવી જોઈએ.'

આ બધું સ્મૃતિમાં આવતા જ મારા પગ શિથિલ થઈ ગયા. દુર્યોધન મને દુશ્ચરિત્રની ઠેરવીને જો પતિગૃહેથી કઢાવે તો શું થાય એ વિચારમાત્ર મારે

માટે ભયજનક હતો. આટઆટલું સાંભળ્યા છતાં જે પતિઓ કશું જ નથી બોલ્યા એ પતિઓ મારી રાવ સાંભળશે એવું માનવાનું મારી પાસે કોઈ કારણ નહોતું.

મારી આંખોમાંથી અશ્રુ વહી રહ્યાં હતાં. આટઆટલું અપમાન સહેવા છતાં મને મૃત્યુ કેમ નથી આવતું એ વિચારથી મને સ્વયં પર ઘૃણા થતી હતી. દીવાલસરસી ઊભેલી હું મારા મુખને એકથી બીજી તરફ ઘુમાવી રહી હતી. દુર્યોધનના બલિષ્ટબાહુઓએ મને ઘેરી હતી. એનું આખું વજન મારી ઉપર હતું. કોણ જાણે કેમ મને અંતઃસ્ફુરણા થઈ. જે તરફથી આવ્યા હતા તે તરફ જોઈને મેં જોરથી કહ્યું, "ગોવિંદ !"

ગભરાટમાં દુર્યોધને મને છોડી દીધી. એક ક્ષણનો પણ વિલંબ કર્યા વિના હું દોડતી બીજા સર્વે ગયા હતા તે તરફ ચાલી ગઈ. દુર્યોધન ત્યાં જ ઊભો રહી ગયો.

મારા પતિઓ ભવનોના દર્શન કરીને તળાવને કાંઠે બેઠા હતા. સહુ વાતો કરી રહ્યા હતા. હું દોડતી-હાંફતી ત્યાં પહોંચી ત્યારે મારો ચાંદલો વિખરાઈ ગયો હતો. મારા કેશની લટો ગુંફનમાંથી નીકળીને બહાર ઝૂલતી હતી. મારા ઉત્તરીયનો છેડો ખભેથી સરકી ગયો હતો જેનો મને ખ્યાલ જ નહોતો.

મારી આ હાલત જોઈને ગોવિંદે પૂછ્યું, "ક્યાં હતાં સખી ?"

ભયથી વિસ્ફારિત મારી આંખો કપાળ પર વળેલો પ્રસ્વેદ જોઈને ગોવિંદ મારી નિકટ આવ્યા. મારી સાથે દૃષ્ટિ મેળવીને એમણે પૂછ્યું, "સખી, સર્વ કુશળ છે ને ?"

મારી આંખો ભરાઈ આવી. એક શબ્દ બોલ્યા વિના મેં આંખો લૂછી. કશું જ બોલ્યા વિના હું એમની આંખમાં જોતી રહી.

"કોણ ?"

"દુર્યોધન." મેં કહ્યું.

"મને શંકા હતી જ..." એમણે સૌના દેખતા મારા મસ્તક પર હાથ મૂક્યો અને ધીમેથી કહ્યું, "કોઈને કશું કહેશો નહીં. આપત્તિની ક્ષણ વીતી ગઈ છે. હવે શાંત થઈ જાઓ."

"પરંતુ, સખા..." હું આગળ કહેવા માગતી હતી, પરંતુ એમની દૃષ્ટિમાં કંઈક એવું હતું જેણે મને નિઃશબ્દ કરી નાખી.

મારી પાછળ આવી લાગેલા દુર્યોધને તળાવમાં ઊતરવા માટે પોતાનાં વસ્ત્રોને ઊંચાં કર્યાં. સ્ફટિકના પગથિયા ઊતરીને જ્યારે એણે તળાવમાં પગ મૂક્યો ત્યારે સૌ હસી પડ્યા. મયદાનવે રચેલું એ તળાવ દૃષ્ટિભ્રમનો ઉદાત્ત નમૂનો હતું. એણે એવી રચના કરી હતી કે આબેહૂબ તળાવ લાગતો એ ભૂમિભાગ ખરેખર ચકચકિત આરસ દ્વારા બનાવાયેલો એક એવો કળાનો નમૂનો હતો જેમાં પાણી નહોતું !

સૌથી વધારે હસવું મને આવ્યું. પોતાની જાતને બળવાન સમજતો આ દુર્યોધન મૂર્ખ સાબિત થયો એનો મને અપાર આનંદ થયો.

ત્યાર પછી અમે સહુ રાજ્યસભામાં પાછાં ફર્યાં. યુધિષ્ઠિરનું સિંહાસન એક ઊંચા રત્નજડિત પાટ પર ગોઠવાયું હતું. એ પાટની આજુબાજુ સુંદર સુવર્ણની પાળ હતી.

દુઃશાસન, શકુનિ, કર્ણ અને અન્ય સર્વે રાજાઓએ સિંહાસનનાં વખાણ કર્યાં. દુર્યોધન સિંહાસનને નજીકથી જોવા માટે સુવર્ણની પાળ ઓળંગીને જેવો અંદર દાખલ થયો કે લપસીને પડ્યો. એ પાળની અંદર જળ હતું. સિંહાસનની નીચેની પાટ જળમાં મુકાઈ હતી. મયદાનવે એવું વાસ્તુશાસ્ત્ર રચ્યું હતું કે જોનારની આંખો સ્વાભાવિક રીતે જ ભૂલ ખાઈ જાય.

જેવો દુર્યોધન પછડાયો કે મને ફરી હસવું આવ્યું. દીવાલ પાસે એણે જે રીતે મારું અપમાન કર્યું હતું એ મને યાદ આવી ગયું. મારો ક્રોધ મારા કાબૂમાંથી નીકળી ગયો. અનિચ્છાએ મારાથી બોલાઈ ગયું, "આંધળાના તો આંધળા જ હોય ને ?"

રાજ્યસભામાં નિઃશબ્દ શાંતિ છવાઈ ગઈ. મારા આ વાક્યએ ધારી અસર ઉપજાવી હતી. સોએ કૌરવો ક્રોધથી લાલ-પીળા થઈ ગયા. લપસી પડેલા દુર્યોધનને શકુનિએ ઊભો કર્યો. એનાં વસ્ત્રો પલળી ગયાં હતાં. એ અત્યંત વરવો અને ક્રોધથી કદરૂપો દેખાતો હતો. એણે મારી તરફ દૃષ્ટિ નાખી. જેમાંથી ઝરતા અંગારા હું અનુભવી શકી.

બાણ છૂટી ગયું હતું. મારાથી બોલાઈ ગયું હતું. હવે તે પાછું ફરી શકે તેમ નહોતું. અત્યાર સુધી કરેલી તમામ સેવા વ્યર્થ ગઈ હતી. તમામ અપમાનો સહીને એમને અહીંથી સારી રીતે વિદાય કરવાની મારા પતિ યુધિષ્ઠિર અને ગોવિંદની સૂચના પણ હું પાળી શકી નહોતી.

વિષના બીજ વવાઈ ગયા. ભલે અજાણતાં, પણ મારા મુખમાંથી નીકળેલા શબ્દો સમગ્ર ભરતખંડ માટે મહાવિનાશ વેરનારા પુરવાર થવાના હતા.

આપણે સહુ કહીએ છીએ કે ઈશ્વરની ઇચ્છા વિના પાંદડુંય હાલતું નથી ! માણસ એમ માને છે કે પોતે કર્તા છે, પરંતુ વિધાતાએ નિર્માણ કરેલી પ્રત્યેક પળ એના સમયે એનું કાર્ય કરતી હોય છે...

શું વિધાતાએ આ શબ્દો મારા મુખમાંથી કહેવડાવવા નિર્ધાર કર્યો હશે ? શા માટે ?

મનુષ્યમાત્ર કાળનું રમકડું છે. બુદ્ધિ અને શક્તિના અહંકારમાં ચૂર થઈ ગયેલો મનુષ્ય સાચે જ જાણતો નથી કે કાળ એની પાસે ક્યારે શું કરાવી લેશે ! આપણે સહુ પ્રથમથી જ નિશ્ચિત કરાયેલું જીવન જીવીએ છીએ. આપણા જીવનમાં કઈ ક્ષણે શું થવાનું છે એ તો આપણા જન્મ સાથે જ આપણા ભાગ્યમાં નિર્મિત છે, પરંતુ અહંકારમાં ચૂર થઈને પરિસ્થિતિના સત્યને અવગણતા આપણે સહુ જાણતા નથી કે જીવન કઈ ક્ષણ આપણા માટે કેટલી ઘાતક નીવડશે. મેં પણ કદીયે કલ્પ્યું નહોતું કે મારા જીવનમાં આવી કોઈ ક્ષણ આવશે. હસ્તિનાપુર છોડીને ઇન્દ્રપ્રસ્થ આવવાનો નિર્ણય કર્યો ત્યારે મેં મનોમન માની લીધેલું કે હવે સંઘર્ષનો સમય પૂરો થયો. સુખનો સમય શરૂ થશે. મારા પતિઓ સાથે મારા નાનકડા વિશ્વમાં જીવવાનું મારું સ્વપ્ન ક્ષણમાત્રમાં ક્ષતવિક્ષત થઈ ગયું.

જે ભયાનક ભાવિના વિચારમાત્રથી હું ધ્રૂજી ઊઠતી હતી એ મારી સામે આવીને ઊભું રહી ગયું. પાંડવો સાથેના લગ્ન પછી મેં માની લીધું હતું કે હવે પિતાનો પ્રતિશોધ મારા ભાગ્યમાંથી ભૂંસાઈ ચૂક્યો છે. મારું શેષજીવન હવે પાંડવોની સાથે સુખમાં વીતી જશે, પરંતુ જે નિર્મિત હોય છે તે વિફળ થઈ શકતું નથી. અગ્નિમાંથી જન્મેલી હું મારા ભાવિની સામે ઊભી રહીને અપલક નીરખી રહી હતી. મારું ભાવિ અટ્ટહાસ્ય કરતું મારી પીડાનો ઉત્સવ ઊજવતું મને મારા સંહારના કાર્ય તરફ ધકેલી રહ્યું હતું.

મેં ક્યારેય નહોતું ઇચ્છ્યું કે હું ભારતવર્ષના અનેક વીરોના મૃત્યુનું કારણ બનું... સ્ત્રીઓનાં આંસુ અને બાળકોની નિરાધારતા મારે લીધે સર્જાય, પરંતુ વિધાતાએ મારા હાથમાં કાળનું ખપ્પર પકડાવી દીધું અને શબ્દનું ખડ્ગ

વિંઝાઈ ચૂક્યું હતું. દુર્યોધનના અહંકારનું મસ્તિષ્ક કપાઈને ધૂળમાં રગદોળાતું હતું... એના રક્તનાં છાંટણાં ઇન્દ્રપ્રસ્થની રાજ્યસભાની તમામ દીવાલો પર છંટાયાં હતાં.

અહંકારનું એ રક્ત સમગ્ર ભારતવર્ષમાં હાહાકાર ફેલાવવાનું હતું... મારા સ્વજન, પિતા, ભ્રાતા, સ્વસુર પક્ષના કેટલાંય સંબંધી અને મારા પુત્રો સહિત સહુના બલિદાન એ રક્તના બદલે રક્તપાત કરવા નિર્મિત થઈ ચૂક્યા હતા.

આ ભયાનક પળ ઇન્દ્રપ્રસ્થની રાજ્યસભામાં જાણે થીજી ગઈ હતી.

"હું ન બોલી હોત તો સારું થાત..." એ અપરાધભાવ સાથે હવે મારે બાકીનું સમગ્ર જીવન વિતાવવાનું હતું.

૫

કોણ જાણે છે કે દુર્યોધનના નામથી સમગ્ર ભારતવર્ષ જેને જાણતું હતું એનું નામ જન્મસમયે સુયોધન પાડવામાં આવ્યું હતું. શ્રેષ્ઠ રીતે યુદ્ધ કરી શકનાર... શ્રેષ્ઠ યોદ્ધો... જે શ્રેષ્ઠ રીતે શાસન ચલાવી જાણે છે તેવો સુ-શાસન...!

કાકાશ્રી ધૃતરાષ્ટ્રને કંઈ કેટલાંય સ્વપ્ન હશે, જેને કારણે એમણે પોતાનાં સંતાનોનાં નામ શ્રેષ્ઠતાના અર્થો સાથે સમન્વય સાધીને રાખ્યાં હશે. દુર્યોધનનાં વાણી અને વર્તન એની વય સાથે પ્રજા સુધી પહોંચતાં ગયાં. જાહેર સમારંભોમાં કે ઉત્સવોમાં એ જે રીતે વર્તતો એ જોયા પછી પ્રજામુખે એનું નામ બદલાતું ગયું. સહુ એને દુર્યોધનના નામે ઓળખવા લાગ્યા. એવી જ રીતે સુ-શાસન અંતે દુઃશાસન બની ગયો.

આમ જુઓ તો આશ્ચર્યની વાત છે અને આમ જુઓ તો તદ્દન સ્વાભાવિક. માતાપિતા પોતાનાં સંતાનોનાં નામ રાખે છે ત્યારે એક સ્વપ્ન પણ એના નામ સાથે જોડાય છે. ભવિષ્યમાં પોતાનું સંતાન કેવું અને શું નીવડે તેના સ્વપ્ન જોઈને માતાપિતા સંતાનનું નામકરણ કરે છે, પરંતુ જો સંતાનના ગુણો નામ પ્રમાણે ન નીવડે તો સમાજ એનું નામ બદલી નાખતા સહેજ પણ અચકાતો નથી. જ્યાં સુધી પાંડવો હસ્તિનાપુરમાં નહોતા પહોંચ્યા ત્યાં સુધી સુયોધનને

પ્રજાએ 'યુવરાજ' તરીકે સ્વીકારી લીધો હતો. જનસામાન્ય એ આ અણગમતા યુવરાજના અસ્વીકારના પ્રતીકરૂપે એને સુયોધનને બદલે દુર્યોધન કહીને પોતાની લાગણી પ્રદર્શિત કરી હતી.

સમય સાથે પ્રજાનો અવાજ કદાચિત્ ધૃતરાષ્ટ્રના કાન અથડાયો પણ હશે, પરંતુ એમણે એ તરફ ધ્યાન ન આપ્યું. જે રાજા પ્રજાના અભિપ્રાય તરફ ધ્યાન નથી આપતા એમણે અંતે પસ્તાવું પડે છે. રાજાનું સૌથી પહેલું ઉત્તરદાયિત્વ પ્રજાના મનોભાવોને સમજવાનું અને એ પ્રમાણે રાજ્ય ચલાવવાનું હોય છે. રાજા તો પ્રજાનો પ્રતિનિધિ છે એવું શાસ્ત્રોમાં કહ્યું છે. પ્રજાના મનને કળીને એમના સુખને કેન્દ્રમાં રાખીને જે રાજા રાજ્ય નથી કરી શકતો એ રાજાએ અંતે પ્રજાના ક્રોધનો ભોગ બનવું પડે છે. રાજ્યનીતિશાસ્ત્રનો નિયમ છે કે રાજાએ પ્રજાની સંમતિ અને અનુમતિને સતત લક્ષ્યમાં રાખવી. પ્રજાના અભિપ્રાયનો અનાદર કરનાર રાજા કદીય સુશાસન ચલાવી શકતો નથી.

ધૃતરાષ્ટ્રએ આ શીખવું જોઈતું હતું. એમની પાસે વિદુર જેવા ભ્રાતા હતા. રાજનીતિ જેને કંઠસ્થ હતી એવા મંત્રી હોવા છતાં ધૃતરાષ્ટ્ર કશુંય ગ્રહણ કરી શક્યા નહીં, કારણ કે એ ફક્ત દૃષ્ટિથી જ નહીં, પરંતુ બુદ્ધિથી પણ અંધ હશે. પુત્રોને યોગ્ય દિશામાં લઈ જવા માટે વિદુરે વારંવાર એમને સૂચનો કર્યાં હતાં, પરંતુ પુત્રપ્રેમમાં અંધ ધૃતરાષ્ટ્ર, પુત્રપ્રેમમાં બધીર પણ બની ગયા હતા. એમણે વિદુરની વાત કાને ન ધરી.

એમના જ પુત્રપ્રેમને કારણે જેમને એમણે સુયોધન બનાવવા ધાર્યું હતું તે દુર્યોધન બની ગયો.

સુરાજ્ય ચલાવવા માટે એક સુશાસન કરી શકે તેવા રાજ્યકર્તાની આવશ્યકતા હોય છે. ખરેખર તો દુર્યોધન યુવરાજ તરીકે પોતાને પ્રસ્થાપિત કરી શક્યો હોત... પ્રજાપ્રેમ પામી શક્યો હોત તો ક્વચિત્ પ્રજાએ જ એને યુવરાજ તરીકે માગ્યો હોત. યુધિષ્ઠિર આવ્યા તે પહેલાં દુર્યોધન જ યુવરાજ હતો... પ્રજાએ બીજા યુવરાજનો વિચાર સુધ્ધાં કર્યો નહોતો, પરંતુ પોતાનાં કર્મો, વાણી અને વર્તનને કારણે પ્રજાએ અન્ય યુવરાજની ઝંખના કરી. તે જ સમયે યુધિષ્ઠિર આવી લાગ્યા. યુધિષ્ઠિરનું વર્તન, વાણી અને વ્યવહાર પ્રજામાનસમાં સન્માન પામ્યાં. પ્રજાએ દુર્યોધનને નકારીને યુધિષ્ઠિરનો સ્વીકાર કર્યો. પ્રસ્થાપિત યુવરાજને પોતાના સિંહાસન પરથી ઊતરવું પડ્યું. આ વાતનું દુર્યોધનને ઘણું જ દુ:ખ લાગ્યું હશે એવી મને ખાતરી છે.

કદાચ એ જ કારણે દુર્યોધને મનોમન પોતાના જ ભાઈઓ સાથે વેર બાંધી લીધું. એના અહંકાર પર પડેલા આ ઘાને કારણે એણે મનોમન નિશ્ચિત કરી લીધું કે એ પાંડવોને કોઈ પણ રીતે હસ્તિનાપુરમાંથી બહાર કાઢશે.

એ તો પાંડવોને કશુંય આપ્યા વિના એમ જ બહાર કાઢવા ઇચ્છતો હતો, પરંતુ વિદુરના દુરાગ્રહ અને ભીષ્મ પિતામહના ભયથી એણે ખાંડવવન પાંડવોને આપવાનું સ્વીકાર્યું. જ્યાં પશુ-પક્ષીઓ, ગંધર્વો-કિન્નરો અને રાક્ષસો વસતાં હતાં એવા ઘેઘૂર અડાબીડ વનમાં એણે પાંડવોને પોતાની રાજધાની સ્થાપવાનું કહ્યું.

આ એક પ્રકારનો ઉપહાસ જ હતો. જ્યાં પ્રજા નથી ત્યાં કેવો રાજા ? જે ખાંડવવનમાં આજ સુધી સૂર્યના કિરણે પણ પ્રવેશતા પહેલા વિચાર કરવો પડ્યો એવા વનમાં પાંડવોને પોતાનું રાજ્ય સ્થાપવાનું કહીને દુર્યોધને એમને પડકાર્યા... એમનો ઉપહાર કર્યો.

પરંતુ મને ગર્વ છે કે મારા પતિ એમ હારે તેમ નહોતા... કૃષ્ણના સૂચનથી એમણે ખાંડવવનનો સ્વીકાર કરી લીધો.

અર્જુન અને કૃષ્ણ જ્યારે વનદહન માટે પહોંચ્યા ત્યારે અર્જુને હાથ જોડી નતમસ્તકે અગ્નિદેવને આહ્વાન કર્યું. અગ્નિદેવને આમંત્રણ આપી એમણે ખાંડવવનનો આહાર કરી જવા અગ્નિને વિનંતી કરી. અગ્નિએ ખાંડવવન બાળવાનું શરૂ કર્યું. એમાં વસતાં વૃક્ષો, પશુઓ, ગંધર્વો, કિન્નરો, યક્ષો અને રાક્ષસો કોઈ બચી શક્યું નહીં. આટઆટલાં જીવોનો સંહાર કરીને જે રાજધાનીની સ્થાપના કરવામાં આવી તે શું શાશ્વત ટકી શકવાની હતી ?

નિર્દોષ જીવોનો સંહાર કરીને મેળવવામાં આવેલું રાજ્ય સુખ આપી શકતું નથી અથવા ટકી શકતું નથી, એવી જાણજોગ ઇન્દ્રપ્રસ્થની સ્થાપના પૂર્વે જ થઈ શકી હોત તો કુરુક્ષેત્રનું યુદ્ધ ન થયું હોત ?

રક્તરંજિત રાજ્યો અને ચિત્કાર અને પીડાના પાયા પર ગોઠવાયેલું સિંહાસન કદીયે સ્થિર રહી શકતું નથી. આ વાત કદાચ અમને ખબર નહોતી, પરંતુ કૃષ્ણ પણ શું આનાથી અજાણ હતા ?

ખાંડવવનદહન શા માટે થયું ? અને એ નિવારી ન શકાયું હોત ? આ બે પ્રશ્નો મને સતત મૂંઝવતા રહ્યા.

ખાંડવદહન વખતે જે છ વ્યક્તિઓને કૃષ્ણની આજ્ઞાથી મુક્ત કરવામાં

આવી એમાંના એક મયદાનવ... જેમણે પોતાની કૃતજ્ઞતા વ્યક્ત કરવા માટે અતિઆગ્રહ કર્યો ત્યારે અર્જુને કહ્યું કે, "કૃષ્ણ કહે તે કરો."

અહીં અર્જુનની કૃષ્ણ માટેની અવિચળ શ્રદ્ધા અને સંપૂર્ણ સમર્પણનો ભાવ દેખાયા વિના રહેતો નથી.

કૃષ્ણ જાણે છે કે અર્જુન યોગ્ય નિર્ણય કરશે, તો સામે અર્જુન પણ જાણે છે કે કૃષ્ણ શું ઇચ્છે છે. પરસ્પર સખ્ય અને એકમેક પરત્વેની સંપૂર્ણ સમર્પિત સમજથી ખાંડવદહન અને એ પછીના તમામ નિર્ણયો કરવામાં આવ્યા.

મયદાનવને મુક્ત કરાવ્યા પછી એમણે પોતાના જીવનદાનની કૃતજ્ઞતા વ્યક્ત કરવા માટે શ્રીકૃષ્ણને પૂછ્યું, "હું શું કરી શકું ?"

શ્રીકૃષ્ણે મયદાનવને જ્યારે એવી સભા રચવાનું કહ્યું જેની મૃત્યુલોકમાં ક્યાંય બરોબરી ના હોય.

સભા એટલે સમાજનું સભાગૃહ, દ્યૂતગૃહ અને ન્યાયમંદિર ! આશ્ચર્યની વાત છે, પરંતુ દ્યૂતગૃહ અને ન્યાયમંદિર એક કઈ રીતે હોઈ શકે ? આ વાત મને ત્યારે સમજાઈ જ્યારે દ્યૂતગૃહમાં બનેલી ઘટનાએ ન્યાયોચિત નિર્ણય કર્યો. પીડામાંથી પસાર થયેલો આ નિર્ણય ભરતવર્ષના ભવિષ્યનો ન્યાય કરી શક્યો. આ ઘટનાને કઈ દૃષ્ટિએ જોવી એ મને ક્યારેય સમજાયું નહીં.

ગોવિંદ કહેતા રહ્યા કે, 'પ્રત્યેક નિશ્ચિત ક્ષણ એનું કાર્ય સંપન્ન કરીને વહી જતી હોય છે, પરંતુ મારો પ્રશ્ન એ રહ્યો કે એ ક્ષણ પછીનાં પરિણામો શા માટે મનુષ્યને ભોગવવા પડતાં હોય છે ? જો સમય પોતાનો નિર્ણય કરીને પોતાનું કર્તવ્ય પૂરું કરતો હોય તો ગોવિંદના કહ્યા પ્રમાણે એનાં પરિણામો પણ સમયે ભોગવવા રહ્યાં... મનુષ્ય શા માટે આ પરિણામ ભોગવવાને પાત્ર બને છે ?

માયાવી સભા રચવાનું સૂચન શા માટે કૃષ્ણ તરફથી આવ્યું તે મને ઘણું મોડું સમજાયું ! કુરુકુળનો વિનાશ કૃષ્ણએ ઘણો વહેલો જોઈ લીધો હશે...

જેમ બીજ રોપ્યા પછી વ્યક્તિએ વૃક્ષ ઊગવાની પ્રતીક્ષા કરવી પડે છે, તેમ આ માયાવી રાજસભામાં કુરુકુળના વિનાશના બીજ રોપાયા પછી તેર વર્ષ સુધી પાંડવોને એમાંથી વૃક્ષ બનવાની પ્રતીક્ષા કરવી પડી !

ઇન્દ્રપ્રસ્થની રાજ્યસભામાં જ્યારે મારા મુખમાંથી શબ્દો સર્યા, "આંધળાના તો આંધળા જ હોય ને !" ત્યારે જ મહાવિનાશના બીજ રોપાઈ ચૂક્યા હતા.

મારા જન્મ સમયે થયેલી ભવિષ્યવાણી સત્ય બનવા શરસંધાન કરી ચૂકી હતી...

ધર્મની સંસ્થાપનાનું પ્રથમ ચરણ પોતાના નિશ્ચિત માર્ગ પર ડગ માંડી ચૂક્યું હતું.

* * *

માણસનું મન કેવું હોય છે ! અપમાનનો પ્રતિશોધ લીધા વિના એને શાંતિ મળતી નથી. એક અપમાન પ્રતિશોધ ભણી દોરી જાય છે... પ્રતિશોધનો ફરી પ્રતિશોધ લેવાય છે... અને એ પ્રતિશોધ ફરી વાર પ્રતિશોધને જન્મ આપે છે. એક વિષચક્ર શરૂ થઈ ચૂક્યું હતું. દુર્યોધનને મારા શબ્દો હાડોહાડ લાગ્યા હતા. એણે એ જ પળે મનમાં ગાંઠ વાળી લીધી, "પાંડવોને ફરી એક વાર વનમાં રઝળતા ન કરી નાખું તો હું ધૃતરાષ્ટ્રનો પુત્ર નહીં."

એણે મારી તરફ ફેંકેલી દૃષ્ટિમાં ભારોભાર તિરસ્કાર હતો. એક વચન હતું એની દૃષ્ટિમાં, મને અપમાનિત કરવાનું વચન... પ્રતિશોધનું વચન... મારી ગરિમા, ગૌરવ અને મહારાણીપદના ચીંથરેચીંથરા કરીને મને એના ચરણમાં નમાવવાનું વચન !

એ દૃષ્ટિ મને આરપાર વીંધી ગઈ. મને ક્યારેય ભય લાગતો નહીં, પરંતુ આજે મને દુર્યોધનની દૃષ્ટિ એક એવો ભય આપી ગઈ જે મેં પહેલા ક્યારેય નહોતો અનુભવ્યો.

ત્યાં જ ઊભેલા ગોવિંદ સાથે મારી દૃષ્ટિ મળી. એમની આંખોમાં ઠપકો હતો. એમણે નિઃશ્વાસ નાખીને સંપૂર્ણ શોકમાં ગર્ત થઈ માથું એવી રીતે ધુણાવ્યું કે મને આવનારા દિવસોની ભયાવહતા મને પૂરેપૂરી સમજાઈ ગઈ.

ઇન્દ્રપ્રસ્થમાં થયેલા રાજસૂયયજ્ઞ પ્રસંગે ભગવાન વેદવ્યાસ શ્રી કૃષ્ણદ્વૈપાયન અમારે ત્યાં પધાર્યા હતા. આ યજ્ઞના ઋત્વીજ શ્રી કૃષ્ણદ્વૈપાયન જાતે બન્યા હતા. યાજ્ઞવલ્ક્ય અધ્વર્યુ બન્યા અને મહર્ષિ પૈલ હોતા બન્યા. યુધિષ્ઠિરે કરેલા રાજસૂયયજ્ઞમાં સ્વયં પિતામહ ભીષ્મ, ધૃતરાષ્ટ્ર, વિદુર, ગાંધારરાજ, શકુનિ, અચલ, વૃષક, શૈલ્ય, સોમદત્ત, ભૂરિ અને ભૂરિશ્રવા, અશ્વત્થામા, કૃપાચાર્ય, દ્રોણાચાર્ય, જામાતાજયદ્રથ, યજ્ઞસેન, પૌંડ્રક, અંગપતિ કલિંગરાજ, કુંતીભોજ, વિરાટ, માવેલ્લ, શિશુપાળ, વૃષ્ણિયો, મલેચ્છો, સિંહલદ્વીપ વાસીઓ સહિત અનેક રાજાઓ, બ્રાહ્મણો અને વૈષ્યો સહિત શૂદ્રો પણ પધાર્યા હતા.

અનેકનો વિધિપૂર્વક સત્કાર કરવાની સમસ્યા ઊભી થઈ ત્યારે યુધિષ્ઠિરે ભીષ્મની સલાહ લીધી. પિતામહ ભીષ્મએ નિઃસંકોચ કહ્યું,

"અસૂર્યમિવસૂર્યેણ નિવાતમિવ વાયુના,
ભાસિંત હ્લાતિંચૈવ કૃષ્ણેનેદં સદો હિ નઃ

કૃષ્ણ વડે જ અહીં પ્રકાશ છે, કૃષ્ણ વડે જ અહીં સુવાસ છે. કૃષ્ણની ઉપસ્થિતિથી જ આ સભા પ્રકાશમાન અને આહ્લાદિત લાગે છે. પ્રકાશપુંજમાં જે સ્થાન સૂર્યનું છે એ જ સ્થાન પરાક્રમી નરવીરોમાં કૃષ્ણનું છે. પૃથ્વી પર અત્યારે કોઈ પૂજ્યતમ્ હોય તો એ શ્રીકૃષ્ણ છે..."

"પિતામહ, આપ જ્યારે અહીં ઉપસ્થિત હો ત્યારે..." મારા પતિ જાણતા હતા કે રાજ્યસિંહાસન પરત્વે પોતાની નિષ્ઠા અને વીરતાને કારણે પિતામહ પોતે જ આવા પૂજનને યોગ્ય હતા.

"પુત્ર ! આ યજ્ઞ તારે આંગણે છે એટલે હું તો આ યજ્ઞનો યજમાન ગણાઉં. યજમાને પૂજન કરવાનું હોય, સ્વીકારવાનું નહીં. હું તારી સાથે શ્રીકૃષ્ણનું પૂજન કરીશ."

યુધિષ્ઠિરને અત્યંત શાતા થઈ. તેઓ પણ ઇચ્છતા હતા કે શ્રીકૃષ્ણનું વિધિવત યોગ્ય પૂજન થાય, પરંતુ પિતામહ ભીષ્મની આજ્ઞા વિના એ સંભવ નહોતું. એમણે સંપૂર્ણ વિધિવિધાનથી શ્રીકૃષ્ણની પૂજા કરી. એ વખતે શિશુપાળે વિરોધ પ્રગટ કર્યો. શિશુપાળ અપશબ્દો બોલી શ્રીકૃષ્ણનું અપમાન કરવા લાગ્યો...

શ્રીકૃષ્ણ સંપૂર્ણ શાંત હતા. એ વ્યગ્ર અને અશાંત શિશુપાળને ક્યાંય સુધી સાંભળતા રહ્યા. અંતે એમણે ખૂબ જ ધીરજપૂર્વક શિશુપાળને વિનંતી કરી, "તું મારાં સગાં ફોઈનો દીકરો ભાઈ છે, પરંતુ તેં એક વાર દ્વારિકાને સળગાવવાની ચેષ્ટા કરી ત્યારે મેં તને ક્ષમા કરી હતી. રવૈત પર્વત ઉપર પણ તેં યાદવોને ઘણા જ પજવ્યા. મારા પિતા તરફથી યોજાઈ રહેલા અશ્વમેધ યજ્ઞમાં પણ તેં ઘોડો ચોરીને વિઘ્ન ઊભું કર્યું અને સૌવીર દેશમાં ગયેલી યાદવ બભ્રુની પત્નીને પણ તું ઉઠાવી ગયેલો. આ દરેક પ્રસંગે મેં તને ક્ષમા કરી, કારણ કે હું તને મારો ભ્રાતા સમજતો હતો."

ત્યાં ઉપસ્થિત ઘણાબધા રાજવીઓ આ બાબતે કશું જ જાણતા નહોતા. તેઓ શિશુપાળના દુષ્કાર્યો અંગે જાણીને વિસ્મીત થઈ ગયા.

શ્રીકૃષ્ણ ખૂબ જ શાંતિપૂર્વક પોતાની વાત કહેતા રહ્યા, "રુક્મિણિની સાથે લગ્ન કરવાની તારી ખેવના પરિપૂર્ણ ન થઈ તે કારણથી તું મારો શત્રુ બન્યો. સત્ય છે કે એક સ્ત્રી બે ભાઈઓને પણ શત્રુ બનાવી શકે છે. આજે આ સર્વની ઉપસ્થિતિમાં હું તને આ અંતિમ વખત ક્ષમા કરું છું..."

"તું મને શું ક્ષમા કરવાનો ?" અહંકારી શિશુપાળ કહી રહ્યો હતો, "આ રાજવીઓની સભામાં એક સ્ત્રીની વાત તારા જેવો નપુંસક જ કરી શકે. હિંમત હોય તો તારે મારી સાથે યુદ્ધ કરવું રહ્યું. પૂજનને પાત્ર કોણ છે તે શક્તિથી જ નિશ્ચિત થઈ શકે." એ પછી પણ એ શ્રીકૃષ્ણને કેટલીયે ગાળો દેતો રહ્યો. એણે કહ્યું,

"અયુક્તમાત્મનઃ પૂજાં ત્વં પુનર્બહુ મન્યસે ।
હવિષઃ પ્રાપ્ય નિષ્યનંદ પ્રાશિતું શ્વેવ નિર્જને ॥

એકાંત સ્થળમાં પડેલા યજ્ઞના હવિને ખાઈ જતા કૂતરાની માફક તું પૂજા માટે અયુક્ત હોવા છતાં પૂજાનો ભાગ મેળવી તારી જાતને મોટો માની બેઠો છે !"

આ સાંભળ્યા પછી પણ શ્રીકૃષ્ણના મુખભાવ ક્યાંય સુધી સ્થિર અને શાંત હતા, પરંતુ જ્યારે શિશુપાળે એમના કુળને અને પિતાને ગાળ દીધી ત્યારે શ્રીકૃષ્ણની આંખો રક્તવર્ણી થઈ ગઈ. એમના મુખભાવ પલટાયા. સમગ્ર રાજવીઓ તરફ ભય જન્માવે તેવો દૃષ્ટિપાત કરતા એમણે આકાશવાણી થતી હોય એવા ગર્જતા સ્વરે ઉચ્ચાર્યું, "શિશુપાળની માતાએ મારી પાસે વચન લીધું હતું કે મારે એના સો ગુના માફ કરવા. આપ સૌની સમક્ષ મેં એના સોથીયે વધુ ગુના માફ કર્યા, પરંતુ આ ક્ષણે મારા કુળ અને પિતાને ગાળ દઈને તે દંડને પાત્ર બન્યો છે માટે આપ સહુની સંમતિથી અને આપ સહુની ઉપસ્થિતિમાં હું તેનો સંહાર કરીશ..." શ્રીકૃષ્ણે બે હાથ જોડી, આંખો મીંચીને સુદર્શન ચક્રનું સ્મરણ કર્યું.

વાતાવરણમાં તેજોવલય રચતું, શંખનાદ જેવો ગુંજારવ કરતું, અગ્નિના પૂંજ જેવું, અતિશય તેજસ્વી અને સ્વયં સૂર્યના અંશમાંથી જન્મ્યું હોય તેવું સુદર્શનચક્ર ત્યાં ઉપસ્થિત થયું. શ્રીકૃષ્ણએ એને નમસ્કાર કરી, વંદના કરી અને અનામિકા અંગુલી ઊંચી કરીને સુદર્શનચક્રને એમાં ધારણ કર્યું. સમગ્ર રાજ્યસભા ધ્રૂજી ઊઠે એવા મંત્રોચ્ચાર સાથે એમણે સુદર્શનચક્રને શિશુપાળનો વધ કરવા અનુરોધ કર્યો.

સુદર્શનચક્ર ફરી એક વાર તેજોવલય રચતું શ્રીકૃષ્ણની અંગુલીમાંથી નીકળીને શિશુપાળ તરફ આગળ વધ્યું. ભયભીત થયેલો શિશુપાળ રાજ્યસભામાં દોડતો રહ્યો, પરંતુ સુદર્શનચક્રએ એના મસ્તક સુધી પહોંચીને પોતાનું કાર્ય પૂર્ણ કર્યું.

આ પ્રસંગે ઉપસ્થિત તમામ રાજવીઓ કોઈ ચિત્રમાં ચીતર્યા હોય તેવા સ્તબ્ધ ઊભા હતા. શિશુપાળના છેદાયેલા મસ્તક પછી એના શરીરમાંથી એક તેજનું કિરણ નીકળ્યું અને શ્રીકૃષ્ણમાં સમાઈ ગયું.

એ વખતે શ્રી કૃષ્ણદ્વૈપાયને આશીર્વચન ઉચ્ચારતા શ્રીકૃષ્ણને વંદના કરી, "આ પૃથ્વી પર ધર્મની સંસ્થાપના કરવા માટે તમારો જન્મ થયો છે. તમે તમારું કાર્ય નિર્વિઘ્ને સંપન્ન કરો એવા મારા શુભાશિષ છે."

આ યજ્ઞમાં દુર્યોધન રાજવીઓના ઉપહાર સ્વીકારવાનું કાર્ય કરતો હતો. રાજસૂયયજ્ઞ પ્રસંગે રાજવીઓએ આપેલી ભેટો જોઈને એનો અસંતોષ પ્રગટ થઈ ગયો.

માયાવી રાજ્યસભાની રચનાની જેમ જ કદાચિત શ્રીકૃષ્ણએ દુર્યોધનને આ કાર્ય સમજપૂર્વક સોંપ્યું હશે એમ લાગે છે. પાંડવોની શ્રી, સત્તા અને સમૃદ્ધિ જોઈને દુર્યોધનની અંદર રહેલો અસંતોષ દાવાનળ બની જાય તો જ અધર્મ પોતાનું શસ્ત્ર ઉઠાવે. જ્યાં સુધી અધર્મ યુદ્ધ માટે આમંત્રિત ન કરે ત્યાં સુધી ધર્મ યુદ્ધ કરી શકે નહીં... ધર્મની સંસ્થાપનાનો માર્ગ ધર્મ અને અધર્મ વચ્ચેના યુદ્ધમાં થઈને જ પસાર થવાનો હતો એની શ્રીકૃષ્ણને જાણ હતી.

ધર્મરાજ અને એમના ભાઈઓએ આસન પરથી ઊઠીને ભગવાન વેદવ્યાસની પૂજા કરી, એમને સુવર્ણસિંહાસન પર બેસાડ્યા ત્યારે એમણે સર્વને સંબોધીને કહ્યું હતું, "આજે સર્વકાંઈ કુશળ અને મંગળ લાગે છે, પરંતુ એમ રહેશે નહીં. તેર વર્ષ પછી કુળના કુસંપના કારણે ભયાનક મહાયુદ્ધ થશે. ધર્મરાજ, તમે દુર્યોધનના અપરાધનું નિમિત્ત બનશો..."

"પ્રભુ !" ધર્મરાજ તરીકે જાણીતા મારા પતિ યુધિષ્ઠિર આ સાંભળીને વિચલીત થઈ ગયા. એમણે ખૂબ જ વિનવણીઓ કરતા મહાઋષિ વેદવ્યાસને પૂછ્યું, "શું આનો કોઈ ઉપાય નથી ?"

"જ્યોતિષ એક મહાભયાનક જ્ઞાન છે. એક વાર જે જ્ઞાન પામ્યા પછી તમે ક્યારેય શાંતચિત્તે જીવી શકો નહીં એ જ્યોતિષ છે. ભવિષ્ય જાણવા છતાં તમે એ વિશે કશું જ બદલી શકતા નથી..."

"પરંતુ પ્રભુ, હું કુળક્લેશનું કારણ નથી બનવા માગતો."

"એ આપણા હાથમાં ક્યાં હોય છે ? નિર્મિત અને નિર્ધારીત જીવન જીવવાનું આપણા ભાગ્યમાં લખેલું છે."

"શું હું મારા ભાઈઓના વિનાશનું કારણ બનીશ ?"

ત્યારે ભગવાન વેદવ્યાસે ઉત્તર આપેલો, "આપણે સહુ નિમિત્ત છીએ, ઘટનાઓના... પરિસ્થિતિઓના અને પ્રશ્નોના. પરિણામો આપણા હાથમાં હોતાં નથી, તેથી એ વિશે ક્ષોભ કે શોક કરવાનો આપણને અધિકાર નથી."

સહુ વિધિની વક્રતા વિશે વાત કરે છે. સહુ એવું સ્વીકારે છે કે આપણે માત્ર નિમિત્ત છીએ, તેમ છતાં મનુષ્યમાત્રને એનાં કાર્યો માટે એને દંડીત કરવામાં આવે છે. માયાવી રાજ્યસભા રચીને શ્રીકૃષ્ણએ એવી પરિસ્થિતિ ઊભી કરી જેમાં દુર્યોધન માટે ક્ષોભજનક સ્થિતિ સર્જાય. એ પછી એમણે દુર્યોધનને કાર્ય સોંપ્યું, પાંડવોને મળેલી ભેટો સ્વીકારવાનું.

અપમાન અને ઈર્ષ્યાથી દુર્યોધન પૂરેપૂરો વિચલિત થઈ જાય એવું ઇચ્છ્યું હશે એમણે ?

સહુને સમતામાં રહેવાની, સ્વીકાર કરવાની શિખ આપતા શ્રીકૃષ્ણએ શા માટે દુર્યોધનના અહંકાર પર આવા આકરા અને વારંવાર પ્રહાર કર્યા હશે ?

અમારું સુખ જોઈને એ ભભૂકી ઊઠે એવો પ્રયાસ એમણે અજાણતા કર્યો હશે કે જાણીને ?

જે કંઈ બનતું ગયું તે પછી શિશુપાલની હત્યાએ સહુને હતપ્રભ કરી નાખ્યા. એમાં ભગવાન વેદવ્યાસની ભવિષ્યવાણીએ મારા પતિને હતોત્સાહ કરી નાખ્યા. હસ્તિનાપુરના રાજ્યનો ત્યાગ કરવાનું કારણ જ એ હતું કે યુધિષ્ઠિર જ્યેષ્ઠભ્રાતા તરીકે કુળક્લેશને ટાળવા માગતા હતા. રાજ્ય ભલે નાનું હોય, પરંતુ પરિવારમાં સંપ રહેવો જોઈએ એમ માનીને એમણે પોતાનો અધિકાર છોડી દીધો.

આશ્ચર્યની વાત એ છે કે અધિકાર છોડવાથી અહંકાર કે ઈર્ષ્યાને મારી શકાતા નથી. ત્યાગ કે બલિદાન અંગત હોઈ શકે, એનાથી સામેની વ્યક્તિની માન્યતા કે વર્તન બદલાશે એવું કોઈ વચન નથી હોતું. યુધિષ્ઠિરનો ત્યાગ નિષ્ફળ નીવડ્યો. એમણે હસ્તિનાપુર ત્યાગી દીધું, તેમ છતાં કૌરવોનો વિનાશ એમની હસ્તરેખામાં લખાયેલો હતો. ભૂમિથી ભાગ્યા, પરંતુ ભાગ્યથી દૂર જઈ શક્યા નહીં મારા પતિઓ.

ભગવાન વેદવ્યાસની ભવિષ્યવાણી સાંભળી તે દિવસથી મારા પતિ યુધિષ્ઠિરની પ્રકૃતિમાં કશુંક બદલાવા લાગ્યું. એમણે પોતાના પાંચે ભાઈઓને બેસાડીને કહ્યું, "ભાઈઓ, હું સર્વનું કલ્યાણ ઇચ્છું છું અને ભગવાન વેદવ્યાસની ભવિષ્ણવાણી પછી મેં એક નિર્ણય કર્યો છે. હું હવે ક્યારેય ક્રોધ નહીં કરું. કડવા વેણ નહીં કાઢું. દરેક કાર્ય સર્વે ભાઈઓની અનુમતિથી કરીશ. સર્વે પ્રત્યે સમભાવ રાખીશ અને કોઈ પણ પરિસ્થિતિમાં ઉશ્કેરાઈશ નહીં. આ મારી પ્રતિજ્ઞા છે." તેઓનું ગળું ભરાઈ આવ્યું હતું. તેમણે કહ્યું, "હું ક્યારેય કોઈના વિનાશનું નિમિત્ત બનવા માગતો નથી. મારા કોઈ પણ વર્તનના કારણે જો દુર્યોધન અપરાધના માર્ગ તરફ વળતો હોય તો તેને રોકવો એ જ્યેષ્ઠ ભ્રાતા તરીકે મારી ફરજ છે." તે દિવસથી યુધિષ્ઠિરે નિયમિત પિતૃઓનું તર્પણ અને દેવતાઓની પૂજા કરવા માંડી. ધ્યાન અને યોગવિદ્યામાં સમય પસાર કરવા માંડ્યો.

એ હૃદયપૂર્વક શાંત રહેવાનો પ્રયાસ કરતા હતા અને રોજની પૂજા બાદ સર્વેનું કલ્યાણ થાય એવી પ્રાર્થના કરતા હતા.

દુર્યોધન પિતા ધૃતરાષ્ટ્ર પાસે જઈને બોલ્યો, "પિતાજી, મામા દ્યૂત રમીને પાંડુપુત્રોની સંપત્તિ હરી લેવા માગે છે. હું એ માટે આપની આજ્ઞા માગું છું."

ધૃતરાષ્ટ્રએ દુર્યોધનને સમજાવવાનો પ્રયાસ કર્યો જ હશે, પરંતુ એણે પિતાની એક વાત કાને ન ધરી. એ પણ ઓછો જ્ઞાની નહોતો. પાંડવોની સાથે જ શાસ્ત્ર અને શસ્ત્રનું શિક્ષણ એણે દ્રોણાચાર્યએ આપ્યું હતું. પોતાની તીવ્રબુદ્ધિથી પિતાની વાતને મ્હાત કરતા એણે કહ્યું કે, "જે કાપે છે તે શસ્ત્ર નથી. જે શત્રુને વશ કરે છે તે શસ્ત્ર છે."

ધૃતરાષ્ટ્ર પુત્રપ્રેમમાં અંધ હતા. એમને કદાચિત આવનારા ભવિષ્યની ભયાવહતા પુત્રપ્રેમના પડળને આડે દેખાઈ નહીં અને એમણે દ્યુત રમવાની આજ્ઞા આપી.

* * *

બહુ દિવસો નહોતા વીત્યા કે હસ્તિનાપુરથી દુર્યોધને દ્યૂત રમવા માટેનું કહેણ મોકલ્યું.

ગોવિંદ એ સમયે દ્વારિકામાં હતા. મેં પૂરેપૂરા હૃદયથી અને નિષ્ઠાથી મારા પતિ યુધિષ્ઠિરને વારવાનો પ્રયાસ કર્યો. દ્યૂત એમની નબળાઈ હતી.

"દ્યૂતનું કહેણ આવે અને ક્ષત્રિય જો એને ટાળે તો એનો ક્ષાત્રધર્મ લાજે." એમ કહીને એમણે કહેણનો સ્વીકાર કર્યો.

અમે સહુ... પાંચ ભાઈઓ અને હું દાસ-દાસીઓ સહિત દ્યૂત રમવા માટે હસ્તિનાપુર જવા રવાના થયાં.

જોકે કોઈ ન જાણે તેમ મેં એક દૂતને દ્વારિકા મોકલી આપ્યો હતો. શ્રીકૃષ્ણને એક પત્ર પાઠવ્યો હતો. જેમાં યુધિષ્ઠિરે દ્યૂતનું કહેણ સ્વીકાર્યું છે, અમે હસ્તિનાપુર જઈ રહ્યાં છીએ એ વિગતની સાથે સાથે હસ્તિનાપુરની સીમામાં પ્રવેશવા અંગે મને જે ભય લાગતો હતો તે પણ વ્યક્ત કરી દીધો હતો.

યુધિષ્ઠિરના આ નિર્ણયથી કોઈ ખુશ નહોતું. ચારે ભાઈઓએ એમની આજ્ઞા માની એમની સાથે જવાનું નક્કી તો કર્યું, પરંતુ સહુને દુર્યોધનની ચાલાકી, શકુનિની કુટિલતા અને મહારાજ ધૃતરાષ્ટ્રના પુત્રમોહનો ભય લાગતો હતો.

દ્યૂત ક્યારેય શુભ ફળ આપતું નથી. હારનારા બધું ગુમાવી બેસે છે, જ્યારે જીતનારા ફરી રમવા માટે લલચાઈને ગુમાવવાની દિશામાં આગળ વધી જાય છે.

ફફડતા જીવે અને તદ્દન અનિચ્છાએ અમે સહુ હસ્તિનાપુર પહોંચ્યાં ત્યારે અમારું સ્વાગત કરવા આવેલા દુર્યોધને મારી તરફ જે દૃષ્ટિએ જોયું એનાથી મારા શરીરમાંથી એક ઠંડીનું લખલખું પસાર થઈ ગયું.

મારી અદમ્ય ઇચ્છા હતી કે આ પ્રસંગે ગોવિંદને પણ નિમંત્રણ પાઠવવામાં આવે, પરંતુ પાંચે ભાઈઓએ એ અંગે કોઈ પ્રતિભાવ આપ્યો નહીં. દૈવ એમની પાસે એમ કરાવતું હશે એમ માનીને મેં મન તો મનાવ્યું, પરંતુ હું સતત ગોવિંદની ખેવના કરતી હતી.

કહેવાય છે કે સ્ત્રીઓને એક છઠ્ઠી ઇન્દ્રિય જન્મથી જ મળી જતી હોય છે. બનનારી અમંગળ ઘટનાના એંધાણ સ્ત્રીના અજ્ઞાત મન દ્વારા એને મળી જતા હોય છે. હસ્તિનાપુર જવા નીકળતી વખતે તમામ શુકન અને પૂજન કર્યાં છતાં કોણ જાણે કેમ મારું મન એક અજ્ઞાત ભયથી ગ્રસ્ત હતું. કશુંક અણધાર્યું, અમંગળ બનવાનું છે એવું મને મારી છઠ્ઠી ઇન્દ્રિય સતત કહી રહી હતી.

દ્યૂતનું નિમંત્રણ આવ્યા પછી ત્રણ રાત્રિ અને ત્રણ દિવસ મને સતત દુર્યોધનની એ આંખો દેખાતી રહી. એણે ઇન્દ્રપ્રસ્થની રાજ્યસભામાં થયેલા

અપમાન પછી જે દૃષ્ટિએ મારી તરફ જોયું હતું એ દૃષ્ટિ મને વિંધતી રહી... મને સતત એમ લાગતું રહ્યું કે દ્યૂતના આ નિમંત્રણમાં કોઈક ષડ્‌યંત્ર છે, પરંતુ મારા પતિઓને એ સત્ય હું જણાવી શકી નહીં.

ખાંડવદહન સમયે જ્યારે ઇન્દ્રએ વરદાન માગવાનું કહ્યું ત્યારે કૃષ્ણએ ઇન્દ્રને કહ્યું, "પ્રીતિં પાર્થેન શાશ્વતીમ."

પાર્થ સાથે મારી પ્રીતિ, મારો પ્રેમ શાશ્વત રહો એમ કહીને કૃષ્ણએ ઘણું બધું માગી લીધું.

પાર્થ સાથેની એમની પ્રીતિ અમને સહુને સતત ઉગારતી રહી. પૃથાના પુત્ર પાર્થ અને મારા પતિ અર્જુન સાથેનું એમનું સખ્ય અમારા સહુ માટે જીવનદાનસમું બની રહ્યું.

ખરેખર તો કૃષ્ણ મારા મામાસસરાના દીકરા એટલે સંબંધે મારા જેઠ થાય, પરંતુ એમણે મારી સાથે ક્યારેય એ સંબંધ રાખ્યો જ નહીં. એમણે તો હંમેશાં પાર્થની પત્ની એટલે 'સખી' કહીને મને સંબોધી. ગોવિંદ સાથેનું મારું સખ્ય પ્રણયથી શરૂ કરીને ભક્તિ સુધીના તમામ રંગોનું મેઘધનુષ્ય બની રહ્યું.

એમને પાંચાલની રાજ્યસભામાં જોયા ત્યારે મનમાં જાગેલો ઉન્માદ અને પ્રણય સમય સાથે ધીરે ધીરે સમર્પણ અને ભક્તિમાં બદલાઈ ગયા. કૃષ્ણ સાથે જોડાયેલા તમામ જીવોને કદાચિત એમ જ થતું હશે. ઉત્કટ ઉન્માદથી શરૂ થતો નવધા ભક્તિનો સંબંધ નવ પગથિયાં પૂરાં થતાં સુધીમાં સંપૂર્ણ સમર્પણ અને એકાત્મ ભાવમાં બદલાઈ જતો હશે.

ક્યારેક મેં બ્રાહ્મણોને શાસ્ત્રાર્થ સમયે કહેતા સાંભળેલા, શ્રવણ, કિર્તન, સ્મરણ, પાદસેવન, અર્ચન, વંદન, દાસ્ય, સખ્ય અને આત્મ નિવેદન એ નવ બાહ્યાચારોથી કૃષ્ણ પ્રેમ ઉત્પન્ન થાય છે, દૃઢ બને છે, દસમી અવસ્થા પ્રેમલક્ષણા ભક્તિ કહેવાય છે.

મને હજી સમજાયું નથી કે કૃષ્ણ સાથેનો મારો સંબંધ કયા પ્રકારનો છે. પરંતુ એમના વિના મારું અસ્તિત્વ સંભવ નથી. એ મને સમજાઈ ગયું છે. આસક્તિથી શરૂ થયેલો અમારો સંબંધ, આતુરતા, વિરહવ્યથા, મિલન, તન્મયતા, મૂર્છના અને અંતે સાક્ષાત્કારની તમામ અવસ્થાઓમાંથી પસાર થયેલો એક પરિપક્વ સંબંધ છે.

મને કોઈ બીજાએ કહ્યું હોત તો હું ક્યારેય ના માનત. અશ્રદ્ધા મારો

સ્વભાવ છે. શંકા અને પ્રશ્ન મારી પ્રકૃતિ છે. પરંતુ મને પ્રથમ વાર સમજાયું કે કૃષ્ણમાં શ્રદ્ધા રાખવી એટલે સંશયનો પૂરેપૂરો લોપ કરીને કૃષ્ણને સર્વ કાંઈ સમર્પિત કરી દેવું. સુખ અને દુઃખ બંને એના જ આપેલા છે. મેળવેલું એને જ પાછું આપવાની મનઃસ્થિતિ કેળવી શકે તે જ કૃષ્ણપ્રેમ પામી શકે.

કૃષ્ણ પરત્વેની એ શંકાએ જ મને રાજ્યસભામાં અપમાનિત થવા તરફ ધકેલી હશે એમ માનું છું. ક્યારેક સમજાય છે કે કૃષ્ણ પરત્વે પૂરેપૂરી શ્રદ્ધા રાખી હોત તો કદાચિત્ આ સ્થિતિ ન થઈ હોત. કૃષ્ણ પરત્વેની શ્રદ્ધા એટલે શુભ-અશુભનો સ્વીકાર કરીને, એ જે આપે તે બધું જ કૃષ્ણની ભેટ સમજીને, એમને જ પાછું આપવાની સંપૂર્ણ સમર્પિતતા.

મારા પ્રશ્નોપનિષદને કારણે હું કૃષ્ણને પૂરેપૂરા જાણી શકી નહીં. એ જે કંઈ કરે છે તે શું કામ કરે છે એ પ્રશ્ન મને મૂંઝવતો રહ્યો. એમને સીધા પ્રશ્નો ન પૂછી શકી ત્યારે એમના ધ્યેયમાં અને નિષ્ઠામાં જન્મેલી મારી શંકાએ મને પીડાની ગર્તામાં ધકેલી દીધી. કૃષ્ણ પ્રત્યેનો પ્રેમ એટલે એમાં અશ્રદ્ધા, શંકા કે પ્રશ્નોને કોઈ સ્થાન ન હોઈ શકે. જે કંઈ બની રહ્યું છે તે કૃષ્ણ જ કરે છે, જે કંઈ બનવાનું છે તેની એમને જાણ છે અને જે કંઈ બનશે તેમાં એમની સંમતિ હશે જ એમ માનીને જે કૃષ્ણને ચાહી શકે છે તેને જ કૃષ્ણ પૂરેપૂરા પ્રેમથી સ્વીકારે છે.

આ વાતની જાણ મને ત્યારે થઈ જ્યારે હું સાચે જ અસહાય બનીને ભયાનક પરિસ્થિતિમાં કૃષ્ણનું સ્મરણ કરી શકી. જે પરિસ્થિતિને હું કોઈ રીતે રોકી શકું એમ નહોતી એ પરિસ્થિતિમાં અહંકાર અને શંકાને છોડીને મેં જ્યારે કૃષ્ણ પાસે સહાયની યાચના કરી ત્યારે મને સમજાયું કે કૃષ્ણ તો સતત મારી સાથે જ હતા. મેં ક્યારેય હાથ લંબાવીને એમના અસ્તિત્વને સ્પર્શી જોવાનો પ્રયાસ કર્યો જ નહીં !

દ્યૂતસભામાં જ્યારે યુધિષ્ઠિર એક પછી એક સંપત્તિ અને શ્રી ગુમાવી રહ્યા હતા ત્યારે દૂત રાજ્યસભામાંથી સમાચાર લઈને દોડી આવતા. નિતંબિની એમના પર ફિટકાર વરસાવતી હતી.

સામાન્યતઃ વૃશાલી અને ભાનુમતી ભાગ્યે જ પોતાનો અભિપ્રાય ઉચ્ચારતાં. રાજસ્ત્રીઓએ મૌન જાળવવાની અહીંની પ્રણાલી હતી.

પરંતુ આજે તો વૃશાલી અને ભાનુમતી પણ અરેરાટી કરી ગયાં. એ બંને પણ ભયગ્રસ્ત થઈ ગયાં હતાં યુધિષ્ઠિરની રમતના સમાચાર જાણીને.

ભાનુમતીએ વારંવાર વિનવણી કરીને મને આ દ્યૂત રોકવા સમજાવી, પરંતુ હું કશું જ કરી શકું એમ નહોતી. મારા પતિઓ રાજ્યસભામાં હતા. હું રજસ્વલા હતી. એક વસ્ત્ર અને શણગાર વિનાની.

વડીલો સમક્ષ ઉપસ્થિત થવાની મારી સ્થિતિ નહોતી...

માતા ગાંધારીની બંધ આંખોમાં પણ પાણી છલકાયાં હશે એટલે એમણે આંખે બાંધેલા પાટા પલળી ગયા હતા. માતા કુંતી તદ્દન હતપ્રભ થઈને અવાક્ બેઠાં હતાં...

કોઈ એકબીજાને કશું કહી શકવાની સ્થિતિમાં નહોતા, પરંતુ સૌથી વિકટ પરિસ્થિતિ મારી હતી. અંતિમ સમાચાર મુજબ મારા પતિ યુધિષ્ઠિર જ્યેષ્ઠ ભ્રાતા તરીકે પોતાના ચાર ભાઈઓને એક પછી એક હોડમાં મૂકીને હારી ચૂક્યા હતા... એ પોતાની જાતને પણ હારી ગયા હતા !

દ્યૂતસભાના નિયમો મુજબ હવે પાંચે પાંડવો દુર્યોધનના દાસ હતા.

આ ક્ષણે રાજ્યસભામાં ઊભા રહીને મને એ તમામ પ્રસંગો સ્મરણમાં આવતા હતા. જ્યારે જ્યારે કૃષ્ણે પાંડવોની સહાય કરીને એમને વિકટ પરિસ્થિતિમાંથી ઉગાર્યા હતા. કૃષ્ણએ સતત પાંડવોને દુષ્કાર્યોથી દૂર રહેવા, મદ્યપાન અને દ્યૂતનો ત્યાગ કરવા સમજાવ્યા હતા. કૃષ્ણ જાણતા હતા કે દ્યૂત મારા પતિ યુધિષ્ઠિરની નબળાઈ છે, શિકાર અથવા મૃગયા મારા પતિ અર્જુનની નબળાઈ છે, ક્રોધ ભીમની નબળાઈ છે.

કૃષ્ણ એમને સતત કહેતા કે, તમારી નબળાઈને ઓળખીને એનાથી દૂર રહેવું એ જ સૌથી મોટી શક્તિ છે. સંયમનો અર્થ છે સ્વ ઉપર મેળવેલો વિજય. જેમ યમ જીવન પર વિજય મેળવે છે તેમ મનની અંદર ચાલી રહેલી તમામ આસક્તિઓ ઉપર જે વિજય મેળવી શકે છે તે જ સંયમી કહેવાય છે.

સખા એ રીતે સાચા અર્થમાં સંયમથી જીવતા હતા. તમામ ઐશ્વર્યની વચ્ચે તદ્દન નિઃસ્પૃહ થઈને સાધુની જેમ જીવી રહેલા સખાને જોતી ત્યારે મને એક જ વાત સમજાતી હતી, નિયમોને અતિક્રમી જઈને જે જીવે છે તે પીડાને પામે છે... સંયમમાં જીવનારાને સુખ સહજ છે.

આ ક્ષણે જ્યારે હું ચોધાર અશ્રુઓ વહાવી રહી હતી ત્યારે મને એ યાદ આવ્યું કે શ્રીકૃષ્ણ જ્યારે અમને અરણ્યમાં મળવા આવ્યા હતા ત્યારે એક વાર એમણે કહ્યું હતું,

"સ્ત્રિયોઅક્ષા મૃગયા પાનમેતત્કામસમુત્થિતમ્."

સ્ત્રીઓમાં આસક્તિ, જુગાર, શિકાર તથા મદ્યપાન એ ચાર દોષ મનુષ્યને શ્રીહીન કરી નાખનારા છે...

શ્રીકૃષ્ણે ખરેખર તો પાંડવોને પહેલાં જ આ વાત કહેવાની જરૂર હતી...

...પરંતુ એમણે કહ્યું ત્યારે તો સમુદ્રનું તોફાની મોજું આવીને પસાર થઈ ગયું હતું. નદીમાં પૂર આવીને સમગ્ર વિસ્તારને છિન્નભિન્ન કરી નાખે ત્યાર પછી બાંધેલા બંધનું જેમ કોઈ મહત્ત્વ રહેતું નથી. એમ જ કૃષ્ણની આ સલાહનું પછીથી કોઈ માહાત્મ્ય નહોતું.

હું મનોમન પ્રાર્થના કરી રહી હતી કે કૃષ્ણને મોકલેલા સમાચાર મળી ગયા હોય અને એ અહીં આવી પહોંચે. નહોતી જાણતી કે કૃષ્ણ દ્વારિકામાં હતા જ નહીં. ત્યાં પહોંચેલો દૂત એમની પ્રતીક્ષા કરતો દ્વારિકામાં જ રોકાઈ ગયો હતો !

મને તો અહીં આવીને દ્યૂત રમવાની આખી પરિસ્થિતિ સામે જ વિરોધ હતો. શકુનિનું કપટ અને દુર્યોધનનો વૈરાગ્નિ હું જાણતી હતી. શકુનિનાં પાસાં એનું જ કહ્યું કરતા હતા એ વાત મેં સાંભળી હતી, પરંતુ વિશ્વાસ નહોતો. આજે જ્યારે એક પછી એક હારના સમાચાર લઈને દૂત દોડી આવતા હતા ત્યારે મને સમજાયું કે દ્યૂતની આ રમત ખરેખર તો પાંડવોની તમામ શ્રી અને સંપત્તિ લૂંટી લેવાની રમત છે.

એક વાર મને થઈ આવ્યું કે હું રાજ્યસભામાં જઈને યુધિષ્ઠિરને વધુ દાવ લગાડતા રોકું...

મેં નિતંબિનીને સમજાવીને રાજ્યસભામાં જવા તૈયાર કરી. હજી નિતંબિની ભાનુમતીના આવાસમાંથી બહાર નીકળે એ પહેલાં ધસમસતા આવેલા દૂતે સમાચાર આપ્યા, "મહારાજ યુધિષ્ઠિરે મહારાણી દ્રૌપદીને દાવ પર લગાવ્યા છે."

"ઘોર અધર્મ..." માતા ગાંધારીએ બંને હાથ કાને દઈને હૃદયદ્રાવક ચીસ પાડી. માતા કુંતી નિઃશબ્દ રડવા લાગ્યાં. ભાનુમતી પોતાનું સાનભાન ખોઈને હૃદયફાટ રડવા લાગી તો વૃશાલી દૂતને પૂછવા લાગી, "તમે બરોબર સાંભળ્યું છે ? શું આ સત્ય છે ?"

ત્યારે દૂતે સવિસ્તર સમાચાર જણાવ્યા, યુધિષ્ઠિર જ્યારે મને હોડમાં

મૂકતા હતા ત્યારે એમણે જે વર્ણન કર્યું એ સાંભળીને મને આઘાત લાગ્યો હતો.

નૈવ હ્રસ્વા ન મહતી નાતિકૃષ્ણા ન રોહિણી,
સરાગરક્તનેત્રા ચ તયા દિવ્યામ્યહં ત્વયા.
શારદોત્પલપત્રાક્ષ્યા શારદોત્પલગંધયા,
શારદોત્પલસેવિન્યા રૂપેણ શ્રીસમાનયા.

એ ન બહુ નીચી છે કે ન વધુ ઊંચી છે, ન કાળી છે, ન એવી ગૌર કે સહી ન શકાય. સુંદર રક્તિમ નેત્રોવાળી શરદઋતુના કમળ જેવી આંખોવાળી, સ્વયં શરદકાળના પદ્મ જેવી સુગંધી તથા સ્વરૂપમાં સાક્ષાત્ કમળ પર બેઠેલી લક્ષ્મી સમાન પાંચાલી... મોગરાનાં ફૂલો જેવું શોભાયમાન જેનું મુખમંડળ છે અને યજ્ઞવેદી જેવી કમર ધરાવતી, સ્વચ્છ ત્વચા ધરાવતી, સપ્રમાણ સુંદર અંગોવાળી...

મેં કાને હાથ દઈ દીધો. મારા પતિ જ જ્યારે મને આવી રીતે ભરસભામાં વર્ણવતા હોય ત્યારે અન્યોને શો દોષ દેવો ?

હજી હું કંઈ સમજી શકું તે પહેલાં દુઃશાસન પ્રાસાદમાં ધસી આવ્યો. એણે મારા વાળ પકડી મને ઘસડવાની તૈયારી કરી. મેં હાથ જોડી એને વિનવણીઓ કરી. ભાનુમતીએ એના પગ પકડ્યા. વૃશાલીએ એને સંબંધનું ભાન કરાવી રોકવાનો પ્રયાસ કર્યો. માતા ગાંધારીએ ક્રોધપૂર્ણ વચનો કહ્યાં, પરંતુ દુઃશાસન તો મને લઈ જવા જ આવ્યો હતો !

એકવસ્ત્રી રજસ્વલા સ્ત્રીને ઘસડીને રાજ્યસભામાં લાવતી વખતે એણે અહંકારપૂર્ણ વચનો કહ્યાં :

"કૃષ્ણં ચ જિષ્ણું ચ હરિં નરં ચ
ત્રાણાય વિક્રોશ નયામિ હિ ત્વામ્."

કૃષ્ણ, અર્જુન, હરિ કે નર જેને ચાહે તેને તું તારી રક્ષા માટે બોલાવ. હું તને ઘસડીને લઈ જાઉં છું...

કેટલી આશ્ચર્યની વાત છે કે જે મનુષ્ય મને અપમાનિત કરવા ઘસડી જઈ રહ્યો હતો એણે જ મને કહ્યું કે, આ વિકટ પરિસ્થિતિમાં મારે કોનું સ્મરણ કરવું જોઈએ. કદાચ આને જ કૃષ્ણની લીલા કહેતા હશે. આ જ કારણે સહુ એને ઈશ્વર માનતા હશે. આટલે દૂર દ્વારિકામાં દૂર બેઠા બેઠા પણ એમને

એમની અગાધ શક્તિઓથી એવું સમજાયું હશે કે અપમાનમાં હતપ્રભ થઈ ગયેલી હું એમની સહાય માગવાની શક્તિ ખોઈ ચૂકી હોઈશ. હું સહાય માગીશ નહીં, તો એ સહાય કરી શકશે નહીં !

મનુષ્યમાત્રએ ઈશ્વરની સમક્ષ ઘૂંટણિયે પડીને સહાય માગવી પડે છે. અહંકારમાં ઉન્નત મસ્તકે ઊભેલા મનુષ્યને જ્યારે પીડામાંથી પસાર થવું પડે છે ત્યારે મસ્તક નમાવીને, શરીર સંકોચીને પસાર થવું પડે છે. આ સમયે જો એ મસ્તક નથી નમાવતો તો એનું મસ્તક છેદાઈ જાય છે. શ્રીકૃષ્ણએ દુઃશાસનના મુખે મને કહેવડાવ્યું કે, આ ભયાનક પરિસ્થિતિમાં મારે શું કરવું જોઈએ. જેણે મારા સ્ત્રીત્વનું અપમાન કર્યું એણે જ મારા સ્ત્રીત્વને ઢાંકવા માટે મારે કોને વિનંતી કરવી જોઈએ એની સૂચના આપી !

રાજ્યસભાની વચ્ચે જ્યારે મને ઊભી રાખવામાં આવી ત્યારે હું શરમથી કોકડું થઈ ગઈ હતી. સ્વયંવર સમયે એકઠા થયેલા રાજવીઓએ જેને પ્રથમ વાર જોઈ હતી એ હું આજે કુરુકુળની પુત્રવધૂ રજસ્વલા સ્વરૂપે રાજ્યસભાની વચ્ચે હતી. વાયુએ જેનો સ્પર્શ કર્યો નથી અને સૂર્યએ પણ જેને જોઈ નથી તે યાજ્ઞસેની દ્રૌપદી જનસંમેલનમાં અર્ધવસ્ત્રે ઊભી હતી. પાંચ પાંચ પતિઓની પત્ની આજે દુરાત્મા દુઃશાસનનો સ્પર્શ સાંખી રહી હતી તે શા કારણે ?

પરંતુ મારા પતિઓ પાસે કોઈ ઉત્તર નહોતો. ભરસભામાં મેં તમામ વીર યોદ્ધાઓ અને ધર્માત્માઓની સમક્ષ જોઈને પ્રશ્નો કર્યા, "ધર્મરાજ મને હાર્યા તે પહેલાં જાતને હાર્યા કે પછી ? પોતાને જ હારી ગયેલો માણસ પત્નીને હોડમાં કઈ રીતે મૂકી શકે ? મને ઉત્તર જોઈએ છે. હું આ દ્યૂતમાં જિતાઈ શકું કે નહીં ?"

ભીષ્મ, વિદુર, વિકર્ણ, યુયુત્સુ, કૃતવર્મા સહિત સંજય અને બીજા કેટલાય લોકો એ રાજ્યસભામાં હાજર હતા. સૌ નીચું જોઈ રહ્યા હતા. ત્યાં ઉપસ્થિત એક પણ રાજપુરુષ પાસે મારા પ્રશ્નોના ઉત્તર નહોતા...

એ સમયે દુર્યોધને પોતાની જંઘા ઠપકારી અને મને ત્યાં બેસવા આમંત્રણ આપ્યું. ભરસભાની વચ્ચે જેણે દ્રુપદકુમારી, અગ્નિપુત્રી યાજ્ઞસેનીનું આ અપમાન કર્યું તેણે મારી અંદરના પ્રકોપને જગાડ્યો. જન્મસમયે થયેલી ભવિષ્યવાણી હવે સત્ય થવાની હતી.

મારાં નેત્રોમાંથી આગ ઝરવા લાગી. દુર્યોધને એના અનુજને મારું વસ્ત્ર ખેંચવાનો આદેશ કર્યો. ભરસભામાં મને નિર્વસ્ત્ર કરી મારી રહીસહી ગરિમા પણ ધૂળમાં મેળવવા એ કટિબદ્ધ હતો.

હું મારા પતિઓ સામે જોઈ રહી હતી. એમાંના ચાર ધર્મરાજ તરફ જોઈ રહ્યા હતા. ધર્મરાજ પોતાની પ્રતિજ્ઞા મુજબ ઉશ્કેરાયા વિના શરમથી પાણી પાણી થતા નીચું જોઈને બેઠા હતા. ધૃતરાષ્ટ્ર અંધ આંખો સંકોચી વારે વારે સંજયને પૂછી રહ્યા હતા, "શું થયું ? શું થયું ?"

કર્ણએ અટ્ટહાસ્ય કરીને દુર્યોધનને પ્રોત્સાહન આપ્યું, "પાંચ પતિની પત્નીને વળી કઈ પ્રતિષ્ઠા ? કયું સન્માન ? એ તો ગણિકા કહેવાય..."

મારો ક્રોધ માઝા મૂકી ગયો હતો. મારાં અંગો કંપતાં હતાં. લાંબા કાળા કેશ ખૂલીને ધૂળમાં રગદોળાતા હતા. આંખમાંથી આંસુ અને મુખમાંથી લાળ ટપકતી હતી. ગળું ફાટી જાય એવા અવાજે ચીસો પાડતી હું, ઉપસ્થિત તમામ વડીલોને મારી સહાયતા માટે વિનવણીઓ કરી રહી હતી.

મને હજી પણ એ નથી સમજાયું કે દ્યૂતમાં જિતાયેલી હોવા છતાં હું સ્ત્રી હતી, અસહાય અને અબળા હતી, એમની કુળવધૂ હતી. મારી સહાયતા નહીં કરીને એમણે તે સમયે કયા ક્ષાત્રધર્મનું પાલન કર્યું ?

મારા પાંચ પાંચ પતિઓને મેં સાદ કર્યો, પરંતુ કોઈ મારી મદદે ના આવ્યું. મને કૃષ્ણનું સ્મરણ થયું...

કદાચિત એમણે જ મને સ્મરી હોય એમ બને. પરંતુ એ રાજ્યસભામાં ઉપસ્થિત તમામ વીરો અને ધર્મપુરુષોથી વિરાટ વિસ્તૃત અને તેજોમય એવા કૃષ્ણનું મુખ મારી સમક્ષ ઝળહળવા લાગ્યું. મેં અંતિમ આર્તનાદ કર્યો :

"નૈવ મે પતયઃ સન્ત, ન પુત્રા મધુસૂદન,
ન ભ્રાતરો ન ચ પિતા નૈવ ત્વં ન ચ બાંધવા."

ન મને પતિઓ છે, ન પુત્રો છે, ન ભાઈઓ, ન પિતા છે; અરે મધુસૂદન, તમે પણ નથી !

હવે મેં મારા તમામ પ્રયાસો પડતા મૂક્યા હતા. દુઃશાસનના બળવાન બાહુ સામે મારું વસ્ત્ર પકડી રાખીને હું ત્રસ્ત હતી. પ્રસ્વેદ ટપકતો હતો. આંખોમાંથી અશ્રુ ટપકતાં હતાં. હૃદયદ્રાવક વિલાપ કરતી હું શ્રીકૃષ્ણને સાદ પાડતી હતી, "હે ગોવિંદ, હે ગોપાલ... હે મધુસૂદન, હે મુરલીધર, હે ગિરિધર,

હે સખા..." મેં હાથ ઊંચા કરી દીધા હતા. દુઃશાસન જેમ મારું વસ્ત્ર ખેંચતો હતો એમ મારું વસ્ત્ર લંબાયે જતું હતું. રાજ્યસભામાં ઉપસ્થિત તમામ પુરુષો વિસ્મિત આશ્ચર્યચકિત નયને આ ચમત્કાર નિહાળી રહ્યા હતા.

વસ્ત્રનો અંબાર ઊંચો ને ઊંચો થતો જતો હતો, પણ મેં પહેરેલું વસ્ત્ર કોઈ અખૂટ અક્ષયપાત્રમાંથી આવતું હોય તેમ ખેંચાયે જ જતું હતું.

આંખોમાં અશ્રુ સાથે હાથ જોડીને બંધ નયને હું એકસરખો જાપ કરી રહી હતી. "હે ગોવિંદ, હે ગોપાલ, હે મધુસૂદન, હે મોરારિ, હે માધવ..."

દુઃશાસન થાકી ગયો. એના બાહુ દુઃખવા લાગ્યા. એણે વસ્ત્ર ખેંચવાની પ્રવૃત્તિ પડતી મૂકી. એ રાજ્યસભાની મધ્યમાં બેસી ગયો.

હવે મારામાં કોણ જાણે ક્યાંથી એક શક્તિનો સ્રોત સંચર્યો. મેં દાવાનળ જેવી ભડભડતી નજરે રાજ્યસભાને નિહાળી. એક એક રાજપુરુષના મુખ પર દૃષ્ટિ કેન્દ્રિત કરી...

મારી દૃષ્ટિથી દાઝતા હોય તેમ સર્વે એક પછી એક મુખ નમાવી જમીન ખોતરવા લાગ્યા.

રાજ્યસભાનો ગુંબજ ચિરાઈ જાય એવા તીવ્ર અને દાહક અવાજે મેં ત્રાડ પાડીને કહ્યું, "જ્યાં સુધી દુર્યોધનની જંઘામાંથી નીતરતા રક્તથી મારા કેશ નહીં ભીંજવું ત્યાં સુધી હવે આ કેશ બાંધીશ નહીં... દુઃશાસનના બાહુ જ્યાં સુધી એના શરીરથી જુદા નહીં થાય ત્યાં સુધી હું પાદુકા નહીં પહેરું..."

મારા પતિઓ, આર્યપુત્રો ભરતવર્ષના વીરો મારો આ આક્રોશ નિહાળી રહ્યા.

એ જ સમયે મેં કૃષ્ણને કહેતા સાંભળ્યા, "આજે તું જે રીતે રડે છે એ જ રીતે એક વાર તને આ પરિસ્થિતિમાં મૂકનારાની પત્નીઓ રડતી હશે."

મારી દૃષ્ટિમાં કદાચ સખાને અશ્રદ્ધા દેખાઈ હશે એટલે એમણે સમગ્ર રાજ્યસભામાં ગૂંજે એવા અવાજે મને કહ્યું, "ન મે મોઘં વચો ભવેત્ – મારું વચન મિથ્યા નહીં થાય પાંચાલી."

કૃષ્ણે મને કહેલી વાત કદાચ એ સમયે રાજ્યસભામાં બીજા કોઈને સંભળાઈ નહોતી, પરંતુ એ સાંભળ્યા પછી મારી અંદર સળગતો દાવાનળ આપોઆપ શાંત થઈ ગયો.

રાજ્યસભા પર એક દૃષ્ટિપાત કરી મેં મારું વસ્ત્ર કટિ પર ફરીથી લપેટ્યું...

મારા મુખ પર હાથ ફેરવી અશ્રુ લૂછ્યાં...

મારા સમગ્ર અસ્તિત્વને ફરી એક વાર એકઠું કરી સ્થિર અને ગરિમામય પગલાં ભરતી હું રાજ્યસભામાંથી ભાનુમતીના પ્રાસાદ તરફ જવા લાગી ત્યારે એક મહાયુદ્ધના ભાવિનું મંડાણ થઈ ચૂક્યું હતું.

નિસ્તેજ જણાતા મારા પતિઓ તેમના મનમાં પ્રતિશોધની ગાંઠ વાળી ચૂક્યા હતા.

થોડી વાર પહેલાં જે ભીષ્મ પિતામહે કહ્યું હતું કે, "યુધિષ્ઠિર જેવા ધર્મરાજ કંઈ પણ કરે ત્યારે અભિપ્રાય આપનારો હું કોણ ?" તે જ ભીષ્મ પિતામહ હવે જાણે મૂર્છામાંથી જાગ્યા હતા.

એમણે અને કાકાશ્રી વિદુરે દુર્યોધનને સમજાવીને પાંડવોને મુક્ત કરાવ્યા. અમે જ્યારે વલ્કલ પહેરીને વનવાસમાં નીકળ્યા ત્યારે હસ્તિનાપુરની ભૂમિ કાળનું ખપ્પર બનીને રક્ત માંગતી એક ચંડિકાસ્વરૂપ દેખાતી હતી.

૬

વનમાં જવાનું તો નિશ્ચિત હતું. વલ્કલ પહેરીને અમે સહુ ઇન્દ્રપ્રસ્થથી નીકળ્યાં ત્યારે મારી અંદર એક અજબ પ્રકારનો દાવાનળ ભભૂકી રહ્યો હતો. આ અપમાન અને અવહેલનાનો પ્રતિશોધ લીધા વિના મારો આત્મા શાંત થવાનો નહોતો.

આજ સુધી મને પ્રતિશોધનું કારણ સમજાયું નહોતું. મને લાગતું કે પ્રતિશોધ જેટલી નિરર્થક બાબત બીજી કોઈ નથી. માનવજીવનનાં મૂલ્યોનો સર્વનાશ કરનારું તત્ત્વ પ્રતિશોધ છે... મારા પિતા પ્રતિશોધના દાવાનળમાં પ્રજ્વલિત હતા ત્યારે હું એમને સમજાવતી, પરંતુ આજે – આ ક્ષણે હું જાતે પ્રતિશોધના અગ્નિમાં પ્રજ્વલિત હતી. મને સમજાતું હતું કે કોઈ વ્યક્તિ પ્રતિશોધની ઝંખના શા માટે રાખે છે ! પ્રતિશોધ અહંકારને પંપાળતો નથી – સ્વમાનને પુનઃ પ્રસ્થાપિત કરે છે એવું મને આ ક્ષણે લાગતું હતું. સ્ત્રીમાત્ર માટે એનું ચારિત્ર્ય એ જ એનું સર્વસ્વ હોય છે. વડીલો સામે, પતિ સામે, રાજ્યસભામાં ઉપસ્થિત રાજપુરુષોની સામે મારા ચારિત્ર્યને જે રીતે વખોડી કાઢવામાં આવ્યું એ મારે માટે અસહ્ય હતું. પાંચ પતિ સાથે જીવવું એ મારો નિર્ણય નહોતો, તેમ છતાં મને એ માટે કટુવચન કહેવામાં આવ્યા. જેણે આ નિર્ણય કર્યો હતો એમાંના કોઈ મારી મદદે આવ્યા નહીં. જેમની આજ્ઞા માથે

ચડાવીને હું આટલાં વર્ષો જીવતી રહી એ પતિઓએ પણ મારા સ્વમાનનો વિચાર ન કર્યો. દ્યૂત રમીને જેમણે પોતાનું રાજ્ય, પરિવાર અને પત્નીને દાવ પર લગાડ્યા એ સાચા અર્થમાં અપરાધી હતા, પરંતુ એમને કોઈ સજા કરવામાં આવી નહીં. પૂરેપૂરી નિષ્ઠા સાથે મારો ગૃહસ્થ ધર્મ નિભાવતી હોવા છતાં મને અપમાનિત કરવામાં આવી. આ અપમાન મારી રગેરગમાં ઊતરીને મારા રક્ત સાથે ભળી ગયું. હું ક્યારેય ન ભૂલી શકું એવી પીડા મારા મનોમસ્તિકમાં સદાય માટે ઊંડી ઊતરી ગઈ.

હું બીજી સ્ત્રીઓ કરતા જુદી છું, એટલે પતિના અપરાધને ક્ષમા કરીને એના ખોટા વર્તનને પણ સ્વીકારીને એનાં ચરણમાં રહેવાની વૃત્તિ મને ક્યારેય થઈ નથી. જો હું એમનું સન્માન કરું છું તો મારું સન્માન કરવાનું અને સાચવવાનું ઉત્તરદાયિત્વ પણ એમનું જ હોય... મારી અંદર મારું પ્રશ્નોપનિષદ વલોવાતું હતું.

હું આ સ્થિતિમાં શા માટે પહોંચી... શા માટે આ સ્થિતિને સ્વીકારું અને શા માટે એમાં જીવી રહી છું એ પ્રશ્નો મારું મન મને પૂછી રહ્યું હતું. હું વિક્ષિપ્ત અને મનોદશામાં હતી. મારા પતિઓ સાથે વનમાં જઈ રહી હતી, કારણ કે મારો પત્નીધર્મ મને એ અંગે બાધ્ય કરતો હતો, પરંતુ આ સ્થિતિ મને સ્વીકાર્ય નહોતી. જે કંઈ થયું એને હું અન્યાય માનતી હતી અને એ અન્યાય સામે શસ્ત્ર ઉઠાવવા કે વિરોધ કરવાને બદલે મારા પતિઓએ એને સ્વીકારી લીધો. એ કારણે મારી અંદર ક્રોધનો જ્વાળામુખી ભભૂકી રહ્યો હતો. દ્યૂતની આ રમત અન્યાયપૂર્ણ હતી એમ જાણવા છતાં મારા પતિઓએ નતમસ્તક આ પરિસ્થિતિને સ્વીકારી. એ પછી મારી અંદર પ્રતિશોધ સર્પની જેમ ફુત્કારી રહ્યો હતો. હવે પ્રતિશોધ એ જ મારા શેષ રહેલા જીવનનો ઉદ્દેશ્ય હતો.

અમારાં સર્વે કરતા મારા પતિ યુધિષ્ઠિર ઘણા જ શાંત અને સ્વસ્થ દેખાતા હતા. ભીમસેન કશું કહેતા નહોતા, પણ એમની અંદર એક ક્રોધ અને અપમાનનો દાવાનળ મારી જેમ જ ભભૂકી રહ્યો હતો. એ રીતે હું અને ભીમસેન બીજા સર્વે કરતાં ઘણા જુદા છીએ. યુધિષ્ઠિર ભાગ્યે જ કોઈ વાતે ક્રોધ કરે છે. ઇન્દ્રપ્રસ્થની રાજ્યસભામાં ભગવાન વેદવ્યાસે કહેલી વાત પછી એમણે તો જાણે સાધુની જેમ જીવવાનું સ્વીકારી લીધું છે, મારે માટે અન્યાય સ્વીકારવો અસંભવ છે.

હસ્તિનાપુર છોડતી વખતે કાકાશ્રી વિદુરે માતા કુંતીને પોતાને ઘેર રાખવાની વિનંતી કરી. એમણે હાથ જોડીને કહ્યું, "કુળવાન રાજપુત્રી પૃથા શરીરે કોમળ છે, વયમાં વૃદ્ધ છે. હવે એમને અરણ્યમાં ફાવશે નહીં. એ મારા ઘરમાં આદરપૂર્વક રહેશે." મારા પતિઓએ એમની વિનંતી સ્વીકારી. મારાં સાસુ કાકાશ્રીને ત્યાં રહ્યાં. હવે ૧૨ વર્ષ સુધી અમે એમનું મુખ નિહાળી શકવાના નહોતા.

મારાં સાસુએ મને ઘણા જ દુ:ખથી કહ્યું, "તું સાધ્વી છે, ગુણવતી છે, તેં પિયર અને સાસરું બંનેને શોભાવ્યાં છે. તું મારો માતાનો વાત્સલ્યગુણ ધારણ કરીને નિર્વિઘ્ને વનમાં જા." છુટ્ટા કેશવાળી હું, આંસુ ટપકતી આંખો સાથે અને લોહી ટપકતા એક વસ્ત્ર સાથે ત્યાંથી નીકળી.

એ સમયે વિલાપ કરવાને કે વ્યાકુળ થવાને બદલે ધૃતરાષ્ટ્ર પોતાના પુત્ર દુર્યોધનની વાતમાં આવીને અમને રોકવાને બદલે વિદુરને પૂછતા હતા, "હે વિદુર, સહુ કઈ રીતે વનમાં જઈ રહ્યાં છે તે મને કહો."

વિદુરે કહ્યું, "કુંતીપુત્ર યુધિષ્ઠિર વસ્ત્રથી મુખ ઢાંકીને જાય છે, ભીમ પોતાના બે વિશાળ હાથો જોતો જોતો જાય છે. અર્જુન રેતી ઉડાવતો ઉડાવતો યુધિષ્ઠિરરાજને અનુસરે છે. માદ્રીનંદન સહદેવ મુખને લપેટા લગાવીને ચાલે છે. લોકમાં અત્યંત દેખાવડો નકુલ સર્વાંગે ધૂળ ચોળીને વિહ્વળ ચિત્તે રાજાને અનુસરી રહ્યો છે. વિશાળ નયનવાળી, પરંતુ અસહાય કૃષ્ણા પોતાના મુખને વાળથી ઢાંકીને રોતી રોતી રાજાની પાછળ ચાલી રહી છે. ધૌમ્યમુનિ હાથમાં દર્ભ લઈને યમદેવતાના ભયંકર સામ મંત્રો ગાતા ગાતા માર્ગ ઉપર ચાલ્યા જાય છે."

નિસાસા નાખતા અને વ્યગ્ર થયેલા ધૃતરાષ્ટ્રને એ સમયે એમના પુત્ર અને મંત્રી સંજયે કહ્યું કે, "મહારાજ, તમારે જ કારણે આ વેર ઊભું થયું છે. એથી લોકોનો સપરિવાર વિનાશ થશે. તમારા નિષ્ઠુર અને બુદ્ધિહીન પુત્ર દુર્યોધને જે કંઈ કર્યું છે તેનાથી કૌરવોનો વિનાશ નિશ્ચિત છે."

વિદુરે કહ્યું :

"જ્ઞાત્વાપિ પરમાહાત્મ્યં ન ખલઃ ખલતાં ત્યજેત્
દૃષ્ટ્વાપિ કૃષ્ણામાહાત્મ્યં નૈવાશામ્યત્સુયોધનઃ"

ખલ પુરુષ પારકાના માહાત્મ્યને જાણીને પણ પોતાની ખલતા છોડતો

નથી. જેમ શ્રીકૃષ્ણના માહાત્મ્યને જોતાં પણ દુર્યોધન શાંત થયો નહીં.

અમારી સાથે સાથે ચાલી રહેલા પ્રજાજનોને આખરે યુધિષ્ઠિરે પાછા જવાનું કહ્યું ત્યારે તેઓ દુઃખી થયા. અમે રથમાં બેસીને ગંગા તીરે 'પ્રમાણ' નામના મોટા વડ આગળ આવ્યા. પવિત્ર જળનું આચમન કરીને અમે એ રાત ત્યાં જ રહ્યા. ત્યાં આવી પહોંચેલા કેટલાક બ્રાહ્મણોએ અમને આશ્વાસન આપ્યું અને અમારી સાથે વિનોદવાર્તા કરી અમારું દુઃખ ઓછું કર્યું.

અંતે અમે ધૌમ્ય પુરોહિતની સાથે કામ્યક વનમાં પ્રવેશ કર્યો. અમે થોડો સમય અહીં જ નિવાસ કરવાનો નિશ્ચય કર્યો અને પોતપોતાની કુટિર બનાવી ત્યાં જ વનવાસ આરંભ કર્યો.

સુખનો સમય સ્વજનોને પોતપોતાના પ્રમાદમાં ગર્ત કરી દે છે, પરંતુ પીડા કે તકલીફના સમયમાં સ્વજનો એકમેકની નિકટ આવે છે. ઇન્દ્રપ્રસ્થના આયોજનમાં અને અશ્વમેધની તૈયારીમાં યુધિષ્ઠિરને અમારી સાથે બેસવાનો સમય જ નહોતો રહેતો. એ સતત વ્યસ્ત રહેતા. અમે જ્યારે એમની પાસે જતા ત્યારે એ રાજ્યકાર્યમાં એટલા તો વ્યસ્ત રહેતા કે ક્યારેક અમને લાગતું કે એ હવે અમારા રહ્યા જ નથી. અહીં તો એ સતત અમારી સાથે જ રહેતા. અમને એકમેકની સાથે વાત કરવાનો, અમારી પીડા વહેંચવાનો, અમારી વાત કહેવાનો પૂરતો સમય મળી રહેતો.

સૂર્ય પાસેથી અક્ષયપાત્ર મેળવીને અમે બ્રાહ્મણોને જમાડવાનો એક નિયમ રાખ્યો હતો. હું જમું ત્યાં સુધી એ અક્ષયપાત્રમાં અન્ન ખૂટતું નહીં. મારા પતિઓ અતિથિઓને ભોજન કરાવ્યા બાદ જ ભોજન કરતા. યજ્ઞ, સેવા, પૂજા અને ઈશ્વરધ્યાનમાં અમારો સમય કામ્યક વનમાં પસાર થવા લાગ્યો.

વનનો સમય એક રીતે દુષ્કર હતો, પરંતુ બીજી રીતે જોવા જઈએ તો અમે સૌ એકમેકની ઘણાં જ નિકટ હતાં.

વનમાં અમે સહુ સાથે બેસીને વાતો કરતાં, ભોજન કરતાં. એમાં એક દિવસ સંધ્યાકાળે પાંચ ભાઈઓને ફળ અને હલકા પ્રકારનાં ધાન ખાતા જોઈને મારું હૃદય ઉદ્વેગ અને પરિતાપથી ભરાઈ ગયું. મેં ઘણો સંયમ રાખવાનો પ્રયાસ કર્યો, પરંતુ અંતે મારાથી બોલાઈ જ ગયું, "હે રાજન, હું તમને ચંદન ચર્ચિત અને સૂર્ય જેવા તેજસ્વી જોતી હતી, તે તમને કાદવ-કીચડથી ખરડાયેલા જોઈને કમકમી જાઉં છું. ઉત્તમ રેશમનાં શુભવસ્ત્રો અને અલંકારો ધારણ કરનાર તમે

આજે વલ્કલ શા કારણે ધારણ કરો છો એ વિચારે મારું મન કૌરવોને સહસ્ર શ્રાપ આપે છે. તમારા ભવનમાં હજારો બ્રાહ્મણોને અન્ન વહેંચાતું હતું. આજે તમને વનમાં ફળમૂળ અને હલકાં ધાન ખાતાં જોઈને હું પીડાથી ભરાઈ જાઉં છું, પરંતુ તમારો ક્રોધ કેમ વધતો નથી ? તમારું મન કેમ વ્યથા પામતું નથી ? કહેવાય છે કે 'ક્ષરતે હીનસ્તીતિ ક્ષત્રં...' ક્રોધ વિનાનો ક્ષત્રિય હોઈ શકે નહીં. જે નાશ કરે છે તે ક્ષત્રિય છે. ક્રોધ વિના નાશ કદી સંભવિત નથી. સત્યના પક્ષે રહીને યુદ્ધ કરવામાં કોઈ પાપ નથી. અન્યાય સહીને નતમસ્તક જીવનાર ક્ષત્રિય અને શૂદ્રમાં કોઈ ફેર નથી. મારા પિતાને ત્યાં મારા શિક્ષણકાળ દરમિયાન હું એક વાત દઢપણે શીખી હતી, મનુષ્યમાત્રને પોતાના સ્વમાન અને સન્માન માટે લડવાનો અધિકાર સ્વયં ઈશ્વરે આપ્યો છે. ક્ષત્રિયનું કાર્ય છે કે એ જીવમાત્રના કલ્યાણાર્થે સ્વયંને સમર્પિત કરી દે. જગતના જીવોની સલામતી અને સન્માનનું ઉત્તરદાયિત્વ ક્ષત્રિયને સોંપવામાં આવ્યું છે. આ ક્ષણે મને એટલો બધો ક્રોધ આવતો હતો કે મારા પતિઓ ક્ષત્રિય થઈને સ્વયંનું સન્માન કે સલામતી સાચવી શક્યા નહીં.

ક્ષત્રિય માટે યુદ્ધ એ ભય પમાડનારું કે અવગણવા જેવી બાબત કઈ રીતે હોઈ શકે ? તમામ ક્ષત્રિયને યુદ્ધના સંસ્કાર ગર્ભમાંથી જ આપવામાં આવે છે. સ્ત્રી, બાળક, વૃદ્ધ, ગૌ અને બ્રાહ્મણને રક્ષણ આપવું એ ક્ષત્રિયનો ધર્મ છે. આર્યાવર્તના શ્રેષ્ઠ વીર ગણાતા મારા પતિઓ મને જ રક્ષણ ન આપી શક્યા ? હે પૃથાપુત્ર, ક્ષત્રિય ક્ષમા સમયે પણ શાંતિ રાખતો નથી. આ રીતે જીવવાથી હું હીનતા અનુભવું છું. હે નરેશ્વર, હું માનું છું કે લોભમાં ખૂંપેલા અને સતત દુર્જન ધૃતરાષ્ટ્ર પુત્રો સંબંધમાં તમારે ક્રોધ કરવાનો સમય આવી પહોંચ્યો છે. હવે કુરુઓ પ્રત્યે ક્ષમા બતાવવાનો સમય નથી. આ ક્ષાત્ર તેજ બતાવવાનો સમય છે."

મારાં આવાં ભયાનક વચનો સાંભળીને પણ યુધિષ્ઠિર શાંત જ રહ્યા. એમણે ક્ષમા વિશે ખૂબ લાંબું સંભાષણ કરતાં મને કહ્યું, "ક્રોધી માણસ કર્તવ્ય-કર્મને યથાવત્ જોતો નથી. કેમ કે ક્રોધવાન પુરુષ અકાર્યને તેમ જ મર્યાદાને બરાબર જાણતો નથી. ક્રોધી અવધ્યોને પણ હણી નાખે છે. ક્ષમા એ તેજસ્વીઓનું તેજ છે, તપસ્વીઓનું બ્રહ્મ છે, સત્યવાનોનું સત્ય છે, ક્ષમા યજ્ઞ છે, ક્ષમા શાંતિ છે."

આ સાંભળતાં જ હું ખૂબ ક્રોધિત થઈ ગઈ. મારાથી એમને કડવા શબ્દો કહેવાઈ ગયા. રુદન પણ રોકી શકાયું નહીં. યુધિષ્ઠિરને મેં ન કહેવાના શબ્દો કહી દીધા. જેમાં અંતે મેં એમ પણ કહ્યું કે, "શીલવાન – લજ્જાવાન એવા આર્યોને તારવા માટે ધર્મની સંસ્થાપના અર્થે તમારે શસ્ત્ર લેવા જોઈએ." એ પછી ઘણા વિવાદને અંતે મેં ભીમસેન તરફ જોયું.

ભીમસેન ભાગ્યે જ એમના જ્યેષ્ઠ ભ્રાતા સામે કશું કહેતા. મારી સાથેના વિવાદ પછી ભીમસેન પણ થોડા ઉશ્કેરાઈ ગયા. એમણે યુધિષ્ઠિર સામે જોઈને પોતાના મનની વાત કહી, "સત્પુરુષોને યોગ્ય અને ધર્મથી પોતાના રાજ્યને જે સંભાળતા નથી તે સ્વધર્મ ચૂકે છે. હે પાર્થ, તમે સ્વધર્મને સ્વીકારો, કારણ કે માણસો સ્વધર્મથી ચલિત થાય તે પ્રશંસાપાત્ર નથી જ. દુર્યોધન પાસેનું રાજ્ય એ તો કૂતરાના ચામડાની ખોલમાં(વાસણમાં) રહેલા દૂધ જેવું, શૂદ્રના મોંમાં રહેલું વેદ જેવું, ચોરમાં રહેલા સત્ય જેવું અને નારીમાં રહેલા બળ જેવું છે. હે કૌંતેય, રાજાઓ, કૈકેયો અને વૃષ્ણિકુલશેખર શ્રીકૃષ્ણનો સાથ હશે તો આપણે આપણું રાજ્ય પાછું મેળવી શકીશું એમાં કોઈ શંકા નથી."

એ સંધ્યાથી શરૂ કરીને પ્રાતઃકાળ સુધી ચાલેલો વિવાદ યુધિષ્ઠિરની મનઃસ્થિતિમાં પરિવર્તન લાવી શક્યો નહીં. તેઓ ઉદાસીન અને શાંત રહ્યા. એ પછી ચારેય ભાઈઓએ નિર્ણય કર્યો કે એમની સાથે વિવાદ ન કરવો.

યુધિષ્ઠિર સાથે અમે સૌ વનમાં પરિભ્રમણ કરતાં રહ્યાં. મારા પ્રિય અર્જુન તપશ્ચર્યા કરવા વનમાં ચાલી ગયાં. ગાયોને બચાવવા માટે એ પોતાના આયુધ લેવા અમારા કક્ષમાં પ્રવેશ્યા. ભાઈઓએ મળીને કરેલા નિર્ણય અનુસાર જ્યારે કોઈ એક ભાઈ સાથે હું હોઉં ત્યારે બીજાએ પ્રવેશ ન કરવો. જો એમ કરે તો એણે વનવાસ ભોગવવો પડે. એ પછીનો કેટલોય સમય મેં ખિન્ન મનોદશામાં અને એકાંતમાં વિતાવ્યો. મને ફાલ્ગુનિનું જવું ખૂબ જ સાલ્યું હતું. આ બધાંય ચિત્ર-વિચિત્ર પરિબળો વચ્ચે એમનો સાથ જ મને ઘણો આનંદ આપતો હતો, પરંતુ સમય સાથે બધું જ બદલાય છે – વહી જાય છે એમ જ અર્જુન પણ અમને મૂકીને ગયા.

એ ગયા ત્યારે મને ઘણું મન થયું કે હું એમને રોકું. ન જવાનું કહું, પરંતુ તે જ સમયે મારા સખા ત્યાં આવી પહોંચ્યા.

કેટલીક વાર આપણને ન દેખાતું ઘણું બધું જ્ઞાનીઓને-વિદ્વાનોને દેખાય

છે. અર્જુનનું જવું મારા માટે ફક્ત વિરહ હતું, જ્યારે કૃષ્ણએ એને એક રાજનીતિક યાત્રા તરીકે જોયું.

અર્જુનના વિરહમાં હું ક્યારેક સાવ એકાકી બની જતી. ભીમસેન ખૂબ લાગણીશીલ હતા, પરંતુ એ મારા હૃદયની સૂક્ષ્મ વાતો સમજી શકતા નહીં. એમનો મારા માટેનો પ્રેમ અથાગ હતો, પરંતુ એમના પ્રેમમાં અર્જુન જેવી નાની નાની શૃંગારવૃત્તિઓ મને મળતી નહીં. નકુલ અને સહદેવ મારા કરતા નાના હતા. એમને માટે હું પત્ની કરતાંય વધુ માતા બનીને એમને સાચવતી. યુધિષ્ઠિર લગભગ સાધુ જેવું જીવન ગાળતા હતા. ઇન્દ્રપ્રસ્થમાં જે યુધિષ્ઠિર મને પ્રિયા કે પ્રિયંવદા કહીને સંબોધતા તે યુધિષ્ઠિર હવે મને 'દેવી' કહીને સંબોધવા લાગ્યા હતા. એ ભાગ્યે જ મારી સાથે સંવાદ કરતા.

અર્જુન વનમાં પણ મારે માટે પુષ્પો કે મારી કન્ચુકી માટે હરણની ત્વચા, તો ક્યારેક સુંદર વૃક્ષોની છાલ લઈ આવતા. હું એમણે આપેલા પુષ્પોનું કેશગુંફન કરું તો એ વિશે ટિપ્પણી કરીને મને લજ્જાનો અનુભવ કરાવતા. અમારા સાથે રહેવાનો સમય ન હોય ત્યારે પણ હું સતત અર્જુનને જ ઝંખ્યા કરતી. સખાની મૈત્રીને કારણે હશે કે કેમ, પરંતુ અર્જુનમાં સ્ત્રીને મુગ્ધ કરવાની એક અવર્ણનીય કુશળતા હતી. ચીજવસ્તુઓની આપ-લે કરતાં એમનો નાનકડો સ્પર્શ પણ મારા રોમરોમને ઝણઝણાવી જતો. ક્યારેક એમની સાથે તારામૈત્રક રચાય તો હું મારા સ્ત્રીત્વને અનુભવી શકતી. હું કોઈ પણ ભાઈ સાથે સમય વિતાવતી હોઉં, પરંતુ મારા મનના એક ખૂણામાં અર્જુનનો વિચાર સતત ધબકતો રહેતો.

એમણે જ્યારે આયુધ લેવા માટે અમારા કક્ષમાં પ્રવેશ કર્યો ત્યારે હું યુધિષ્ઠિર સાથેનો સમય વિતાવી રહી હતી. ગાયોને બચાવવા માટે એ પોતાના આયુધ લેવા આવ્યા. જે ખરેખર અપરાધ ન ગણાવવો જોઈએ. એક ક્ષત્રિયએ પોતાનો ધર્મ નિભાવવા માટે કરેલા વર્તનને અપરાધ કઈ રીતે ગણી શકાય ? ખરેખર તો એમણે ગાયોને ન બચાવી હોત તો એ એમનો અપરાધ ગણી શકાય, પરંતુ આ પાંડવોના નિયમો વિચિત્ર છે. મને હજી સમજાતું નથી કે જે પતિ નિયમાનુસાર સ્ત્રીની રક્ષા ન કરી શક્યા એ પતિ નિયમ તોડીને ગાયની રક્ષા કરવા માટે પોતાનાં વર્ષોને દાવ પર લગાડી શકે એ આશ્ચર્યની વાત નથી ?

આમાં પણ ક્યાંક સખાની ઇચ્છા જ હશે... અર્જુનને વધુ શક્તિશાળી બનાવવાની ! મારાથી વિખૂટા પાડીને એમના સાચા કર્તવ્યની વધુ નિકટ લઈ જવાનો ઉદ્દેશ્ય હશે એમનો ? જે હોય તે, પણ અર્જુનથી વિખૂટા પડીને હું જાણે સ્વયંથી વિખૂટી પડી હોઉં એવો અનુભવ કરતી હતી.

અર્જુન પોતાની દિશામાં આગળ વધતા હતા. રાજનૈતિક સંબંધો બનાવતા હતા, યુદ્ધો લડતા હતા, અસ્ત્રશસ્ત્રની વિદ્યામાં પારંગત થઈ રહ્યા હતા જ્યારે હું વનમાં એકાકી વર્ષો વિતાવતી એમની પ્રતીક્ષા કરતી હતી. ક્યારેક વિચારું છું કે સ્ત્રી માટે આવા પ્રવાસો કેમ નહીં નિર્માયા હોય ? શું મને અસ્ત્રશસ્ત્ર વિદ્યા શીખવી હોત તો હું અર્જુન જેટલી પારંગત ન હોત ? મારામાં શક્તિ, બુદ્ધિ કે કૌશલ્યનો અભાવ હતો ? હું રાજનીતિ નહોતી સમજી શકતી ?

વનમાં અતિથિઓ અને બ્રાહ્મણોની સરભરા કરવા માટે મારું નિર્માણ થયું હતું, તો પછી ઈશ્વરે આટલી બધી બુદ્ધિ અને કૌશલ્યા શા માટે આપ્યાં હતાં મને ? કહેવાય છે કે ઈશ્વરે નિર્માણ કરેલી કોઈ વસ્તુ ક્યારેય વ્યર્થ નથી હોતી, તો પછી મારું અગાધ જ્ઞાન અને બુદ્ધિ શા માટે વ્યર્થ થઈ રહ્યાં હતાં ?

અર્જુનને પ્રાપ્ત થઈ રહેલા જ્ઞાન અને શસ્ત્રો ભલે અમારા જ ઉપયોગમાં આવવાના હતા, તેમ છતાં મને કોઈક કારણસર ઈર્ષ્યા થઈ રહી હતી. અર્જુનની સિદ્ધિઓની ઈર્ષ્યા હતી આ ? કે પછી એની સ્વતંત્રતા ક્યાંક કઠતી હતી મને ? અર્જુન મારાથી દૂર જઈને સુખી થઈ શકે એ વિચાર જ મારે માટે પીડાદાયક હતો.

મારા પ્રિય પાત્રનું સુખ મારી જ આસપાસ ગોઠવાયેલું હોવું જોઈએ એવી મારી ઇચ્છા રહેતી. અર્જુનના પ્રવાસ દરમિયાન અન્ય સ્ત્રીઓ સાથેના સંબંધો વિશેની ઘટનાઓ મારા સુધી આવતી ત્યારે મારી નિદ્રા ઊડી જતી. ઊલુપી, ઊર્વશી, ચિત્રાંગદા સાથેનાં લગ્નો મારે માટે મારા એકાકીપણાને વધારનારા નીવડ્યા હતા. અર્જુન મારા સિવાયની અન્ય સ્ત્રીને પ્રેમ કરી શકે છે એ વિચાર જ મને ભીતરથી વલોવી નાખતો હતો.

તેમ છતાં હું જીવી રહી હતી. અન્ય પતિઓની સેવા-સુશ્રુષામાં મારા મનને પરોવવાનો પ્રયાસ કરતી, શાંત રહેવાના અદમ્ય પ્રયત્નો કરતી હું મારા પ્રિય અર્જુનના પાછા ફરવાની પ્રતીક્ષા કરી રહી હતી.

ઇન્દ્રકીલ પર્વત પર અર્જુનને થયેલા ઇન્દ્રદેવનાં દર્શન અને એમની

પાસેથી શસ્ત્રોની પ્રાપ્તિ... કિરાતના રૂપમાં મહાદેવ સાથે યુદ્ધ અને પાશુપત અસ્ત્રની પ્રાપ્તિ... લોકપાલો પાસેથી મળતાં રહેલાં અસ્ત્રો... સંગીતની શિક્ષા... ઉર્વશીનો શાપ... કુબેરનો આશીર્વાદ અને બીજી કેટલીયે પરિસ્થિતિઓ અમારાં આવનારાં વર્ષો માટે આશીર્વાદ બની રહેવાની હતી.

સમય-સમયાંતરે અમારા માટે જાણે દરેક ઘટના કોઈ સંદેશ કે આશિષ લઈને આવતી હતી.

કામ્યક, ગંધમાદન, દ્વૈતવન વગેરે વનોમાં ફરતાં ફરતાં અંતે અમારું બાર વર્ષનું વનભ્રમણ પૂરું થયું હતું.

અમારા વનભ્રમણ દરમિયાન મને મળવા માટે સત્યભામા આવ્યા હતા. એક રસપ્રદ સંવાદ ત્યારે રચાયો હતો. સત્યભામાના કૃષ્ણ વિશેના મોહથી હું પરિચિત હતી. એ સતત એવું ઇચ્છ્યા કરતાં કે કૃષ્ણ એમના જ રહે, એમને જ ચાહે, એમના વિશે જ વિચારે... એ ઈર્ષાળુ હશે કે નહીં એ વિશે મેં વિચાર્યું નહોતું, પરંતુ બીજી પટરાણીઓ કરતાં કૃષ્ણનો ભાવ એમના પ્રત્યે સવિશેષ રહ્યા કરે એ બાબતે સત્યભામા સતત પ્રયત્નશીલ રહેતા. સત્રાજિતની પુત્રી સત્યભામાએ મને પૂછ્યું હતું, "હે દ્રૌપદી, લોકપાલો જેવા અને પરમ દઢ એવા વીર પાંડવો પર તમે કેમ કરીને સત્તા ચલાવો છો ? તેઓ સદૈવ તમારે વશ રહે છે. તેઓ સૌ તમારું જ મુખ જોયા કરે છે. તમે મને આજે કહો હે કૃષ્ણા, કે કૃષ્ણ નિત્ય મારે વશ કેમ થઈ શકે ?"

હું સત્યભામાની સામે જોઈ રહી. મને ઘણું આશ્ચર્ય થયું. એ ઇચ્છતા હતા કે હું એમને એ બધું જ જણાવું જે મને પાંડવો સાથેના મારા પ્રણય અને પરિણયમાં લાભકારક રહ્યું હતું.

હું વિચારવા લાગી.

મારી દષ્ટિ સમક્ષ અમારા સહજીવનનાં કેટલાંય વર્ષો વીતી ગયાં. હું સત્યભામા સામે જોઈ રહી. મારી આંખોમાં જળ ઊભરાયાં. પાંડવોને વશ રાખવા સરળ નહોતા જ. એમાં પણ આવા મહાબળવાન પ્રતાપી પાંચ પુરુષોને એકસૂત્રમાં બાંધીને પાંચેયની પત્ની તરીકે જીવવું મને કેટલું દુષ્કર હતું એ મારું જ મન જાણતું હતું.

બધુંય કર્યા છતાં રાજ્યસભામાં મારું અપમાન થયું ત્યારે કોઈ મારી સહાયતા કરવા ઊઠ્યું નહીં એ વાત મને ફરી એક વાર સ્મરણમાં આવી ગઈ.

પરંતુ સાથે જ મને એ પણ સ્મરણ થયું કે ઝેરને મનમાં સંઘરી રાખનારને એ જ ઝેર મારી નાખે છે. મારા પતિઓના કેટલાયે અક્ષમ્ય અપરાધોને મેં ક્ષમા કર્યા હતા.

આજે વનમાં એ સર્વે મારું માન જાળવતા હતા. મારી પ્રત્યેક વાત ધ્યાનમાં લઈ મને કોઈ રીતે પીડા ન થાય એનો સતત પ્રયાસ કરતા હતા.

સત્યભામાને જ્યારે મેં કહેવાનું શરૂ કર્યું ત્યારે હું પણ મારા લગ્નજીવનનાં વર્ષોમાંથી પસાર થવા લાગી. મેં તેને કહ્યું, "હે સત્યભામા, હું સદૈવ કામ, ક્રોધ, અહંકારને છોડીને પાંડવો અને એની અન્ય પત્નીઓની એકાગ્રતાપૂર્વક સેવા કરું છું. હું ઈર્ષ્યાને વેગળી રાખું છું. મનને બરોબર સ્થિર રાખું છું. નિરાભિમાનતા રાખું છું. તેમના જમ્યા પહેલાં જમતી નથી. તેમના શયન પહેલાં શયન કરતી નથી. વાસણ-કુસણને ચકચકતા રાખું છું, અનાજને સ્વચ્છ રાખું છું. સમયસર ભોજન કરાવું છું. તિરસ્કારભર્યું બોલતી નથી. વિનોદના પ્રસંગ સિવાય હસતી નથી. વારે વારે બારણે આવી ઊભી રહેતી નથી. અતિ હાસ્યને અને અતિ રોષને હું છોડી દઉં છું. એમને ક્રોધિત થવાનું કારણ આપતી નથી. સ્વામી જેનું પાન કે સેવન કરતા નથી તે સર્વ હું છોડી દઉં છું."

સત્યભામા વિસ્મિત નયને મારી વાત સાંભળી રહી હતી. એમણે આ બધું સાંભળ્યા પછી મને પૂછ્યું, "હે પાંચાલી, હું તમારા પગે પડું છું. મને ક્ષમા આપો, કેમ કે સખીઓ તો પરસ્પરમાં, જાણીજોઈને મશ્કરીમાં મને પતિની અવગણના કરવાનું, એને ઠેકાણે રાખવાનું, કદી કદી એને લલચાવવાનું, ત્યાર બાદ પોતાનાથી દૂર રાખવાનું કહે છે."

આ સાંભળીને મેં તુર્ત જ કહ્યું, "મન સંયમમાં રાખીને, મૌન ધારણ કરીને વર્તન કરવું. મોટા કુળવાળી, પાપરહિત અને સતીસ્ત્રીઓ સાથે જ તમારું સખીપણું હોવું જોઈએ. ક્રૂર, ઉદ્ધત, અક્રાંતિયણ, ચોર, દુષ્ટ અને કુટિલ સ્ત્રીઓનો સંગ ન જ રાખવો. તમે નિત્ય હૃદય પ્રેમ અને સેવાપૂર્વક કૃષ્ણનું આરાધન કરો, એમને ઉત્તમ આસન આપો, મનોહર ફૂલમાળાઓ પહેરાવો, સર્વભાવે તેમને ભજો. મન, વચન, કર્મ, શરીર અને આત્માથી તેમને સમર્પણ કરો. આટલું કરશો તો કૃષ્ણ તમને જ વળગી રહેશે."

આ કહેતી વખતે કોણ જાણે કેમ મને ક્યાંક ઊંડે ઊંડે એક પીડાની ટીસ ઊઠી હતી. પાંચ પતિઓની પત્ની હોવા છતાં જેણે મારાં ચીર પૂર્યાં તેવા

મારા જેઠ હોવા છતાં મારા મિત્ર બની રહેલા કૃષ્ણ માટે ક્યાંક મારી અંદર મોહ હતો એ વાતને સ્વીકાર્યા વિના આ ક્ષણે ચાલે તેમ નહોતું. કૃષ્ણનું સુખ મારા માટે આટલું મહત્ત્વનું હતું એ વાત મને આ જ ક્ષણે સમજાઈ હતી.

કોઈ કંઈ પણ કહે, કૃષ્ણએ જ્યારથી રાજ્યસભામાં મારા સન્માનની રક્ષા કરી ત્યારથી મારા હૃદયમાં કૃષ્ણ માટે એક વિશેષ સ્થાન નિશ્ચિત થઈ ગયું હતું. હું એને 'પ્રેમ' નથી કહેતી કારણકે મારું સતીત્વ અને પતિવ્રતા ધર્મ મને એ વિચારવાની પણ અનુમતિ નથી આપતાં. મારા પાંચ પતિઓ જેમની હું સાચા હૃદયથી પૂજા કરું છું અને સતત એમના શુભની અને વિજયની કામના કરું છું. એ પણ કૃષ્ણ માટેની આ વિશેષ લાગણી જાણે છે. મેં ક્યારેય શબ્દોમાં આ વાત કોઈનેય કહી નથી. સાચું પૂછો તો હું મારા મન સાથે પણ આ વાત સ્પષ્ટ રીતે કરી શકતી નથી.

એમનું નામ બોલાય તો પણ મારી આંખોમાં જે ભાવ આવે છે તે તદ્દન ભિન્ન છે એની મને જાણ છે. એમના વિચારમાત્રથી મને જે સંવેદનો થાય છે તે જુદા જ છે...

આ પ્રણય નથી, પરંતુ જ્યાંથી મિત્રતાની સીમારેખા પૂરી થાય છે અને પ્રણયની પરિસીમા શરૂ થાય છે એ સ્થળે હું ઊભી છું. સખા તરફ આગળ જઈ શકતી નથી અને મારા સંસ્કારો અને ઉત્તરદાયિત્વમાંથી મુક્ત થવા માગતી નથી. કૃષ્ણ પણ મને આ વર્તુળની અંદર રહેલી જ જોવા ઝંખે છે કદાચ. એમણે ક્યારેય મને મારા ઉત્તરદાયિત્વમાંથી બહાર નીકળવાની અનુમતી આપી હોય એવું મારી સ્મૃતિમાં નથી. એમણે સતત મને મારા ઉત્તરદાયિત્વોને પૂરા કરવાની જ પ્રેરણા આપી છે. એમની આંખોમાં મારા પરત્વે સન્માન અને સ્નેહ છલકાતા જોયા છે મેં. ક્યારેક મારા ક્રોધને પોતાની અંદર ઝીલીને એ ક્રોધને સંપૂર્ણપણે વિલીન કરી નાખતા જોયા છે મેં. મારી તમામ ફરિયાદો, અપેક્ષાઓ, પીડા અને પ્રશ્નોને એમણે પોતાના અસ્તિત્વમાં સમાવી લીધા છે. જે કૃષ્ણ રાજ્યસભામાં ઉપસ્થિત નહોતા, તેમ છતાં એમની ઉપસ્થિતિને કોઈ નકારી શકે એમ નથી એવા કૃષ્ણને મેં ક્યારેય ઈશ્વર તરીકે જોયા નથી. સામાન્ય મનુષ્ય સંવેદનાઓથી સભર જોયા છે મેં એમને. એમની આંખોમાં પણ એ જ ભાવ જોયા છે જે કોઈ પણ સંવેદનશીલ મનુષ્યની આંખોમાં હોય છે.

વિશ્વમાં જે કંઈ બને છે તે કૃષ્ણને વિદિત છે એમ હું દૃઢપણે માનું છું. મારા હૃદયના આ ભાવની પણ કૃષ્ણને જાણ છે જ. શાસ્ત્રોક્ત નિયમો મુજબ પરસ્ત્રી સાથે એકાંત સેવવું હિતાવહ નથી, પરંતુ કૃષ્ણ જેટલી વાર મારા પતિઓને મળવા અરણ્યમાં આવે એટલી વાર થોડોક સમય મારી સાથે એકાંતમાં અવશ્ય ગાળતા.

હું અહીં સમય કઈ રીતે વ્યતિત કરું છું. મારા મનોજગતમાં શું ચાલે છે અથવા અહીં હું સુખમાં છું કે નહીં એ વિશે એ સતત પૃચ્છા કરતા રહેતા.

આ પૃચ્છામાં એક ભાઈની કાળજી હતી. એક પિતાનું વાત્સલ્ય હતું. એક સહૃદયીમિત્રની અનુકંપા હતી એ ખરું, પરંતુ એનાથી આગળ વધીને કશુંક સાવ અંગત, કશુંક સાવ મારું પોતાનું હતું. જે મને સમજાતું હતું, તો એમના જેવા વિચક્ષણ, બુદ્ધિમાન અને સંવેદનશીલ મનુષ્યને ન સમજાતું હોય એવું માનવાનું મારી પાસે કોઈ કારણ નહોતું.

શબ્દમાં ન કહેવાયેલી કેટલીયે વાતો શબ્દથી પર થઈને તમારા રક્ત, માંસ અને હૃદયના ધબકારનો ભાગ બની જાય છે. કૃષ્ણ સાથેના મારા આ નિ:શબ્દ સંવાદો મારા જીવવાનું બળ હતા. મારા સતત ધગધગતા રહેતા હૃદય પરનો શીતળચંદન લેપ હતા...

કૃષ્ણ સાથેનું આ તાદાત્મ્ય મારે માટે મારા અસ્તિત્વનો પર્યાય હતું. મારા હૃદયના સર્વ પરીતાપ અને પીડાઓ હું એમને સમર્પી દેતી. મારી તમામ ઇચ્છાઓને એમનાં ચરણે ધરી દેતી એવા દૃઢ શ્રદ્ધા સાથે કે હું જે ઝંખી રહી છું તે કૃષ્ણ જાણે છે. જો હું યોગ્ય હોઈશ તો કૃષ્ણ મને મારી ઝંખનાઓનો પ્રતિઉત્તર આપ્યા વિના રહેશે નહીં. જો આ ઝંખનાઓનો પ્રતિઉત્તર ન મળે તો મારે એમ માનવું રહ્યું કે હું કૃષ્ણના પ્રતિઉત્તર માટે યોગ્ય નથી. અધિકાર શબ્દની સાથે યોગ્યતા જોડાયેલી છે. જે તે વ્યક્તિ કશું પામવાને અધિકારી હોય તો એ પામવાની યોગ્યતા પણ એનામાં હોવી જોઈએ. સમયથી પહેલાં અને યોગ્યતાથી વધુ કોઈનેય મળતું નથી એ વાત મને કૃષ્ણ સાથેની મૈત્રીમાંથી સમજાઈ હતી. હું એમના સખ્યને જ યોગ્ય હતી, પ્રણય કે પરિણયને નહીં ! આ વાત કૃષ્ણને સમજાઈ હશે એટલે એમણે મને સખ્યથી સન્માનીત કરી. પ્રણય કે પરિણયના સંબંધો અમારી વચ્ચે ન હોઈ શકે, ન થઈ શકે એ વાત એમણે મને શબ્દોમાં કહ્યા વિના જ સમજાવી દીધી.

દ્રુપદની રાજ્યસભામાં મેં એમને પહેલી વાર જોયા ત્યારે મારા હૃદયમાં જાગેલી ઝંખનાઓને યોગ્ય માર્ગ આપીને એમણે એ દિશામાં પહોંચાડી, જ્યાં એનું સ્થાન નિશ્ચિત હતું. કૃષ્ણ મારે માટે અતિ પ્રિય પાત્ર હતા. હું મારાથીય વધારે શ્રદ્ધા જો કોઈનામાં રાખી શકું તો એ કૃષ્ણ હતા, તેમ છતાં મારી અને એમની વચ્ચે એક અદ્ભુત અંતર એમણે જાળવી રાખ્યું હતું. સ્ત્રી-પુરુષ વચ્ચે આ સન્માન અને સ્નેહનો એક એવો તંતુ હતો જેમાં પવિત્ર મૈત્રીની સાથે સાથે પરસ્પર સ્વીકાર અને સમર્પણની પરમ ભાવના હતી.

હું સત્યભામાને શી રીતે સમજાવું કે એ જે 'પુરુષ' વિશે પૂછી રહી હતી એને પૂરેપૂરો પોતાનો બનાવી શકે એવી કોઈ સ્ત્રી હજી જન્મી નહોતી. આવનારી સદીઓ સુધી જનમવાની નહોતી. કૃષ્ણ જે પળે જ્યાં હોય, તે પળે ત્યાં જ એમના સમગ્ર અસ્તિત્વથી જ હોય એ વાત કદાચ સત્યભામાને સમજાય એવી પણ નહોતી. કૃષ્ણ સહુના હતા, સંપૂર્ણપણે ! છતાંય કોઈના નહોતા...

હું જ્યારે કહી રહી હતી ત્યારે એક ક્ષણ માટે મને સત્યભામાની ઈર્ષા થઈ આવી. કૃષ્ણને આટલી સ્વાભાવિકતાથી, સહજતા અને સરળતાથી સામાન્ય મનુષ્ય માનીને, સામાન્ય સ્ત્રીની જેમ ચાહી શકવાની સત્યભામાની ક્ષમતા જોઈને મને એના પર સ્નેહ થઈ આવ્યો. સત્યભામા કૃષ્ણને એની સમષ્ટિમાં, સમગ્ર સ્વરૂપમાં કલ્પી શકતી નહોતી. એમનું વૈશ્વિક સ્વરૂપ સત્યભામા માટે અર્થહીન હતું. એમના ચમત્કારો, એમની કિંવદંતીઓ... સત્યભામા માટે એમનું કોઈ અસ્તિત્વ નહોતું. એને માટે કૃષ્ણ એના પતિ હતા, પ્રેમી હતા અને એ કૃષ્ણને આટલા જ નાનકડા અંશમાં પૂરેપૂરા પામી લેવા મથતી હતી !

એને લેવા માટે જ્યારે કૃષ્ણ આવી પહોંચ્યા ત્યારે એમણે મારા પતિઓ સાથે લાંબી વાતચીત કરી. વનવાસનો સમય પૂરો થવા આવ્યો હતો. હવે એક વર્ષ ગુપ્તવેશે રહ્યા પછી અમારે અમારી ભૂમિ માટે ફરીથી સંઘર્ષ કરવાનો હતો.

યુધિષ્ઠિર હજી પણ એ જ વાત કહી રહ્યા હતા. જોકે ભીમ અને અર્જુને આ વખતે દુર્યોધન સાથેના યુદ્ધની પોતાની મનીષા સ્પષ્ટ કરી હતી. યુધિષ્ઠિર હજીયે એમ માનતા હતા કે આ યુદ્ધ ના થવું જોઈએ.

કૃષ્ણ અને મારા પતિઓ ચર્ચા કરતા હતા ત્યારે એમને જલપાન

પીરસવા હું અંદર પ્રવેશી ત્યારે મારા કાને કૃષ્ણની એક વાત અછડતી જ આવી પડી. હવે મને સમજાય છે કે અડધી સાંભળેલી વાત ઉપરથી કોઈ વ્યક્તિ વિશેના નિર્ણયો કરવા યોગ્ય નથી. કૃષ્ણની વાત સાંભળીને હું ઉશ્કેરાઈ ગઈ. આટઆટલું થયા છતાં શસ્ત્ર ઉઠાવીને પોતાની ભૂમિ પાછી નહીં માગનાર મારા પતિઓ વિશે મારા મનમાં ક્રોધ હતો જ. હું માનતી હતી કે કૃષ્ણ એમને યુદ્ધ માટે તૈયાર કરશે. પોતાનો અધિકાર પાછો માગવા વિશે એમને જાગૃત કરશે. અત્યાર સુધીનાં બાર વર્ષ દરમિયાન જે વનવાસ ભોગવ્યો તેના પરિણામરૂપે હવે અમને અમારું રાજ્ય અને ભૂમિ પાછાં મળે એવો કૃષ્ણનો પ્રયાસ હોવો જોઈએ. એને બદલે કૃષ્ણ જે કંઈ કહી રહ્યા હતા તે સાંભળીને મને આઘાત લાગ્યો. અત્યાર સુધી એમના પર રહેલી મારી દૃઢ શ્રદ્ધા હચમચી ગઈ. એ સતત અમારું શ્રેય જ વિચારે છે એમ એવી મારી માન્યતા આ ક્ષણે બદલાવા લાગી. એ જે કહી રહ્યા હતા એ સાંભળીને મને જાણે મારી શ્રદ્ધા, મારો પ્રેમ વ્યર્થ લાગ્યા. કૃષ્ણ કહી રહ્યા હતા :

"દુર્યોધનસ્યાપિ મતં યથાવન્
ન જ્ઞાયતે કિં નુ કરિષ્યતીતિ,
અજ્ઞાયમાને ચ મતે પરસ્ય
કિં સ્યાત્ સમારભ્યતમં મતં વઃ."

યુદ્ધનો નિર્ણય આપણા પક્ષે કેવી રીતે થઈ શકે ? કારણકે દુર્યોધન શું વિચારે છે અને એ શું કરવાનો છે એની આપણને ક્યાં જાણ છે ? શત્રુપક્ષની મતિનો વિચાર કર્યા વિના આપણે કોઈ પણ નિર્ણય કઈ રીતે લઈ શકીએ ?

મને ખૂબ જ પીડા થઈ. કૃષ્ણ આ રીતે વિચારી શકે ? એ હજીયે દુર્યોધનનો મત જાણવાનો આગ્રહ રાખે છે ? યુદ્ધ નહીં થાય તો મારા અપમાનનું શું ? મને મળેલા તિરસ્કારનો કોઈ પ્રતિશોધ નહીં લેવાય ?

કૃષ્ણ શા માટે એક કુટિલ અને દુર્બુદ્ધિનો મત જાણવા માગે છે ? એ યુદ્ધ ઇચ્છતો હોય કે ન ઇચ્છતો હોય, હવે યુદ્ધ એ જ કલ્યાણનો માર્ગ છે એવું એ નહીં સમજી શકતા હોય ? હું તદ્દન મૌન થઈ ગઈ. મારું પ્રશ્નોપનિષદ સમુદ્રની જેમ ઘૂઘવવા લાગ્યું. મારી અંદર એક ભયાનક કટુતા વ્યાપી ગઈ. જો યુદ્ધ નહીં કરવાનો નિર્ણય લેવાશે તો હું હાથમાં ખડગ લઈને દુર્યોધનનો વધ કરીશ એવો નિશ્ચય મેં મનોમન કરી લીધો.

કૃષ્ણને મારા ખુલ્લા કેશ અને મારી આંખોમાં સતત છલકાતી રહેતી પીડા કેમ સ્મૃતિમાં નહીં રહ્યા હોય એ વિચાર માત્ર મને વલોવી રહ્યો હતો. જેમને મેં મારા હિતેશ્રી માન્યા છે તેવા કૃષ્ણ આજે મારા પ્રતિશોધનો વિચાર કર્યા વિના એક એવા માણસના અભિપ્રાયની પ્રતીક્ષા કરી રહ્યા હતા, જે ક્યારેય ન્યાયપૂર્ણ રીતે વર્તી શક્યો નથી ! દુર્યોધન શું કહેશે તે વિચારવાની ઘડી વીતી ગઈ હતી એમ હું માનતી હતી... જો કૃષ્ણ એને એનો અભિપ્રાય પૂછવા જશે તો એ ભયનો માર્યો પણ યુદ્ધ ટાળવાનો પ્રયાસ કરશે. અમારો અધિકાર હોય તેટલી ભૂમિ અમને મળવી જોઈએ, એને બદલે દુર્યોધન અમને આપે એટલી ભૂમિ સ્વીકારીને અમારે જીવવું પડશે ?

પુરુષોની વાતચીત દરમિયાન સ્ત્રીઓએ અભિપ્રાય ન ઉચ્ચારવો જોઈએ એવા સંસ્કારનું સિંચન અમારામાં બાલ્યાવસ્થાથી જ કરવામાં આવ્યું હતું. રાજનીતિ, વ્યવહાર અને આર્થિક બાબતોમાં જ્યારે પુરુષો વાતચીત કરતા હોય ત્યારે જો સ્ત્રી વચ્ચે બોલે તો એ પુરુષનું અપમાન ગણાય એવું હું શીખી હતી, તેથી હું એ વાતચીત દરમિયાન તો કશું ના બોલી, પરંતુ કૃષ્ણ જ્યારે પાછા ફરવા માટે રથમાં બેસતા હતા ત્યારે મેં એમની સમક્ષ જે દૃષ્ટિએ જોયું એમાં ભારોભાર પીડા અને ફરિયાદ હતાં. જો કૃષ્ણ યુદ્ધ ટાળશે તો હું એમને ક્યારેય ક્ષમા નહીં કરું એ વાત એમણે મારી દૃષ્ટિમાં વાંચી લીધી હશે ! મારા પાંચ પતિઓ અને સત્યભામાની સામે જ એમણે મારા માથે હાથ મૂક્યો. સામાન્ય રીતે કૃષ્ણના સ્પર્શથી મારી પીડા અને ઉદ્દ્વેગ શમી જતા. એમના સ્પર્શમાત્રથી મારી અંદર જાગેલા પ્રશ્નો પણ આપોઆપ શાંત થઈ જતા. આજે એવું ન થઈ શક્યું. બલકે એમના સ્પર્શથી મારી અંદર વધુ પીડા અને પ્રશ્નો સળવળવા લાગ્યા. એ મારી સાથે આવું કઈ રીતે કરી શકે એ વિચારમાત્ર મને દ્રોહ થયાની લાગણી આપતો રહ્યો. એમણે જાણે મારી શ્રદ્ધાનો ઉપાલંભ કર્યો હોય એવું લાગ્યું મને.

અંતે મારાથી કહેવાઈ ગયું :

"કથં નુ ભાર્યા પાર્થાનાં તવ કૃષ્ણ સખી વિભો,
ધૃષ્ટદ્યુમ્નસ્ય ભગિની સભાં કૃષ્યેત યાદેશી."

પાંડવોની ભાર્યા, તમારી સખી, ધૃષ્ટદ્યુમ્નની બહેન એવી હું – મને દુઃશાસન કઈ રીતે સભામાં ઘસડી લાવ્યો હતો તેની તમને ખબર છે, કૃષ્ણ ?

કૃષ્ણ મારી સમક્ષ એ રીતે ઊભા હતા, જાણે એ મારા અપરાધી હોય. મને ઊંડું દુઃખ થયું, પરંતુ મારી અંદર એટલી બધી પીડા હતી કે હું કહ્યા વિના રહી શકી નહીં. આટલાં વર્ષોના અરણ્યવાસ દરમિયાન મેં રોજ એક જ પ્રાર્થના કરી હતી. દુર્યોધનના પરાજયની... સાચું પૂછો તો મને મારા પતિઓના વિજય વિશે એટલો ઉદ્વેગ નહોતો, જેટલો દુર્યોધનના પરાજય માટે વિશે હતો. હું જેટલી વાર એ વિશે વિચાર કરતી એટલી વાર મને રાજ્યસભામાં ઊભેલી એ રડતી-કકળતી, રક્ત નીતરતી, અસહાય પાંચાલી દેખાતી હતી.

મેં આગળ કહ્યું :

"નૈવ મે પતયઃ સન્તિ, ન પુત્રા મધુસૂદન,
ન ભ્રાતરો ન ચ પિતા નૈવ ત્વં ન ચ બાંધવાઃ"

ન મને પતિઓ છે, ન પુત્રો છે, ન ભાઈઓ, ન પિતા છે, અરે મધુસૂદન, તમે પણ નથી !

મને એટલી બધી પીડા હતી કે કૃષ્ણને મેં કહી જ દીધું :

"અયં તે પુણ્ડરીકાક્ષ દુઃશાસનકરોદ્ધૃતઃ,
સ્મર્તવ્યઃ સર્વકાલેષુ પરેષાં સંધિમિચ્છતા."

તમે શત્રુઓ સાથે સંધિ કરવાનો પ્રયાસ કરો ત્યારે દુઃશાસનના હાથથી ખેંચાયેલા આ કેશરાશિનું સ્મરણ કરજો.

એ ભાગ્યે જ મારો સ્પર્શ કરતા, મારાં નયનો સજળ થઈ ગયાં. કેટલાંય વર્ષોથી મારા કોરા રહેલા કેશરાશિ કૃષ્ણના સ્પર્શ માત્રથી સૂકા અને બરડ ન રહેતા ફરી એક વાર જાણે નવપલ્લવિત થયા.

કૃષ્ણના સ્પર્શથી ફરી એક વાર મારી અંદર શ્રદ્ધાનું સિંચન થયું. મારી અંદર ખળભળી રહેલો ઉદ્વેગ ફરી એક વાર શાંત થવા લાગ્યો. એમની દૃષ્ટિ સાથે દૃષ્ટિ મળતા હું ફરી એક વાર શાતા અનુભવવા લાગી. એમના વિશેની મારી શ્રદ્ધા ફરી એક વાર દૃઢ થઈ ગઈ. હું કૃષ્ણ વિશે આવું કઈ રીતે વિચારી શકી... એવું વિચારીને લજ્જા અનુભવવા લાગી. એ જે કંઈ કરશે એમાં અમારા સહુનું હિત હશે જ એમ વિચારી મેં એમની તરફ જોયું.

એ બોલ્યા, "હે કૃષ્ણા, હવે તમારો કંટકભર્યો માર્ગ પૂરો થયો છે. તમે શત્રુરહિત કરેલી ધરતીનાં પટરાણી થશો. તમે વનવાસે નીકળ્યાં ત્યારે અભિમાનમાં આંધળી થયેલી કુરુસ્ત્રીઓએ તમારી ઠેકડી કરી હતી તે સર્વે રડશે. તમારા

પાંચે પુત્રો પ્રતિવિંધ્ય, સુતસોમ, શ્રુતકર્મા, શતાનીક અને શ્રુતસેન વીર અને કુશળ બન્યા છે. સુભદ્રા અને રુક્મિણી એમનું પૂરા પ્રેમથી લાલનપાલન કરે છે. બલરામ તેમના બધા જ કોડ પૂરા કરે છે. હવે મનમાંથી ઉદ્વેગ અને પીડાને કાઢી ધર્મયુદ્ધ માટે સજ્જ થવા લાગો."

આ વાત એમણે એટલી ધીમેથી કહી હતી કે ફક્ત હું જ સાંભળી શકી.

પરંતુ આ વાક્યોથી મને એટલું જરૂર સમજાયું કે આવનારા દિવસોમાં કૌરવોના નિકંદનનો સમય નિકટ આવી રહ્યો છે.

ઇતિહાસ કદાચિત મને મહાવિનાશક યુદ્ધ માટે જવાબદાર ગણશે, હું સમગ્ર આર્યાવર્તના વિનાશનું કારણ બનીને મારું સ્ત્રીત્વ, મારી માનવતા હોડમાં મૂકી રહી છું એની જાણ હોવા છતાં આ વાત મેં શ્રીકૃષ્ણને કહી. એનું એક જ કારણ હતું. ઘણું વિચારતાં મને લાગ્યું હતું કે જો હું આજે ચૂપ રહીશ તો સમગ્ર ભરતખંડની સ્ત્રીઓના સન્માન પર એક પ્રશ્નાર્થ ચિહ્ન મુકાઈ જશે એમ મને લાગ્યું... જો મેં આ યુદ્ધ માટે આગ્રહ ન રાખ્યો, કે મારા પતિઓએ એક રજસ્વલા સ્ત્રીને અપમાનિત કરનાર, ભરસભામાં જંઘા ઠોકીને એક પતિવ્રતા સ્ત્રીને એના પર બેસવા આમંત્રિત કરનાર દુષ્ટને જો દંડ ન આપ્યો તો આવનારી સદીઓ સુધી સ્ત્રી સન્માન વિશેના વિચારો બદલાઈ જશે. જો હું સ્ત્રી થઈને પોતે જ મારા સન્માનનો, મારા અપમાનના પ્રતિશોધનો આગ્રહ નહીં રાખું તો આવનારી સદીઓમાં બીજી સ્ત્રીઓ પણ પોતાના સન્માન વિશે સજાગ નહીં રહે...

જે સભામાં મને અપમાનિત કરવામાં આવી તેમાં મારા પતિઓ પણ હતા જ. ત્યાં બેઠેલા તમામ પુરુષો દંડને પાત્ર હતા એ નિશ્ચિત છે. પિતામહ ભીષ્મ માટે મારી પૂજ્યભાવના છતાં પણ એમણે આ દુષ્ટકાર્યમાં મૌન રહીને સંમતિ વ્યક્ત કરી, રાજા હોવા છતાં શરણે આવેલી સ્ત્રીને રક્ષણ નહીં આપીને ધૃતરાષ્ટ્રે ક્ષાત્રધર્મ અને રાજ્યધર્મનું ઉલ્લંઘન કર્યું, ત્યાં બેઠેલા તમામ રાજવીઓએ મારી દુર્દશા નિહાળી છતાં બેસી રહ્યા એટલે એમણે સમગ્ર માનવધર્મ અને ક્ષાત્રધર્મને કલંકિત કર્યો...

એક સ્ત્રી તરીકે જેમ હું સર્જન કરી શકું છું તેમજ દુષ્ટનો વિધ્વંસ મારો અધિકાર છે, મારું ઉત્તરદાયિત્વ પણ છે. માતા સ્વરૂપે માનવમાત્રને મારે સુકૃત્યો તરફ દોરવા જોઈએ. સ્ત્રી તરીકે માનવમાત્રને દુષ્કૃત્યોનો દંડ આપવો જોઈએ.

હું સ્વયં ખડગ લઈને યુદ્ધમાં ઊતરી શકું એમ નહોતી. માટે જ આ યુદ્ધ મારા પતિઓ અને પુત્રો જીતી લાવે એ અનિવાર્ય હતું. સ્ત્રી અને ભૂમિ રક્ષાયેલા હોય તો જ સુંદર લાગે છે. ખુલ્લી પડેલી ભૂમિ કે રક્ષણ વગરની સ્ત્રીને કોઈપણ કલંકિત અને અપમાનિત કરી શકે છે. સ્ત્રી અને ભૂમિનો ભોકતા હોય છે. જેનું ઉત્તરદાયિત્વ એનું રક્ષણ કરવાનું પણ છે જ... સ્ત્રી અને ભૂમિ એને જ યોગ્ય ફળ આપે છે જે એને ખેડે છે, સંભાળે છે અને એનું રક્ષણ કરે છે.

હું મારા પતિઓને ભૂમિ જીતવા માટે પ્રોત્સાહિત કરતી હતી એ સાચું, પરંતુ ભૂમિની પાછળ મારા રક્ષણનો અને મારા સન્માનનો ઉદ્દેશ્ય પણ હતો જ એ સત્ય !

આપણે જ્યારે પીડિત હોઈએ છીએ, હારેલા અને પીડામાં હોઈએ છીએ ત્યારે આપણને આપણા સ્વજનોના સાચા ગુણોની જાણ થાય છે.

શ્રીકૃષ્ણએ મને જે વચન આપ્યું એનાથી મને આવનારા દિવસો માટે એક આશા જાગી. હવેના દિવસો મારા જીવનમાં સુખ અને સમૃદ્ધિ લઈને આવશે એ વિચારમાત્ર મને રોમાંચિત કરવા લાગ્યો. મારા પતિઓ જેમનું અપમાન થયું છે તે ફરી એક વાર રાજા તરીકે સિંહાસન પર બિરાજમાન થશે અને હું તેમની અર્ધાંગિની તરીકે મહારાજ્ઞિ બનીને પુનઃ સન્માન પ્રાપ્ત કરીશ એ વિચાર મને સુખકર લાગતો હતો.

દુર્યોધનની સાથે સાથે દંડીત કરવા જેવા અન્ય કૌરવોને પણ આવનારા દિવસોમાં એમનું કર્મફળ મળી જશે એવું હવે હું માની શકતી હતી. દુઃશાસન, શકુનિ અને જયદ્રથ મળીને આજ સુધી જે કોઈ ષડ્યંત્રો રચતાં રહ્યાં હતાં એનો હવે અંત આવશે એવું મને કૃષ્ણના શબ્દો સાંભળીને લાગ્યું હતું.

સો કૌરવોને એક જ બહેન હતી. દુઃશલા. સિંધુ દેશના રાજા વૃધક્ષત્રના પુત્ર જયદ્રથનો એની સાથે વિવાહ કરવામાં આવ્યો હતો. જયદ્રથ હંમેશાં કૌરવોને ખોટી બાબતમાં ઉશ્કેરતો. એમને ખોટી સલાહ આપતો અને એમના અહંકારને પંપાળતો. ખરેખર તો એકમાત્ર જામાતા હોવાના સંબંધે એણે એના સાળાઓને સાચી સલાહ આપીને સાચી દિશામાં દોરવા જોઈએ, પરંતુ એમ નહીં કરતા એણે હંમેશાં એમને અમારી વિરુદ્ધ ઉશ્કેરવાનું જ કાર્ય કર્યું હતું.

મારા સગા નણદોઈ જયદ્રથ માટે અમસ્તુંયે બહુ માન નહોતું. પરંતુ એકમાત્ર નણંદ દુઃશલાના પતિ હોવાને કારણે હું એમને માન-સન્માન આપતી.

કદીયે તેમની સાથે એકાંત સેવતી નહીં, પરંતુ એ જ્યારે જ્યારે અમારે ત્યાં આવતા ત્યારે એક શ્રેષ્ઠ ગૃહિણીની જેમ એમની સેવા કરતી.

એનું એક કારણ પણ હતું. જયદ્રથ સ્ત્રીઓની બાબતમાં વિષયી હતા.

દુર્યોધનને એનાં કાર્યોમાં પ્રોત્સાહન અને સહકાર આપતા.

મારું અપમાન કરવામાં પણ એમણે કાંઈ બાકી નહોતું રાખ્યું. સાથે સાથે એક એવી ઘટના બની જેને માટે એમને ક્ષમા કરવી મારે માટે અસંભવ બની ગયું.

અમે જ્યારે પુષ્કળ મૃગોવાળા કામ્યક વનમાં વિહાર કરતાં હતાં ત્યારે મહર્ષિ તૃણબિંદુ અને ધૌમ્ય પુરોહિતની આજ્ઞાથી મને આશ્રમમાં મૂકી પાંડવો બ્રાહ્મણો માટે મૃગયા કરવા બહાર ગયા.

તે સમયે સિંધુ દેશનો રાજા વૃધક્ષત્રનો પુત્ર જયદ્રથ વિવાહની ઇચ્છાથી સાલ્વ દેશ જઈ રહ્યો હતો.

એ રથમાંથી ઊતરી પડ્યો અને મારી નિકટ આવી મને પૂછવા લાગ્યો, "તું દેવી છે, યક્ષી છે કે દાનવી છે ?" એણે પોતાની વીરતાનું વર્ણન કર્યું. એણે પોતાના રસાલા અને બીજી સંપત્તિનું વર્ણન કર્યું ત્યારે મારે એને કહેવું પડ્યું કે, "તું સુરથનો પુત્ર છે અને મનુષ્ય તને કોટિકાષ્યના નામે જાણે છે. હું પૃથાની પુત્રવધૂ અને પાંડુપુત્રોની પત્ની છું. મારા આંગણે આવેલા અતિથિને સત્કારવો એ મારી ફરજ છે. માટે તમે અહીં આવો અને અમારો સત્કાર સ્વીકારો."

તેમની તમામ આતિથ્ય અને સત્કાર કર્યા બાદ એણે ખૂબ જ દુષ્ટતાથી કહ્યું, "દીન, લક્ષ્મીહીન, રાજ્યભ્રષ્ટ, બુદ્ધિરહિત અને અરણ્યવાસી પાર્થોને વળગી રહેવું તમારા માટે યોગ્ય નથી. તો હે સુશ્રોણી! તું પાંડવોને તજી દે. તું મારી ભાર્યા થા અને સુખ ભોગવ ! તું મારી સાથે સિંધુ તથા સૌવીર એ સર્વ દેશો ઉપર સત્તા ચલાવ."

મેં એમને ઘણા જ તિરસ્કાર્યા અને ત્યાંથી ચાલ્યા જવાનું કહ્યું, પરંતુ જયદ્રથે મારું હરણ કરવાનો પ્રયાસ કર્યો.

એ જ વખતે આવી પહોંચેલા મારા પતિઓ અને જયદ્રથ વચ્ચે યુદ્ધ થયું. એ મહાભયાનક યુદ્ધ પછી જયદ્રથના સૈન્યનો સંહાર થયો અને જયદ્રથ ત્યાંથી નાસી છૂટ્યો.

ભીમે એના માથે અર્ધચંદ્ર બાણથી પાંચ પટા પાડ્યા. એને પોતાનો દાસ બનાવ્યો...

આ ઘટના પછી કૌરવો સામે મારો રોષ વધુ ભભૂક્યો અને વનનિવાસના સમગ્ર સમય દરમિયાન હું મારા પતિઓને યુદ્ધ વિશે ઉશ્કેરતી રહી. જ્યારે જ્યારે સમસ્યા આવે છે ત્યારે એ પોતાની સાથે ન દેખાય તેવો એક આશિષ પણ લઈને આવે છે. અર્જુનના પ્રવાસ દરમિયાન એને ઘણા લાભો થયા. અર્જુન જ્યારે સ્વર્ગમાં હતા ત્યારે અપ્સરા ઊર્વશી એમના તરફ આકર્ષાયેલા. અર્જુને તેમને માતા કહીને સંબોધ્યા જેનાથી ઊર્વશીને ક્રોધ નીપજ્યો હતો. ઊર્વશીએ અર્જુનને શાપ આપેલો કે એ વ્યંઢળ થઈ જશે.

ત્યાર બાદ શાપનું નિવારણ કરતા દેવાધિદેવ ઇન્દ્રએ જણાવ્યું હતું કે આ સ્થિતિ માત્ર એક વર્ષ રહેશે.

આશ્ચર્યની વાત એ હતી કે અર્જુને પોતાના આ શાપનો સદ્ઉપયોગ ગુપ્તવેશે રહેવા માટે કર્યો. વીર અને બાહુબળ ધરાવતા અદ્ભુત યોદ્ધાને કોઈ ન ઓળખે એ લગભગ અસંભવ હતું, પરંતુ દેવાધિદેવ ઇન્દ્રનું સ્મરણ કરીને પોતાના શરીર અને દેખાવને બદલવા માટે વિનંતી કરતાં અર્જુનને એ શાપ જાણે આશિષ બનીને મળ્યો હોય એવું બન્યું.

બાર વર્ષનો વનનિવાસ જ્યારે પૂર્ણ થયો ત્યારે અમારે ગુપ્તવેશે રહેવાનું હતું. વિરાટ નગર પાસે જઈને અમે અમારા દેખાવ બદલ્યા.

વિરાટરાજને ત્યાં યુધિષ્ઠિર દ્યૂતનાં પાસાં ફેંકનાર બનીને પ્રવેશ્યા. એમણે પોતાનું નામ કંક કહ્યું અને કહ્યું કે, "હું વ્યાઘ્રપાત ગોત્રનો વિપ્ર છું. જુગારીઓનાં પાસાં નાખવામાં કુશળ છું."

વિરાટરાજે એમને રાજ્યસભામાં સ્થાન આપ્યું અને સન્માન પણ. ભીમ વિરાટરાજને ત્યાં રસોઈયા બનીને પ્રવેશ્યા. એમણે પોતાનું નામ બલ્લવ કહ્યું. વિરાટરાજને ભીમ પર શ્રદ્ધા પડી નહીં, પરંતુ ભીમે પોતાની વાત મહાપ્રયત્ને વિરાટરાજને સમજાવી અને રસોડામાં સ્થાન મેળવ્યું.

મેં પોતાનું નામ સૈરંધ્રી કહ્યું. રાણી સુદેષ્ણાને કહ્યું કે, "હું વાળના સુંદર અંબોડા ગૂંથું છું, અંગરાગ માટે ઉત્તમ ચંદનાદિ ઘસી જાણું છું અને મલ્લિકા, ઉત્પલ, પદ્મ તેમ જ ચંપકની જાતજાતની અતિમનોહર માળાઓ પરોવું છું. પૂર્વે હું કૃષ્ણની પ્રિય પટરાણી સત્યભામાની તેમ જ કુરુવંશી પાંડુપુત્રોની પરમ સુંદર પત્ની કૃષ્ણાની સેવામાં હતી." સુદેષ્ણાને એવો ભય લાગ્યો કે મારું અલૌકિક રૂપ જોઈને વિરાટરાજ એનો ત્યાગ કરશે ત્યારે મારે કહેવું પડ્યું કે, "મારે પાંચ

યુવાન ગંધર્વો પતિ સ્વરૂપે છે. જે પુરુષ મને સાધારણ સ્ત્રીઓ જેવી માનીને મારી અભિલાષા કરશે એ પુરુષ મૃત્યુ પામશે. મારા પતિઓ ગુપ્ત રહીને મારું રક્ષણ કરે છે."

આ કહ્યા પછી સુદેષ્ણાએ મને અંતઃપુરમાં સ્થાન આપ્યું.

અર્જુન સ્ત્રીવેશે પ્રવેશ્યો. ઉર્વશીએ ઇન્દ્રસભામાં એને આપેલો શાપ એને માટે સાચા અર્થમાં આશીર્વાદ બની રહ્યો. એણે પ્રવેશતા જ પોતાની કુશળતાથી વિરાટરાજને જીતી લીધા. અર્જુને વિરાટરાજને કહ્યું, "હે નરદેવ ! હું ગાઉં છું. નાચું છું અને વાજિંત્ર બજાઉં છું. હું નૃત્યમાં નિપુણ છું અને ગીતામાં કુશળ છું. તો તમે મને ઉત્તરાની પાસે રાખો. હું એ દેવીનો નૃત્યશિક્ષક થઈશ."

એણે પોતાનું નામ બૃહન્નલા કહ્યું. એની પરીક્ષા કરવામાં આવી. તરુણ અને સુંદર સ્ત્રીઓ પાસે એને મોકલવામાં આવ્યો. તમામ પ્રયાસો બાદ પણ જ્યારે એનું નિશ્ચિત નપુંસકપણું સિદ્ધ થઈ ગયું ત્યારે એને અંતઃપુરમાં કુંવરીવાસમાં મોકલાયો. એ રાજપુત્રીને નૃત્ય અને સંગીત શીખવવા લાગ્યો.

સહદેવે અરિષ્ટનેમિ વૈશ્ય બનીને પ્રવેશ કર્યો. એણે પોતાને ગોપરીક્ષક તરીકે ઓળખાવ્યો. એણે પોતાનું નામ તંતિપાલ કહ્યું. એ ગોપ બની ગાયોના રક્ષણ માટે ત્યાં રહ્યો.

નકુળ ઘોડાઓના વૈદ્ય અને પરીક્ષક તરીકે પ્રવેશ્યો. એણે પોતાનું નામ ગ્રંથિક કહ્યું. વિરાટ નગરના ઘોડારમાં એ અશ્વશાસ્ત્રવેત્તા અને અશ્વોના વૈદ્ય તરીકે સ્થાન પામ્યો.

અમે સર્વે વિરાટ નગરમાં રહેવા લાગ્યા.

અમારા આગમનની સાથે જ ભીમે જીમુતમલ્લનો નાશ કરી વિરાટરાજની પ્રીતિ સંપાદન કરી.

અમે કદીયે નહોતું વિચાર્યું એટલી સરળતાથી અમને સર્વેને એક રાજ્યમાં ગુપ્તવેશે આશ્રય મળી ગયો, પરંતુ મારે માટે જીવન ક્યાંય સરળ નહોતું.

મારા સૌંદર્યને કારણે હું જ્યાં જતી ત્યાં મારા માટે પ્રશ્નો સર્જાતા. સુદેષ્ણાનો ભય અનુચિત નહોતો. મારા છુટ્ટા કેશરાશિ અને સુંદર દેહલાલિત્યને કારણે અનેક રાજપુરુષો મારી આસપાસ ભ્રમરની જેમ આવવા લાગ્યા.

મોટા ભાગના પુરુષોને તો સુદેષ્ણાએ મારા ગાંધર્વ પતિઓનો ભય

દાખવી દૂર કર્યા, પરંતુ રાણી સુદેષ્ણાનો ભાઈ કીચક મને જોઈને મુગ્ધ થઈ ગયો. એ રાણીનો પ્રિય હતો અને રાણી સુદેષ્ણા પોતાના ભાઈ કીચકની તમામ ઇચ્છાઓ પૂરી કરતાં...

કીચકે રાણી પાસે મારી માગણી કરી.

સુદેષ્ણા મને સોંપવા તૈયાર થઈ ગયાં.

હવે મારા માટે વિરાટ નગરમાં રહેવું દુષ્કર બનવા લાગ્યું હતું.

૭

સ્ત્રીમાત્ર પાસે એવી અપેક્ષા રાખવામાં આવે છે કે એ પોતાના ચારિત્ર્યનું રક્ષણ કરે, પતિમાં પોતાની નિષ્ઠા જાળવી રાખે, સમાજ સામે ઉદાહરણ બનીને પોતાની શુદ્ધતા અને સતીત્વનું પ્રમાણ આપતી રહે. તો બીજી તરફ એ જ પુરુષો એને ચરિત્રહીન થવા પ્રલોભન આપે છે. પ્રલોભનથી વશ ન થાય તો એને ભય દેખાડવામાં આવે છે. આશ્ચર્યની વાત છે કે જે સ્ત્રી પાસે ચારિત્ર્યની સંપૂર્ણ શુદ્ધતાની અપેક્ષા રાખવામાં આવે છે એ જ સ્ત્રીને એની નિષ્ઠામાંથી ચ્યૂત થવા સામ-દામ-દંડ-ભેદ વાપરતા પુરુષો સહેજેય ખચકાતા નથી ! સ્ત્રીનું ચારિત્ર્ય એના સમગ્ર અસ્તિત્વનું પ્રમાણ હોય એમ પુરુષો વર્તે છે. આવી અપેક્ષા કે પરીક્ષા પુરુષો માટે કોઈએ નિર્ધારી નથી. પુરુષ શિથિલ ચારિત્ર્યનો હોઈ શકે એ વિશે એ ગર્વ કરી શકે, એણે કેટલી સ્ત્રીઓને મોહિત કરી અથવા કેટલી સ્ત્રીઓને જીતી લીધી છે એ કહેતા એને ગર્વનો અનુભવ થાય છે. વધુ સ્ત્રીઓને જીતનારો કે પામનારો પુરુષ અન્ય પુરુષો માટે ઈર્ષ્યાનું પાત્ર બને છે, પરંતુ આવી જ વાત જો કોઈ સ્ત્રી કરે તો એને માટે મૃત્યુથી ઓછી કોઈ સજા નથી. સમાજ આવા બે મુખ ધરાવતા નિયમો સાથે જીવી રહ્યો છે અને આવા નિયમો સામે મારી અંદર રોજેરોજ વિદ્રોહ પ્રગટે છે, પ્રશ્ન ઉદ્ભવે છે.

દુર્યોધને મારી સાથે જે વર્તન કર્યું તે મેં એની સાથે કર્યું હોત તો ? એની પત્ની ભાનુમતી દ્યૂત રમીને એને હારી ગઈ હોત તો ? એણે અને આ સમાજે સ્વીકાર્યું હોત ખરું ? મને સતત આવા પ્રશ્નો થયા કરે છે.

નિયમમાં રહેવાનો વિરોધ નથી મને. વિરોધ કે વિદ્રોહ કરીને હું સ્વયંને બહુ બુદ્ધિશાળી કે અન્યોથી જુદી પ્રસ્થાપિત કરવા માગતી પણ નથી, પરંતુ સમાજની આવી અસામાન્યતાઓને ચૂપચાપ સહ્યા કરવી મારી પ્રકૃતિમાં નથી, કદાચિત. જે ખોટું છે તે વિશે પ્રશ્ન પૂછવો મને અનિવાર્ય લાગે છે. ઉત્તર મેળવવો એથી પણ વધુ અનિવાર્ય લાગે છે.

નિયમો બનાવનારા સમાજના અગ્રણી કહી શકાય તેવા શ્રેષ્ઠ પુરુષો પણ 'સ્ત્રી' નામના પ્રલોભનમાંથી સ્વયંને મુક્ત રાખી શક્યા નથી. તો પછી સ્ત્રીને શા માટે આવા પ્રલોભનો સામે અખંડ અને વિશુદ્ધ રહેવાનું શિક્ષણ અપાય છે ? શા માટે એની પાસે એવી અપેક્ષા રખાય છે કે એ સતત અડગ અને વિશુદ્ધ રહે ?

સ્ત્રી અને પુરુષ સમાજનાં બે અંગો છે. એક અંગ માટે જે અપરાધ ક્ષમાને પાત્ર છે તે જ અપરાધ બીજા અંગ માટે અક્ષમ્ય છે એવું શા માટે ?

કીચક મારી સાથે જે રીતે વર્તી રહ્યો હતો તે અસહ્ય હતું. મને જાતજાતનાં કાર્યો બતાવતો. ક્યારેક એના પગ દબાવવાનું કહેતો, તો ક્યારેક એની આંગળીઓને હળવા હાથે મસળી આપવાનું કહેતો. ક્યારેક સ્નાન સમયે એની પીઠ ઘસી આપવા માટે મને બોલાવતો. હું આ વિશે વિરોધ પ્રગટ કરું તો મહારાણી સુદેષ્ણા મને સજા કરવાનો ભય બતાવતા.

ગુપ્તવાસના થોડા જ દિવસો શેષ હતા. હવે થોડા જ દિવસમાં દ્યૂતમાં હાર્યા પછીની અમારી પીડાભરી પરિસ્થિતિ પૂરી થવાની હતી.

પાંચેય ભાઈઓ નિષ્ઠાપૂર્વક પોતાનું કાર્ય કરી રહ્યા હતા. જે કંઈ થાય તે કરીને પણ આ થોડા દિવસોમાં ઓળખાઈ ન જવાય તે માટે સર્વે ખૂબ જ સજાગ અને ધીરજપૂર્વક વર્તતા હતા.

હું કીચકના ઇશારાઓ સમજતી હતી છતાં ન સમજતી હોઉં એ રીતે વર્તતી. બને ત્યાં સુધી એની સામે નહીં આવવાનો પ્રયાસ કરતી.

એ યેનકેન પ્રકારેણ સુદેષ્ણાના આવાસમાં આવી પહોંચતો. મારી પાસે જ મદિરા મેળવવાનો દુરાગ્રહ રાખતો. સુદેષ્ણા પણ એના આ મનોરથને

પ્રોત્સાહન આપતી હોય એમ મને જુદા જુદા કારણસર એની સામે ધકેલતી.

હું દાસી હતી, મારાથી સોંપાયેલા કાર્યની ના કહી શકાય તેમ નહોતી. તેમ છતાં એક દિવસ મેં સુદેષ્ણાને કહ્યું, "આ યોગ્ય નથી મહારાણી, તમારા ભવનમાં રહેતી, તમારી સેવા કરતી દાસીઓનાં સન્માન અને શ્રેયનું ઉત્તરદાયિત્વ તમારા ઉપર છે."

સુદેષ્ણા મારી વાત સમજી, પરંતુ એણે કીચક તરફ મને ધકેલવાના પ્રયાસો ચાલુ રાખ્યા. કીચકના ધમપછાડા વધતા જતા હતા. મહારાણી સુદેષ્ણા એને કોઈ રીતે રોકતાં નહોતાં.

એ મહાબળવાન હતો. મત્સ્યનગરનો સેનાપતિ હતો. એ એટલો બળવાન હતો કે એની સાથે વેર કરવાની કોઈની શક્તિ નહોતી. એણે સુદેષ્ણાને કહ્યું કે મને મુક્ત કરે. વારંવાર એ મારી માગણી કરવા લાગ્યો. વિરાટનગરના રક્ષણનો સંપૂર્ણ ભાર એના ખભે હોવાને કારણે એને કોઈ કશું કહી શકતું નહોતું. એ વારંવાર મારી સમક્ષ ઉપસ્થિત થયા કરતો. મને રસ્તામાં રોકતો, મને એના ભવનમાં આમંત્રિત કરતો.

એ મને રોકીને કહેતો, "હે સુશ્રોણી ! હે અનિંદિતા ! પૃથ્વીભરમાં મેં તારા જેવી બીજી કોઈ સ્ત્રીને જોઈ નથી. આ નિર્દય કામાગ્નિ દાવાગ્નિની જેમ ભડભડી ઊઠ્યો છે. તારા સમાગમના સંકલ્પથી વધી રહ્યો છે. મને બાળ્યા કરે છે. તો હે વરારોહા ! સમાગમરૂપી મેઘથી અને આત્મદાનરૂપી વર્ષાથી તું એ બળતા કામાગ્નિને શાંત કર. હે ચંદ્રવદના ! તારા સમાગમની આશાથી તીક્ષ્ણ બનેલા મન્મથના તીવ્ર બાણસમૂહો, મારા ચિત્તને ઉન્મત્ત કરી રહ્યાં છે. હે શ્યામ કટાક્ષવાળી ! નિર્દય વેગવાળાં એ પ્રચંડ અને અતિદારુણ બાણો આ મારા હૃદયને ચીરીને અંદર પેસી ગયાં છે. પ્રીતિનો ઉન્માદ જગાડનારા એ બાણોએ મને તદ્દન વિવશ બનાવીને માત્ર તારા વિશે વિચાર કરતો કરી નાખ્યો છે. તું મારા જીવનનો અર્થ છે. અર્થાત્ તારો લાભ ન થતાં હું મરીશ જ."

મેં પહેલાં તો એને ખૂબ સમજાવ્યો. એને મારા હલકા વર્ણ વિશે જણાવ્યું અને પરસ્ત્રી હોવા વિશે પણ કહ્યું. પરંતુ એ કામમોહિત, મૂર્ખ કોઈ રીતે સમજવા તૈયાર જ નહોતો. એ મને રાણી બનાવવા માગતો હતો. ક્યાંય સુધી એને સમજાવ્યા પછી પણ એને જ્યારે ન સમજાયું ત્યારે મેં એને મારા પાંચ ગાંધર્વ પતિઓ વિશે જણાવ્યુ. એને જણાવ્યું કે તું તારા મૃત્યુની કામના કરી રહ્યો છે.

કીચકને મેં નકારી કાઢ્યો એટલે એ સુદેષ્ણા પાસે ગયો. એણે સુદેષ્ણાને આજીજી કરી, વિનંતીઓ કરી. એનું દુઃખ જોઈને વિરાટરાજની પટરાણીએ એની સાથે મળી યુક્તિ કરી. ભાઈ-બહેને મળીને નિર્ણય કર્યો કે પર્વના દિવસે સુદેષ્ણા મને એટલે કે સૈરંધ્રીને કીચકને ત્યાં મદ્ય લેવા માટે મોકલશે.

એ સમયે કીચકે મને મનાવવાના, જીતવાના ઉપાયો કરવા એવું નક્કી કરવામાં આવ્યું.

એ પછીના એક દિવસે સુદેષ્ણાએ અચાનક સંધ્યાકાળે મને કહ્યું, "સૈરંધ્રી, કીચકના મહાલય પર જા અને મદિરા લઈ આવ."

મેં એને ઘણા સમજાવ્યા. નહીં જવા માટે વિનંતીઓ કરી. પરંતુ એમણે નિશ્ચિત કર્યું હતું એ પ્રમાણે મને મોકલવા માટે થઈ શકે તે બધા જ ઉપાયો કર્યા.

ઢાંકણવાળું સુવર્ણ પાત્ર લઈને મનોમન રુદન કરતી હું કીચકના ઘર તરફ જઈ રહી હતી ત્યારે મેં મનોમન ઈશ્વરનું સ્મરણ કર્યું. મારા સૌંદર્યથી અભિભૂત થઈને જેટલા પુરુષોએ મારી કામના કરી તે તમામથી મને જે ઈશ્વરે રક્ષી હતી એ જ ઈશ્વરને મેં મારા રક્ષણની વિનંતી કરી.

સૂર્યદેવે એક ગુપ્ત રાક્ષસને મારી સાથે મોકલ્યો.

હું જેવી એના ઘેર પહોંચી તેવો કીચક મદિરામાં મદોન્મત્ત થઈને મારા તરફ ધસ્યો. શણગારેલી શૈય્યા તરફ મને ખેંચવા લાગ્યો. મારો પાલવ પકડીને એ મને ખેંચતો હતો. એને ધક્કો મારી હું દોડતી વિરાટરાજના આવાસ તરફ ગઈ. યુધિષ્ઠિર ત્યાં બેઠા હતા. કીચકે મારો ચોટલો પકડ્યો અને રાજાના દેખતા જ મને લાત મારી. ત્યાં બેઠેલા યુધિષ્ઠિરે આ દૃશ્ય જોયું છતાં અંધ જેવું વર્તન કર્યું, પરંતુ સૂર્યદેવના મૂકેલા રાક્ષસે કીચકને જોરથી ધક્કો માર્યો. જાણે આપોઆપ ઊડીને પડ્યો હોય તેમ એ દૂર પડ્યો.

એ જ વખતે મહારાજાના જલપાન લઈને દાખલ થયેલો ભીમ આ દૃશ્ય જોઈ રહ્યો. એનો ક્રોધ માઝા મૂકે તે પહેલાં યુધિષ્ઠિરે પોતાના અંગૂઠાથી ભીમના અંગૂઠાને દાબ્યો. એના ક્રોધને રોકવા માટે એમણે ભીમ તરફ જોઈને કહ્યું, "બલ્લવ, હવે તમે અહીંથી જાવ. અમે ગુપ્ત મંત્રણા કરી રહ્યાં છીએ."

ભીમના ક્રોધને દિશા આપવા માટે તેમણે આવું કહ્યું તો ખરું, પરંતુ એમને ભીમના ક્રોધનો ભય લાગતો હતો. ભીમ આ આખીય પરિસ્થિતિમાં

છેલ્લા થોડા દિવસ પૂરતો ઓળખાઈ ન જાય તે માટે યુધિષ્ઠિર પ્રયાસ કરી રહ્યા હતા.

પરંતુ ભીમનો ક્રોધ દાવાનળની જેમ ભભૂકવા લાગ્યો. એની આંખો બદલાઈ ગઈ. એ કશું જ બોલ્યા વિના ત્યાંથી ચાલી ગયો, પરંતુ એના હાથની મુઠ્ઠીઓ એટલા જોરથી વળી ગઈ હતી કે એના હાથની નસો ઊપસીને દેખાવા લાગી.

ભીમ મને ખૂબ જ ચાહતા હતા એ વિશે મને કોઈ શંકા નહોતી, પરંતુ આજે જ્યારે હું ફરી એક વાર અપમાનિત થઈને એમનાં ચરણમાં રક્ષણ માગવા ગઈ ત્યારે એમણે યુધિષ્ઠિરની વાત માનીને જે રીતે પોતાના ક્રોધને રોક્યો એનાથી મને ખૂબ જ પીડા થઈ. પહેલી વાર દુર્યોધને જ્યારે મારી સાથે અપમાનજનક વર્તન કર્યું ત્યારે મેં મારા પતિઓને રક્ષણ કરવા માટે વિનંતી કરી હતી. તે દિવસે પણ પોતાના ક્રોધને દબાવીને એમણે મોટાભાઈની આજ્ઞાનું પાલન કર્યું. શું એમનું ઉત્તરદાયિત્વ એમના મોટાભાઈ પરત્વે જ હતું ? પત્નીની રક્ષા કરવી એ એમનો ધર્મ નહોતો ?

અપમાનિત થયેલી હું, સંપૂર્ણ શ્રદ્ધા સાથે જ્યારે એમના શરણમાં પહોંચી ત્યારે એમનો ક્ષાત્રધર્મ ક્યાં હતો ? શું ગુપ્તવેશે રહેવું પત્નીના સન્માનથી વધુ મહત્ત્વનું હતું ? મારો ક્રોધ હવે મારા વશમાં નહોતો. મેં નિશ્ચય કરી લીધો, જે થવાનું હોય તે થાય, પરંતુ કીચકને મારે કોઈ પણ રીતે પાઠ ભણાવવો છે.

કોણ જાણે કેમ હું બધી જ બાબતમાં સમાધાન કરી શકું છું. કોઈ પણ પરિસ્થિતિમાં સમતા રાખીને પરિસ્થિતિને સાનુકૂળ વર્તન પણ કરી શકું છું, પરંતુ મારા સન્માનના પ્રશ્ને હું તદ્દન અસહિષ્ણુ બની જાઉં છું. જ્યારે મને અપમાનિત કરવામાં આવે છે ત્યારે મારી અંદર રહેલો અગ્નિનો અંશ પ્રજ્વલિત થઈ જાય છે. જેમ અગ્નિ એક વખત બાળવાનું શરૂ કરે પછી એને પોતાને પણ નથી સમજાતું કે શું બળી રહ્યું છે એવી જ રીતે મારા ક્રોધાગ્નિમાં સારું અને ખરાબ બધુંય બળવા લાગે છે. હું બેને જુદા પાડી શકતી નથી અને સહુને એકસરખો દંડ આપી બેસું છું.

કીચકના વર્તનથી પીડાયેલી હું એ રાત્રે ભીમ પાસે પહોંચી ગઈ. એને જગાડીને મેં એને ખૂબ જ ઠપકો આપ્યો, "એક જુગારી યુધિષ્ઠિરને કારણે મારે

સુદેષ્ણાના પગ ધોવા પડે છે, કીચકની લાત ખાવી પડે છે અને જાતજાતનાં અપમાનો સહન કરવા પડે છે." આવું બધું જાતજાતનું કહ્યું. મારા મનમાં આટલા દિવસથી ભરાઈ રહેલો બધો જ રોષ મેં એના પર કાઢી નાખ્યો. એકપણ શબ્દ બોલ્યા વિના એ મને સાંભળતા રહ્યા. એ દિવસે પ્રથમ વખત મેં ભીમની આંખોમાં ધસી આવેલાં અશ્રુઓને જોયા. આટલા મહાબલિ વીરપુરુષની આંખમાં ધસી આવેલાં જલબિન્દુઓએ મારો ક્રોધ ઓછો કર્યો. છતાં હવે જે અસહ્ય હતું તે મેં એમને કહ્યું તો ખરું જ. મેં એ દિવસે એમને એ બધાં જ દુઃખો સંભળાવ્યાં, જે આજ સુધી મને પીડી રહ્યાં હતાં. ભીમ આ સાંભળતાં જ ક્રોધે ભરાયા. એમણે મને કહ્યું કે, "હું એને એના ભાઈઓ સહિત પૂરો કરી નાખીશ. તું એને નૃત્યશાળામાં મળવા બોલાવી લે."

મેં કીચકને લલચાવીને નૃત્યશાળામાં મળવા બોલાવ્યો. ભીમે એને નૃત્યાગારની મધ્યમાં ખેંચીને તદ્દન હૃદયહીનતાથી માર્યો. એમણે કીચકના પગને, હાથને, માથાને, ડોક અને સર્વે અંગોને તેના અંગમાં પાછાં પેસાડી દીધાં અને એને માંસના લોચા જેવો બનાવી દીધો...

દુર્યોધનને નહીં આપી શકાયેલ દંડ પણ એમણે કદાચ કીચકને જ આપી દીધો. દુર્યોધને કરેલા મારા અપમાન પછી એમની અંદર દબાઈ રહેલો ક્રોધ કીચક ઉપર જ્વાળામુખી થઈને ભભૂક્યો.

કીચકના મૃત્યુ પછી હું નૃત્યશાળામાં એમના વક્ષઃસ્થળને વીંટળાઈને રડવા લાગી ત્યારે એમણે મને આશ્વાસન આપ્યું. એમના વર્તનમાં હું સ્પષ્ટ જોઈ શકતી હતી કે એમને દુર્યોધનની રાજ્યસભામાં મારી સાથે થયેલું વર્તન આજે પણ પીડી રહ્યું હતું.

એમણે એ જ સમયે મને કહી દીધું, "જે કોઈ કુદૃષ્ટિથી તારી કામના કરશે એ તમામ અપમૃત્યુને પામશે."

મેં એ જ સમયે નૃત્યશાળાના રક્ષકોને બોલાવીને કહ્યું કે, "મારી પાછળ મદોન્મત્ત થઈ ગયેલા કીચકને મારા ગાંધર્વ પતિઓએ મારી નાખ્યો છે."

એ સમયે એકત્રિત થઈ ગયેલા લોકોએ ઉશ્કેરાઈને મને પણ કીચકની સાથે જ બાળી મૂકવાની માગણી કરી. ગભરાઈ ગયેલા વિરાટરાજે એ વાતને અનુમોદન આપ્યું. લોકોએ તે જ સમયે મને કીચકની સાથે ઠાઠડી પર બાંધી દીધી. મને ઉપાડીને ટોળું સ્મશાન તરફ ચાલવા લાગ્યું. મોટા સાદે રડતા મેં

બૂમો પાડી, "હે જય ! જયંત ! વિજય ! જયત્સેન ! જયદ્બલ ! મને બચાવો."

ભીમસેન એ જ સમયે આવી પહોંચ્યા અને નગરનો કિલ્લો કૂદી તાડ જેવા ઊંચા, સુકાયેલા વૃક્ષને મૂળસોતું ખેંચી કાઢ્યું. ભીમને આવા મોટા વૃક્ષ સાથે દોડતા જોઈ લોકો મને ત્યાં જ મૂકીને ભાગી ગયા. ભાગતા લોકો પર ભીમસેને વૃક્ષ છૂટું ફેંક્યું. અંતે એકસો ને છ સૈનિકો મારી નાખ્યા પછી ભીમ હાથ સાફ કરતા ત્યાંથી જવા લાગ્યા ત્યારે એકઠાં થયેલાં સ્ત્રી-પુરુષો ભય અને વિસ્મયને લીધે કશું જ બોલી શક્યાં નહીં.

વિરાટરાજ ભીમના આ પરાક્રમથી ભયભીત થઈ ગયા હતા. મારું સૌંદર્ય જોઈને એ સમજી શકતા હતા કે કીચક જ શું કામ કોઈ પણ પુરુષ આમાં મોહિત થઈ શકે. એક વીર અને ઉત્તમ સેનાપતિને ગુમાવ્યા પછી હવે વિરાટરાજ એમના બીજા સૈનિકો કે રાજપુરુષોને ગુમાવવા નહોતા માગતા.

એમણે મને એમનું નગર છોડીને જવાનું કહી દીધું.

મેં હાથ જોડીને વિનંતી કરી કે, "હવે મને તેર દિવસ રહેવા દો. તેટલા સમયમાં મારા ગાંધર્વ પતિઓ કૃતાર્થ થઈને મને લઈ જશે."

મારા પતિઓથી ગભરાયેલા વિરાટરાજે મને રહેવાની સંમતિ આપી, પરંતુ તેર દિવસ પછી મારે નિશ્ચિતપણે ચાલ્યા જવું એવું વચન લીધું.

અમારી પાછળ શોધ ચલાવી રહેલા દુર્યોધનના દૂતોએ જઈને એમને કીચકોનાં મૃત્યુના સમાચાર આપ્યા. કર્ણ અને દુઃશાસન આ સાંભળી અતિ આનંદમાં આવી ગયા. એ સર્વે ઇચ્છતા હતા કે તેર દિવસ પહેલાં જો અમારી ભાળ મળી જાય તો અમને ફરીથી બાર વરસ માટે વનવાસમાં મોકલી શકાય.

દ્રોણ, કૃપાચાર્ય અને ભીષ્મએ મળીને એમને સમજાવવાનો પ્રયાસ કર્યો, પરંતુ દુર્યોધન કોઈ રીતે માનવા તૈયાર નહોતો.

કીચકના મૃત્યુ પછી ત્રિગર્તરાજ સુશર્માએ વિરાટ રાજા પર આક્રમણ કર્યું. ભીમે એમને બચાવ્યા. વિરાટરાજ કૃતજ્ઞ થઈ ગયા. તેઓએ પોતાનું સર્વરાજ્ય અમને સોંપવાનું સન્માન આપ્યું, પરંતુ યુધિષ્ઠિરે એમને કહ્યું, "તમે નિત્ય દયાપરાયણ રહો, સુખી રહો. અમે હવે અમારા નિશ્ચિત સ્થાને પાછા ફરીશું."

પાંડવોના પરાક્રમના સમાચાર મેળવીને દુર્યોધનને નિશ્ચિત થઈ ગયું કે કીચકને મારનાર, સુશર્માને હરાવનાર પાંડવો સિવાય કોઈ હોઈ શકે નહીં.

કૌરવોએ વ્યૂહરચના ગોઠવીને ઉત્તર તરફથી ગાયોનું હરણ કરી લીધું.

સાંઠ હજાર ગાયોને ચારે બાજુથી રથસમૂહનો ઘેરો ઘાલી એમને હાંકી લીધી.

એક તરફ વિરાટ અને ચારેય પાંડવો યુદ્ધભૂમિમાં હતા. બીજી તરફ ગાયોનો વડો ગોવાળ બૂમાબૂમ કરતો નગરમાં પ્રવેશ્યો.

નાનકડા રાજવી ઉત્તર એ વખતે બડાઈ મારવા લાગ્યા, "હું યુદ્ધ કરીશ અને ગાયોને છોડાવી લાવીશ."

સ્ત્રીઓની વચ્ચે બેઠેલા અર્જુને ધીમેથી મને કહ્યું, "તું ઉત્તરરાજને કહે કે બૃહન્નલા એ જ પાંડુપુત્ર અર્જુનનો માનીતો સારથિ છે."

મેં તે પ્રમાણે કહ્યું.

ઉત્તરા અર્જુનના નૃત્યાગારમાં જઈને એને લઈ આવી. એણે અર્જુનને રાજકુમાર ઉત્તરને યુદ્ધમેદાનમાં લઈ જવા વિનંતી કરી.

સ્ત્રીવેશે પણ અર્જુનના મુખ પર ધસી આવેલા ક્ષાત્રતેજને જોઈને હું મનોમન હર્ષિત થઈ. આ એક વર્ષ દરમિયાન સ્ત્રીવેશમાં રહેવા છતાં પણ અર્જુનની વીરતા અને ક્ષાત્રતેજ ઝંખવાયું નથી એ જોઈને મને પરમ શાતા થઈ.

નાનકડી ઉત્તરા હસતાં હસતાં બોલી ઊઠી, "સંગ્રામમાં આવેલા કુરુઓને જો તું જીતી શકે તો અમારી ઢીંગલીઓ માટે કુરુઓનાં ઝીણાં, સુવાળાં અને રેશમી વસ્ત્રો લઈ આવજો."

બૃહન્નલા એને વચન આપીને રથ હાંકતી નીકળી ગઈ.

રથ નગરની બહાર શમી વૃક્ષ પાસે આવીને ઊભો રહ્યો. ત્યાં લટકતાં મડદાને જોઈને ઉત્તરકુમાર ભય પામ્યા, પરંતુ અર્જુને એને સમજાવ્યું કે આ શમી વૃક્ષ ઉપર લટકતું મડદું એ ખરેખર અસ્ત્રોનો સમૂહ છે. અર્જુને બધાં જ અસ્ત્રો ઉતરાવીને ગાંડીવ ધનુષ્યનો ટંકાર કર્યો ત્યારે વિરાટપુત્ર ઉત્તર વિસ્મય અને ભયથી દિગ્મૂઢ થઈ ગયો. અર્જુનનાં અસ્ત્રો જોઈને ઉત્તરને એનો પરિચય થયો, પરંતુ હજીયે એને શ્રદ્ધા નહોતી. એણે અર્જુનનાં દસ નામો જાણવાનો આગ્રહ રાખ્યો. અર્જુને સ્મિત કરીને એને પોતાનાં દસ નામ કહ્યાં, "અર્જુન, ફાલ્ગુન, જિષ્ણુ, કિરીટી, શ્વેતવાહન, બીભત્સુ, વિજય, કૃષ્ણ, સવ્યસાચી અને ધનંજય એ મારાં દસ નામો છે."

ઉત્તરને હજીયે શ્રદ્ધા નહોતી. એણે એ દસ નામોના અર્થ પૂછ્યા. અર્જુને

એ દસેય નામોના અર્થ કહ્યા, "હું સર્વ દેશોને જીતીને કેવળ ધન જ લાવીને તે ધનની વચ્ચે ઊભો રહું છું, તેથી લોકો મને ધનંજય કહે છે. હું સંગ્રામમાં જાઉં છું અને રણકઠોર રિપુઓ ઉપર વિજય મેળવ્યા વિના પાછો વળતો નથી, તેથી લોકો મને વિજય નામે જાણે છે. હું સંગ્રામમાં યુદ્ધ કરવાને જાઉં છું ત્યારે મારા રથને સુવર્ણના કવચવાળા શ્વેત અશ્વો જોડવામાં આવે છે તેથી હું શ્વેતવાહન કહેવાઉં છું. હું હિમાલયને પડખે, દિવસને વખતે, ઉત્તરફાલ્ગુની નક્ષત્રમાં જન્મ્યો છું, તેથી લોકો મને ફાલ્ગુન નામથી ઓળખે છે. પૂર્વે હું દાનવશ્રેષ્ઠો સાથે યુદ્ધ કરતો હતો, ત્યારે ઇન્દ્રે મારે માથે સૂર્ય જેવો તેજસ્વી કિરીટી (મુકુટ) મૂક્યો હતો, તેથી લોકો મને કિરીટી કહે છે. યુદ્ધ કરતી વખતે હું કદી પણ બીભત્સ-નિંદ્ય કર્મ કરતો નથી, તેથી દેવો અને મનુષ્યોમાં હું બીભત્સુ નામે વિખ્યાત થયો છું. મારા બંને હાથો ગાંડીવ ખેંચવામાં કુશળ છે, તેથી દેવો અને મનુષ્યો એ સૌ મને સવ્યસાચી જાણે છે. સમુદ્રપર્યંતની સમસ્ત પૃથ્વીમાં મારા જેવો વર્ણ દુર્લભ છે, હું સમભાવવાળો છું અને હું શુદ્ધ કરું છું તેથી લોકો મને અર્જુન જાણે છે. હું દુર્લભ, દુર્ધર્ષ, શત્રુદમન અને ઇન્દ્રપુત્ર છું, તેથી દેવો અને મનુષ્યોમાં હું જિષ્ણુ નામથી પ્રસિદ્ધ છું. હું બાળક હતો ત્યારે ઉજ્જ્વળ કૃષ્ણ વર્ણનો હતો અને સૌને પ્રિય હતો, તેથી પિતાએ પ્રીતિને લીધે મારું આ કૃષ્ણ એવું નામ પાડ્યું હતું."

શમી વૃક્ષની પ્રદક્ષિણા કરીને અર્જુને રથ હાંકવા માંડ્યો. એણે પર્વતોને, ગિરિ ગુફાઓને, દિશાઓને અને શીલા સમૂહોને ચીરી નાખતો હોય એવા મહાબળવાન નાદવાળા શંખનો ધ્વનિ કર્યો. એના ગાંડિવનો ટંકાર સાંભળીને કુરુસેનામાં રહેલા દ્રોણે દુર્યોધનને કહી દીધું કે, "આ અર્જુન સિવાય કોઈ નથી."

"પાંડવોના અજ્ઞાતવાસનો સમય પૂરો થયો નથી અને જો અર્જુન પ્રગટ થઈ જશે તો એમણે ફરીથી વનમાં જવું પડશે." દુર્યોધન બડાઈ મારતો હતો. બરાબર એ જ વખતે દ્રોણાચાર્ય, ભીષ્મ અને કર્ણ એકબીજા સાથે વિવાદ કરવા લાગ્યા.

અર્જુને યુદ્ધભૂમિમાં પોતાની વીરતાનું પ્રદર્શન કર્યું. ગાયો પાછી વાળી. એણે વિકર્ણ, દ્રોણાચાર્ય અને અશ્વત્થામાને ભયભીત કરી મૂક્યા. કર્ણના હાથ, સાથળ, માથું, કપાળ, કંઠ વગેરે ઉપર એકસરખી બાણવર્ષા કરીને એને વિહ્વળ કરી નાખ્યો. અંતે કર્ણ ત્યાંથી ભાગી છૂટ્યો.

દુર્યોધનનો પરાભવ થવાનો જ હતો ને થયો ! અર્જુને દુર્યોધનના રત્નજડિત મુકુટને કાપી નાખ્યો અને દેવદત્ત નામના શંખનો નાદ કરી નગર તરફ પાછો વળ્યો. કુરુઓ પાસેથી પોતાનું ગોધન પાછું લઈને વિરાટપુત્ર ઉત્તર સારથિ બૃહન્નલા સાથે પાછો ફર્યો.

બૃહન્નલાએ યુદ્ધમાંથી લાવેલા કુરુઓનાં વસ્ત્રો વચન મુજબ ઉત્તરાને આપ્યાં. સહુ આનંદપૂર્વક અને હસતાં હસતાં રાજ્યસભામાં વિરાટપુત્ર ઉત્તરના પરાક્રમની ચર્ચા કરવા લાગ્યા. એ પછીના ત્રીજા દિવસે પાંડવોએ સ્નાન કર્યું, ઉજ્જ્વળ વસ્ત્રો પહેર્યાં, આભૂષણો પહેરીને અજ્ઞાતવાસના વ્રતની પૂર્ણાહૂતિ કરીને વિરાટની સભામાં ઉપસ્થિત થયા.

પાંડવોની સાચી ઓળખાણ થયા પછી વિરાટરાજાએ અર્જુનને ઉત્તરાના પાણિગ્રહણ માટે વિનંતી કરી.

ઉત્તરાની ઉંમર અને સૌંદર્ય જોતાં હું સાચે જ ભયથી થથરી ઊઠી. અર્જુન નાગકન્યા ઉલુપી, ચિત્રાંગદા, રમ્યા, સુભદ્રા સહિત અનેક પત્નીઓ ધરાવતા હતા. પ્રત્યેક સમયે મને એમ જ લાગતું કે અર્જુન મારાથી તસુ તસુ દૂર જઈ રહ્યા છે. સુંદર અને નવયુવાન પત્નીઓને જોતાં મને ફાલ્ગુનના સ્નેહમાં ઉત્તરોતર ઘટતી ઉષ્મા જણાઈ આવતી.

એમ નહીં જ હોય, છતાં મારી અંદરની સ્ત્રી મને પ્રત્યેક સમયે પીડા આપતી હતી એ સત્ય હતું.

ઉત્તરાના પાણિગ્રહણના પ્રસ્તાવ પછી મારું હૃદય ફરી એક વાર કંપવા લાગ્યું.

પરંતુ અર્જુને સન્માનપૂર્વક એને નકારતા વિરાટરાજાને સમજાવ્યા, "મેં એને પુત્રીની જેમ રાખી છે. હું શુદ્ધ છું. જિતેન્દ્રિય છું. હું ઉત્તરાનો ગુરુ હતો તેથી એ મારી શિષ્યા કહેવાય. શિષ્યા સાથે જ્ઞાનવાતો થાય, પ્રણય નહીં. મારા પુત્રને ઉત્તરા સાથે જોડીને મેં વિરાટ નગર સાથેનો કાયમી સંબંધ સ્થાપવાની મનોકામના પ્રગટ કરી છે. તમે આ વાતનો સ્વીકાર કરીને મને આભારી કરો."

વિરાટરાજાએ એ વાતનો સ્વીકાર કર્યો.

કુંતીપુત્ર યુધિષ્ઠિરે પણ આ વિવાહને સંમતિ આપી. સુભદ્રાનંદન અભિમન્યુના ઉત્તરા સાથેના વિધિપૂર્વક લગ્ન કરાવવામાં આવ્યા. વિવાહમાં વિરાટરાજે સાત હજાર પવનવેગી ઘોડાઓ, હાથીઓ, ધન અને બીજી કંઈ કેટલીયે પહેરામણી

આપી. વિવાહ વિધિ પૂરો થયા પછી યુધિષ્ઠિરે જે ધન મોસાળામાં શ્રીકૃષ્ણ લાવ્યા હતા એ બધું જ બ્રાહ્મણોને દાનમાં આપી દીધું.

ઉત્તરા અને અભિમન્યુના વિવાહ પછી અમને અમારા રાજ્યની આવશ્યકતા હતી. ક્યાં જઈને પ્રસ્થાપિત થવું એ પ્રશ્ન હવે અમારી સમક્ષ ઘણો જ મહત્ત્વનો હતો.

વિરાટ રાજાની રાજ્યસભામાં શ્રીકૃષ્ણે મારા જ શબ્દોને વાચા આપી, "જુગારમાં શકુનિએ કપટ કરીને યુધિષ્ઠિરને જે રીતે અપમાનિત કર્યા ત્યાર પછી એમણે ન્યાયપૂર્વક તેર વર્ષ વનવાસ અને એક વર્ષ ગુપ્તવાસમાં વિતાવ્યાં છે. એમને એમનું રાજ્ય પાછું મળવું જોઈએ." એ પછી બલરામ, સાત્યકિ અને પિતાશ્રી દ્રુપદે પણ એ જ વાત કહી.

સર્વની માન્યતા હતી કે એક દૂતને હસ્તિનાપુર મોકલવો જોઈએ.

પિતાશ્રી દ્રુપદનો દૂત હસ્તિનાપુર ગયો. તે સમયે પિતા ધૃતરાષ્ટ્રે દુર્યોધનને સમજાવવાને બદલે પિતાશ્રીના વિપ્ર જે દૂત બનીને ગયા હતા તેમને કહ્યું, "રાજનીતિની બાબતોમાં તુર્ત નિર્ણય થઈ શકે નહીં. હું મંત્રી અને મારા પુત્ર સંજયને પ્રતિઉત્તર સાથે પાઠવીશ."

હું ધીરજ ખોઈ બેઠી હતી. દૂતકાર્યને કારણે પ્રતિશોધમાં થઈ રહેલા આ વિલંબથી મારો ઉદ્વેગ પ્રતિ ક્ષણ વધી રહ્યો હતો. પરંતુ જ્યારે પિતા ધૃતરાષ્ટ્રે સંદેશ પાઠવ્યો ત્યારે અમારે પ્રતીક્ષા કર્યા વિના બીજો કોઈ રસ્તો નહોતો.

પ્રતિક્ષણ મને દુર્યોધનની શઠતા વિશે ઉદ્વેગ થઈ રહ્યો હતો. હું જાણતી હતી કે એ સરળતાથી અમને અમારું રાજ્ય નથી સોંપવાનો. હું જ શું કામ, મારા પતિઓ અને શ્રીકૃષ્ણ પણ આ વાત જાણતા હતા, તેમ છતાં દૂત મોકલીને આ વિશે ચર્ચા કરવાનો શો અર્થ હતો એ મને સમજાતું નહોતું. રાજનીતિ એની જગ્યાએ બરાબર છે, પરંતુ જ્યાં જીવનમરણનો પ્રશ્ન હોય ત્યાં રાજનીતિ શું કરી શકે છે ? ધૈર્યનું પોતાનું મહાત્મ્ય છે એ સાચું, પરંતુ ધૈર્ય જ્યારે સીમા ઓળંગી જાય છે ત્યારે ભીરુતા બની જાય છે. મારા પતિઓ ધૈર્યવાન હતા એ સાચું. એમણે જે કંઈ કર્યું તે જનસામાન્યના લાભાર્થે કર્યું એ હું સમજી અને સ્વીકારી શકું છું, પરંતુ એટલું બધું ધૈર્ય શા કામનું જે તમારા સ્વમાનને અન્યોના અહંકારની સામે નતમસ્તક ઊભા રાખી દે. સહુ જાણતા હતા કે દ્યૂતની ઘટના દુર્યોધનના વેર અને અહંકારનું પરિણામ હતી, છતાં મારા પતિઓ

હજી સુધી દુર્યોધનને દૂત દ્વારા સંદેશ મોકલીને કયા સૌજન્યની પરીક્ષા આપી રહ્યા હતા ? મેં ઉશ્કેરાઈને શ્રીકૃષ્ણને પૂછ્યું, "દુર્યોધન આ પ્રસ્તાવ નકારે એની પ્રતીક્ષા અનિવાર્ય છે ?"

મને પ્રતિઉત્તર આપવાને બદલે એમણે માત્ર સ્મિત કર્યું. એ સ્મિતમાં મારા પ્રશ્નનો પ્રતિઉત્તર હશે કદાચ, પણ મને દેખાયો નહીં. એ ક્ષણે મારી અંદર ક્રોધ વધતો જઈ રહ્યો હતો. કયા કારણે હવે પ્રતિશોધને ટાળવામાં આવતો હતો એ હું સમજી શકતી નહોતી. મારા પતિઓનું ધૈર્ય મારા ક્રોધનું કારણ બનતું જતું હતું. મેં એમને એકથી વધુ વખત આ બાબતે પ્રશ્નો પૂછ્યા, પરંતુ શ્રીકૃષ્ણની આજ્ઞા વિના એ લોકો કોઈ નિર્ણય કરવા તૈયાર નહોતા. જ્યાં સુધી એ નિર્ણય કરીને પ્રતિશોધ લેવા સંપૂર્ણપણે સજ્જ ન થાય ત્યાં સુધી મારે મારા ક્રોધને વશમાં રાખીને જે કંઈ બનતું રહે એના મૂક સાક્ષી બન્યા સિવાય કોઈ ઉપાય નહોતો.

શ્રીકૃષ્ણની રાજનીતિ કોઈ સમજી શકતું નહોતું, હું પણ નહીં. સમગ્ર આર્યાવર્ત પ્રતીક્ષા કરી રહ્યું હતું, પાંડવોના નિર્ણયની. દ્યૂત પછી અપમાનિત થયેલા પાંડવો બાર વર્ષના વનવાસ પછી શો નિર્ણય કરે છે એ જાણવા માટે સમગ્ર આર્યાવર્તના રાજવીઓ ઉત્સુક હતા. મોટા ભાગના માનતા હતા કે પાંડવોએ આક્રમણ કરીને પોતાનું રાજ્ય પાછું મેળવી લેવું જોઈએ. પાંડવોના શાસનમાં અને શ્રીકૃષ્ણની રાજનીતિમાં સહુને દૃઢ શ્રદ્ધા હતી. આ બાર વર્ષ દરમિયાન દુર્યોધને પોતાની કુટિલતાનું પ્રદર્શન કરવા માંડ્યું હતું. સહુ એ વિશે ચિંતિત હતા અને પીડિત પણ.

હસ્તિનાપુરની મહાસત્તા સામે મસ્તક ઉઠાવીને વિદ્રોહ કરવાની શક્તિ કોઈ રાજ્ય પાસે નહોતી, પરંતુ મનોમન સહુ ઇચ્છતા હતા કે હવે દુર્યોધનની કુટિલતાનો અંત આવે અને આર્યાવર્તનું શાસન પાંડવોના હાથમાં આવે. ઘણા રાજવીઓએ પોતપોતાની રીતે સંદેશ પાઠવ્યા હતા. પાંડવોને સહાય કરવા સહુ તત્પર હતા. કેટલાક ખુલ્લી રીતે પાંડવોની સાથે રહેવા માગતા હતા, તો કેટલાક શાંત રહીને. બીજું કોઈ ન જાણે તે રીતે સહાય કરવા માગતા હતા.

આટઆટલા રાજવીઓની સહાય અને વિનંતી છતાંય મારા પતિઓ શા માટે ધૈર્ય ધરીને બેઠા હતા એ હું સમજી શકતી નહોતી.

સંજય જ્યારે પ્રતિઉત્તર સાથે પધાર્યા ત્યારે એમણે ધૃતરાષ્ટ્રએ પાઠવેલો સંદેશ અમને કહ્યો :

"ન ચેદ્ કુરવોઅન્યત્ર યુદ્ધાત્
પ્રયચ્છન્તે તુભ્યમજાતશત્રો,
ભૈક્ષચર્યામન્ધવૃષ્ણિરાજ્યે
શ્રેયો મન્યે ન તુ યુદ્ધેન રાજ્યમ્."

(હે અજાતશત્રુ, જો કૌરવો યુદ્ધ કર્યા વિના તમને તમારા રાજ્યનો હિસ્સો ન આપે તો અન્ધક અને વૃષ્ણિ વંશના ક્ષત્રિયોના રાજ્યમાં ભિક્ષા માગી તમે નિર્વાહ કરો એ તમારા માટે સારું છે, પણ યુદ્ધ કરી રાજ્ય મેળવો એમાં તમારું શ્રેય નથી.)

સંજયનો આ સંદેશ સાંભળ્યા પછી હું યુધિષ્ઠિરના ઉત્તરની પ્રતીક્ષા કરી રહી હતી, પરંતુ મારા હૃદયમાં હવે 'યુદ્ધ એ જ સત્ય'નો કૃતનિશ્ચય વધુ ને વધુ દૃઢ થઈ રહ્યો હતો.

યુધિષ્ઠિરે પોતાની રીતે વાતને ગોળ ગોળ ફેરવવાનો પ્રયાસ કર્યો. એમણે ભીષ્મ, દ્રોણ, વિદુર, ધૃતરાષ્ટ્ર સહિત દુર્યોધન, દુઃશાસન, શકુનિ સહિત સમસ્તનું કુશળ પૂછ્યું. હું વધુ ને વધુ વિચલિત થઈ રહી હતી. આ સંવાદમાંથી જો પ્રાપ્તિ ન થાય તો આત્મબલિદાન કરવાનો મારો નિર્ણય અંતિમ હતો.

શ્રીકૃષ્ણ પણ ત્યાં ઉપસ્થિત હતા. એમણે પણ કશું સ્પષ્ટ કર્યું નહીં, થવા દીધું નહીં ત્યારે મને લાગ્યું કે હવે મારું અપમાન ભુલાઈ ગયું છે. વાત અંગત સંબંધોની બહાર નીકળીને રાજનીતિના વર્તુળમાં પ્રવેશી ગઈ છે.

હું રાજ્યસભામાંથી ઊઠીને મારા આવાસ તરફ ચાલી નીકળી. યુધિષ્ઠિરની ભીરુતા ઉપર મને તિરસ્કાર થઈ આવ્યો હતો. જ્યેષ્ઠ ભ્રાતાને આટલું બધું સન્માન કરનારા સર્વે અનુજ સહિત પાર્થ વિશે પણ મારા મનમાં અભાવ અંકુરિત થવા લાગ્યો હતો.

એમના કુળની વધૂ, એમના સંતાનની માતા અને એમના સુખે સુખી થનારી, એમના દુઃખે દુઃખી થનારી સ્ત્રીના સન્માનની સરખામણીએ જો એમને માટે રાજનીતિ વધુ મહત્ત્વની હોય તો એવા પુરુષોનો ત્યાગ કરવો જ યોગ્ય છે.

ઘોર નિરાશા અને અપમાનની અસહ્ય પીડા સાથે મેં ધનંજયને મનોમન સોગંદ આપ્યા, "મત્સ્યવેધ કરીને તમે મને અહીં લાવ્યા. મારી તમામ પરિસ્થિતિઓ

તમારે લીધે જ ઊભી થઈ એમ કહું તો કશું જ ખોટું નથી. આજ સુધી તમારાં તમામ ધર્મકાર્યોમાં મેં તમારો સાથ આપ્યો છે. મારા સન્માનનું ઉત્તરદાયિત્વ તમારું છે. હવે જો આ અંગે તમે નિષ્ક્રિય રહેશો તો હું તમને ક્ષમા નહીં કરું."

હું મનોમન ખિન્ન થતી મારા આવાસે આવીને શૈય્યા પર સૂતી હતી. આજે રુદન નહોતું, ક્રોધ હતો, તિરસ્કાર હતો. એ જ પતિઓ, જેમને માટે હું પ્રાણાન્તે પણ દાસી બનવા તૈયાર હતી એમને ત્યજીને વનમાં જવાના વિચારો કરી રહી હતી.

એ જ સમયે ઉત્સાહિત નિતંબીનીએ પ્રવેશ કર્યો. એણે મારી નિકટ આવી મને બાહુપાશમાં લઈ લીધી, "મહારાણી, તમારા પીડાના દિવસો પૂર્ણ થયા. હવે યુદ્ધ નિશ્ચિત છે."

"તું આ શા કારણે કહે છે ?"

મહારાજ યુધિષ્ઠિરે અંતે કહી દીધું :

"દદસ્વ વા શક્રપુરં મમૈવ
યુદ્ધસ્વ વા ભારતમુખ્ય વીર."

(મારું ઇન્દ્રપ્રસ્થ મને પાછું જોઈએ અથવા ભરતવંશના અદ્દ્ભુત વીર, તારે યુદ્ધ કરવું પડશે.)

આ સાંભળીને મને હર્ષ થયો. મારા પતિએ જે નિર્ણય કર્યો એ માટે ગર્વ પણ થયો. દુર્યોધનના ઉત્તર વિશે અમારા મનમાં કોઈ દ્વિધા નહોતી.

દુર્યોધન હવે યુદ્ધ જ માગશે એ હું સમજી શકી હતી.

ધનંજય યુદ્ધવિષયક મંત્રણા કરવા દ્વારિકા રવાના થયા. અહીં યુધિષ્ઠિર અને બીજા ભાઈઓએ અનેક રાજવીઓ પાસે ધર્મયુદ્ધમાં સહાયતા કરવા વિનંતી કરી.

ભાગ્ય પણ કેટલા સુંદર રંગ બતાવે છે ! દરેક વખતે આપણી સામે બે પસંદગી મૂકે છે. આપણે એમાંથી શું પસંદ કરીએ છીએ એના ઉપર આપણું ભવિષ્ય નિર્ભર કરે છે. મનુષ્યની ઇચ્છાઓ દરેક વખતે એ માગે ત્યારે અને ઇચ્છે ત્યારે પૂરી થતી નથી. એને જે જોઈતું હોય તે સરળતાથી મળી રહે એવું પણ નથી. દરેકને પોતાના કર્મફળ અનુસાર અને ભાગ્ય નિશ્ચિત કરે તે પ્રમાણે મળી રહેતું હોય છે. વ્યક્તિમાત્રને શ્રેય અને પ્રેયમાંથી પસંદ કરવું પડે છે. નિર્ણય કરવાની ક્ષણ જ્યારે વ્યક્તિ સામે આવે છે ત્યારે એને એનું ભાગ્ય સૌથી

વધુ છળે છે. કેટલીક વાર મને વિચાર આવે છે કે દુર્યોધનની સામે પણ નિર્ણયની ક્ષણ આવી હતી. એના ભાગ્યએ એને એવી તક આપી હતી જેમાં એ પોતાના ભવિષ્ય વિશે નિર્ણય કરી શકે. પાંડવોને દાસ બનાવ્યા પછી એ એમને મુક્ત કરી શક્યો હોત અથવા પાંડવોને દાસત્વમાં બાંધીને બાર વર્ષ એમને વનવાસમાં મોકલી શક્યો હોત. મારું અપમાન કરતાનું એની પાસે કોઈ કારણ નહોતું. એના ભાગ્યએ એને ભુલાવ્યો. એની પાસે મારું અપમાન કરાવીને એને વિનાશ તરફ ધકેલ્યો.

એ સન્માનપૂર્વક વર્ત્યો હોત તો પાંડવ જેવા મિત્રો દુર્લભ છે. એમણે આજીવન હસ્તિનાપુરના સિંહાસનની રક્ષા કરી હોત. દુર્યોધનના શાસનને પાંડવ સરખા રક્ષક અને મિત્ર મળ્યા હોત, પરંતુ એમ થઈ શક્યું નહીં.

દુર્યોધનનું ભાગ્ય એને સતત ભુલાવામાં નાખતું રહ્યું. એની પાસે ખોટા નિર્ણયો કરાવતું રહ્યું એનું દૈવ... એણે એક પછી એક એવી ભૂલો કરી જે એના અક્ષમ્ય અપરાધોમાં નોંધાતી ગઈ. ક્યારેક મને દુર્યોધન પર અનુકંપા થઈ આવતી. એની મૂર્ખતાનો વિચાર કરતા મને એ ધિક્કારવા યોગ્ય લાગવાને બદલે હાસ્યાસ્પદ લાગતો. દરેક વખતે એની પાસે જ્યારે બે માર્ગ આવતા ત્યારે એણે શા કારણસર ખોટા જ માર્ગનું ચયન કર્યું એ પ્રશ્નનો ઉત્તર હું આજ સુધી નથી મેળવી શકી.

એ સંસ્કાર હશે કે ઉછેર ? વ્યક્તિની અંદર બાલ્યાવસ્થાથી એની સાથે જ વિકસતો જતો એનો અભાવ હશે ? જે એને આવા ખોટા નિર્ણયો તરફ દોરી જતો હશે. દુર્યોધન માટે પ્રત્યેક સમયે બે દ્વાર ખૂલ્યા, પરંતુ એણે પ્રત્યેક સમયે ખોટા દ્વારમાંથી પ્રવેશ કરીને ખોટી દિશામાં પ્રવાસ કર્યો.

ફરી એક વાર એમ જ થયું.

તેમ છતાં મનુષ્યની ઇચ્છાઓ ક્યારેય સંપૂર્ણપણે પરિપૂર્ણ થતી નથી.

દુર્યોધન અને પાર્થ અર્જુન દ્વારિકા લગભગ સાથે જ પહોંચ્યા. કૃષ્ણના કક્ષમાં બંનેને જોઈને કૃષ્ણ એમનું પ્રયોજન સમજી જ શક્યા હશે. ક્યારેક મને લાગે છે કે હું કૃષ્ણને અત્યંત સારી રીતે જાણું છું. એમની પ્રકૃતિ સમજી શકું છું. દરેક વ્યક્તિને ભૂલ કરવાની તક આપવી એ એમની પ્રકૃતિ છે. સામેની વ્યક્તિ સમક્ષ શ્રેય અને પ્રેય આવી બે પરિસ્થિતિ ઊભી કરી વ્યક્તિની પરીક્ષા કરવી એમને ગમે છે.

દુર્યોધન અને અર્જુન બંને એમની સહાયતા ઇચ્છતા એમના કક્ષમાં ઊભા હતા. દુર્યોધનનાં તમામ પ્રલોભનો અને અનુનય છતાં પ્રથમ અર્જુનની વાત સાંભળવાનો આગ્રહ રાખ્યો.

પોતે 'અયુધ્યમાન' એટલે કે યુદ્ધમાં ભાગ લેવાના નથી અને 'ન્યસ્તશસ્ત્રો' એટલે કે શસ્ત્ર ઊંચકવાના નથી એ જણાવી કહ્યું કે, "એક તરફ મારા જેવા જ બળવાળા દસ કરોડ ગોપ અને વૃષ્ણિઓની સેના છે. એ સર્વે એક જ પક્ષે લડશે. તો બીજી તરફ હું એકલો છું." એમણે અર્જુનને આ બેમાંથી એક પસંદ કરવાનું કહ્યું.

અર્જુનનો નિર્ણય મહાવિનાશક યુદ્ધ પહેલાં જ લેવાઈ ગયેલા જય-પરાજયનો નિર્ણય હતો. દુર્યોધન આ સમજી શકે એટલો જ્ઞાની નહોતો, પરંતુ પાર્થને પૂરેપૂરી સમજ હતી. એ સમજી શક્યા કે જો કૃષ્ણ નથી તો સાત્યકિ અને બલરામ કૃષ્ણની સાથે દુર્યોધનના પક્ષમાં ચાલી જશે.

બલરામને દુર્યોધન માટે અત્યંત પ્રેમ હતો. ગદાયુદ્ધના અટપટા દાવ એમણે દુર્યોધનને પૂરા પ્રેમથી શીખવ્યા હતા. ગુરુ-શિષ્ય સાથે મદ્યપાન કરતા. બલરામ માટે દુર્યોધનના પક્ષે રહેવું સરળ હતું, ઇચ્છનીય પણ હતું જ.

ધનંજયને હું આવા જ કારણોસર પ્રેમ કરું છું. ખરેખર નિર્ણય કરવાની ક્ષણ આવે ત્યારે અર્જુન ક્યારેય ખોટો નિર્ણય નથી કરતા. શિક્ષણ મેળવવું સરળ છે. વ્યક્તિ અત્યંત શિક્ષિત અને તેજસ્વી હોઈ શકે છે. એમ જોવા જઈએ તો શિક્ષણ કે વિદ્યાની બાબતમાં કર્ણ અર્જુનથી સહેજેય ઊતરતા આંકી શકાય એમ નથી.

વ્યક્તિની સાચી પરીક્ષા ત્યારે જ થાય છે, જ્યારે સાચી કસોટીની ક્ષણ એની સમક્ષ ઉપસ્થિત થાય. અર્જુન સમક્ષ અત્યારે સાચા અર્થમાં કસોટીની ક્ષણ ઉદ્ભવી હતી.

હથિયાર નહીં ઊંચકનારા, યુદ્ધમાં ભાગ નહીં લેનારા એકલા કૃષ્ણ અને સામે દસ કરોડના સૈન્યનું પ્રલોભન !

પરંતુ મારા પ્રિય અર્જુન જાણતા હતા કે,

'યતઃ કૃષ્ણસ્તતો જયઃ'

અર્જુને સહેજ અચકાયા વિના કૃષ્ણને પોતાના પક્ષમાં માગ્યા.

દુર્યોધન હરખાઈ ગયો.

10

ઘણી વાર પસંદગી જોઈને નિર્ણય કરી લેનારા એના પરિણામથી અનભિજ્ઞ હોય છે. દુર્યોધનની મતિ પણ ટૂંકી હતી, માટે એને દસ કરોડનું સૈન્ય મેળવીને હર્ષ થયો. એને લાગ્યું કે અર્જુનની પસંદગી એની મૂર્ખતાનું પરિણામ હતી.

એ અતિ ઉત્સાહમાં બલરામ પાસે પહોંચ્યો ત્યારે બલરામે ખૂબ જ પીડા સાથે કહ્યું,

"ન ચાહમુત્સહે કૃષ્ણં સ્થાતુમપિ ક્ષણમ્".

(કૃષ્ણ વિના હું એક ક્ષણ પણ ન રહી શકું).

એમણે દુર્યોધનને આશિષ આપ્યા. ક્ષાત્રધર્મ અનુસાર યુદ્ધ કરવાની સલાહ આપી અને પોતે એના પક્ષે રહી યુદ્ધ કરવા અસમર્થ છે એમ સ્પષ્ટ જણાવ્યું. તેઓ તીર્થાટને ચાલી જવાની તૈયારી કરવા લાગ્યા.

યુદ્ધનાં નગારાં વાગવા લાગ્યાં.

જ્યારે સર્વેને સમજાઈ ગયું કે કોઈ પણ સંજોગોમાં યુદ્ધ થશે જ ત્યારે એક અંતિમ પ્રયાસ રૂપે સમગ્ર આર્યાવ્રતના રાજવીઓએ શ્રીકૃષ્ણને દૂતરૂપે મોકલી એક વાર દુર્યોધનને સમજાવવાનો પ્રયાસ કરવા વિચાર્યું.

હવે જે મહાવિનાશ સર્જાવાનો હતો એ વિનાશમાં અનેક ક્ષત્રિયોનો અંત નિશ્ચિત હતો. આર્યાવર્તના અનેક રાજવીઓ પ્રાણ અને તેજ ગુમાવી મૃત્યુના મુખમાં ધકેલાઈ જવાના હતા.

આ સમયે એક વાર યુદ્ધને અટકાવવાનો પ્રયાસ થવો જોઈએ એવી લાગણી સર્વાનુમતે પ્રવર્તતી હતી.

કૃષ્ણએ સ્વયં કુરુસભામાં જવાનો નિર્ણય કર્યો.

આટઆટલું થયા છતાં હજીયે કયા સૌજન્યની અપેક્ષા હતી દુર્યોધન પાસે ? યુદ્ધ જ્યારે નગરદ્વારે આવીને આમંત્રણ આપી રહ્યું હતું ત્યારે ફરી વિચાર કરવો ક્ષત્રિયને શોભા આપતો હતો ?

દૂત મોકલવાથી દુર્યોધનનો અહંકાર પોસાશે એટલો વિચાર પણ નહીં આવતો હોય આ મહાન રાજપુરુષોને ? મારા પતિઓ યુદ્ધ માટે તૈયાર નથી એવું માની લેશે એ પાપી અને દુરાચારી. મારા મનમાં સંશયો જાગવા લાગ્યા. નકુલ અને સહદેવ ઘણા નાના હતા. ભીમની સમતામાં મને શ્રદ્ધા નહોતી. યુધિષ્ઠિર પાસેથી પ્રતિઉત્તર મળવાની અપેક્ષા નહોતી એટલે મેં પાર્થને પૂછ્યું, "શું આ યોગ્ય છે ?"

"પાંચાલી, શ્રીકૃષ્ણ જે કંઈ કહે છે અને કરે છે તે યોગ્ય જ છે. એ વિશે પ્રશ્ન કરવાનો કોઈ અર્થ નથી." પરંતુ અહંકારી દુર્યોધનને શા માટે એવું લાગવું જોઈએ કે આપણે સમાધાન ઇચ્છીએ છીએ.

"કારણ કે આપણો પ્રયાસ સતત સમાધાન પરત્વે હોવો જોઈએ."

"આ તમે બોલો છો ?"

"હા, યાજ્ઞસેની... યુદ્ધ તો અંતિમ ચરણ છે. જ્યાં સુધી યુદ્ધ અટકાવી શકાય ત્યાં સુધી જે પ્રયાસ નથી કરતા તે સર્વે અપરાધી છે."

"આ એક વીરની ભાષા છે કે ભય પામેલા કાયરની ?"

"હું મારા જ્યેષ્ઠ ભ્રાતા અને શ્રીકૃષ્ણના આદેશ મુજબ વર્તવા સર્જાયો છું. એ જ મારું કર્તવ્ય છે. મારા જ્યેષ્ઠ ભ્રાતા હજીયે એક વાર સમાધાન ઇચ્છે છે."

"એ શા કારણે ? એમને મારા અપમાનની, મારી પીડાની જાણ નથી ?"

"છે. એ પણ તમને પ્રેમ કરે છે, પરંતુ અંગત સુખ ખાતર અનેક ગિલ્ટ યોદ્ધાઓનું બલિદાન નથી ઇચ્છતા યુધિષ્ઠિર. આપણને આપણી ભૂમિ મળી જાય તો દુર્યોધનને તમારી ક્ષમા માગવા બાધ્ય કરી શકાય, પ્રિયે."

"બસ ? એટલાથી પૂર્ણ થશે પ્રતિશોધ ?"

"નથી જાણતો." પાર્થ જાણતા હતા કે જો દુર્યોધન કોઈ પણ એક કારણસર શ્રીકૃષ્ણનો પ્રસ્તાવ સ્વીકારી લેશે તો હું મારા પાંચેય પતિઓને ક્યારેય ક્ષમા નહીં કરું. મેં આ પાછલાં તેર વર્ષ પ્રતિશોધની પ્રતીક્ષા કરવામાં વિતાવ્યાં હતાં અને હવે જ્યારે એ ક્ષણ મારી સન્મુખ હતી ત્યારે શ્રીકૃષ્ણ અને યુધિષ્ઠિર વીરની જેમ એનું અભિવાદન કરવાને બદલે એને રોકવાનો પ્રયાસ કરી રહ્યા હતા. શા માટે ?"

મારો ક્રોધ ફરી એક વાર ભભૂકી ઊઠ્યો. કૃષ્ણ શા માટે ત્યાં જાય, એ વિચારે મને કૃષ્ણ પર તિરસ્કાર છૂટવા લાગ્યો. યુધિષ્ઠિર હજુએ સંધિની વિષ્ટિના પક્ષમાં હતા, જ્યારે સાત્યકિ, સહદેવ, નકુળ અને ભીમ સહિત હું પ્રતિપક્ષમાં યુદ્ધ ઇચ્છતાં હતાં.

મેં એમને અનેક દુઃખપૂર્ણ તીવ્ર વચનો કહ્યાં. ધારદાર વ્યંગ કરીને મારા અપમાનની યાદ અપાવી. સર્વે ભાઈઓએ પોતપોતાનો મત ઉચ્ચાર્યો ત્યારે મેં

એમને એટલું જ કહ્યું કે, "હવે મારું સ્વમાન હું તમને સોંપું છું. પાંચ ઇન્દ્રો જેવા પાંડવોની પટરાણી હોવા છતાં એક અનાથની જેમ મને રજસ્વલા સ્ત્રીને જે પીડા આપવામાં આવી એ તમે સંધિ વખતે સ્મરણમાં રાખજો." મેં ક્રોધમાં ઉમેર્યું, "તમને પકડીને પાંડવોને પોતાના વશમાં લેવાની ચાલ દુર્યોધન ચાલે તો નવાઈ નહીં. એને ક્ષાત્રધર્મ સાથે કોઈ લેવાદેવા નથી. અધર્મ એ જ એના રક્તમાં છે. અનીતિ એની પ્રકૃતિ છે. આવા શત્રુ સાથે સંધિ કર્યા પછી પણ એ પાળશે એવી ખાતરી કોણ આપશે ?"

બધા જ ભાઈઓ મારી વાત સમજતા હતા અને મૌન હોવા છતાં મારી વાત સાથે સહમત હતા એ હું જાણતી હતી. મારા ચોધાર રુદન અને વ્યંગબાણો છતાં કૃષ્ણએ વિષ્ટિનો નિર્ણય બદલ્યો નહીં.

એમણે ફક્ત એક જ વાત કહી, "**સર્વલોકે મહીક્ષિતામ્...**" "હું ઇતિહાસમાં નિંદાને પાત્ર થવા માગતો નથી. દુર્યોધન માની જશે એવી આશાથી હું જતો નથી. મને મારી શક્તિમાં અને ધર્મમાં શ્રદ્ધા છે." હું એ શ્રદ્ધા સાથે નિંદાથી બચવા માટે જઈ રહ્યો છું :

"યત્તુ વાચા મયા શક્યં કર્મણા ચામિ પાણ્ડવ,
કરિષ્યે તદહં પાર્થ ન ત્વાશંસે શમં પરૈઃ"

મારી વાણી, કર્મ, બુદ્ધિ અને આત્માથી જે કંઈ શક્ય હશે તે હું કરીશ, પણ શાંતિ કે સમાધાન થાય એ લેશમાત્ર આશા મને અહીંથી જતા પહેલાં જ નથી.

"તો પછી શા માટે જઈ રહ્યા છો ?" મારા એ પ્રશ્નના ઉત્તરમાં કૃષ્ણ કશું જ બોલ્યા વિના શૈબ્ય, સુગ્રીવ, મેઘપુષ્પ તથા બલાહક નામના ચાર અશ્વો જોડેલા રથમાં બેસીને સંધિ કરવા નીકળ્યા. દૂત નિઃશસ્ત્ર હોવો જોઈએ એવા શાસ્ત્રોક્ત વિધાન છતાં એમણે પોતાનાં શસ્ત્રો સાથે રાખ્યાં. સાથે જ મહારથી સાત્યકિને પણ એમણે સાથે લઈ લીધા.

ત્યાં જઈને કૃષ્ણએ દુર્યોધનના આતિથ્યનો અસ્વીકાર કર્યો. એનું ભોજન નકારી એ કાકાશ્રી વિદુરને ત્યાં પહોંચ્યા. કાકાશ્રી વિદુર આશ્ચર્યચકિત હતા. એમણે કૃષ્ણને સ્પષ્ટ કહ્યું, "તમારી બુદ્ધિ, શક્તિ અને ચાતુરી સાથેની પ્રામાણિકતા અહીં નકામી નીવડશે. દુર્યોધન મૃદુતાપૂર્વક વર્તતો શઠ છે. એ યુદ્ધખોર અને અધર્મી છે."

"હું જાણું છું." કૃષ્ણએ આપેલો ઉત્તર જ્યારે મેં સાંભળ્યો ત્યારે એમના વ્યક્તિત્વની વિરાટતા મને હૃદય સુધી ભીંજવી ગઈ, "પ્રાણીઓ અને મનુષ્ય સહિતની આ પૃથ્વીનો જ્યારે નાશ થવા બેઠો હોય ત્યારે એને ઉગારવાનો પ્રયાસ કરવો એ જ મનુષ્ય ધર્મ છે. હું નિષ્કપટભાવે સંધિનો પ્રયાસ કરવાનો છું અને એમાં નિષ્ફળ જઈશ એ જાણું છું ને તોપણ ઇતિહાસ મારા પ્રયાસની નોંધ લેશે એ નિશ્ચિત છે."

વ્યક્તિની વિરાટતાની સમજ એનાં કાર્યોથી નહીં, પરંતુ કાર્યના ઉદ્દેશ્યથી મળે છે. કેટલીક વાર કાર્ય નિષ્ફળ થાય છે, પરંતુ મહાન ઉદ્દેશ્ય ક્યારેય નિષ્ફળ જતો નથી. વ્યક્તિની નિષ્ઠાને સમજનારા અને સ્વીકારનારા એના જીવનકાળ દરમિયાન કદાચિત એને ન મળે એવું બને, પરંતુ એનું જીવન પૂર્ણ થયા પછી પણ વ્યક્તિના મહાન ઉદ્દેશ્યને સમજીને એને પૂર્ણ કરનારાઓનો જન્મ થાય છે.

શ્રીકૃષ્ણ જ્યારે દુર્યોધનને સમજાવવા ગયા ત્યારે જ એમને જાણ હતી કે દુર્યોધન ક્યારેય સમાધાન સ્વીકારવાનો નથી. સાચું પૂછો તો કૃષ્ણ દુર્યોધનને સમાધાન માટે સમજાવવા નહીં, પરંતુ એમના પોતાના ઉદ્દેશ્યની વિશ્વ ઇતિહાસમાં નોંધ લેવાય તે માટે ગયા હતા. શાંતિનો માર્ગ જ્યારે યુદ્ધમાંથી પસાર થવાનો હોય ત્યારે શાંતિનો એક પણ પ્રયાસ જો બાકી રહી જાય તો યુદ્ધના ઉદ્દેશ્ય વિશે સંશય થવા લાગે. શ્રીકૃષ્ણ આ જાણતા હતા. શાંતિ અને સમજના પ્રયાસનું એક પણ દ્વાર બંધ રહે એવું એ નહીં ઇચ્છતા હોય...

મારો ક્રોધ ભલે એને સ્થાને સાચો હતો, પરંતુ શ્રીકૃષ્ણના પ્રયાસ વિશે હું પણ આદરપૂર્ણ અને નતમસ્તક વિચારતી હતી. અપમાન થશે એવી જાણ હોવા છતાં આર્યાવર્તની રાજનીતિનો આ ધૂરંધર પોતાના માન-સ્વમાનને નેવે મૂકીને સમસ્ત જનસામાન્યના કલ્યાણ માટે હસ્તિનાપુર પહોંચ્યા એ વિચારમાત્ર એમના માટે પૂજ્ય ભાવ જગાડતો હતો.

કુરુવંશની એ રાજ્યસભામાં કોઈ પોતાની વાત નહીં સ્વીકારે કે નહીં સમજે એ જાણવા છતાં એમણે પોતાનો પ્રયાસ કર્યો, એ વાત એમના ઉદ્દેશ્યની મહાનતાને સ્પષ્ટ કરે છે.

એ યુદ્ધ ઇચ્છતા હતા, કારણ કે ધર્મની પુનઃ સ્થાપના થાય... એ યુદ્ધ ઇચ્છતા હતા, કારણ કે ન્યાય મળે, એ યુદ્ધ ઇચ્છતા હતા, કારણ કે જનસામાન્યને એક સુરુચિપૂર્ણ જીવન મળે, પરંતુ આ પરિસ્થિતિ ફક્ત યુદ્ધથી જ મળે એવું

કદાચિત એ પોતે પણ પ્રસ્થાપિત કરવા નહોતા માગતા ! શાંતિના પ્રયાસો નિષ્ફળ થાય તો જ યુદ્ધ કરી શકાય એ વાત એમણે સહુને સમજાવવા માટે શાંતિના અંતિમ પ્રયાસરૂપે કુરુસભામાં જવાનો નિશ્ચય કર્યો હશે.

કુરુવંશની સભાનો એ દિવસ ભરતવર્ષના ઇતિહાસમાં અદ્વિતીય હતો. શ્રીકૃષ્ણએ મૃદુતાથી, ગર્જનાપૂર્વક, પ્રાર્થનાવચન અને ભયયુક્ત વચન કહી જોયાં. ધર્મ અને તર્ક બંને સમજાવ્યા. સંહારનો ભય દેખાડ્યો. દુર્યોધનને સમજાવ્યું કે સમસ્ત પ્રજાને સુખથી વંચિત ન કરવી જોઈએ.

શ્રીકૃષ્ણનું વક્તવ્ય પૂરું થયા પછી ભગવાન વેદવ્યાસ, જે વિષ્ટિસભામાં ઉપસ્થિત હતા એમણે પણ દુર્યોધનને સમજાવવાનો પ્રયાસ કર્યો. સમગ્ર વક્તવ્ય સાંભળ્યા પછી પણ દુર્યોધન અહંકાર ત્યજી શક્યો નહીં. ગુરુ, પિતામહ, પિતા, મંત્રી, કાકા અને સ્વયં ભગવાન વેદવ્યાસની વાતને તિરસ્કારીને એણે કહ્યું :

"યાવદ્ધિ સૂચ્યાસ્તીક્ષ્ણાયા વિધ્યેદગ્રેણ માધવ,
તાવદપ્યપરિત્યાજ્યં ભૂમેર્નઃ પાણ્ડવાપ્રતિ."

"એક સોયની અણી જેટલી પણ જમીન હું પાંડવોને નહીં આપું."

એ પછી એણે ક્ષાત્રધર્મ અને રાજનીતિનું પણ સન્માન રાખ્યા વિના શ્રીકૃષ્ણને બળાત્કારે કેદ કરવાનો પ્રયાસ કર્યો.

એ સમયે શ્રીકૃષ્ણએ કુરુસભામાં પોતાના વિશ્વરૂપનું દર્શન કરાવ્યું એમ મને સાત્યકિએ જણાવ્યું હતું. વિશ્વરૂપનું વર્ણન કરતાં સાત્યકિના મુખને હું કદી વીસરી શકી નથી, "દુર્બુદ્ધિ દુર્યોધન, તું મને પકડવા માગે છે ? જરા જો, અહીં મારી સાથે કોણ કોણ છે તે..." આટલું કહેતાં જ શ્રીકૃષ્ણનાં અંગોમાંથી વીજળીના જેવાં રૂપવાળા, અંગૂઠા જેવડા દેહવાળા અને અગ્નિની જ્વાળા જેવા તેજસ્વી સર્વ દેવો પ્રગટ થયા. ત્યારે તેમના લલાટસ્થાનમાં બ્રહ્મા પ્રકટ થયા, વક્ષઃસ્થળમાં રુદ્ર પ્રકટ થયા. લોકપાલો એમના બાહુઓમાંથી પ્રકટ થયા અને અગ્નિ મુખમાંથી પ્રકટ થયો. આદિત્યો, સાધ્યો, વસુઓ, અશ્વિનીકુમારો, ઇન્દ્ર સહિત વાયુઓ, વિશ્વદેવતાઓ, યક્ષો, ગંધર્વો તથા રાક્ષસો – આ સર્વ પોતપોતાનાં રૂપો ધારણ કરીને, શ્રીકૃષ્ણનાં અંગોમાંથી પ્રકટ થયા. એમના બે બાહુઓમાંથી બલરામ તથા અર્જુન પ્રકટ થયા. તેમાં ધનુર્ધારી અર્જુન જમણા બાહુમાંથી અને હળધારી બલરામ ડાબા બાહુમાંથી પ્રકટ થયા. ભીમ, યુધિષ્ઠિર, નકુલ તથા સહદેવ શ્રીકૃષ્ણની પીઠથી પ્રકટ થયા અને અંધકો, યાદવો તથા

પ્રદ્યુમ્ન વગેરે યાદવો મોટાં મોટાં આયુધો ઉગામીને શ્રીકૃષ્ણના અગ્રભાગમાંથી પ્રકટ થયા. શંખ, ચક્ર, ગદા, શક્તિ, શાર્ઙ્ગ, ધનુષ, હળ, નંદક, મુસલ, વગેરે સઘળાં ઝળહળતાં આયુધો શ્રીકૃષ્ણના અનેક બાહુઓમાં ઉગામેલાં જણાવા લાગ્યાં. વળી શ્રીકૃષ્ણનાં નેત્રોમાંથી નાકમાંથી કાનોમાંથી અને સર્વ રુવાંટાનાં છિદ્રોમાંથી સૂર્યનાં કિરણોની પેઠે મહાભયંકર ધુમાડારહિત અગ્નિની જ્વાળાઓ નીકળવા લાગી. શ્રીકૃષ્ણનું આવું ભયંકર રૂપ જોઈને રાજાઓનાં ચિત્ત આકુલ થઈ ગયાં અને તેમણે નેત્રો બંધ કરી દીધાં. તે વખતે માત્ર દ્રોણ, ભીષ્મ, મહાબુદ્ધિમાન વિદુર, મહાભાગ્યશાળી સંજય અને તપોધન ઋષિઓએ આંખ બંધ કરી નહીં, કારણ કે જનાર્દન ભગવાને તેમને વિશ્વરૂપ જોવા માટે દિવ્યદષ્ટિ આપી હતી. એ સભાસ્થાનમાં માધવનું એ મહાઆશ્ચર્ય જોઈને દેવોનાં દંદુભિઓ વાગવા લાગ્યાં અને આકાશમાંથી પુષ્પોની વૃષ્ટિ થવા લાગી.

વિરાટરૂપનાં દર્શન પછી કુરુવિનાશ નિશ્ચિત થઈ ચૂક્યો હતો. દુર્યોધને શ્રીકૃષ્ણનું ઐશ્વર્ય સાંભળીને અને વિશ્વરૂપ જોઈને પણ એમનું કહેવું માન્યું નહીં. મૂર્ખ દુર્યોધન અસભ્યની પેઠે ગુસ્સામાં સભા છોડીને ચાલી ગયો.

હવે યુદ્ધ નિશ્ચિત હતું. માગશર વદ બીજના દિવસે કુરુક્ષેત્રમાં ભરતખંડના સમગ્ર યોદ્ધાઓ એકત્ર થઈને ધર્મ કે અધર્મના પક્ષે રહીને પોતપોતાની મતિ અને નિયતિ અનુસાર યુદ્ધધર્મને અનુસરવાના હતા. કૌરવો સાથે વિષ્ટિ કરીને પાછા ફરેલા કૃષ્ણ અત્યંત ઉદાસ અને ખિન્ન હતા.

હવે પાર્થના ગાંડિવ ટંકાર પર સમગ્ર ભરતવર્ષનું ભાવિ નિર્ભર હતું.

મારા કોરા કેશરાશિ દુર્યોધનના રક્તની પિપાસામાં ભીંજાવા વિહ્વળ હતા...

૮

યુદ્ધ કંઈ કેટલીયે ઘટનાઓને લઈને આવતું હોય છે. યુદ્ધની સાથે ભય, ઉત્તેજના અને ઉત્સુકતા જોડાયેલી હોય છે. પીડા અને પ્રશ્નો જોડાયેલા હોય છે. યુદ્ધની ભયાવહતા વિશે લગભગ આંખો મીંચીને કરવામાં આવતી હોય છે.

વિશ્વનું આ પ્રથમ યુદ્ધ નથી, એટલે સહુ જાણે છે કે યુદ્ધના પરિણામ શું હોઈ શકે, તેમ છતાં એ પરિણામ વિશે અનભિજ્ઞ રહેવાનો ડોળ કરીને વ્યક્તિમાત્ર યુદ્ધમાં જોડાવા ઉત્સાહી બને છે.

આશ્ચર્યની વાત એ છે કે માનવમાત્ર મૃત્યુથી ભયભીત છે. સહુને જેટલું વધુ મળી શકે એટલા વધુ જીવનની ઝંખના હોય છે, પરંતુ વીરતા અને શ્રેષ્ઠતાની આ પરીક્ષામાં ઉત્તીર્ણ થવા માટે પુરુષ માત્રનું રક્ત ઉષ્ણ થઈ જાય છે. આવું શા માટે થતું હશે એ હજી મને સમજાયું નથી, પણ હા, એક વાત સમજાય છે કે જીવીત રહેવા માટે ઉત્તેજના અનિવાર્ય છે. શંખનો નાદ, રણભેરીનો અવાજ, શસ્ત્રોનો ખણખણાટ, ઘોડાઓની હાવળ અને હાથીઓની ચિંઘાડથી શિરાઓમાં ઠંડું પડતું જતું રક્ત ફરી ધગધગી ઊઠે છે. મનુષ્યમાત્ર માટે એના જીવનમાં એક વાર પરીક્ષાનો સમય આવે છે. એ સમય દરમિયાન એણે પોતાના સ્વમાનને પુનઃપ્રસ્થાપિત કરવાનું હોય છે. યુદ્ધ કદાચિત આ માટે ઉત્તમ માર્ગ બનતો હશે.

જેનું સ્વમાન હણાયું છે એવી વ્યક્તિઓ માટે મૃત્યુ કદાચ મુક્તિનો માર્ગ બની રહેતું હશે. સ્વમાન વિહોણા થઈને જીવવું એના કરતા મૃત્યુને સ્વીકારી લેવાની આ મનોદશા ક્ષત્રિયોમાં એમના સ્વમાનને પુનઃપ્રસ્થાપિત કરવાની એક એવી પ્રવૃત્તિ હશે, જેના વિના એમનું જીવન અર્થવિહીન બની જતું હશે.

હસ્તિનાપુરની વિષ્ટી નિષ્ફળ રહી. શ્રીકૃષ્ણનું વિરાટ સ્વરૂપ જોયા પછી પણ દુર્યોધન સભાગૃહ ત્યાગીને ચાલી ગયો. સહુએ એને ઘણો સમજાવ્યો, પરંતુ દુર્યોધન કશું સમજી શકવાની મનોદશામાં નહોતો. 'વિનાશકાળે વિપરીત બુદ્ધિ'ની જેમ હવે એ પોતે જ વિનાશ તરફ પ્રવાસ કરી રહ્યો હતો. એનો વિનાશ થશે એ તો નિશ્ચિત હતું, પરંતુ એની સાથે જોડાયેલા અમારા સ્વજનો, વડીલો, બંધુઓ સહુનો વિનાશ થાય એ વિચારમાત્ર પીડાદાયક હતો.

વિનાશની પળો જેમ જેમ નિકટ આવતી જતી હતી તેમ તેમ મારી અંદર પ્રતિશોધ ઠંડો પડતો જતો હતો. ઉષ્ણ થઈને વહેતું મારું રક્ત ઉશ્કેરાટને બદલે ભયનો અનુભવ કરવા લાગ્યું હતું. મારા પ્રિયજનોના વિનાશની કલ્પના કરતા મારી ભીતર કશુંક વલોવાતું હતું. હવે મને પ્રશ્ન થતો હતો કે જે કંઈ થઈ રહ્યું હતું એ શું યોગ્ય હતું ? અમે જે પરિસ્થિતિનું નિર્માણ કરી રહ્યા હતા એ શું સાચે જ અધર્મનો વિનાશ કરવાને સક્ષમ હતી ? જો એમ ન થાય તો કયા અધિકારે અમે અમારા અંગત યુદ્ધમાં અમારા પ્રિયજનોને અમારી સાથે ઘસડી રહ્યા હતા ? શું અમને અધિકાર હતો આવું કરવાનો ?

મનુષ્યમાત્ર ક્રોધ અને ઉશ્કેરાટમાં કેટલાક નિર્ણયો લઈ લે છે. એ નિર્ણયોને શબ્દમાં મૂકતી વખતે કે એને પ્રતિજ્ઞા બનાવીને કહેતી વખતે એને ક્ષણમાત્ર પણ વિચાર નથી આવતો કે એ જે કંઈ કરી રહ્યા છે એ કેટલું ક્ષણભંગુર અને અર્થવિહીન છે... અન્યોને પોતાની પ્રતિજ્ઞા પૂર્ણ કરવા વિશે બાધ્ય કઈ રીતે કરી શકાય ? અન્ય વ્યક્તિ કઈ રીતે તમારા માન-સ્વમાનના યુદ્ધમાં જોડાઈ શકે ? 'સ્વ' એટલે અંગત... જ્યારે સ્વ-માનની વાત હોય ત્યારે એ સ્વ-યુદ્ધ હોવું જોઈએ ?

આવા અનેક પ્રશ્નો મને થતા રહેતા. મારું પ્રશ્નોપનિષદ સતત અંગારા વેરતું અને હું એ ધગધગતા અંગાર પર એક એક ડગલું ભરતી વિનાશ તરફ પ્રયાણ કરી રહી હતી.

હવે યુદ્ધ નિશ્ચિત હતું. સર્વે સતત યુદ્ધ વિશે જ વાતો કરતા. મારા પાંચેય

પતિઓ અત્યંત વ્યસ્ત થઈ ગયા હતા. યુદ્ધ સિવાયની કોઈ બાબત વિશે હવે વાત થઈ શકે એવી પરિસ્થિતિ જ નહોતી રહી. ભોજન સમયે, રાત્રિ સમયે કે પૂજાખંડમાં પણ યુદ્ધની જ વાતચીત થયા કરતી. રાજનીતિ અને વ્યૂહરચના સિવાયનો કોઈ વિષય હવે અમારા જીવનમાં સાંભળવા નહોતો મળતો.

મને ક્યારેક અકળામણ થતી, ક્યારેક એકાકીપણું લાગતું, તો ક્યારેક આવનારા દિવસોની ભયાવહતાથી હું ધ્રૂજી ઊઠતી.

વિરાટનગરમાં યુદ્ધની ચોપાટ ગોઠવાવા લાગી હતી. વીરો, ચતુરો મળીને રોજેરોજ વ્યૂહરચનાનો વિચાર કરતા. કોને સેનાપતિ બનાવી શકાય, કોની સામે યુદ્ધમાં ઊતરવા માટે કોણ સર્વથા યોગ્ય છે એવી ચર્ચાઓ થતી.

અમે વિરાટરાજને ત્યાં આશ્રિત હતા. હવે યુદ્ધ માટે અહીંથી જ પ્રસ્થાન કરવાનું હતું.

એક દિવસ સંધ્યા સમયે મેં શ્રીકૃષ્ણ અને યુધિષ્ઠિરને કોઈ ગંભીર ચર્ચામાં ગૂંથાયેલા જોયા. યુધિષ્ઠિર દૃઢતાપૂર્વક શ્રીકૃષ્ણનાં વાક્યોને નકારી રહ્યા હતા અને શ્રીકૃષ્ણ કોઈ પણ રીતે પોતાની વાતમાં યુધિષ્ઠિરને સંમત કરવા કૃતનિશ્ચયી હતા એવું હું તેમના મુખભાવ પરથી સમજી શકી.

આ તમામ સમય દરમિયાન મારું મન સતત યુદ્ધના વિચારોમાં ગૂંથાયેલું રહેતું. યુદ્ધની આ બધી જ ગતિવિધિઓ દરમિયાન બનતી દરેક ઘટનાને જાણવા હું ઉત્સુક રહેતી, પ્રશ્ન પૂછતી રહેતી. ક્યારેક માગવામાં આવે તો અને ક્યારેક ન માગવામાં આવે તો પણ મારો અભિપ્રાય આપતી...

આજે મારા પતિદેવ યુધિષ્ઠિર અને શ્રીકૃષ્ણના મુખભાવ જોઈ મારાથી રહેવાયું નહીં. મેં ત્યાં જઈ એમને પૂછ્યું, "કોઈ સમસ્યા છે ?"

"લો! પાંચાલીને જ પૂછી લો." યુધિષ્ઠિરે મને એમના વિવાદનું કેન્દ્ર બનાવી, "સર્વને અંતે નિર્ણય તો એમણે જ કરવાનો રહેશે."

"શાનો નિર્ણય ?" મેં સખા તરફ જોયું. એમની દૃષ્ટિમાં કંઈક એવું હતું, જે મને સમજાયું નહીં. એ કંઈક કહી રહ્યા હતા અથવા કહેવા માગતા હતા, પરંતુ એમના એ મૌનની ભાષા હું ઉકેલી શકી નહીં.

"યાજ્ઞસેની, તમારા સખા કહે છે કે યુદ્ધ નિવારવાના એક પ્રયાસરૂપે..."

"હજી યુદ્ધ નિવારવું છે તમારે ? શા કારણે સખા ? ભયભીત છો ?" મારો ક્રોધ છાનો રહી શક્યો નહીં.

સખા હસી પડ્યા, "યુદ્ધ નિવારવાનો નહીં, જીતવાનો પ્રયાસ કરું છું સખી, પરંતુ રક્તપાત કર્યા વિના."

"અસંભવ."

"સંભવ છે." એમની આંખોમાં આદેશ હતો. એક નકારી ન શકાય તેવો, ભય જગાડે તેવો, શસ્ત્રની ધાર જેવો રક્તપિપાસુ અને તેજ રેલાવતો આદેશ! "તમે હા કહો તો."

"હું ?"

"પાંચાલી, કૃષ્ણ કહે છે કે કર્ણને આપણા પક્ષે લઈ આવવો જોઈએ. જો એ સંભવ થાય તો દુર્યોધનનું અડધા ઉપર બળ તૂટી જાય, મનથી ભાંગી પડે, એ સ્થિતિમાં સંભવ છે કે કદાચ એ આપણને અડધું રાજ્ય આપી સંધિ કરે."

"અને, કર્ણ શું કામ માને ? એ મિત્ર છે દુર્યોધનનો. ધિક્કારે છે આપણને સૌને."

"સૌને નહીં." સખાએ એમની આંખો નચાવી, "તમારી કામના કરે છે."

"તો ?" મારું હૃદય એક થડકારો ચૂકી ગયું.

"કૃષ્ણ કહે છે કે આપણે કર્ણને એવું વચન આપીએ કે જો એ આપણા પક્ષે રહીને લડે, દુર્યોધનનો ત્યાગ કરે તો... પાંડવોના રાજ્યમાં એ જ્યેષ્ઠ ભ્રાતા તરીકે..." યુધિષ્ઠિર આગળ કહી શક્યા નહીં, પરંતુ આની આગળ કશુંયે કહેવાની આવશ્યકતા પણ નહોતી જ.

"કોણ આપશે એવું વચન ?" મારા પ્રશ્નમાં શતશત દાવાનળ ભડભડી રહ્યા હતા.

"ક્રોધિત ન થાઓ, પાંચાલી !" સખા હજીયે શાંત અને સ્વસ્થ હતા. આ કોઈ રાજનીતિક ચાલ હતી એમની ? મને પ્યાદું બનાવવાની એમની હિંમત કઈ રીતે થઈ ?

"ક્રોધિત ? આવો નિર્ણય કરનારને હું શાપ આપીશ. જેણે મને વેશ્યા કહીને ધુત્કારી, મારા હાથનું અન્ન ગ્રહણ કરવાની ના કહી, જેણે મને સતત તિરસ્કારી... એની સાથે મારો વ્યાપાર કરો છો ?" મારી દૃષ્ટિ સમક્ષ ફરી એક વાર કુરુસભાનાં એ દશ્યો સજીવન થવા લાગ્યાં. તે દિવસે યુધિષ્ઠિરે મને દાવમાં મૂકી હતી, આજે સખા સ્વયં ?!

મનુસ્મૃતિમાં અને ઋગ્વેદમાં પત્નીને આદર આપવાની વાત લખાઈ છે. એમાં લખ્યું છે કે, "આદર-સત્કાર નહીં પામેલી પત્ની, બહેન વગેરે સ્ત્રીઓ જે ઘરને શ્રાપ આપે છે તે ઘરો જાણે કૃત્યાથી હણાયાં હોય તેમ ચોતરફથી નાશ પામે છે." મનુએ કહ્યું છે કે, "પિતા, પતિ કે પુત્રોથી જુદા થવાનું સ્ત્રીએ કદી ઇચ્છવું નહીં. કેમ કે એમનાથી વિખૂટા થવાને લીધે સ્ત્રી બંને કુળો માટે નિંદાપાત્ર સ્થિતિ ઊભી કરે છે."

મનુએ અને ઋગ્વેદે સ્ત્રીના વર્તન માટે તો ઘણી ઘણી વાતો કહી છે. સ્ત્રી પોતાના ગુણોના અહંને કારણે પતિનો અનાદર કરે તો રાજાએ તેને ઘણા લોકોની હાજરીમાં કૂતરાને ખવડાવવાની વાત પણ કરી છે. નશાખોર, દુરાચારિણી, રોગિષ્ટ, મારકણી કે પૈસા ઉડાવનારી સ્ત્રી પર પતિને બીજી સ્ત્રી લાવવાની છૂટ છે, પરંતુ આવા પુરુષની પત્નીને બીજો પતિ કરવાની મુક્તિ મનુસ્મૃતિના કે ઋગ્વેદના શ્લોકોમાં ક્યાંય આપવામાં આવી નથી.

મને આ ક્ષણે મારા જ્ઞાન પર તિરસ્કાર ઊપજી રહ્યો હતો. હું શા માટે જાણતી હતી આ બધું ? વેદોનું અધ્યયન, ઉપનિષદોનું મનન, ઋચાઓનું ગાન અને સુક્તોનું અધ્યયન શા કારણે કર્યું મેં ?

શા માટે મને આવા પ્રશ્નો ઉદ્ભવે છે ? શા માટે હું એક સામાન્ય સ્ત્રી નથી ? પતિની આજ્ઞા માનીને એનાં સારાં-ખરાબ તમામ કર્મોને શિરોમાન્ય ગણીને કોઈ વિવાદ વિના શરણ સ્વીકારીને શા માટે ન જીવી શકી હું ?

પાંચ પતિની દાસી બનીને જીવી રહી છું તો એક વસુષેણના આવવાથી સાચે જ કોઈ પ્રશ્ન ઊભો થાત ? શા માટે ન સ્વીકારી શકી હું યુદ્ધ વિનાના આ સરળ વિજયને ?

સ્વયંને સમર્પિત કરીને કંઈ કેટલાયને મૃત્યુના મુખમાંથી ઉગારી શકી હોત હું... પરંતુ મારો આત્મા એ વાતને, એ સ્થિતિને, એ સમાધાનને નકારતો હતો... કેમ ? કેમ ? કેમ ?

"કૃષ્ણા !" સખાના અવાજમાં અજબ જેવી મોહિની હતી. મારું મન, મારો આત્મા અને મારી બુદ્ધિ એ મોહિનીમાં તણાવા લાગી. મને ભય લાગ્યો, હું કદાચ સખાની વાત માની જઈશ, એટલે મેં આંખો મીંચીને મારા સમગ્ર અસ્તિત્વને મારી બુદ્ધિ પ્રતિ વાળ્યું. મારી પૂરી શક્તિથી મેં એમની મોહિનીનો પ્રતિકાર કરવા માંડ્યો.

"ના સખા, હું આ સ્વીકારતી નથી. મારા બદલે અપાયેલા કોઈ પણ વચનનું ઉત્તરદાયિત્વ હું નહીં સ્વીકારું. તમે કર્ણને તમારી સેનામાં ભળવા આમંત્રણ આપી શકો છો. રાજ્યની લાલચ પણ આપી શકો છો, પરંતુ પાંચાલી એની નહીં થાય ક્યારેય..."

"હું પણ એ જ કહેતો હતો." ક્યારના મૌન બેઠેલા યુધિષ્ઠિર અત્યંત ધીમેથી બોલી ઊઠ્યા.

"કૃષ્ણા, કર્ણનું મૃત્યુ નિશ્ચિત છે. એ આપણા પક્ષે લડે કે કૌરવોના... પરશુરામનો શ્રાપ એને જીવિત નહીં રહેવા દે."

"તો આ વધુ મોટો અન્યાય છે, મધુસૂદન ! તમે એને ખોટું વચન આપીને ધર્મયુદ્ધનો ભાગ બનાવશો ?" મારી બુદ્ધિએ પ્રશ્ન કર્યો.

સખા એક ક્ષણ મારી સમક્ષ ઝંખવાઈ ગયા. પછી મારી નિકટ આવી, મારી દૃષ્ટિમાં દૃષ્ટિ પરોવી મને કહ્યું, "કૃષ્ણા, તમે સાચાં છો. કોઈ પણ વ્યક્તિને મિથ્યા વચન આપીને ધર્મયુદ્ધમાં લડવા ન જ પ્રેરી શકાય. તો પછી આપણામાં અને અધર્મીઓમાં ભેદભાવ શો ?" સખા સાચે જ વિચલિત થઈ ગયા હતા, "યુદ્ધને નિવારવાનો ઉપાય વિચારતા હું વૈશ્યની જેમ વર્ત્યો પાંચાલી, મને ક્ષમા કરો. યુદ્ધ કોઈ પણ રીતે અટકાવી શકાય તો હું એમ કરવા માગું છું."

"હું પણ એમ જ કરવા માગું છું, સખા." મારાથી રહી શકાયું નહીં. એમની આંખોમાં જે કરુણા હું નિહાળી શકી એ જોયા પછી મારું હૃદય પણ દ્રવી ગયું હતું.

કૃષ્ણને લાગ્યું હશે કે હું કદાચિત એમની વાત નહીં ટાળી શકું, પરંતુ વિશ્વમાં કોઈનીય અયોગ્ય વાતને હું ન જ સ્વીકારી શકું એ મારી પ્રકૃતિ હતી. સ્પષ્ટ સત્ય કહી દેવું એ મારો સ્વભાવ ! એટલે જ મારાથી કહ્યા વિના ન રહી શકાયું, "સખા, શાંતિ માટે હું પણ ઉત્સુક છું, પરંતુ સ્વમાનના ભોગે નહીં. શત્રુને મિત્ર બનાવવો એ રાજનીતિનો ભાગ હોઈ શકે..."

"...કૃષ્ણા !" એમણે મારી વાત પૂરી ન થવા દીધી, "મારા માટે ન કોઈ શત્રુ છે ન કોઈ મિત્ર. સમય, પરિસ્થિતિ, અવસર વ્યક્તિને શત્રુ કે મિત્ર બનાવે છે. હું નમ્ર નથી, રહી શકતો પણ નથી ! ધર્મ એની જ સાથે હોય છે, જે હાર માટે તૈયાર હોય અને જીત માટે આતુર. ધર્મનો રસ્તો ટૂંકો નથી, દુર્ગમ છે, લાંબો છે, શ્રમસાધ્ય છે... આ બધું જાણ્યા છતાં મેં આવું શા માટે વિચાર્યું !

હું ઘડીભર ચલિત થઈ ગયો હતો, સખી. મને એક સરળ, ટૂંકો રસ્તો દેખાવા લાગ્યો હતો. પણ એ તો અધર્મનું વચન છે. જીતનું આકર્ષણ અધર્મના મૂળમાં છે. સખી, મને ક્ષમા કરો." કહેતા કહેતા એમની આંખોમાં અશ્રુ ઊભરાયાં. એમણે બંને હાથ જોડ્યા.

હું પણ ક્રોધને વીસરીને એમની કરુણામાં વહી નીકળી. એમની પીડા હું સમજી શકતી હતી...

"સખા, બીજા ભલે કહે કે તમે ઈશ્વર છો – હું નથી માનતી. તમે મિત્ર છો, અને મિત્રને અપરાધ કરતો રોકવો એ બીજા મિત્રની ફરજ છે."

"હા કૃષ્ણા, તમે મને હંમેશાં યોગ્ય દિશા બતાવી છે. મારો હાથ સાહીને મને સાચા માર્ગે તમે જ લઈ ગયા છો. હું આજન્મ તમારો આભારી છું. હું કર્ણને મળીશ જરૂર, પરંતુ હવે તમારો ઉલ્લેખ નહીં કરું." એ મૌન થઈ ગયા. એમના મૌનમાં વિષાદ હતો, પશ્ચાત્તાપ હતો.

સામાન્ય રીતે કૃષ્ણ ક્યારેય ખોટું વિચારે કે ગૂંચવાય એવું ન જ બને. પાંડવો પરત્વેનો એમનો અથાગ સ્નેહ એમને આ દિશામાં લઈ ગયો હશે. હું એમને ક્ષમા કરી શકી છું, એમના વિશે ક્યારેય મારા મનમાં અભાવ નથી આવ્યો. મેં સતત સખાને સ્નેહભાવે જોયા છે. પ્રથમ વખત મને એવું લાગ્યું કે એમણે મને રાજનીતિનું મહોરું બનાવીને મારો ઉપયોગ કરવાનો પ્રયાસ કર્યો. હું શ્રદ્ધાપૂર્વક કહી શકું છું કે એમના મનમાં આવો વિચારમાત્ર નહીં હોય, પરંતુ મને ખૂબ પીડા થઈ. બીજા કોઈએ આવું કર્યું હોત તો મેં શું કર્યું હોત ?

મને વસ્તુ તરીકે દ્યૂતમાં દાવ પર લગાડનાર મારા પતિને તો મેં ક્ષમા કરી દીધી, પરંતુ જેણે મારી સાથે દાસી બન્યા પછી દાસીની જેમ વર્તન કર્યું એની સામે હું પ્રતિશોધ લેવા યુદ્ધ માગતી હતી. મારા પતિએ મને વસ્તુની જેમ નિહાળી, દુર્યોધને મને નિર્જીવ વસ્તુની જેમ નિહાળી એ જ રીતે સખા પણ મારી સાથે વર્તી રહ્યા છે ? શું એ પણ એમની રાજનીતિનો એક ભાગ ગણીને પ્રલોભનરૂપે મને કર્ણ સામે ધરીને એને અમારી તરફ આવવા લલચાવી રહ્યા છે ?

શું સ્ત્રી એક વસ્તુ, એક મનોરંજન, એક પ્રલોભનમાત્ર છે ? એના શરીર અને સૌંદર્યની સાથે એને મન અને આત્મા છે એ વાત પુરુષો ભૂલી જતા હોય છે ? એને પણ પોતાના જીવન વિશે નિર્ણય કરવાનો અધિકાર છે એ વાત

પુરુષને કેમ સમજાતી નહીં હોય ? પાંચ પતિઓને સ્વીકારવા માટે પણ મારો અભિપ્રાય નહોતો પુછાયો. આજે એમાં છઠ્ઠા પુરુષને સમાવી લેવા માટે પણ મારા અભિપ્રાયની પ્રતીક્ષા કરવાની કોઈને અનિવાર્યતા ન લાગી ?

આ ક્ષણે મને મારું સૌંદર્ય મારા જ શત્રુ જેવું લાગ્યું. સ્ત્રી કોઈને નકારી ન શકે ? મેં કર્ણ સાથે લગ્ન કરવાની ના પાડી એ મારો અપરાધ હતો ? તો પછી સ્વયંવરનો અર્થ શો છે ? સ્ત્રી સ્વયં પોતાના વરનું ચયન કરે એ માટે યોજાયેલા સ્વયંવરમાં જો મેં કર્ણને નકારી કાઢ્યો તો એને અહંકારનું કારણ બનાવીને કર્ણ મને અપમાનિત કરે એવી અનુમતિ એને કયો સમાજ આપે છે ? જો સ્ત્રી દેવી છે તો એ દેવીનો વ્યાપાર થઈ શકે ?

આ પ્રશ્નો મને વીંધી રહ્યા હતા. મારા હૃદયમાં અગ્નિ ભભૂકતો હતો. આજે પ્રથમ વાર મને મારા સખાની નિષ્ઠા ડગમગતી લાગી. એમણે આવું શા કારણે કર્યું હશે એનો ઉત્તર મેળવવાના પ્રયાસમાં મેં કેટલીયે રાતો અનિદ્રામાં વિતાવી.

કૃષ્ણ એ પછી કર્ણને મળ્યા. એમણે ઘણી ઘણી રીતે કર્ણને સમજાવવાનો પ્રયાસ કર્યો. કર્ણ અધર્મના પક્ષે છે એ વાત કર્ણ પોતે પણ જાણતો હતો. મિત્રદ્રોહ અને દેશદ્રોહમાંથી એણે દેશદ્રોહ પસંદ કર્યો... એમની બધી જ વાત સાંભળ્યા પછી કર્ણએ એમને ખૂબ જ શાંતિથી એમની સાથે જોડાવાની ના પાડી.

સારથિ અધિરથના પુત્ર તરીકે ઊછરેલો અને વૃષાલીનો પતિ કર્ણ વસુષેણ જાણતો હતો કે એનું મૃત્યુ નિશ્ચિત હતું. કર્ણએ ભગ્ન હૃદયે શ્રીકૃષ્ણને કહ્યું, "શ્રીકૃષ્ણ જેના નેતા છે અને અર્જુન જેનો યોદ્ધો છે એવા ધર્માત્મા યુધિષ્ઠિર જ રાજા બને તે યોગ્ય છે. કૃષ્ણ; દુર્યોધને આ શસ્ત્રયજ્ઞ આરંભ્યો છે ત્યારે જ એનો અંત હું જોઈ શકું છું."

શ્રીકૃષ્ણએ એને એના જન્મનું સત્ય કહી સંભળાવ્યું. એ કુંતીપુત્ર છે એ વાત જાણ્યા પછી એ ખૂબ જ પીડિત દશામાં ભૂમિ પર બેસી ગયો. છાતીફાટ રડતા એણે શ્રીકૃષ્ણને તિરસ્કારપૂર્ણ શબ્દો કહ્યા, "તમે શા માટે આ સત્ય મને કહ્યું ? આ સત્ય ન જાણ્યું હોત તો હું સુખપૂર્વક મૃત્યુને સ્વીકારી લેત. હવે મારા જન્મનું વૃતાંત જાણ્યા પછી મને મારા ભાગ્યના નિર્ણય વિશે પ્રશ્નો જન્મ્યા છે. મને ખૂબ જ પીડા થાય છે, હે મધુસુદન, કે હું શા માટે આમ તિરસ્કારના

જીવનને પામ્યો. મારા કયા કર્મફળે મને આ પીડાનો અભિશાપ આપ્યો છે ? મારા જ બાંધવોની સામે યુદ્ધે ચડીને મૃત્યુને ભેટવાનો વિરોધ નથી મને, પરંતુ હવે એમની તરફ બાણવર્ષા કરતા જો મારો હાથ કંપી જશે તો હું મારા મિત્રનો દ્રોહ કરું છું એવું મને લાગશે. હે ગોવિંદ, કેટલાંક સત્યો નહીં જાણવાથી જ મનુષ્ય સુખપૂર્વક જીવી શકે છે એમ મેં સાંભળ્યું હતું. આજે હું એ પ્રત્યક્ષ અનુભવી શકું છું. જો મને માતા કુંતીએ ત્યજ્યો ન હોત તો હું પાંચાલીને વર્યો હોત અને એ સૌંદર્ય મૂર્તિ કલ્યાણી મારી અર્ધાંગિની હોત. હસ્તિનાપુરનું રાજ્ય મારું હોત..." કર્ણની આંખો અશ્રુથી ભરેલી હતી, "જો મારો વિજય થવાનો હોત તો મને ભગવાન પરશુરામે શા માટે શાપ આપ્યો હોત ? ભાગ્ય દ્વારા મારી સાથે છળ થયું છે. હવે મારે એ વિશે કોઈ ફરિયાદ નથી કરવી. જેમ પાંચાલીએ પોતાના સ્વમાન માટે આ યુદ્ધનો આરંભ કર્યો છે એમ જેણે મારું સ્વમાન સતત ઉન્નત મસ્તકે રહે તેવો પ્રયાસ કર્યો છે એવા મારા દુર્યોધનનો મારા જીવન પર અધિકાર છે. મારું જીવન મારા મિત્ર માટે સમાપ્ત કરી દેવું એ જ મને યોગ્ય લાગે છે."

એણે પોતાના સ્વપ્નની વાત કહી. છેલ્લાં કેટલાય સમયથી એને ભયાવહ સ્વપ્નો આવતાં હતાં. એણે શ્રીકૃષ્ણને પોતાનાં સ્વપ્નોની વાત કહેતાં એવું સ્વીકાર્યું કે કૌરવોનો પરાજય નિશ્ચિત છે. "હે જનાર્દન, ધૃતરાષ્ટ્રની પુત્રવધૂઓ અને પૌત્રવધૂઓ ગાંધારીની સાથે રડતી રડતી કૂતરાં, ગીધ અને ટીટોડીથી ભરપૂર રણભૂમિમાં એકઠી મળશે અને આંસુથી નહાશે. હવે એ વિશે ચર્ચા કરવાનો કોઈ અર્થ નથી, કારણ કે હું ભયાનક અપશુકન જોઈ રહ્યો છું."

શ્રીકૃષ્ણએ આવીને જ્યારે અમને કર્ણના સ્વપ્નની આગાહીઓ કહી ત્યારે મને યુદ્ધની ભયાવહતા વધુ સ્પષ્ટતાથી સમજાવા લાગી. કર્ણને નિદ્રામાં જે અપશુકનો દેખાયાં તે સર્વે સત્ય થવાનાં હતાં એનો અમને દૃઢ વિશ્વાસ હતો. શ્રીકૃષ્ણ જેના પક્ષે હોય એનો જય નિશ્ચિત હોય એમ જાણવા છતાં એને અમારી સાથે જોડાવાનાં પ્રલોભનો આપ્યાં છતાં, પોતાના મૃત્યુની આગાહી સ્વયં કરતી શકતો હોવા છતાં ભરતવર્ષનો એ અજેય યોદ્ધો મિત્રને ખાતર આત્મસમર્પણ કરી રહ્યો હતો એ જાણીને મારું હૃદય દ્રવી ગયું. જે કર્ણને મેં તિરસ્કાર્યો હતો, સ્વયંવર સમયે ધુત્કાર્યો હતો એ કર્ણના હૃદયમાં આટલી સ્વચ્છતા અને નિર્મળતા છે એ જાણ્યા પછી હું મારાં આંસુ રોકી શકી નહીં.

કર્ણએ પોતાના સ્વપ્નની વાત કરતાં સખાને કહ્યું કે, "હે અચ્યુત ! મેં નિદ્રાના અંતમાં યુધિષ્ઠિર રાજાને ભાઈઓની સાથે હજાર સ્તંભવાળા મહેલમાં ચડતા જોયા છે. હું સર્વ પાંડવોને સ્વપ્નમાં ધોળી પાઘડીવાળા, ધોળા પોષાકવાળા અને ધોળાં આસનો ઉપર બેઠેલા જોઉં છું. હે જનાર્દન કૃષ્ણ ! મેં સ્વપ્નને અંતે રુધિરથી ખરડાયેલા તમારા શરીરને પણ આંતરડાથી વીંટાયેલું દીઠું. અમાપ તેજવાળા યુધિષ્ઠિર હાડકાંના ઢગલા ઉપર ચઢ્યા અને ત્યાં તેમણે પ્રસન્ન થઈને સુવર્ણની થાળીમાં ઘી અને દૂધપાકનું ભોજન કર્યું, એમ મેં સ્વપ્નમાં જોયું હતું. વળી મેં યુધિષ્ઠિરને માટીનું ભક્ષણ કરતા જોયા. આ ઉપરથી સમજાય છે કે, તે તમારી આપેલી આ પૃથ્વીનો અવશ્ય ઉપભોગ કરશે. વળી ભયંકર કર્મ કરનારો નરસિંહ ભીમસેન, હાથમાં ગદા લઈને આ પૃથ્વીને ગળી જતો હોય તેમ ઊંચા પર્વત ઉપર ચઢ્યો હતો. એ ઉપરથી સ્પષ્ટ જણાય છે કે મહાસંગ્રામમાં તે અમારા સર્વનો ક્ષય કરશે. હે હૃષિકેશ! હું જાણું છું પરમ ઐશ્વર્યથી ઝળહળતા ગાંડીવધારી અર્જુનને મેં તમારી સાથે શ્વેત હાથી ઉપર ચડેલો જોયો છે. હે કૃષ્ણ ! તમે સર્વે સંગ્રામમાં દુર્યોધન વગેરે રાજાઓનો વધ કરશો એમાં મને સંદેહ નથી. નકુલ-સહદેવ અને મહારથી સાત્યકિ, આ ત્રણ પુરુષવરોને મોતીના શ્વેત બાજુબંધ, શ્વેત કંઠાઓ, શ્વેત પુષ્પમાળાઓ અને શ્વેત વસ્ત્ર ધારણ કરીને ઉત્તમ પાલખીમાં બેઠેલા મેં જોયા હતા. હે જનાર્દન ! દુર્યોધનના સૈન્યમાં અશ્વત્થામા, કૃપાચાર્ય અને યાદવ કૃતવર્મા, આ ત્રણને મેં શ્વેત વસ્ત્રવાળા જોયા અને ત્રણે શ્વેત પાઘડીવાળા દેખાતા હતા, એ તમે જાણો. હે માધવ ! એ સિવાયના બીજા સર્વ રાજાઓ લાલ રંગની પાઘડીવાળા દેખાતા હતા. હે મહાબાહુ ! હે વિભુ ! મહારથી ભીષ્મ તથા દ્રોણ મારી સાથે અથવા દુર્યોધનની સાથે ઊંટ જોડેલા રથમાં બેસીને દક્ષિણ દિશામાં જતા જણાતા હતા. એ ઉપરથી જણાય છે કે અમે થોડા જ સમયમાં યમલોકમાં પહોંચી જઈશું. હું બીજા રાજાઓ અને ક્ષત્રિયોનું જે મંડળ છે, તે સર્વે ગાંડીવ ધનુષ્યના અગ્નિમાં પ્રવેશ કરીશું, એમાં મને સંદેહ લાગતો નથી."

શ્રીકૃષ્ણ જ્યારે કર્ણના દુઃસ્વપ્નની કથા કહેતા હતા ત્યારે મારી આંખો ભરાઈ આવી. આર્યાવર્તના એ વીરયોદ્ધા માટે સહાનુભૂતિથી મારું મન છલકાઈ ઊઠ્યું.

શ્રીકૃષ્ણ જ્યારે કહી રહ્યા હતા ત્યારે એમના મુખ પર કરુણાનો ભાવ

હતો. આંખોમાં વેદના દેખાઈ આવતી હતી. એમણે ખૂબ જ પીડા સાથે મારી સામે જોયું, "પાંચાલી, તમારે માટે વસુષેણનો એક સંદેશ છે. તમે જાણવા માગો છો ?"

હું થોડીક ક્ષણો વિચારતી રહી. શું કહાવ્યું હશે એ સૂતપુત્ર તરીકે ઓળખાતા પાર્થે ? જેણે જીવનમાં ક્યારેય સ્વીકારનો અનુભવ કર્યો જ નહીં એવા સતત તિરસ્કૃત થતા રહેલા એ વીર માટે મારું હૃદય ભરાઈ આવ્યું. મેં મસ્તક નમાવીને સંદેશ સાંભળવાની ઇચ્છા દર્શાવી.

"પાંચાલી, એણે કહ્યું છે કે એ અતીવ સુંદરીને મારા પ્રણામ કહેજો. સાથે એમ પણ કહેજો કે મેં ક્યારેય એને ધિક્કારી નથી, પરંતુ એણે મને જે રીતે સ્વયંવરમાં ભાગ લેતા રોક્યો તેનાથી મારા અહમ્ પર થયેલા આઘાતને કારણે મેં સતત એનું અપમાન કર્યું... એના જેવી સહનશીલ અને ક્ષમાશીલ સ્ત્રી બીજી જન્મી નથી. હું જાણું છું કે એ એના સતીત્વથી અમને ક્ષણાર્ધમાં ભસ્મ કરી શકવાની શક્તિ ધરાવે છે, પરંતુ એણે અમને ક્ષમા કરી છે, કારણ કે એ ધર્મ અને ન્યાયને સર્વોપરિ માને છે. એ તેજસ્વિની મહાન છે. હું એને પામી શક્યો હોત તો મારું જીવન લેખે લાગ્યું હોત."

કૃષ્ણનો સંદેશ પૂરો થયો ત્યાં સુધીમાં મારું રુદન વહી નીકળ્યું હતું. મને કર્ણનો પ્રેમ અને એના હૃદયની શુદ્ધતા સ્પર્શી ગયા હતા. મેં હાથ જોડીને, આંખ મીંચીને કર્ણના મનની શાંતિ માટે પ્રાર્થના કરી.

કર્ણ જ શા માટે ? તમામ કુરુઓ અને આર્યાવ્રતના તમામ વીરો માટે હું સતત પ્રાર્થના કરતી હતી. એમની પત્નીઓના મનની શાંતિ માટે, એમનાં સંતાનોના ભવિષ્ય માટે હું ઈશ્વરને વિનંતી કરતી હતી...

હું જાણતી હતી કે આ યુદ્ધ પૂરું થતાં કશું જ શેષ નહીં બચે. મહાવિનાશને અંતે જે રાજ્ય અમે પામીશું તે રાજ્ય વીરવિહીન, સ્વજનવિહીન, મનુષ્યવિહીન હશે. પરંતુ વિષાદમાં ડૂબીને સ્વધર્મનો ઘાત કરવાનું મારી પ્રકૃતિમાં નહોતું જ.

વિનાશનો આરંભ આસક્તિમાંથી થાય છે. કામના, ક્રોધ, મૂઢતા અને સ્મૃતિનો નાશ થવા સુધી મનુષ્ય સર્વનાશના પંથે જાય છે. જે મહાસંહાર માટે મારું પ્રાગટ્ય થયું હતું એ મહાસંહાર જ્યારે પ્રત્યક્ષ થયો ત્યારે હું મોહમાં, જ્ઞાનમાં કે પંડિતાઈભર્યો વિવાદ કરીને મારા કર્મને લાંચ્છિત નહીં કરું એવી મને દૃઢ શ્રદ્ધા હતી.

મારા પ્રતિશોધનો અગ્નિ પૂર્ણપણે પ્રજ્વલિત હતો. એનો તાપ મને સ્વયંને દઝાડવા માંડે એટલો દાહક બની ગયો હતો. જેમ જેમ દિવસો વીતતા હતા તેમ તેમ મને સમજાતું હતું કે આ મહાયુદ્ધમાંથી કોઈપણ બચી શકવાનું નથી. મારો ભાઈ ધૃષ્ટદ્યુમ્ન, પિતા દ્રુપદ, ગુરુવર્ય દ્રૌણ, પુરોહિત કૃપાચાર્ય, પિતામહ ભીષ્મ સર્વેના મુખ મારી સમક્ષ તરવરવા લાગ્યાં.

હવે આ યુદ્ધ મને ભય પમાડવા લાગ્યું. પુત્ર, પૌત્રો, ભ્રાતા, મિત્રો, શત્રુઓ સર્વે આ યુદ્ધમાં મૃત્યુને વહોરશે એવું નિર્માણ થઈ ચૂક્યું હતું. મને હવે પ્રશ્ન થવા લાગ્યા કે આ યુદ્ધથી શું પ્રાપ્ત થશે ? જો સ્વજનો જ નહીં હોય તો વિજયોત્સવ કોની સાથે મળીને ઉજવવાનો ? જે રાજ્યમાં રક્તપાત હશે, વિધવા સ્ત્રીઓ હશે, અનાથ બાળકો હશે એ રાજ્યને અમે મેળવીએ તો પણ શું ? મને રોજ રોજ યુદ્ધ રોકવાનો વિચારો આવવા લાગ્યા.

મને રોજ એક પ્રશ્ન થતો. માત્ર મારા સ્વમાન માટે થઈને શું આટલો બધો રક્તપ્રપાત યોગ્ય હતો ? એ સર્વે જેમણે મારું અપમાન કર્યું, તિરસ્કાર કર્યો કે મારા તરફ કુદૃષ્ટિ નાખી એ સર્વેને દંડ આપવા માટે શું હું પોતે યોગ્યતા ધરાવતી હતી ? મેં ક્યારેય કોઈ અપરાધ નહોતો કર્યો ? શું મારા તમામ અપરાધોના દંડ મને મળી ચૂક્યા હતા ?

સમુદ્રમંથનની જેમ રોજેરોજ મારું મનોમંથન થતું. કદીક એમાંથી વિષ નીકળતું, તો કદીક અમૃત. જ્યારે અપમાનોનું, અવહેલનાનું, તિરસ્કારનું સ્મરણ થતું ત્યારે વિષ મારા સમગ્ર મનોમસ્તિષ્કમાં વ્યાપી રહેતું. આ શરીર 'પ્રતિશોધ... પ્રતિશોધ' કહીને તંગ થઈ જતું. નિદ્રા ઊડી જતી, ભૂખ મરી જતી, દૃષ્ટિ કે હાથથી મને મલીનસ્પર્શ કરનારા, મારા કેશને પકડીને મને ઘસડનારા, જંઘા પર બેસવા આમંત્રિત કરનારા સર્વેના રક્તની તૃષા મારા અંગેઅંગમાં વ્યાપી રહેતી...

જ્યારે અમૃત નીકળતું ત્યારે હું અપાર ક્ષમાશીલ અને ધૈર્યવાન બની જતી. મને દુર્યોધન સહિત તમામ ભાઈઓને ક્ષમા કરવાનો એક ઉમળકો આવતો, 'જો હું મારા પતિઓને આ અપમાન બદલ ક્ષમા કરી શકી તો અન્યોને શા માટે નહીં ?' આવો પ્રશ્ન પણ મારા મનમાં ઉદ્ભવતો.

આ દ્વંદ્વની વચ્ચે ભીંસાતી હું રોજેરોજ યુદ્ધ વિશે વિચારતી રહેતી.

જોકે હવે યુદ્ધ રોકવાનું મારા હાથમાં નહોતું રહ્યું એ સત્ય પણ મને સમજાઈ રહ્યું હતું.

જીવનના એક કટુસત્ય પરત્વે હજી હમણાં જ મારી દૃષ્ટિ ઊઘડી હતી, યુદ્ધને આમંત્રણ આપવાનું કે યુદ્ધ માટેનું કારણ ઊભું કરવાનું તો સરળ છે. વિવાદ કે વિખવાદનો આરંભ તો સરળ છે. એક ક્ષણમાં જ એ થઈ શકે છે, પરંતુ એને અટકાવવાનું કે નિવારવાનું પછીથી આપણા હાથમાં હોતું નથી ! મનુષ્ય પાસે વિનાશ કરવાની શક્તિ તો અમાપ છે, પરંતુ એ વિનાશ પછી મનુષ્ય માત્રએ ફક્ત પશ્ચાત્તાપ કરવાનો રહે છે. પુનઃ સર્જન કરવાની શક્તિ પ્રત્યેક મનુષ્ય પાસે નથી હોતી ! મૃત્યુદંડ આપવો કઠિન નથી, પરંતુ જન્મ આપવાનું કાર્ય મનુષ્યના વશમાં નથી. આપણે સહુ અપરાધ તો કરી શકીએ છીએ, પરંતુ એ અપરાધને સામેના મનુષ્યના મનમાંથી ભૂંસવાની શક્તિ આપણી પાસે નથી. આપણે કોઈને પીડા તો આપી શકીએ છીએ, પરંતુ એ પીડાનું વિસ્મરણ કરાવવાની શક્તિ આપણી પાસે નથી.

વૃક્ષને કાપી તો શકીએ છીએ, પરંતુ એને ફરીથી ત્યાં જ ઉગાડવાની શક્તિ આપણી પાસે નથી. મનુષ્યને મૃત્યુદંડ તો આપી શકીએ છીએ, પરંતુ એને પુનઃ સજીવન કરવાની શક્તિ આપણી પાસે નથી.

મને એવો વિચાર આવતો હતો કે આપણે કેટલા પરાધીન અને પામર છીએ ! સ્વયંને શક્તિશાળી સમજતા આપણે સહુ એ ભૂલી જઈએ છીએ કે આપણી તમામ શક્તિ વિનાશને માટે ઉપયોગી છે. નવસર્જન કરવું આપણા હાથમાં નથી... એ શક્તિ ઈશ્વરે પોતાના હાથમાં રાખી છે !

હું જાણું છું, યુદ્ધ નિવારી શકાયું હોત. હું એ પણ જાણું છું કે આ મહાવિનાશમાંથી આર્યાવ્રતને ઉગારી શકાયું હોત. હું સ્વીકાર કરું છું કે સમગ્ર આર્યાવ્રતના ક્ષત્રિયો અને વીરોને તદ્દન અંગત ગણી શકાય એવા યુદ્ધમાં મૃત્યુના મુખમાં ધકેલી દેવા અયોગ્ય ગણી શકાય એવું પગલું હતું કદાચિત, પરંતુ મારી પાસે એ એકમાત્ર વિકલ્પ હતો. મારા અને મારા પતિના સ્વમાનની રક્ષાનો.

યુદ્ધનો નિર્ણય તો એ જ ક્ષણે લેવાઈ ગયો હતો જે ક્ષણે દુર્યોધને કપટથી યુધિષ્ઠિરને દ્યૂતમાં હરાવ્યા હતા, એમનું અપમાન કર્યું હતું. એક રજસ્વલા સ્ત્રીને વડીલો અને વીરપુરુષોથી શોભતી રાજ્યસભામાં અપમાનીત કરવામાં આવી હતી. યુદ્ધ તો નિશ્ચિત હતું એ જ ક્ષણથી.

ક્યારેક બીજ રોપાયા પછી એમાંથી વૃક્ષ બને અને એના પર ફળ બેસે

એની પ્રતીક્ષા કરવાની હોય છે. બીજ રોપાય એ ક્ષણે આપણને જાણ નથી હોતી કે વૃક્ષ કેવડું થશે... એના પર ફળ ક્યારે બેસશે... આ મહાયુદ્ધની ક્ષણો પણ એવી જ હતી, જેના બીજ હસ્તિનાપુરની રાજ્યસભામાં રોપાયા હતા, પરંતુ પ્રતિશોધનું વટવૃક્ષ સમગ્ર આર્યાવર્તને પોતાના બાહુપાશમાં આવરીને ઊભું હતું. આ યુદ્ધ એ ક્ષણે પણ થઈ શક્યું હોત જે ક્ષણે મારા પતિ દ્યૂતમાં હાર્યા અને દુર્યોધને મને અપમાનિત કરી. મારા અપમાનનો પ્રતિશોધ એ ક્ષણે રાજ્યસભામાં પણ લઈ જ શકાયો હોત...

પરંતુ એમ થયું નહીં. શ્રીકૃષ્ણ ક્યારેય કશુંય સમજણ વિના નથી કરતા. સામેની વ્યક્તિની અને પોતાની સમજણને પૂરેપૂરી પરિપક્વ થવા દઈને, પરિસ્થિતિનો પૂરેપૂરો ક્યાસ લઈને એ આગળ વધે છે. આમ પણ કહ્યું છે કે, ઊકળતા પાણીમાં પ્રતિબિંબ જોઈ શકાતું નથી, ડહોળાયેલા પાણીમાં તળિયું દેખાતું નથી. જો ખરેખર પરિસ્થિતિને સમજવી હોય તો ઊકળતા પાણીને ઠંડું થવા દેવું પડે, ડહોળાયેલા પાણીને સ્થિર થવા દેવું પડે, ત્યાર પછી જ સાચું ચિત્ર જોઈ શકાય છે. જ્યારે રાજ્યસભાનો પ્રસંગ બન્યો ત્યારે મારા પતિઓ ક્રોધમાં હતા. હું પ્રતિશોધમાં અંધ હતી, ત્યારે જો આ વિશે કોઈ નિર્ણય કરવામાં આવ્યો હોત તો એ ખોટો જ હોત એમ હવે મને લાગે છે.

શ્રીકૃષ્ણએ સમયને પોતાનું કાર્ય કરવા દીધું. સહુના ડહોળાયેલાં મન અને મસ્તિષ્ક શાંત થયાં ત્યારે સ્પષ્ટ ચિત્ર જોઈ શકાયું. કૃષ્ણએ યોગ્ય મુહૂર્ત અને યોગ્ય સમયની પ્રતીક્ષા કરી હતી. બાર વર્ષ સુધી અર્જુને રાજનીતિક પ્રવાસ કરીને અનેક રાજવીઓ ઇન્દ્ર, કુબેર અને નાગ લોકો સાથે મૈત્રીપૂર્ણ સંબંધો વિકસાવ્યા હતા. સુભદ્રાનું લગ્ન અર્જુન સાથે કરાવીને કૃષ્ણએ જ્યેષ્ઠભ્રાતા બલરામને પણ લાગણીમાં વિવશ કર્યા હતા. પાર્થ જ્યારે અમને સહુને મૂકીને પ્રવાસે ગયા ત્યારે મને કલ્પના પણ નહોતી કે એની પાછળ શ્રીકૃષ્ણનો ઉદ્દેશ્ય આટલો ઊંડો અને રાજકીય હશે.

અર્જુન સાથે સુભદ્રાનાં લગ્ન સમયે પણ હું ખૂબ વિચલિત થઈ હતી. સખા પર ક્રોધ કર્યો હતો. અપ્રિય વચનો કહ્યા હતા ત્યારે સખાએ મને એ જણાવ્યું જ નહીં કે એમના મનમાં કેટલાંયે વર્ષો પછીની પરિસ્થિતિ અત્યારે જ દેખાતી હતી. સુભદ્રાના લગ્નથી બલરામ માટે વિપક્ષમાં લડવું કેટલું દુષ્કર બની જશે એની એમને જાણ હતી. નાની બહેન માટે અત્યંત પ્રેમ ધરાવતા

જ્યેષ્ઠભ્રાતા દુર્યોધનના ગુરુ હતા. દુર્યોધન માટે એમને અપાર પ્રેમ હતો. ગદા યુદ્ધના કેટલાક દુર્જય દાવ એમણે દુર્યોધનને શીખવ્યા હતા. અર્જુને જે પળે 'અયુદ્ધમાન' અને 'ન્યસ્તશસ્ત્રો' કૃષ્ણને પોતાના પક્ષમાં માગ્યા તે જ પળે બલરામ યુદ્ધ નહીં કરે એ સ્થિતિ નિશ્ચિત થઈ ચૂકી. સાત્યકિ જેવા વીર યોદ્ધા જો દુર્યોધનના પક્ષે લડે તો પાંડવો માટે વિકટ પરિસ્થિતિનું નિર્માણ થઈ શકે એમ હતું. પરંતુ, "કૃષ્ણ અને સુભદ્રા બંને જો એક પક્ષે હોય તો હું વિપક્ષમાંથી યુદ્ધ નહીં કરી શકું" એમ કહીને બલરામ તીર્થાટને ચાલી ગયા.

યુદ્ધ જેમ નિકટ આવતું જતું હતું એમ હું પાર્થને વધુ ને વધુ વિચલિત થતા જોતી હતી. મધ્યરાત્રિએ જાગીને એમના ગવાક્ષમાં ઊભા ઊભા પ્રહરો સુધી આકાશમાં તાકી રહેતા. ક્યારેક ભોજન લેતા લેતા આંખ ભરાઈ આવતી એમની. કશું જ બોલ્યા વિના ઊભા થઈને ભોજન કર્યા વિના જ ચાલી જતા... તો ક્યારેક યુદ્ધની વ્યૂહરચના અંગે ચર્ચા કરતા કે રાજવીઓના દૂત સાથે વાતચીત કરતા અચાનક જ ચૂપ થઈ જતા.

મને ફાલ્ગુનીનું આ વર્તન ખૂબ જ ભયજનક લાગતું.

એક દિવસ મધ્યરાત્રીએ એ એમના ગવાક્ષમાં ઊભા રહીને આકાશ તરફ જોઈ રહ્યા હતા ત્યારે હું એમની નિકટ ગઈ. વજ્ર જેવા એમના બાહુ એકબીજા સાથે વક્ષઃસ્થળ પર ભિડાયેલા હતા. સિંહ જેવી કટિ અને આરસપહાણમાંથી કોતરી હોય એવી પીઠ... જાણે કોઈ પર્વત સ્થિર થઈને આકાશ તરફ જોઈ રહ્યો હોય એવું અદ્‌ભુત દૃશ્ય હતું.

મારા પદચાપથી એમના વિચારો અટક્યા હશે એટલે એમણે મારી તરફ જોયું.

"અરે પાંચાલી, ઊંઘ્યાં નથી ?"

"તમારું વર્તન કોઈનીય નિદ્રા ઉડાડી મૂકે એવું છે, આર્યપુત્ર..."

"મેં વળી શું કર્યું ?"

"હું તમારી આંખોમાં યુદ્ધનો ભય નિહાળી શકું છું. તમે મનોમન યુદ્ધ ન થાય એવી પ્રાર્થના કરો છો, સાચું ?"

"અર્ધાંગિની છો તમે, મારું મન ન વંચાય એવું તો કેમ બને? પણ તમે જે અર્થઘટન કર્યું છે તે સત્ય નથી. મને યુદ્ધનો ભય નથી લાગતો, વિષાદ થાય છે. મારું મન સ્વયં પરત્વે ઘૃણા અને તિરસ્કારથી ભરાઈ ગયું છે."

"વિષાદ વળી કેવો ? યુદ્ધ તો ક્ષત્રિયનો ધર્મ છે. ધર્મ પૂર્ણ કરવામાં વિષાદ જાગે એને ક્ષત્રિય કેમ કહેવો ?" મારે નહોતું બોલવું છતાંય કટુવચન કહેવાઈ ગયાં મારાથી.

"પાંચાલી, તમારું અપમાન, તમારી પીડા, આપણો બાર વર્ષનો વનવાસ અને દુર્યોધને કરેલો અન્યાય સ્મરણમાં છે મને. હું મારા ઉત્તરદાયિત્વમાંથી મુક્ત થવા માગતો નથી. માત્ર અનેક વિચાર આવે છે..."

"કેવા વિચાર આર્યપુત્ર ? ક્ષત્રિયને સ્વધર્મપાલન સમયે અવઢવ થાય છે ?"

"અવઢવ નથી થતો સુંદરી, મન મૂંઝાય છે. આત્મા પ્રશ્ન કરે છે."

મારાથી રહેવાયું નહીં. વ્યંગમાં હોઠ વંકાઈ ગયા અને મેં કહી જ નાખ્યું, "ભયને જ્ઞાનનું નામ આપી તમે મને છેતરી શકશો, પરંતુ તમે પોતે તો જાણો જ છો કે તમે મૃત્યુના ભયે, યુદ્ધના વિચારે કંપી ઊઠ્યા છો."

અર્જુન કોઈ વિક્ષિપ્ત વ્યક્તિની જેમ મોટા અવાજે હસવા લાગ્યા. વિરાટનગરના મહાલયના એ ગવાક્ષમાં અર્જુનના હાસ્યના એવા તો પડઘા પડતા હતા કે કોઈ જાગી જશે એવા ભયે મેં બે હાથ જોડી એમને વિનંતી કરી, "શાંત થાઓ, આ સમય આવા હાસ્યનો નથી."

"આ હાસ્ય નથી. રુદન છે, પાંચાલી. મારા અંતરતમ્‌માંથી વક્ષઃસ્થળ ફાડીને વહી રહેલું રુદન. હું વિનાશ નથી ઇચ્છતો, પાંચાલી. ભરતવર્ષના અનેક વીરોનું રક્ત રેડીને મળેલું રાજ્ય નથી જોઈતું મારે." અર્જુનની આંખો અતિવૃષ્ટિના વાદળની જેમ વહી રહી હતી.

હું અનિમેષ નયને મારી સામે ઊભેલા આર્યાવ્રતના શ્રેષ્ઠ યોદ્ધાને જોઈ રહી...

આ યુદ્ધ અશ્રુ, રક્ત, પ્રસ્વેદ અને પીડા લઈને ધીમા, પરંતુ મક્કમ ડગલાં ભરતું આવી રહ્યું હતું... હવે એનું આગમન નકારી કે નિવારી શકાય તેમ નહોતું ! એ સત્ય એક પછી એક અમને સહુને સમજાવા લાગ્યું હતું.

વિનાશની કામના કરવી સરળ છે. ક્રોધમાં શાપ આપવો પણ સરળ છે. કોઈને તિરસ્કારવા, નકારી નાખવા કે એને વિનાશના માર્ગે ધકેલી દેવા સરળ છે, પરંતુ એક વાર ગૂંથાવા લાગેલી વિનાશની જાળને અટકાવવી અસંભવ છે.

આપણે જ્યારે અન્યોના વિનાશની કામના કરીએ છીએ ત્યારે સાથે જ આપણા સ્વજનોની પીડા પણ માગી જ લેતા હોઈએ છીએ !

પીડા એ વાતની છે કે આ સત્ય આપણને ત્યારે સમજાય છે જ્યારે પરિસ્થિતિ આપણા નિયંત્રણની બહાર નીકળી જાય છે. અન્યો માટે આપણે જ માગેલો વિનાશ, અન્યો માટે આપણે જ કરેલી પીડા માટેની કામના, ધીરે ધીરે સ્વયં આપણને જ ગ્રસવા લાગે છે...

અન્યો માટે જે કામના કરીએ તેનો એક નાનકડો ભાગ આપણા સુધી પણ પહોંચે જ છે. એ સત્ય મારા મનોમસ્તિષ્કમાં ધીમે ધીમે માટીમાં પાણી ચુસાય તેમ ઊતરવા લાગ્યું હતું. ભય અને પીડાથી મારું મન ભીની માટીની જેમ લથબથ થઈને વિનાશનાં પરિણામોની કલ્પના કરતું રાત્રિ-દિવસ થરથરવા લાગ્યું.

માગશર વદ બીજના દિવસે કુરુક્ષેત્રમાં યુદ્ધ પ્રારંભ થવાનું હતું. હાથીઓની ચિંઘાડ, ઘોડાઓની હાવડ સંભળાવા લાગી હતી. રથી અને અતિરથીની ગણના થવા લાગી. ઉલૂક નામનો દૂત દુર્યોધનનો સંદેશ લઈને આવ્યો. રોજેરોજ સમાચારો આવતા રહેતા. રોજ અમે એ વિષય પર ચર્ચા કરતા.

સાત અક્ષૌહિણી સેના એકઠી થઈ હતી. એ સાત સેનાઓ માટે દ્રુપદરાજ, વિરાટ, ધૃષ્ટદ્યુમ્ન, શિખંડી, સાત્યકિ, ચેકિતાન અને ભીમસેન – આ સાત સેનાપતિઓ નિયુક્ત કરવામાં આવ્યા.

યુધિષ્ઠિર રાજાએ પુષ્કળ ઘાસ અને લાકડાં મળે એવા સપાટ પ્રદેશમાં પોતાની સેનાનો પડાવ નાખ્યો. સેનાપતિઓએ કુરુક્ષેત્રમાં ઉત્તમ કિનારો ધરાવતી હિરણ્યવતી નદીના તીરે સેનાની છાવણી માટે જમીનની માપણી કરી. શ્રીકૃષ્ણએ ખાઈ ખોદાવી અને ઉત્તમ રખવાળી કરવાની આજ્ઞા કરી. પાંડવો અને રાજાઓની છાવણી તૈયાર કરાઈ. ભક્ષ્ય, ભોજ્ય, અન્ન તથા પીવાના પદાર્થોથી ભરેલી સેંકડો છાવણીઓ હિરણ્યવતીના તીરે શોભી રહી હતી. સેંકડો કારીગરો, શાસ્ત્રકુશળ વૈદ્યો, બ્રાહ્મણો અને હાથીઓ, ઘોડાઓના સાચવનાર અનેક નિષ્ણાતોને યુદ્ધમાં સાથે રખાયા હતા.

દુર્યોધને કુરુક્ષેત્રની નજીક કુરુજાંગલ દેશમાં પ્રવેશીને પોતાની છાવણીની તૈયારી કરી. છાવણીમાં જવા માટે નગરથી ત્યાં સુધીની સડક બનાવવામાં આવી.

આ બધી તૈયારી દરમિયાન હિરણ્યરોમા નામથી પ્રસિદ્ધ મહાત્મા ભીષ્મકરાજનો પુત્ર રુક્મિ પાંડવો પાસે આવ્યો. કૃષ્ણનાં પત્ની રુક્મિણીનો ભાઈ રુક્મિ પોતાનું વિશાળ સૈન્ય લઈને ત્યાં પહોંચ્યો.

એણે અર્જુનને કહ્યું કે, "તું ભયભીત હોય તો હું તારી સહાયતા કરવા તૈયાર છું. પોતાની આટલી મોટી સેનાને શત્રુપક્ષે સોંપીને અહીં બેઠેલા શ્રીકૃષ્ણ તમારી શી સહાયતા કરશે એ હું સમજી શકતો નથી."

એ યશને હરનારાં વચન બોલ્યો એનાથી શ્રીકૃષ્ણને ક્રોધ આવવો જોઈતો હતો, પરંતુ એમણે અર્જુનને જ નિર્ણય કરવા દીધો. અર્જુને અત્યંત શાંત ચિત્તે એને પ્રતિઉત્તર આપ્યો, "મને તમારી સહાયતાની આવશ્યકતા નથી."

ત્યાંથી રિસાયેલો રુક્મિ દુર્યોધન પાસે પહોંચ્યો, પરંતુ એ શ્રીકૃષ્ણની પત્નીનો ભ્રાતા હોવાથી દુર્યોધન તેના પર વિશ્વાસ કરી શક્યો નહીં. એણે પણ ભીષ્મકના પુત્ર રુક્મિની સહાયતા લેવાની ના કહી.

રુક્મિ વ્યથિત હૃદયે પાછો ફર્યો ત્યારે મહાભારતના યુદ્ધમાંથી બે મહાબળવાન યોદ્ધાઓ બલરામ અને રુક્મિ બહાર રહેશે એ વાત નિશ્ચિત થઈ ગઈ.

છાવણીઓ ગોઠવાઈ ગયા પછી ઉલૂક નામના દૂત દ્વારા દુર્યોધને સંદેશ પાઠવ્યો. ઉલૂકે દુર્યોધનનો ભય પમાડવાના ઉદ્દેશથી કહેલો સંદેશ સંભળાવ્યો ત્યારે પાંડવો ક્રોધમાં ઊકળી ઊઠ્યા. દુર્યોધને કહેવડાવ્યું હતું કે, "હજી પણ સમય છે. જો પાંડવોને પરાજયનો ભય લાગતો હોય તો તેઓ આ યુદ્ધમાંથી પાછા ખસી શકે છે. મારી સેના જોઈને જો પાંડવોને એમ લાગતું હોય કે યુદ્ધનો નિર્ણય ઉતાવળમાં કે ઉશ્કેરાટમાં થઈ ગયો છે તો એમને હું ક્ષમા કરવા તૈયાર છું, પરંતુ હસ્તિનાપુરની ભૂમિ પર એમનો કોઈ અધિકાર નથી એ વાત એમણે સ્પષ્ટ સમજી લેવી પડશે. યુદ્ધભૂમિમાંથી હું એમને શાંતિપૂર્વક જવા દઈશ, પરંતુ ત્યાર પછી એમણે હસ્તિનાપુર તરફ ક્યારેય ફરીને જોવાનું પણ નહીં એવું વચન આપવું પડશે." ઉલુક બોલી રહ્યો હતો ત્યારે ભીમની આંખો ચકળવકળ થવા લાગી હતી. એના હાથ એની ગદા પર ભીંસાવા લાગ્યા હતા. પરિસ્થિતિને સમજી ગયેલા શ્રીકૃષ્ણએ ઉલુકના સંદેશાને અધવચ્ચે અટકાવ્યો. પાંડવોને ક્રોધ પર કાબૂ મેળવવાની સલાહ આપીને શ્રીકૃષ્ણએ પ્રતિઉત્તર પાઠવ્યો, "**શ્રુતંવાક્યાં ગૃહીતોઅર્થો મતં યત્તે તથાસ્તુ તત્.**" દુર્યોધનની વાત અમે સાંભળી છે અને એમાંથી એવો અર્થ ગ્રહણ કર્યો છે કે એ જે માને છે એમ જ થશે." કૃષ્ણનો સ્વર પાંડવોની છાવણીમાં અને એની આસપાસની છાવણીઓમાં શંખનાદની જેમ ગૂંજી રહ્યો. એ ક્રોધિત નહોતા જ, પરંતુ એમના સ્વરની દૃઢતા અને તીવ્રતા

એવી હતી કે ઉલૂક ધ્રૂજી રહ્યો હતો, "અગ્નિ જેમ ઘાસને બાળી મૂકે છે તેમ હું માત્ર ક્રોધ વડે જ તારા પક્ષના સર્વ રાજાઓને બાળી શકું એમ છું. આમ છતાં હું ઇચ્છું છું કે છેવટ સુધી એમ ન થાઓ. તું ત્રણ લોકમાંથી ગમે ત્યાં ઊડી જઈશ, તું ભૂતકાળમાં પેસી જઈશ તો પણ પ્રત્યેક સ્થળે પ્રભાતમાં તું તારી સામે અર્જુનના રથને અવશ્ય જોઈશ."

યદ્યુત્પતસિ લોકાંસ્ત્રીન્ યદ્યાવિશસિ ભૂતલમ્,
તત્ર તત્રાર્જુનરથં પ્રભાતે દ્રક્ષ્યસેઅગ્રતઃ

જે ક્ષણની પ્રતીક્ષામાં અનેક રાત્રિઓ અનિદ્રામાં વીતી હતી તે ક્ષણ આવી પહોંચી હતી. યુદ્ધનો પ્રારંભ થયો હતો. સૂર્યોદય થતાં જ સહુ પોતપોતાના ઇષ્ટદેવનું સ્મરણ કરીને ધર્મયુદ્ધમાં જોડાવા પ્રતિબદ્ધતાપૂર્વક સ્નાનાદિથી પરવારવા લાગ્યા. સહુ જાણતા હતા કે મૃત્યુની ક્ષણ કોઈ પણ એક હોઈ શકે છે. આ યુદ્ધમાં જોડાનાર દરેક વ્યક્તિ પૂરેપૂરી જ્ઞાત હતી કે એ કાળનો કોળિયો બની શકે છે, છતાં શ્રીકૃષ્ણ ઉપરની દૃઢ શ્રદ્ધાએ પાંડવોના પક્ષમાં લડી રહેવા રાજવીઓ પોતાની તૈયારી કરતા હતા, તો કૌરવોના પક્ષમાં લડી રહેલા રાજવીઓ ભયથી કે લાલચથી એનો સાથ આપવા તૈયાર થયા હતા.

પ્રભાત થતાં જ સ્નાનશુદ્ધિ કરી, શ્વેત વસ્ત્ર પહેરી, પુષ્પની માળાઓ ધારણ કરી, સૂર-સદાચારી, સંગ્રામકુશળ એવા રાજાઓ દુર્યોધનની સેનામાં આગળ વધવા લાગ્યા. દ્રોણાચાર્ય આગળ, પાછળ અશ્વત્થામા, સિંધુરાજ જયદ્રથ, દક્ષિણના રાજાઓ, પશ્ચિમના રાજાઓ, પર્વત પ્રદેશના રાજાઓ, શકુનિ, શકો, કિરાતો, યવનો, શિબીવંશના રાજાઓ પિતામહ ભીષ્મની પાછળ નીકળ્યા. એમની પાછળ કૃતવર્મા, ત્રિગર્ત, ભાઈઓથી વીંટળાયેલો દુર્યોધન, શલ, ભૂરિશ્રવા, શૈલ્ય, બૃહદ્રથ નીકળ્યા...

ધૃષ્ટદ્યુમ્ન, ચેદી, કાશી, કરુષ દેશોની સેનાઓને લઈને નીકળ્યા. અભિમન્યુ, બૃહંત અને દ્રૌપદીના પાંચ પુત્રો પણ એ જ સેનામાં નીકળ્યા. બીજા વિભાગમાં ભીમસેન, યુયુધાન અને પાંડુપુત્ર અર્જુન નીકળ્યા. યુધિષ્ઠિર પોતે બાકી રહેલા રાજાઓ, વિરાટરાજ અને દ્રુપદરાજને લઈને રણભૂમિ તરફ જવા લાગ્યા. વીસ હજાર યોદ્ધાઓથી સવાર થયેલા વીસ હજાર ઘોડાઓ, પાંચ હજાર હાથીઓ,

અનેક રથીઓ અને ધનુષ, ખડગ તથા ગદાધારી એવા હજારો શૂરવીર પગપાળા આ સર્વસેનાની આગળ અને પાછળ ચાલતા હતા. મહારથી બળવાન સાત્યકિ એક લાખ રથીઓથી વીંટળાઈને ચાલતો હતો. સરસામાનથી ભરેલાં ગાડાંઓ, વેપારીઓ, વેશ્યાઓ, યુદ્ધમાં ઉપયોગી વાહનો, સાધારણ વાહનો, ધનભંડાર તથા કોઠારનાં ગાડાંઓ એ સર્વની સાથે યુધિષ્ઠિર ચાલી રહ્યા હતા. યુધિષ્ઠિરની સેનામાં સિત્તેર હજાર જેટલા હાથીઓ અને લાખ્ખો ઘોડાઓ હતા. હજારો પુરુષો શંખોના શબ્દ કરતા હતા. રણભેરી અને મૃદંગ વાગતાં હતાં.

વીરોના હર્ષનાદથી આકાશ અને એમના પદચાપથી પૃથ્વી અને આકાશ બેઉ ધ્રૂજી રહ્યાં હતાં.

શ્રીકૃષ્ણે પાંચજન્ય નામનો શંખ વગાડ્યો. અર્જુને દેવદત્ત નામનો શંખ વગાડ્યો. ભીમસેને પૈણ્ડ નામનો મહાભયાનક શંખ વગાડ્યો. યુધિષ્ઠિરે અનંતવિજય નામનો શંખ વગાડ્યો. નકુલે સુઘોષ નામનો શંખ વગાડ્યો અને સહદેવે મણિપુષ્પક નામનો શંખ વગાડ્યો.

વેદસંપન્ન સિદ્ધો, બ્રહ્માશ્રીઓ અને પુરોહિતો જપ-મંત્ર અને મહાઔષધિઓથી યુધિષ્ઠિરનું સ્વસ્તીવાંચન કરી રહ્યા હતા. મહાત્મા ધર્મરાજ બ્રાહ્મણોને વસ્ત્રો, ગાયો, ફળો, પુષ્પો, સોનામહોરો દાનમાં આપતા હતા. સહસ્ત્ર સૂર્યનો પ્રકાશ હોય એવો સુવર્ણચિત્રવાળો અર્જુનનો રથ શ્વેત અશ્વોથી જોડાઈને રણભૂમિમાં આગળ વધી રહ્યો હતો. ગાંડિવ ધનુષ તથા બાણ હાથમાં લઈને એમાં અર્જુન બેઠો હતો. એના સારથિ તરીકે બેઠેલા કૃષ્ણ એને શબ્દો દ્વારા પ્રોત્સાહિત કરી રહ્યા હતા.

રણભૂમિની મધ્યમાં રથ ઊભો રાખીને શ્રીકૃષ્ણએ એને દુર્ગાસ્તોત્રનું સ્તવન કરવા કહ્યું. અર્જુન રથમાંથી ઊતર્યો અને બે હાથ જોડી સ્તોત્રપાઠ કરવા લાગ્યો. એવા સમયે દેવી અંતરીક્ષમાં રહીને ગોવિંદની આગળ આવીને ઊભાં રહ્યાં અને એમણે કહ્યું, "જ્યાં ધર્મ છે ત્યાં જ દ્યુતિ અને કાંતિ છે. જ્યાં હ્રીમ છે ત્યાં જ શ્રી અને મતિ છે. જ્યાં ધર્મ છે ત્યાં જ શ્રીકૃષ્ણ છે. જ્યાં શ્રીકૃષ્ણ છે ત્યાં જય છે. યતો ધર્મ સ્તતો જય."

એવા સમયે હસ્તિનાપુરની સભામાં બેઠેલા અંધ ધૃતરાષ્ટ્ર હજારો યોજનો દૂર નિહાળી શકતા દિવ્યદૃષ્ટિ ધરાવતા સંજયને પ્રશ્ન કરી રહ્યા હતા :

ધર્મક્ષેત્રે કુરુક્ષેત્રે સમવેતા યુયુત્સવઃ,
મામકાઃ પાંડવાશ્ચૈવ કિમકુર્વત સંજય.

ધર્મક્ષેત્ર એવા કુરુક્ષેત્રમાં યુદ્ધ કરવાની ઇચ્છાથી એકઠા થયેલા મારા પુત્રો અને પાંડુના પુત્રો શું કરી રહ્યા છે તે મને કહે.

હજી સંજય પોતાની કથા શરૂ કરે તે પહેલાં તો અર્જુન સ્નેહના આવેશમાં ખેદ પામીને ધ્રૂજવા લાગ્યો. એણે શ્રીકૃષ્ણ સામે વિષાદયુક્ત દૃષ્ટિએ જોયું અને કહ્યું, "યુદ્ધ કરવા માટે ઊભેલા આ મારા સ્વજનોને જોઈને મારાં અંગે શિથિલ થાય છે, મુખ સુકાય છે, શરીરમાં કંપારી છૂટે છે, ગાંડીવ સરકી પડે છે, મતિ ભ્રમિત થાય છે. ત્રણ લોકના રાજ્ય માટે પણ હું એમને નહીં મારું. તો પછી પૃથ્વીના એક ટુકડા માટે એમને મારીને મને શું મળશે ? હું વિજય નથી ઇચ્છતો, રાજ્ય નથી ઇચ્છતો, સુખ નથી ઇચ્છતો હે ગોવિંદ ! મારે આ બધાનું શું પ્રયોજન છે ?"

૯

હજી સંજય પોતાની કથા શરૂ કરે તે પહેલાં તો અર્જુન સ્નેહના આવેશમાં ખેદ પામીને ધ્રૂજવા લાગ્યો. એણે શ્રીકૃષ્ણ સામે વિષાદયુક્ત દૃષ્ટિએ જોયું અને કહ્યું, "યુદ્ધ કરવા માટે ઊભેલા આ મારા સ્વજનોને જોઈને મારાં અંગે શિથિલ થાય છે, મુખ સુકાય છે, શરીરમાં કંપારી છૂટે છે, ગાંડીવ સરકી પડે છે, મતિ ભ્રમિત થાય છે. ત્રણ લોકના રાજ્ય માટે પણ હું એમને નહીં મારું. તો પછી પૃથ્વીના એક ટુકડા માટે એમને મારીને મને શું મળશે ? હું વિજય નથી ઇચ્છતો, રાજ્ય નથી ઇચ્છતો, સુખ નથી ઇચ્છતો. હે ગોવિંદ ! મારે આ બધાનું શું પ્રયોજન છે ?"

સંજય જ્યારે આ કથા પિતા ધૃતરાષ્ટ્રને કહી રહ્યા હતા ત્યારે ધૃતરાષ્ટ્રના મનમાં હર્ષ તો થયો જ હશે ! અર્જુન જો યુદ્ધમાં ન ઊતરે તો પાંડવો આપોઆપ જ હારી જાય એ વાત ન સમજે એટલા મૂર્ખ પિતાશ્રી ધૃતરાષ્ટ્ર નહોતા જ.

સર્વ પ્રથમ વાર મને મારા પતિઓ અને કૌરવો વચ્ચેનો ભેદ સમજાયો.

ધૃતરાષ્ટ્ર માટે 'મામકાઃ' (મારા) અને 'પાંડવાઃ' (પાંડવો) ભિન્ન હતા. જ્યારે મારા પતિ માટે સર્વે 'સ્વજન' હતા. પાર્થ મારા અને કૌરવો એમ ન બોલતાં. યુદ્ધ ભૂમિની મધ્યમાં ઊભા રહીને બોલ્યા કે, "સ્વજનં હિ કથંહત્વા સુખિનઃ સ્યામ માધવ". હે કૃષ્ણ ! અમારા સ્વજનોને મારીને અમે કેમ સુખી થઈએ ?

શ્રીકૃષ્ણ એ સમયે શું અનુભવી શક્યા હશે એ મને સમજાયું. નિતબિની જ્યારે આ સમાચાર લઈને આવી ત્યારે શ્રીકૃષ્ણના શોકની કલ્પના હું કરી શકી. આખીયે પરિસ્થિતિને કંઈ કેટલાય પર્વતો અને વિટંબણાઓ પાર કરાવીને અહીં સુધી લઈ આવ્યા બાદ જેના ખભા પર આખાય યુદ્ધનો મદાર હતો એવી વ્યક્તિ નિર્બળ અને નિવીર્ય પુરવાર થાય ત્યારે યુદ્ધ શરૂ થયા પહેલા જ હારી ગયાની જે હતાશા સખાને થઈ હશે. એ પછી એમણે અર્જુનને આટલું બધું કઈ રીતે સમજાવ્યા હશે એનો વિચાર કરતાં મારું હૃદય કંપી ઊઠતું હતું.

સામે ૧૮ અક્ષૌહણી સેના ઊભી હોય, શત્રુ આક્રમણ કરવા આતુર હોય એવા સમયે યુદ્ધનો ત્યાગ કરનાર પોતાના પરમ મિત્રને જોઈને કેટલા નિરાશ થયા હશે, શ્રીકૃષ્ણ !

આવા સમયે અન્ય કોઈ પણ વ્યક્તિએ સ્વયંમાં અને ધર્મમાંથી શ્રદ્ધાનો ત્યાગ કર્યો હોત ! જેને સંપૂર્ણ આત્મવિશ્વાસ હોય, જે સ્વધર્મમાં પૂર્ણ શ્રદ્ધા ધરાવી શકે એવી વ્યક્તિ જ આવા સમયે દૃઢતાપૂર્વક ટકી શકે એ વાત મારાથી વધારે કોને સમજાય ? સખાની પીડા અને એમની એકલતા વિશે વિચાર કરતાં... હું મનોમન ધ્રૂજી ઊઠી. આટલી મોટી યુદ્ધભૂમિમાં શસ્ત્ર વગર ઊભા રહીને જેના બળ પર એમણે સંપૂર્ણ શ્રદ્ધા સાથે યુદ્ધ કરવાનું હતું એ વ્યક્તિ જ જ્યારે નિર્બળ પુરવાર થાય ત્યારે નિરર્થકતા કઈ રીતે ઘેરી વળે એ સમજવું અત્યંત કઠિન છે.

હસ્તિનાપુરની રાજ્યસભામાં પોતે દૂત બનીને ગયા ત્યારે સ્વમાનને કોરે મૂકીને સ્વધર્મને જેણે સર્વોપરી ગણ્યો એવી વ્યક્તિને આવી પળે શું થયું હશે ?

અર્જુનનો પૂરો અંતરઆત્મા ક્ષત્રિય હતો, એક યોદ્ધાનો... અચાનક આમ સંન્યાસી જેવી વાત એણે કઈ રીતે કરી ?

શું આ પણ એક પ્રકારનું દ્યૂત નહોતું ? જીવન સાથેની એક વિચિત્ર બાજી ! બધું જ દાવ પર લાગી ચૂક્યું હતું. એ સમયે આવો પ્રશ્ન કરીને વિષાદમાં ડૂબી જવું કયા પ્રકારનો ક્ષાત્ર ધર્મ હતો ? અર્જુન વિષાદ 'હિંસા'ને કારણે નહોતો થયો, 'મમત્વ'ને કારણે થયો હતો.

અર્જુન ક્ષત્રિય હતા, મૃત્યુ કે હત્યા એમને માટે તિરસ્કારનું કારણ નહોતું. એમને માટે પાયાનો વિવાદ હતો સ્વજન અને પ્રિયજન... સામે ઊભેલા સહુ ભાઈ, ગુરુ કે સ્વજન હતા. એમને મારવા પડશે એવું એણે ક્યારેય વિચાર્યું નહોતું. વિષાદનું કારણ જો હિંસા હોત તો અર્જુનનો ભય ક્યારનો જન્મ્યો હોત !

એકલા હાથે ખાંડવવન દહન કરતી વખતે અર્જુનને એક ક્ષણ માટે પણ દ્વંદ્વ નહોતું થયું ? આટઆટલા નિર્દોષ જીવોની હત્યા કરતી વખતે ક્ષણાર્ધ માટે નહોતો કંપ્યો એમનો હાથ, કારણ ? એ સમયે કોઈ સ્વજન, કોઈ પ્રિયજન નહોતા એ ભડકે બળી રહેલા ખાંડવવનની ભીતરમાં. અહીં તો સર્વે પોતાના હતા, સર્વે અંગત. સર્વેના મૃત્યુ પર શોક... વિષાદ સ્વાભાવિક હતો.

કૃષ્ણમાં એક અજબ આવડત હતી વ્યક્તિને સમજવાની, એની મનઃસ્થિતિનો ક્યાસ કાઢવાની આવડત... એમણે જોયું કે અર્જુન વિષાદમાં પોતાની વાત કહી રહ્યો હતો. એની અંદર છલકાતી સંવેદનાઓ અને ભય પમાડે એવો વિષાદ જ્યાં સુધી એના મનમાંથી નીકળી નહીં જાય ત્યાં સુધી નવી વાત સાંભળી શકવાની મનઃસ્થિતિ ઊભી નહીં થઈ શકે.

આપણા બધા સાથે કદાચ આવું જ થાય છે. અણગમો, તિરસ્કાર, અહંકાર જેવી બાબતો આપણા મનનો ખૂણેખૂણો રોકી લે છે. તસુયે જગ્યા બાકી રહેતી નથી. પછી સુખ, પ્રેમ, આનંદ જેવી લાગણીઓ આપણી અંદર પ્રવેશી જ શકતી નથી. સામાન્યતઃ આપણે બધા જ મનમાં પીડાઓને સંઘરી રાખીએ છીએ. અણગમતી વાતો અને દુઃખદાયક પ્રસંગોને ગણી ગણીને આપણી આસપાસ ગોઠવતા રહીએ છીએ. ધીમેધીમે એ દીવાલ એટલી મોટી થઈ જાય છે કે સુખ અને સ્નેહ જેવી લાગણીઓ એ દીવાલ તોડીને પ્રવેશી શકતી નથી !

અર્જુનના ભયની દીવાલ પણ એટલી ઊંચી થઈ ગઈ હતી કે એને પોતાનો ધર્મ, પોતાનું કર્મ અને પોતાનો વિજય દેખાતા નહોતા. શ્રીકૃષ્ણએ એ દીવાલને ધીમેધીમે નષ્ટ કરવાનું શરૂ કર્યું. એને પોતાની વાત કહેવા દીધી. લાંબા સમય સુધી બોલતા રહેલા અર્જુનને એ સમજાયું નહીં કે કહેવાની સાથેસાથે એના મનમાં રહેલો વિષાદ અને ભય ધીમેધીમે એના મુખવાટે શબ્દો બનીને બહાર વહી રહ્યા છે. એ જેમજેમ પોતાની વાત કહેતો ગયો તેમતેમ એના મનમાં ખાલી જગ્યા ઊભી થતી ગઈ. એણે જ્યારે પોતાની વાત પૂરી કરી ત્યારે એ ભીતરથી રિક્ત થઈ ચૂક્યો હતો. સંપૂર્ણપણે સ્વસ્થ અને સ્વચ્છ... શ્રીકૃષ્ણની વાત સાંભળવા માટે મનથી તૈયાર !

ખરેખર કોઈ પણ વિષાદ કે પીડાની પરિસ્થિતિમાં મનુષ્યએ આ જ કરવું રહ્યું. પોતાના પ્રિયજનને જ્યારે દુઃખ કે પીડા થયા હોય... એ ભય કે વિષાદથી

ગ્રસ્ત હોય ત્યારે એને એની વાત કહેવા દેવી જોઈએ. આપણે સાંભળવા તૈયાર જ નથી... આપણા સહુ સાથે એક મોટી સમસ્યા એ છે કે આપણે અડધું સાંભળીએ છીએ, એનાથી પણ અડધું આપણે સમજી શકીએ છીએ અને સાંભળીએ છીએ એનાથી બેવડું આપણે કહેવું હોય છે ! મજાની વાત એ છે કે દરેક વ્યક્તિની સ્થિતિ આ જ છે, એટલે દરેક વ્યક્તિ બેવડું બોલવા માગે છે... અડધું સાંભળે છે...

શ્રીકૃષ્ણએ અર્જુનનું કહેવું સાંભળી લીધું. પૂરેપૂરું ! એનાથી અર્જુનના મનમાં ચાલી રહેલો સંઘર્ષ સમાપ્ત થઈ ગયો. એને જે કહેવાની વાત હતી તે કહેવાઈ ગઈ. મન ખાલી થઈ ગયું. જ્યારે મન ખાલી થાય છે ત્યારે એ નવા વિચારોને આવકારવા ઉત્સુક બને છે. નવા વિચાર ત્યારે જ પ્રવેશી શકે છે જ્યારે જૂના વિચાર પોતાનું સ્થળ છોડીને જાય.

અર્જુનનો વિષાદ ગયો કે તરત જ કૃષ્ણએ એને કર્મ, કર્મસંન્યાસ અને આત્મા-પરમાત્માનું જ્ઞાન આપવાની શરૂઆત કરી. કૃષ્ણએ કહેલી વાત આમ તો અર્જુનને સમજાવવા માટેની વાત હતી ત્યારે કોઈ નહોતું જાણતું કે એ જ્ઞાન આવનારી સદીઓ, સહસ્રાબ્દીઓ સુધી જ્ઞાનની ગંગોત્રી બની રહેશે. ભગવદ્‌ગીતાના નામે સંગ્રહાયેલું એ જ્ઞાન આમ તો અર્જુન અને કૃષ્ણ વચ્ચેનો સંવાદ હતો, પરંતુ સહસ્રાબ્દીઓ પછી એ સંવાદ ફક્ત બે વ્યક્તિઓ વચ્ચેનો ન રહેતા વિશ્વ મનુષ્યો માટે જ્ઞાનની ગીતા બની રહ્યું.

એમણે અર્જુનને વિષાદ છોડવાનું કહ્યું.

વિષાદ એટલા માટે છોડવાનો, કારણ કે વિષાદ હોય તો બીજું કશું પ્રવેશી શકે નહીં. જ્યારે વિષાદ જાય ત્યારે વિવાદ પણ જાય... વિવાદ જાય તો સંવાદ પ્રગટે... અને સંવાદ પ્રગટે તો સંવેદના સાચી દિશામાં ગતિ કરી શકે.

શ્રીકૃષ્ણએ એને વિષાદમાંથી બહાર કાઢવા જે એક સૌથી મહત્ત્વની વાત કહી તે, મમત્વ છોડવાની વાત !

શ્રીકૃષ્ણ ગુરુ નહોતા, સખા હતા. અર્જુન શિષ્ય નહોતો, મિત્ર હતો... પરંતુ આ પળે ગુરુ બનીને શ્રીકૃષ્ણએ એના મનની સમસ્યાનું સમાધાન કર્યું. કૃષ્ણએ કહ્યું કે, સ્વધર્મમાં મૃત્યુ શ્રેષ્ઠ છે. "સ્વધર્મે નિધનં શ્રેયઃ".

કૃષ્ણએ એમ ન કહ્યું કે તું મારી વાત માની લે. એમણે તો કહ્યું કે તારો જે સ્વધર્મ છે એને ઓળખ. સ્વને ઓળખ... પોતાનો મત શોધી કાઢ...

કૃષ્ણએ એને સ્વતંત્રતા આપી, નિર્ણય કરવાની. નિર્ણય કરવાની સ્વતંત્રતા પરિણામ ભોગવવાની ફરજ પાડે છે. સ્વતંત્રતા ક્યારેય આપવાની કે લેવાની નથી હોતી. એ તો હોય જ છે. એને ફક્ત સ્વીકારવાની હોય છે. પોતે અથવા અન્યએ ! કૃષ્ણ એમ પણ સમજાવી શક્યા હોત, "મારામાં શ્રદ્ધા રાખ. હું કહું છું તો લડ..."

ના !

એમણે એમ ન કહ્યું. સમજાવી-ફોસલાવી યુદ્ધ ન કરાવ્યું. એમણે તો એક પથ્થરમાંથી નિરર્થક ભાગોને ખંખેરીને ક્ષત્રિયની મૂર્તિ નિપજાવી.

અહીં એક વાત મારા મનમાં વલોવાઈ, "પોતે તો યુદ્ધમાં ભાગ લીધો નથી, શસ્ત્ર ઊંચક્યા નથી અને અર્જુનને કહે છે કે તું લડ ?"

આ ધર્મ કેવો હતો ? પોતે કોઈના મૃત્યુનું કારણ નહોતા બનવા માગતા છતાં અહીં ઊભેલા સર્વેના મૃત્યુનું કારણ કૃષ્ણ સિવાય બીજું કોણ હતું ?

એમણે સર્વેના મૃત્યુની જવાબદારી સ્વીકારી અને કહ્યું :

"મયિ સર્વાણિ કર્માણિ સંન્યસ્યાધ્યાત્મચેતસા,
નિરાશીર્નિર્મમો ભૂત્વા યુદ્ધસ્વ વિગતજ્વરઃ"

અધ્યાત્મચેતનાથી મારામાં સર્વ કર્મનો સંન્યાસ કરીને, એટલે કે મારામાં સર્વ કર્મનું સમર્પણ કરીને તું નિરાશ – એટલે કે આશારહિત, નિર્મમ થા અને જ્વરરહિત થઈને યુદ્ધ કર.

એમણે તો કહ્યું કે તું ક્ષત્રિય છે. જન્મથી, સ્વભાવે અને પ્રકૃતિએ ! તારા રક્તમાં ક્ષત્રિયત્વ છે. એમણે એને માત્ર એટલું કહ્યું, "પૂછ તારી જાતને કે તું કોણ છે ? સંશયમાં ન પડ, નિર્ણાયક બન, નિશ્ચયાત્મક બન, નહીં તો વિનાશ થશે – અન્યનો નહીં, તારો પોતાનો."

'સંશય'ને મોટે ભાગે 'સંદેહ' માની લેવામાં આવે છે, ત્યાં માનવમાત્રની ભૂલ થાય છે. સંદેહ માટે કૃષ્ણ પાસે અનેક ઉત્તરો છે... યુદ્ધની શરૂઆતમાં કહેવાયેલી આખીયે ગીતા સંદેહના પ્રતિઉત્તરમાં છે. સાથે જ એમાં કહેવાયું છે કે, સંશય નિરર્થક છે, નિષ્ક્રિય છે.

અર્જુનને એમણે કહ્યું, "સંશયમાં પડીશ તો નષ્ટ થઈ જઈશ. સંશય ખંડિત કરી દેશે... સ્વયંનો વિરોધી બની જઈશ. સ્વયં સાથે યુદ્ધ કરવા લાગીશ એટલે અન્યો સામે યુદ્ધ કરવાની શક્તિ બચશે જ નહીં. સ્વયંના વિરોધી

વિભાગોમાં વહેંચાઈને ખંડ ખંડ થઈ જઈશ. તારે અખંડ બનવું જોઈએ. નિર્ણય લેવો જોઈએ. નિર્ણયના પરિણામ માટે તત્પર થવું જોઈએ. સંદેહની અંતિમ ઉપલબ્ધિ શ્રદ્ધા છે, સ્વયં પર અને અન્યો પર ! સંશયની અંતિમ ઉપલબ્ધિ વિક્ષિપ્તતા છે, વિભાજન છે, નિરર્થકતા છે, નિર્વિર્યતા છે... નિર્માલ્યતા છે, નિર્બળતા છે."

નિર્દ્વન્દ્વો નિત્યસત્ત્વસ્થો નિર્યોગક્ષેમ આત્મવાન્

તું નિર્દ્વંદ્વ થા, તું નિત્ય સત્ત્વની અંદર સ્થિર રહેલો થા, યોગક્ષેમની ચિંતા વિનાનો થા અને આત્મવાન્ – આત્મપરાયણ થા.

આ જ વાત સખાએ મને વારંવાર કહી હતી, "સંશય કરનારનો વિનાશ થાય છે." પરંતુ મને નહીં સમજાઈ હોય કદાચિત આ વાત !

કેટલી આશ્ચર્યની વાત છે... સખાએ મને વારંવાર સમજાવ્યું ત્યારે ન સમજી શકી અને અર્જુનને એમણે કહેલી વાત નિતંબિનીના મુખે સાંભળીને મને સત્યનો સાક્ષાત્કાર થયો.

કદાચ એટલે જ યુદ્ધને વિનાશને બદલે આરંભ તરીકે જોવું જોઈએ. યુદ્ધની ક્ષણો પડકારની ક્ષણો હોય છે. મનુષ્યનું મન સતત યુદ્ધ કરી રહ્યું છે. પોતાના જ અસ્તિત્વને બે ભાગમાં વિભાજીત કરી એક ભાગને સ્વીકાર્યો, તો બીજા ભાગને નકાર્યો છે. એનાથી દ્વંદ્વનો જન્મ થાય છે. બંને ભાગનો એક સાથે સ્વીકાર થાય ત્યારે જ દ્વૈત જન્મે છે, પૂર્ણતા જન્મે છે.

યુદ્ધ પરિવર્તન લાવે છે. પરિવર્તન સાથે નૂતનનો આરંભ થાય છે. નવો વિચાર કે નવી દૃષ્ટિ પરિવર્તન સાથે આવે છે... ધર્મને નવી દૃષ્ટિએ જોવાનો પ્રયાસ ફક્ત કૃષ્ણ કરી શકે. શતાબ્દિઓથી શાસ્ત્રો કહેતા રહ્યા, ત્યાગીને ભોગવો... તેને ઉવેખીને એમણે નવી જ વાત કરી. એમણે કહ્યું કે, "દેહધારી માટે સઘળાં કર્મોનો ત્યાગ શક્ય જ નથી. જે કર્મના ફળનો ત્યાગ કરે છે એ જ સાચો યોગી છે.

ન હિ દેહભૃતા શક્યં ત્યક્તું કર્માણ્યશેષત:,
યસ્તુ કર્મફલત્યાગી સ ત્યાગીત્યભિધીયતે.

* * *

યુદ્ધનો સ્વીકાર એ સત્યનો સ્વીકાર છે, પરિસ્થિતિનો સ્વીકાર છે. મૃત્યુ નિશ્ચિત છે. યુદ્ધનો સ્વીકાર એ મૃત્યુનો સ્વીકાર છે. મૃત્યુ એ જ પરમશાંતિ

છે. નવા જીવનનો પ્રારંભ છે. યુદ્ધમાં જીર્ણ ત્યાગીને નવાનો સ્વીકાર કરવાનો છે. મૃત્યુને સ્વીકારીને પુનઃજીવનનો આરંભ કરવાનો છે.

મૃત્યુનો અસ્વીકાર ખરેખર તો જીવનનો અસ્વીકાર છે. જે વ્યક્તિ મૃત્યુને નકારે છે તે નવજીવનને પણ નકારે છે. જે અંધકારને નકારે છે તે પ્રકાશને પણ નકારે છે. નદીના બે કિનારા હોય છે. ત્રાજવાના બે પલ્લા, બે હાથ, બે પગ, બે આંખો... જીવન અને મૃત્યુ આમ પરસ્પર વિરોધી નહીં, પરંતુ પરસ્પર સંતુલન જાળવતાં બે પરિબળો છે. જગતમાં કેટલાક શબ્દોનું કોઈ મહત્ત્વ નથી, મૃત્યુ એમાંનો એક શબ્દ છે. જેમ જૂનું વસ્ત્ર જીર્ણ થતાં ફાટી જાય છે એમ શરીર જૂનું થતાં એણે પોતાની અવધિ પૂરી કરવી પડે છે. એ મૃત્યુ નથી, એ અંત નથી.

મૃત્યુથી ભયભીત મનુષ્યો અન્યોના મૃત્યુ પર રુદન કરે છે અને ભય પામે છે. એ એટલા માટે રુદન કરે છે, કારણ કે પ્રત્યેક મૃત્યુ એમને પોતાના મૃત્યુનું સ્મરણ કરાવે છે. એમને એ સમજાય છે કે તેઓ ધીમેધીમે પોતાના મૃત્યુ તરફ ગતિ કરી રહ્યા છે. આપણે જીવનની ક્ષમતાથી અનભિજ્ઞ રહીને જીવ્યા કરીએ છીએ. પ્રાણની જે ઊર્જા જીવન છે તે શરીરમાં ફેલાય છે, વિસ્તીર્ણ થાય છે, શરીરને ચેતનવંતુ રાખે છે. કોઈ એક પળે એ ઊર્જા ફરી એક વાર પોતાના કેન્દ્ર પર પહોંચે છે. શરીરમાંથી સંકોચાઈને કેન્દ્ર તરફ પાછી પહોંચે છે. એને આપણે મૃત્યુના નામે ઓળખીએ છીએ. જેમ દીપકની જ્યોતિને આપણે વિસ્તૃત કરતા જઈએ તો એ વધુ ને વધુ વિસ્તારને પ્રકાશમાન કરે છે. પછી જ્યારે જ્યોતિને ધીમેધીમે નાની કરતા જઈએ ત્યારે એ ઓછા વિસ્તારને પ્રકાશમાન કરતી કરતી અંતે લુપ્ત થઈ જાય છે. જ્યારે જ્યોતિ લુપ્ત થાય છે ત્યારે પ્રકાશ પણ લુપ્ત થઈ જાય છે ? ના. પ્રકાશ તો છે. ફરી જ્યોતિ પ્રગટાવીએ તો ફરી પ્રકાશ ઉપલબ્ધ છે.

એ જ રીતે ચેતન શરીરમાં વિસ્તૃત છે ત્યાં સુધી એકેએક અંગ કામ કરે છે. બુદ્ધિ પ્રજ્વલિત છે.

જ્યારે ચેતના સંકોચાતી જશે ત્યારે ફરી એક વાર એ લુપ્ત થઈ જશે, ક્ષણભર માટે. ફરી બીજા શરીરમાં વિસ્તીર્ણ થશે. ફરી શરીર ચેતનવંતુ બનશે.

મૃત્યુનો અસ્વીકાર અદ્‌ભુત પ્રવંચના છે. વ્યક્તિ મૃત્યુને નકારે છે ત્યારે એ પોતાના અસ્તિત્વને નકારે છે, કારણ કે જો અસ્તિત્વનો સ્વીકાર કરવો હોય

તો એ અસ્તિત્વના અંતનો વિચાર કરવો પડશે. જે અસ્તિત્વ જન્મ્યું છે તેનો અંત નિશ્ચિત છે. જેનો અંત નિશ્ચિત છે તે જ જન્મી શકે છે, કારણ કે જો અંત નહોતો થયો તો જન્મ કઈ રીતે થયો ? જો જન્મ થયો છે તો અંત થશે... જો અંત થશે તો જ ફરી જન્મ થશે.

વિષાદથી ઘેરાયેલો અર્જુને યુદ્ધનો અસ્વીકાર કર્યો, કારણ કે એ મૃત્યુનો અસ્વીકાર કરવા માગતો હતો. એનું કારણ અહિંસા નહોતું, દયા કે કરુણા પણ નહોતું, એના મનમાં પ્રગટેલી સ્નેહની સંવેદના એને વ્યામોહ તરફ લઈ ગઈ. કૃષ્ણ પણ હિંસાનો પક્ષ નથી લેતા, ધર્મનો પક્ષ લે છે. અહિંસક બનવા માગતી વ્યક્તિ જો ભીરુ હોય, ભય પામેલી હોય, નિષ્ઠાવાન ન હોય કે કર્તૃત્વનો ભાગ ન ધરાવતી હોય તો એ અહિંસક નહીં, કાયર છે. દુર્બળની શરણાગતિ કરતા સમાનશત્રુનો પ્રતિકાર વધુ યોગ્ય છે એમ કૃષ્ણ કહે છે. સત્ય માટે આગ્રહી રહેનાર, ધર્માચરણમાં પોતાની શ્રદ્ધાને સ્થિર કરનાર દરેક વ્યક્તિ પોતપોતાની સમજણ અનુસાર વર્તે છે.

જો યુદ્ધ થયું તો એને માટે કોઈ એક વ્યક્તિનું ઉત્તરદાયિત્વ હોઈ શકે જ નહીં. એક વ્યક્તિ પોતાના કંધ ઉપર યુદ્ધના ઉત્તરદાયિત્વને લઈને ચાલે તો એ અહંકાર છે. વિશ્વના પ્રાચીનતમ ધર્મમાં – વેદોમાં શુભ અને અશુભના સ્પષ્ટ ભેદ મળ્યા છે. અહિંસા શ્રેષ્ઠ છે એ સત્ય છે, પરંતુ ફક્ત અહિંસા જ જીવન આપી શકે નહીં. "જીવો જીવસ્ય જીવનમ્"ની વિભાવના અહિંસાના વિચારને મૂળમાંથી જ નકારે છે.

જીવવા માગતી વ્યક્તિએ અન્ય જીવના મૃત્યુને સ્વીકારવું જ પડે છે. ક્ષત્રિય માટે હિંસા કે મૃત્યુ એના અસ્તિત્વનો પર્યાય છે. પોતાના અસ્તિત્વના પર્યાયને નકારે તે એક રીતે પોતાના અસ્તિત્વને પણ નકારે છે. જો ક્ષત્રિય યુદ્ધને નકારે છે તે કર્મને નકારે છે, ધર્મને નકારે છે અને જે કર્મને નકારે છે તેને કર્મફળ કઈ રીતે મળી શકે ? સ્વરક્ષણ અર્થે કે સ્વધર્મ અર્થે આચરવામાં આવતી હિંસા અપરાધ ન હોઈ શકે. ક્ષત્રિય માટે હિંસા વિષાદનો નહીં, વિજયનો માર્ગ છે.

યુદ્ધનો અસ્વીકાર કરનાર શાંતિ સુધી પહોંચતો જ નથી, કારણ કે એક વાર યુદ્ધને નકારીને એ વ્યક્તિ યુદ્ધ પછી નિશ્ચિતપણે આવનારી શાંતિ અને ક્રાંતિ પણ નકારે છે.

શ્રીકૃષ્ણએ જો યુદ્ધ જ ઇચ્છ્યું હોત તો એ વિષ્ટિ માટે ન ગયા હોત ! એમણે તો યુદ્ધને ટાળવાના તમામ પ્રયાસો એમની અંતિમ શક્યતા સુધી કર્યા, પરંતુ એક વાર યુદ્ધ એમની સમક્ષ આવીને ઊભું રહ્યું પછી નકારવું એ કૃષ્ણની પ્રકૃતિ નથી.

જ્યારે એવી ક્ષણ આવી ગઈ કે મનુષ્યના કલ્યાણ માટે, મનુષ્ય જાતિના હિત માટે, ધર્મની સંસ્થાપના માટે યુદ્ધ અનિવાર્ય બન્યું ત્યારે એમણે એનો આનંદથી સ્વીકાર કર્યો !

એ કહે છે, 'મનમાં યુદ્ધ નહીં કરવાનું'... એ કૃષ્ણની જીવનરીતિ જ નથી. કૃષ્ણ શીખવે છે નિર્ણય કરતાં, દ્વંદ્વ નહીં કરવાનું. દ્વૈતમાં જીવવાનું, અનિર્ણયને સ્વયંથી દૂર રાખવાનો – આ કૃષ્ણની વાત મને સમજાઈ રહી હતી. મારું પ્રશ્નોપનિષદ પૂર્ણ થઈ રહ્યું હતું, પરંતુ હવે ઘણું મોડું થઈ ગયું હતું.

પ્રતિશોધને મારા રક્તમાં લઈને જન્મેલી હું, પ્રતિશોધથી મુક્ત થઈને જીવી શકી નહીં. મારા અસ્તિત્વનો અનિવાર્ય ભાગ બનીને પ્રતિશોધ મારી સાથે જ શ્વસતો રહ્યો.

ક્ષમા કે પ્રતિશોધ ? આ દ્વંદ્વમાં હું ક્યારેય દ્વૈત સુધી પહોંચી શકી નહીં. સમાધાનનો પ્રયાસ કરી શકી નહીં અને પૂર્ણ પ્રતિશોધ પામી શકી નહીં...

અનિર્ણયમાં સ્વયંને અને સર્વને હોમી દીધા મેં !

કોની સામે હતો મારો પ્રતિશોધ ? પિતા સામે ? પતિઓ સામે ? સ્વયં સામે ? એનો નિર્ણય પણ લઈ શકી નહીં... કદાચિત એથી જ આજે સર્વે મારા પ્રતિશોધનો ભાગ બનીને મારા દ્વંદ્વનો વિસ્તાર બનીને એકમેકની સામે ઊભા હતા.

પ્રતિશોધ તો એક જ ક્ષણનો હતો. એ જ પળે પૂર્ણ થઈ શક્યો હોત, પરંતુ એને મારી અંદર રોપીને મેં વૃક્ષની જેમ એનો વિસ્તાર કર્યો... કરતી રહી... આજે એ પ્રતિશોધના વિષવૃક્ષની છાયા નીચે કંઈ કેટલાય સ્વજનો, પ્રિયજનો ઊભા હતા, મૃત્યુની પ્રતીક્ષા કરતા.

એક વ્યક્તિ જેના પર મારી સંપૂર્ણ શ્રદ્ધા અવલંબતી હતી એણે કહ્યું, "ન મે લિમ્પતિ કર્માણિ ન મે કર્મફલે સ્પૃહા". મને કોઈ કર્મ સ્પર્શતું નથી અને કર્મના કોઈ પળમાં મારી સ્પૃહા નથી.

કર્મ નહીં તો શેમાં સ્પૃહા હતી એમની ? ધર્મમાં ? ધર્મમાં હોય તેને

'સ્પૃહા' ન કહેવાય ? જે વ્યક્તિ ધર્મની સંસ્થાપના માટે સ્નેહીજનો, પરિવારનો, પ્રિયજનનો ત્યાગ કરી શકે તે સંન્યાસી કે સકામ ?

અભ્યાસ કરતા જ્ઞાન શ્રેષ્ઠ છે જ્ઞાનથી ધ્યાન શ્રેષ્ઠ છે અને ધ્યાનથી કર્મફળનો ત્યાગ શ્રેષ્ઠ છે. ત્યાગથી તત્કાળ શાંતિ મળે છે. એમ કહેનાર મારા સખા ત્યાગ કરવા માગતા હતા તો પછી અર્જુનને કર્મ તરફ દોરી જવાનું કારણ કેમ બન્યા ?

વિષાદયુક્ત ધનંજય જ્યારે કર્મ ત્યજીને ધર્મ તરફ વળી રહ્યા હતા ત્યારે એને પોતાનું કર્મ સ્મરણ કરાવીને શા માટે હત્યા તરફ લઈ ગયા, મધુસુદન !

કઈ શક્તિએ એમને આ સર્વે કર્મો કરવા તરફ દોર્યાં હશે? કયા દ્વૈત કે નિઃસંદેહથી એમને આ યુદ્ધ કર્મનો સ્વીકાર કર્યો હશે ?

જે સંશય પાર્થને થયો, એ એમને નહીં થયો હોય ? પાંડુપુત્રો જીતશે કે કૌરવપુત્રો, આવો પ્રશ્ન નહીં ઉદ્‌ભવ્યો હોય, મધુસુદનને ?

આ શ્રદ્ધા સ્વયંમાં હશે કે ધર્મમાં !

'ન્યાસ્તિ શસ્ત્ર' કહેતી વખતે એક ક્ષણાર્ધ માટે પણ તેવો સંશય નહીં થયો હોય કે કોઈ મને વીંધી નાખશે તો હું શું કરીશ ? અર્જુનના બાણ પર અને એના યુદ્ધ કૌશલ્ય પર એમને એટલો બધો દૃઢ વિશ્વાસ હશે કે સ્વયંના મૃત્યુનો પણ ભય નહીં લાગ્યો હોય એમને ? એ જ અર્જુને અંતિમ ક્ષણે જ્યારે એમની શ્રદ્ધાને ખંડ ખંડમાં વિભાજીત કરી હશે ત્યારે એ જીર્ણશીર્ણ થઈ ગયેલા અર્જુનને કયા બળે એકત્રિત કરીને ફરીથી યુદ્ધ કરવા પ્રેર્યો હશે એમણે ? ક્યાંથી લાવતા હશે આ અવિચલિત બળ!

નિતંબિની મને જણાવતી હતી, યુદ્ધભૂમિમાં ઊભા રહેલા પાર્થ પૂછી રહ્યા હતા,

"ન ચૈતદ્વિદ્મઃ કતરન્નો ગરીયો યદ્વાજયેમ યદિ વા નો જયેયુઃ
યાનેવ હત્વા ન જિજીવિષામસ્તેઅવસ્થિતાઃ પ્રમુખે ધાર્તરાષ્ટ્રાં".

યુદ્ધ કરવું કે ભિક્ષા માગવી એ બેમાંથી વધુ શ્રેય શું ? આ અમે જાણતા નથી. (તમે કહો છો તેમ) યુદ્ધ શ્રેષ્ઠ છે તેમ માની લઈએ તો પણ અમે કૌરવોને જીતીશું કે કૌરવો અમને જીતશે એ નક્કી નથી, તો પછી જેમને મારીને અમે જીવવા ઇચ્છીએ જ નહીં એવા ધૃતરાષ્ટ્ર પુત્રો યુદ્ધના મોખરે જ આવીને ઊભા છે... એટલે યુદ્ધમાં પ્રવેશતાં જ મારે એમને મારવા પડશે.

પોતે કૃષ્ણની સેનાને બદલે કૃષ્ણને પોતાના પક્ષમાં માગ્યા ત્યારે જે પાર્થને એવી દઢ શ્રદ્ધા હતી કે જ્યાં કૃષ્ણ હોય ત્યાં જ વિજય થવાનો, એ જ પાર્થ આજે યુદ્ધભૂમિમાં ઊભા રહીને કૃષ્ણને જ આ પ્રશ્ન પૂછતા હતા તે સંશય શ્રીકૃષ્ણ માટે અસહ્ય નહીં બન્યો હોય !

એ સમયે સખાએ કહેલી આખીયે ગીતા વિશ્વ માટે એક અવિસ્મરણીય તત્ત્વ બની રહેવાની હતી એ વાત કદાચિત તે સમયે સમજાઈ નહીં, પરંતુ આવનારી સહસ્રાબ્દિઓ સુધી એમના આ શબ્દ અને વાક્યો અનંતમાં વિસ્તરીને સમગ્ર વિશ્વમાં ગૂંજવાના હતા.

ન જાયતે મ્રિયતે વાકદાચિન્નાયં ભૂત્વા ભવિતા વા ન ભૂયઃ,
અજો નિત્યઃશાશ્વતોઽય પુરાણો ન હન્યતે હન્માને શરીરે.

આત્મા કદી જન્મતો નથી અથવા મરતો નથી. વળી આ આત્મા પ્રથમ ઉત્પન્ન થઈને પાછો ફરીથી ઉત્પન્ન થનારો છે, એમ પણ નથી કારણકે આ આત્મા અજન્મા છે, નિત્ય છે, પુરાણ છે અને સદાકાળ એક જ સ્વરૂપમાં રહેનારો છે. શરીરનો નાશ થયા છતાં પણ એ આત્માનો નાશ થતો નથી.

અર્જુનને તમામ જ્ઞાન પૂર્ણપણે પહોંચાડ્યા પછી શ્રીકૃષ્ણએ અંતે એને યુદ્ધ કરવાનું તો કહ્યું જ નહીં ! એમણે અંતે અર્જુનને કહ્યું કે :

યદહંકારમાશ્રિત્ય ન યોત્સય ઇતિ મન્યસે,
મિથ્યૈષ વ્યવસાયસ્તે પ્રકૃતિસ્ત્વાં નિયોક્ષ્યતિ.

ગર્વનો આશ્રય કરીને જો કદાચ તું 'હું યુદ્ધ નહીં કરું' એમ માનતો હોય તો પણ તારો એ નિશ્ચય મિથ્યા છે, કારણ કે તારો ક્ષાત્રસ્વભાવ તને તે કાર્યમાં યોજશે.

સ્વભાવજેનકૌંતેય નિબદ્ધઃ સ્વેન કર્મણા,
કર્તું નેચ્છસિ યન્મોહાત્કરિષ્યસ્યવશોઅષિતત્.

હે કુંતીપુત્ર ! (પૂર્વ જન્મના સંસ્કારરૂપ) સ્વભાવથી ઉત્પન્ન થયેલાં (પૂર્વોક્ત શૌર્ય આદિ પોતાની જાતિનાં) કર્મોથી તું બંધાયેલો છે. મોહને લીધે તું જે કર્મ કરવા ઇચ્છતો નથી, તે કર્મને તું પરવશ થઈને પણ કરીશ.

એ પછી અર્જુન યુદ્ધ કરતા રહ્યા.

સંપૂર્ણ શ્રદ્ધા નહીં જન્મી શકી હોય ધનંજયમાં...

એમણે પૂરેપૂરા હૃદયથી યુદ્ધને નહીં સ્વીકાર્યું હોય, તેથી જ ફરી એક વાર એમના મનમાં વિષાદનો જન્મ થયો. સંશય ફરીથી સર્પ બનીને પોતાની ફણા ઊંચકી ડોલવા લાગ્યો, અર્જુનના મનોમસ્તિષ્કમાં.

આ તમામ પરિસ્થિતિમાં જ્યારે ઘોરયુદ્ધ ચાલી રહ્યું હતું ત્યારે ફાલ્ગુનિનો વિષાદ યોગ કદાચિત હજુય પૂર્ણ થયો નહોતો. પિતામહ ભીષ્મ દશે દિશાએ બાણ વરસાવી રહ્યા હતા. એકેય દિશા, ભૂમિ, સૂર્ય કે અંતરીક્ષ કશું જ જોઈ શકાતું નહોતું. આવા સમયે પાર્થ કોઈ રીતે ભીષ્મની સામે દૃઢતાપૂર્વક પ્રહાર કરતા નહોતા. પાંડવસેના નાસી રહી હતી. સાત્યકિ સહુને નાસતા રોકી રહ્યા હતા ત્યારે કૃષ્ણએ સાત્યકિને અટકાવ્યા અને કહ્યું, "જે નાસે છે તેને નાસવા દે. અત્યાર સુધી જે સ્થિર છે એને પણ નાસવા દે. હવે હું એકલો જ પૂરો પડીશ..."

અત્યાર સુધી સખાનો નિર્ણય હતો કે એ શસ્ત્ર હાથમાં નહીં લે. યુદ્ધમાં સક્રિય પણ નહીં જ થાય, પરંતુ અર્જુનને ફરી એક વાર વિષાદ યોગમાં પ્રવેશતા જોઈને સ્થિતપ્રજ્ઞ કૃષ્ણ પણ ક્રોધિત થઈ જ ગયા. એમણે અશ્વોની લગામ છોડી દીધી અને રથમાંથી કૂદીને ભયાનક દેખાતા સ્વયં કાળ જેવા બનીને ભીષ્મના રથ તરફ આગળ વધ્યા.

મારા જીવનની એક પરમ ક્ષણે નિતંબિની જ્યારે મને આ પ્રસંગ સંભળાવી રહી હતી ત્યારે હૃદય વલોવાતું હતું. કર્મ અને કર્તવ્યની આટલી બધી શિખ પછી પણ શા માટે પાર્થ ભ્રમિત થઈ ગયા ?

હું સ્વયં ચકિત હતી, સખાની નિર્ણયશક્તિ પર, સ્પષ્ટતા પર, દૃઢતા પર ! જ્ઞાનની યથાર્થતા સામે કોઈ પ્રશ્ન હોઈ શકે જ નહીં, પરંતુ એ જ્ઞાનથી બહાર નીકળીને પણ કર્મની મહત્તા છે એ વાત સખાએ કેટલી સ્વાભાવિકતાથી પ્રતિપાદિત કરી દીધી !

પિતામહને તો ઇચ્છામૃત્યુનું વરદાન હતું, પરંતુ સહેજ પણ વિચલિત થયા વિના સંપૂર્ણ સમર્પણથી એમણે શ્રીકૃષ્ણને પોતાની હત્યા કરવાનું કહ્યું.

બંને પોતાના કર્મથી બાધ્ય – બંને પોતાના ધર્મને સમર્પિત. બંને પરમ યોદ્ધા, પરમ જ્ઞાની, સ્થિતપ્રજ્ઞ અને પરમ યોગી.

કૃષ્ણ પોતાની પ્રતિજ્ઞા તોડવા વિશે કર્તવ્યભાવથી બાધ્ય અને પિતામહ ભીષ્મ પોતાના વીરત્વને કોરે મૂકી શ્રીકૃષ્ણ ચરણમાં સમર્પિત થવા તત્પર.

અહીં વૈયક્તિક ધર્મ અને સમષ્ટિના ધર્મ વચ્ચે 'સંવાદપૂર્ણ વિવાદ' રચાયો. શ્રીકૃષ્ણ જો પિતામહને હણે, તો એમણે પોતે જ લીધેલી પ્રતિજ્ઞાનો ભંગ થાય છે અને જો પિતામહ આ જ રીતે સંહાર કરતા રહે તો ધર્મનો ક્ષય થાય છે...

દ્વંદ્વ નહોતું થયું કૃષ્ણના મનમાં.

નિશ્ચય હતો જ. સ્પષ્ટ.

બેમાંથી એક જ થઈ શકે, પ્રતિજ્ઞાનું પાલન કે ધર્મનું રક્ષણ. ધર્મનું રક્ષણ અનિવાર્ય હતું, કર્તવ્ય હતું. એ માટે તો આ પૃથ્વી પર ઉપસ્થિત હતા પોતે.

વ્યક્તિગત પ્રતિજ્ઞા કે પ્રતિષ્ઠા જરાય અગત્યના નહોતા, એ પળે.

એક ક્ષણનોય વિલંબ કર્યા વિના એમણે પિતામહના રથ તરફ જવા માંડ્યું. એ જ પળે પાર્થ પણ પોતાની નિર્બળતા સમજી ગયા.

પાર્થને પ્રત્યેક પળે દ્વંદ્વમાંથી પસાર થવું પડે છે... આ એમની નિયતિ હશે ? પોતે સ્વયંવરમાં જીતેલી ભાર્યા ભાઈઓ સાથે વહેંચવી કે નહીં ? બીજા ભાઈ સાથે સમય વિતાવી રહેલી ભાર્યાના ખંડમાં પ્રવેશી ગૌરક્ષા કરવી કે નહીં ? ઉર્વશીને સ્વીકારવી કે નકારવી ?

આવા અનેક પ્રશ્નોમાંથી એમણે પસાર થયા કરવું પડ્યું. ફરી એક વાર ભીષ્મ પિતામહની સામે યુદ્ધ કરતી વખતે એમણે પ્રશ્ન કર્યો, "અવધ્યોનો વધ કરીને નરકથી પણ વધુ નિંદનીય રાજ્ય મેળવવું કે વનવાસમાં રહી કષ્ટ ભોગવવું ?"

આટલા સંભાષણ પછી પુછાયેલો આ પ્રશ્ન શ્રીકૃષ્ણ માટે નિરાશા અને ક્રોધ બંને લાવ્યો હશે એમ માનું છું. કદાચિત તેથી જ સુદર્શન લઈને સ્વયં ધસી જવાનો નિર્ણય કરવો પડ્યો હશે એમણે ! રણમાં ઊભેલા નરશ્રેષ્ઠને જોઈને પાર્થને ફરી એક વાર પોતાનું કાર્ય અને પોતાના કર્મનું સ્મરણ થયું હશે.

કૃષ્ણનાં ચરણ પકડીને રણભૂમિમાં ઘસડાતા પાર્થે ગદ્‌ગદિત સ્વરે એમને વચન આપ્યું :

મમૈષ ભારઃ સર્વો હિ હાનિષ્યામિ યતવ્રતમ્‌,
શપે માધવ સખ્યેન સત્યેન સુકૃતેન ચ.

સખ્ય, સત્ય અને સત્કર્મ. આ ત્રણ સોગંદ ખાઈને હવે હું તમને વચન આપ્યું કે પિતામહના વધનો ભાર મારા પર છે.

એ પછી જે અદ્ભુત ઘટના મેં જાણી ત્યારે મને સમજાયું કે કુરુકુળ શા માટે નરશ્રેષ્ઠોનું કુળ કહેવાય છે. એ કુળની પુત્રવધૂ હોવાનો મને ગર્વ થયો. ઉન્નત મસ્તકે હું નિતંબિનીનું વૃત્તાંત સાંભળી રહી.

શ્રીકૃષ્ણ સ્વયં યુધિષ્ઠિરને સાથે લઈને પિતામહને મળવા ગયા. એમણે પિતામહને જ પ્રશ્ન કર્યો, "યુદ્ધભૂમિમાં તમારા પર જય કઈ રીતે મેળવાય તે મને કહો."

જ્યોપાયં બ્રવીહિ ત્વમાત્મનઃ સમરે પરૈઃ.

આ પ્રશ્નનો સરળ અર્થ એ હતો કે તમારું મૃત્યુ કઈ રીતે થશે એ તમે જ મને કહો.

આ પ્રશ્ન બીજા કોઈને પણ પૂછવામાં આવે તો એનો ઉત્તર મળવાની કોઈ સંભાવના છે ખરી ?

યોગી સિવાય કોઈ પોતાના મૃત્યુને સ્વયં આમંત્રિત કરી શકે ખરું ?

જેણે આજીવન બ્રહ્મચર્યનું પાલન તમામ પ્રલોભનો વચ્ચે પાળી જાણ્યું... જે માતા માટે આ પ્રતિજ્ઞા લેવાઈ હતી એ જ માતાના આદેશને ઉવેખીને પણ જેણે પ્રતિજ્ઞાનું પાલન કર્યું તે જ ઇચ્છામૃત્યુના વરદાન છતાં આવી પહોંચેલા મૃત્યુને સહજપણે સ્વીકારી શકે.

ભીષ્મ અને કૃષ્ણમાં એક સામ્યતા છે.

બંને પરમ સ્વીકાર જાણે છે, જીવનનો અને મૃત્યુનો આદર કરે છે – સહજપણે અને એકસરખો.

ગંગાપુત્ર દેવવ્રત ભીષ્મ સરળતા અને સહજતાથી કૃષ્ણના પ્રશ્નનો પ્રતિઉત્તર આપી શક્યા.

એમણે સ્પષ્ટ કહી દીધું :

ન તં પશ્યામિ લોકેષુ યો માં હન્યાત્સમુદ્યતમ્,
ઋતે કૃષ્ણાન્મહાભાગાત્ પાંડવાદ્ વા ધનંજ્યાત્.

મહાભાગ કૃષ્ણ અને પાંડવ ધનંજયઃ એ બેને બાદ કરતાં મને હણી શકે એવો કોઈ માનવી મને દેખાતો નથી.

પરંતુ શિખંડીને મારી સન્મુખ રાખીને યુદ્ધ કરશો તો હું નહીં લડું.

એ જ ક્ષણે કદાચિત ઇચ્છામૃત્યુનો સમય આવી લાગ્યો હશે. આકાશમાંથી ઋષિઓ અને વસુઓએ આકાશવાણી કરી એમના મનોભાવને પુષ્ટિ આપી,

"યુદ્ધાદ્ બિદ્ધિં નિવર્તય."

યુદ્ધમાંથી મન પાછું લઈ લો.

અહીં પિતામહને યુદ્ધની નિરર્થકતા સમજાઈ હશે કદાચિત. એમની ભીતર ચાલી રહેલા દ્વંદ્વને પણ સખાએ દ્વૈતમાં પરિવર્તિત કર્યો.

દ્વિધા તો ત્યાં સુધી જ હોય છે, જ્યાં સુધી દ્વંદ્વ હોય છે, સંશય હોય છે ત્યાં સુધી જ અનિર્ણય હોય છે. એક વાર નિર્ણય લેવાઈ જાય પછી વિચાર, વસ્તુ કે વ્યક્તિને અત્યંત સહજતા અને પરમ સ્વીકારની ભૂમિકા પર સમર્પિત કરી શકાય છે.

સ્વીકાર અને સમર્પણ ભિન્ન નથી, એકમેકથી !

પરમ સ્વીકાર હોય ત્યાં જ સમર્પણ સંભવ છે. જે પોતાનું છે તે જ સમર્પી શકાય, તો જે સમર્પી શકાય તે જ સદૈવ પોતાનું રહી શકે.

પિતામહ એક વાર યુદ્ધની વ્યર્થતા પામી ગયા ત્યાર પછી એમણે મનોમન ઇચ્છામૃત્યુને સ્વીકારી લીધું.

આપણે સૌ આવાં વૃથાયુદ્ધો લડતા રહીએ છીએ જીવનપર્યંત... વૃથાનો ત્યાગ કરવો, યુદ્ધનો ત્યાગ કરવો, નિરર્થકતા ત્યજી દેવી એ જ જીવનનો મર્મ છે. આ મર્મ આપણને સૌને ત્યારે સમજાય છે જ્યારે આપણે સમગ્ર જીવન આવાં વૃથાયુદ્ધો પાછળ વ્યતિત કરીને જીવનના અંતિમ ચરણમાં પ્રવેશી ચૂક્યા હોઈએ છીએ.

ભીષ્મ જે પળે રણસંગ્રામમાં ઢળ્યા એ પછી કદાચિત આ યુદ્ધનો અંત નિકટ દેખાવા લાગ્યો.

ભીષ્મના મૃત્યુના સમાચાર સાંભળી ધૃતરાષ્ટ્રના તેજવિહીન ચક્ષુઓમાં જળ ઊભરાયાં. એમને કર્તવ્ય વિમુખ થયા તે માટે પશ્ચાત્તાપ થવા લાગ્યો હશે... પુત્રોના મોહમાં રહી યુદ્ધ નિવારી ન શક્યા તે માટે વારંવાર એમણે સ્વયંને દંડ દીધો હશે...

યથાવધ્યાઃ પાણ્ડુસુતા યથા વધ્યાશ્ચ મે સુતાઃ

એમણે પૂછેલો પ્રશ્ન અત્યંત સૂચક હતો, "આ પાંડવો કેમ મરતા નથી ? એ શાથી અવધ્ય છે ? અને મારા પુત્રો શા માટે એક પછી એક મરી રહ્યા છે ?"

સંજયે ઉત્તર આપતાં કહ્યું હતું, "રાજન, પાંડવો કોઈ મંત્રથી, માયાજાળથી

કે બિભીષિકા દ્વારા વિજય પામતા નથી. તેઓ સંપૂર્ણ ન્યાયપૂર્વક અને પોતાની સમગ્ર શક્તિથી યુદ્ધ કરે છે."

આ યુદ્ધ વિશ્વ ઇતિહાસમાં એક અમીટ છબિ રચી રહ્યું હતું.

મારા પ્રશ્નોપનિષદમાંથી જન્મેલું આ યુદ્ધ સંહાર વિના બીજું કશું જ જાણતું નહોતું.

મૃત્યુના પ્રાદુર્ભાવની એક કથા ભગવાન વ્યાસે યુધિષ્ઠિરને જણાવી હતી, બ્રહ્માના ક્રોધમાંથી શ્યામ રક્તવર્ણી અને પીંગળ વર્ણની લાંબી જીભ, મુખ અને ચકળવકળ નેત્રવાળી તપ્તકુંડળ અને તપ્ત આભૂષણવાળી એક નારી સર્જાઈ.

જે જન્મ આપે છે તેણે જ મૃત્યુનું નિર્માણ કર્યું ?

ક્રોધ અને પ્રતિશોધ સર્જક પાસે પણ સંહારનું કાર્ય કરાવે છે ! સર્જનહાર બ્રહ્માના ક્રોધમાંથી જન્મેલી આ નારીને સંહારનું કાર્ય સોંપાયું. એણે પ્રતિકાર કર્યો. સહસ્રાબ્દીઓ સુધી એક પગે ઊભા રહીને તીવ્ર તપ કર્યું.

બ્રહ્મા પ્રગટ થયા, આશ્વાસન આપતા કહ્યું, "હે મૃત્યુ, તું સંહાર કરીશ કારણકે એ તારું કર્તવ્ય છે, પરંતુ તને અધર્મ નહીં લાગે. મારા હાથમાં આવેલા તારા અશ્રુઓ વ્યાધિ બનીને – રોગ બનીને – મૃત્યુનું કારણ બનીને પ્રાણીઓના શરીરમાં પ્રવેશ કરશે અને તેનાથી એમનો વિનાશ થશે. તું અધર્મને પાત્ર નહીં બને. પોતાનું કાર્ય કરનાર કોઈ ક્યારેય અધર્મી ગણી શકાય જ નહીં."

સંહાર તારું જન્મ કર્તવ્ય છે. તું ક્રોધમાંથી જન્મી છે. વિનાશ તારું પરિણામ છે, માટે નિશ્ચિંત થા અને તારું કાર્ય કર. તને અધર્મ નહીં સ્પર્શે આ મારું વચન છે.

યાન્યશ્રુબિન્દૂનિ કરે મમાંસ-
સ્તે વ્યાધયઃપ્રાણિનામાત્મજાતાઃ
તે મારયિષ્યન્તિ નરાન્ ગતાસૂન્
નઃ ધર્મસ્તે ભવિતા માસ્મ ભૈષીઃ

જે યુદ્ધ અનેક નર, વીર અને બળવાન યોદ્ધાઓના મૃત્યુનું કારણ હતું એ યુદ્ધ અંતે પૂર્ણ થયું. ગુરુ દ્રોણનું મૃત્યુ અંતે મારા ભાઈ ધૃષ્ટદ્યુમ્નના બાણથી થયું. મારા પિતાના પ્રતિશોધનો અંત આવ્યો.

રોજેરોજ મૃત્યુના સમાચાર સાંભળ્યા પછી જીવન પ્રત્યેની શ્રદ્ધા કઈ રીતે ટકી શકે ! મહાબળવાન વીરો, ચતુરો એક પછી એક જે રીતે હણાઈ

રહ્યા હતા તે જાણતા મને હવે જીવન પ્રત્યે તિરસ્કાર જન્મવા લાગ્યો હતો.

યુદ્ધ શરૂ થયું ત્યારથી જ એક નિશ્ચિત નિર્ણય લેવાઈ ચૂક્યો હતો... સહુ જાણતા હતા કે આ યુદ્ધનું પરિણામ શું આવશે.

દ્રોણ પ્રચંડ યુદ્ધ કરી રહ્યા હતા ત્યારે દુર્યોધનને હજીયે એવી આશા હતી કે પાંડવો ભય પામીને, હારીને ભાગશે. ત્યારે કર્ણએ એને કહ્યું હતું :

વિષાગ્નિદ્યૂતસંક્લેશાન્ વનવાસં ચ પાંડવા:,
સ્મરમાણા ન હાસ્યન્તિ સંગ્રામમિતિ મે મતિ:.

વિષપ્રયોગ, અગ્નિદાહ અને દ્યૂતસભા વગેરે ક્લેશ જેમણે સહ્યા છે અને વનવાસ જેમણે ભોગવ્યો છે, એવા પાંડવો આ બધું ન ભૂલે એટલે જ તેઓ યુદ્ધમાં મરવું પસંદ કરે, પણ પોતાના પર આ આપત્તિઓ વર્તાવનારથી હારવું તો ન જ પસંદ કરે.

સંજય રોજેરોજની કથા મહારાજ ધૃતરાષ્ટ્રને સંભળાવતા હતા. દ્રોણ વધની કથા સાંભળી હૃદયના શોકથી અત્યંત પીડાયેલા ધૃતરાષ્ટ્રએ પુત્ર વિજયની આશા છોડી દીધી હતી. અત્યાર સુધી જે પોતાના પુત્રોને અંધ વાત્સલ્યથી પંપાળી રહ્યા હતા તે ધૃતરાષ્ટ્ર પણ હવે એ સત્યનો સ્વીકાર કરવા લાગ્યા હતા કે એમના પુત્રોનું મૃત્યુ નિશ્ચિત છે.

સુભદ્રાનો પુત્ર અભિમન્યુ હજી તો જીવન શરૂ કરે તે પહેલા મૃત્યુના મુખમાં પહોંચી ગયો.

દુ:ખ અને શોકથી પીડાતા શ્રીકૃષ્ણ અને અર્જુન આખી રાત ઊંઘી શક્યા નહીં. વાસુદેવે બહેનને અનેક આશ્વાસન આપ્યાં.

પુત્રના શોકથી પીડાતી દુ:ખી બહેન સુભદ્રાને તેમણે કહ્યું, "હે યાદવકુળમાં જન્મેલી બહેન સુભદ્રા, કાળે સર્વ પ્રાણીઓની આ જ સમાપ્તિનું નિર્માણ કર્યું છે. સુદૈવની વાત છે કે પોતાના પિતાસમાન પરાક્રમવાળો તારો ધીર અને મહારથી પુત્ર ક્ષાત્ર ધર્મ અનુસાર વીર પુરુષોની ઇષ્ટ ગતિને પામ્યો છે. આ રાત્રી વીતશે અને પરોઢ થશે એટલે પાપકર્મ કરનારનો સિંધુ રાજા જયદ્રથ અર્જુનથી બચશે નહીં. આવતી કાલે તું સાંભળીશ કે સિંધુરાજાનું મસ્તક રણમાં કપાઈ ગયું છે. મનુષ્યો, પિશાચો, સર્પો, રાક્ષસો, પક્ષીઓ, દેવો કે અસુરો પણ રણમાં રહેલા સિંધુરાજનું કદાચ રક્ષણ કરશે તો પણ આવતી કાલે પ્રભાતે જયદ્રથ તેનું રક્ષણ કરનારાઓની સાથે આ જગતમાં રહેવાનો નથી."

નિતંબિની આ કહી રહી હતી ત્યારે મને એક જ વિચાર આવતો હતો, "સખા એનું વચન તો પાળશે જેથી જયદ્રથ નિશ્ચિત હણાશે, પરંતુ જયદ્રથના હણાવાથી સુભદ્રાનો પુત્ર પાછો ફરશે ખરો ? શું તે પુનઃ જીવિત થઈ શકશે ? જો એમ નહીં થઈ શકે તો આ યુદ્ધ, આ ધર્મ, આ વિજય કોને માટે ?"

પ્રતિશોધમાં અંધ બનીને એકમેક તરફ ક્રોધપૂર્ણ પ્રહાર કરી રહેલા આ રાજવીઓ એકમેકને હણી રહ્યા છે કે સ્વયંના મૃત્યુને નિમંત્રણ આપી રહ્યા છે ?

સુભદ્રાનો વિલાપ અસહ્ય હતો. હું જ્યારે એને આશ્વાસન આપી રહી હતી ત્યારે મારા પોતાના ભયાનક ભાવિ વિશે અનભિજ્ઞ હતી.

મેં એને કહ્યું, "મારા પાંચેય પુત્રો તારા જાણજે. એ તારું એટલું જ સન્માન કરશે, તને એટલો જ સ્નેહ કરશે, જેટલો એ મને કરે છે અથવા અભિમન્યુ તને કરતો હતો."

ત્યારે હું નહોતી જાણતી કે મારે પણ સુભદ્રાની જેમ જ વિલાપ કરવાનો છે. પ્રતિશોધનો આ સર્પ મારા પુત્રોને પણ વીંટળાઈ વળવાનો હતો. અશ્વત્થામાના પ્રતિશોધનાઓમાં ત્રીજી પેઢી સુધી લંબાઈને મારા પુત્રોને કાળના મુખમાં હોમી દેવા તત્પર હતા. નિદ્રાધીન મારા પાંચેય પુત્રો અગ્નિદેવનું ભોજન બની જવાના હતા...

જીવનભર હું સુભદ્રાની ઈર્ષ્યા કરતી રહી, પણ આજે સુભદ્રાનો વિચાર કરતા મારું હૃદય પણ દ્રવી ગયું. શ્રીકૃષ્ણ તરફ જોતાં મને સાચે જ પ્રશ્નો ઉદ્‌ભવવા લાગ્યા.

શા માટે ધર્મની સંસ્થાપનામાં આટઆટલા જીવોનો હોમ કરવો પડ્યો ? શા માટે સત્ય સુધી પહોંચવા માટે આટઆટલા વીર અને પુણ્યશાળી પુરુષોએ પોતાના જીવની આહુતિ આપી ? શું આ બધું થયા પછી ધર્મની સંસ્થાપના થશે ખરી ?

સાત્યકિએ ભુરિશ્રવાનું મસ્તક ઉતારી લીધું ત્યારે એને અધર્મ અને અનુચિત ગણાવનારા સર્વેને સાત્યકિએ પ્રશ્ન કર્યો હતો :

યદા બાલઃ સુભદ્રાયાઃ સુતઃ શસ્ત્રવિનાકૃતઃ,
યુષ્માભિર્નિહતો યુદ્ધે તદા ધર્મઃ ક્વ વો ગતઃ

જ્યારે સુભદ્રાના બાળકને શસ્ત્રરહિત કરી તમે સૌએ સાથે મળી મારી નાખ્યો હતો ત્યારે તમારો ધર્મ ક્યાં ગયો હતો ?

જયદ્રથના મૃત્યુથી દુર્યોધનને પ્રથમ વાર સમજાયું કે અવધ્ય એવો જયદ્રથ પણ મરાયો તો હવે કૌરવકુળનો વિનાશ કોઈ રોકી શકવાનું નથી.

જયદ્રથના મૃત્યુની ધનંજયની પ્રતિજ્ઞા પછી શ્રીકૃષ્ણએ એને જે સહાય કરી તેને અધર્મ કહેનાર પણ હોઈ શકે, પરંતુ જ્યારે એણે પ્રતિજ્ઞા લીધી ત્યારે કૃષ્ણએ એને પૂછ્યું હતું, "મારી સંમતિ વિના તેં આવડી મોડી પ્રતિજ્ઞા તો કરી લીધી... તું એ પાળી શકીશ ખરો ? આપણે ઉપહાસપાત્ર તો નહીં બનીએ ને ?"

જયદ્રથ વધમાં ફરી એક વાર કર્તવ્યના પાલનને વધુ મહત્ત્વનું ગણીને સૂર્યને વહેલો અસ્ત થયેલો દેખાડનાર કૃષ્ણ વૈયક્તિક પ્રતિષ્ઠા અને પ્રતિજ્ઞાથી આગળ વધી સમસ્તિના શ્રેય તરફ ધસી ગયા... જયદ્રથ હણાયો છે...

પાંડવ ઉત્સાહીત બનીને આગળ વધ્યા. દુર્યોધન હતોત્સાહ થવા લાગ્યો.

દુર્યોધનને હવે કદાચિત પોતાનું મૃત્યુ દૃષ્ટિ સમક્ષ દેખાવા લાગ્યું હશે. આવનારા પરિણામની આશંકાથી ભયભીત થઈને એણે દ્રોણને પૂછ્યું, "હું અને અર્જુન, એ બેમાંથી કોણ વધુ વિદ્યા જાણે છે ? તમને વિશેષ પ્રિય કોણ છે ? અને કોણ જીતે એવું તમે ઇચ્છો છો તે મને કહો."

ત્યારે દ્રોણ સંપૂર્ણપણે ગુરુની ભૂમિકામાં આવીને દુર્યોધનને રાજ્યગુરુએ પ્રતિઉત્તર આપ્યો :

"સમમાચાર્યકં તાત તવ ચૈવાર્જુનસ્ય ચ,
યોગાદ્ દુઃખોચિતત્વાચ્ચ તસ્માત્ત્વતોઽધિકોઽર્જુનઃ"

આચાર્ય દ્વારા અપાતું જ્ઞાન તો તને અને અર્જુનને સરખું જ મળ્યું છે. માત્ર યોગ અને દુઃખ અર્જુનને વિધાતાએ વધારાનું આપ્યું છે જેને કારણે એ તારાથી જુદો પડે છે.

એનાથી મોટી એક વાત બીજી પણ હશે, કદાચ !

અર્જુન પાસે કૃષ્ણ જેવા મિત્ર અને ગુરુ હતા. દુર્યોધન એ રીતે અકીંચન રહ્યો.

૧૦

યુદ્ધ ક્યારેય સુખની ક્ષણો લાવતું નથી. જે લોકો હારી જાય છે એમને પક્ષે તો વિનાશ હોય જ છે, પરંતુ જીતનારા પણ સંપૂર્ણપણે વિજયનો આનંદ લઈ શકતા નથી. કારણ કે એમના પક્ષે પણ સંહાર અને રક્ત તો રહે જ છે.

યુદ્ધ રોજેરોજ નવા રંગ બતાવતું હતું. પિતામહ શિખંડીના બાણથી ઘાયલ થઈને પૃથ્વી પર પડ્યા ત્યારે શિખંડીની આંખોમાં પીડા અને પશ્ચાત્તાપ જોયા પછી મને લાગ્યું કે કદાચિત આ જ ભાવ અમારી સહુની આંખોમાં યુદ્ધ પશ્ચાત સ્થાયી થઈ જવાનો છે. અમને સહુને યુદ્ધની પીડા અને પશ્ચાત્તાપ એ જ રીતે થવાના હતા, જે રીતે અત્યારે શિખંડીને થઈ રહ્યા હતા.

શિખંડીનો પ્રશ્ન આમ જુઓ તો ન સમજી શકાય તેવો અને દુષ્કર હતો. ભીષ્મ સાથે લગ્ન કરવાની એની તીવ્ર મહેચ્છા પૂર્ણ ન થઈ શકી. એણે પરશુરામ અને ભીષ્મનું યુદ્ધ જોયા પછી પણ પોતાનો આગ્રહ છોડ્યો નહીં. શ્રી મહાદેવની સાધના કરીને એણે વર મેળવ્યું કે પોતે જ ભીષ્મના સંહારનું કારણ બનશે. સ્ત્રીરૂપે અવતરીને કુબેરના સેવક પાસેથી પુરુષરૂપ પામ્યા પછી પણ એનો પ્રણય સમાપ્ત થઈ શક્યો નહીં. પુરુષના શરીરમાં રહેલો સ્ત્રીનો આત્મા ભીષ્મની આરાધના કરતો હતો, એમની કામના કરતો હતો.

તો બીજી તરફ એ જ આત્મા ભીષ્મને અત્યંત ધિક્કારતો હતો. એ જ

આત્મા ભીષ્મનું મૃત્યુ માગતો હતો. એ જ આત્મા ભીષ્મનો સર્વનાશ ઇચ્છતો હતો. આપણા સહુની અંદર કદાચ આવાં બે તત્ત્વો હોય છે. શુભ અને અશુભ માગતા બે જુદાં તત્ત્વો. એક તત્ત્વ સહુનું કલ્યાણ ઇચ્છે છે. સ્વયં કલ્યાણી તત્ત્વ છે. શુભમાં શ્રદ્ધા ધરાવતું તત્ત્વ એ ક્યારેય કોઈનું અશુભ કરી શકતું નથી. આ તત્ત્વ ક્ષમા કરી શકે છે, કરુણા કરી શકે છે, જીવન પ્રત્યેની શુભ દૃષ્ટિ આ તત્ત્વનો મુખ્ય આધાર છે. બીજું તત્ત્વ અશુભ છે જે આપણી અંદર જ શ્વસે છે. જે પ્રતિશોધ અને અહંકારનું દ્યોતક છે. આ એવું તત્ત્વ છે જે વ્યક્તિમાત્રને વિનાશ તરફ દોરી જાય છે. જીવનની એવી વાતોથી વ્યક્તિને દૂર લઈ જાય છે જે જીવન માટે અનિવાર્ય છે. વ્યક્તિ આત્માભિમુખમાંથી આત્મવિમુખ થઈ જાય છે. સ્વયંને અન્યાય કરે છે અને પોતાની સાથેની વ્યક્તિઓને અન્યાય કરી બેસે છે.

પ્રેમ જ્યારે આપવા બેસે છે ત્યારે પોતાનું સમગ્રત્વ આપી શકવાની એનામાં પૂરેપૂરી તૈયારી હોય છે. આત્મસમર્પણ એ પ્રેમનું પહેલું પગથિયું છે. સ્વયંને ભૂંસીને પ્રિયજનમાં એકાકાર થઈ જવા આતુર એવી વ્યક્તિ જ્યારે ઇચ્છિત પ્રેમ પામી નથી શકતી ત્યારે એનામાં રહેલું અશુભ તત્ત્વ જાગે છે. અસ્વીકારને તિરસ્કાર ગણવાની ભૂલ થઈ જાય છે. આ જ ભૂલ શિખંડીએ કરી. ભીષ્મ પોતાની પ્રતિજ્ઞાના કારણે એનો સ્વીકાર કરી શકે એમ નહોતા. શિખંડીએ ભીષ્મની આ મર્યાદાને એમનો હઠાગ્રહ માની લીધો.

પ્રિયજન સાથે પ્રતિશોધ લીધા પછી સુખ મળશે એ માન્યતા ભ્રામક છે. વ્યક્તિ ગમે તેટલી પીડિત હોય, પરંતુ જે પ્રિય છે તે તો સદૈવ પ્રિયજન જ રહે છે. ભીષ્મને ભૂમિ પર સિંહની જેમ પડેલા જોઈને શિખંડીની આંખોમાં જળ ઊભરાયાં હતાં. જીવનના બબ્બે જન્મો સુધી જેને હૃદયપૂર્વક પ્રેમ કર્યો એવા આ પ્રિય પુરુષને મૃત્યુની નિકટ જોઈને શિખંડી પણ પોતાના ક્રોધ અને પ્રતિશોધ પરત્વે અપરાધની લાગણી અનુભવી રહ્યો હતો.

અમે સહુ આ જ સ્થિતિમાં પહોંચી જવાના હતા એવું મને લાગવા માંડ્યું. મારું હૃદય કંપી ઊઠ્યું. શું દુર્યોધનનું મૃત્યુ મારા અપમાનની સ્મૃતિને વિસ્મૃતિમાં ફેરવી શકશે ? મારી સાથે જે કંઈ થયું તે બધું બદલી શકાશે ? જો એમ ન થવાનું હોય તો આટઆટલા બલિદાનનો શો અર્થ છે ?

આ પ્રશ્નો હવે પૂછવાનો કોઈ અર્થ નહોતો, તેમ છતાં મારું મન હવે

આ પ્રશ્નો કરીને મને વધુ ને વધુ અપરાધની લાગણી અને પીડા આપી રહ્યું હતું.

યુદ્ધ ચરમસીમાએ હતું. નિતંબિની રોજેરોજના સમાચાર આપતી. આશ્ચર્યની વાત એ હતી કે એ શત્રુસેનાના સમાચાર પણ લઈ આવતી. શી રીતે લાવતી હશે ? કોણ એને જાણતું હશે એવા પ્રશ્નો મને થતા. હું એને આવા પ્રશ્નો કરું ત્યારે એ મધુર હાસ્ય વેરી દેતી, "તમારે સમાચાર સાંભળવાથી સંબંધ છે. અન્ય પ્રશ્નો શા માટે પૂછો છો, મહાદેવી ?"

એ આજે પણ યુદ્ધનું વૃત્તાંત સંભળાવતી હતી, "ભીમસેને હસ્તિ સેનાનો સંહાર કરી નાખ્યો. અર્જુનના સોમલ પાયેલા બાણો વડે સર્વજગત ભરાઈ ગયું હોય એમ લાગતું હતું. શત્રુઓના રથ સૈન્યમાં દાખલ થઈને અનેક આકારના બાણો ચલાવી ઇન્દ્રએ જેમ દૈત્યનો સંહાર કરી નાખ્યો હતો એમ અર્જુને ભયાનક સંહાર કર્યો.

મેઘ જેમ જળધારાઓ છોડી મૂકે તેમ અર્જુન પણ ત્યાં ઇન્દ્રના વજ્ર સમાન તીક્ષ્ણ સ્પર્શવાળા અસહ્ય અને મહાતેજસ્વી બાણો છોડી રહેલો દેખાતો હતો. અર્જુને જ્યારે સૈન્યને હણવા માંડ્યું ત્યારે તે દુર્યોધનના દેખતાં સંગ્રામમાંથી નાસવા લાગ્યા. તે વેળા કેટલાક સૈનિકો પિતાઓને, ભાઈઓને તથા મિત્રોને પણ રણમાં છોડીને નાસી ગયા. કેટલાકના ઘોડાઓ માર્યા ગયા, કેટલાકના રથો ભાંગી પડ્યા, કેટલાકના સારથિઓ માર્યા ગયા અને કેટલાકના રથોના ધુંસરા, ધરીઓ, પૈડાં તથા ઇસો ભાંગી પડ્યાં.ત્યારે બીજા કેટલાક સેનિકોની પાસે બાણો ખૂટી પડ્યાં તથા બાણોથી પીડાયેલા અને નહિ પીડાયેલા કેટલાક યોદ્ધાઓ ભયના માર્યા રણમાંથી નાસી ગયા..."

નિતંબિની વૃત્તાંત સંભળાવતી હતી.

"...પોતાના સૈન્યને નષ્ટવીર્ય થયેલું જોઈને દુર્યોધન જે સ્થળે મહાબળવાન શકુનિ ઊભો હતો તે સ્થળે નાસી ગયો. આ રીતે જ્યારે રથસૈન્યમાં ભંગાણ પડ્યું ત્યારે ત્રણ હજાર મોટા મોટા હાથીઓ પાંડવપક્ષના સર્વ રથીઓની ચોપાસ વીંટાઈ વળ્યા.

દુર્યોધનને રથસૈન્યમાં નહીં જોઈને અશ્વત્થામા, કૃપાચાર્ય અને કૃતવર્મા ક્ષત્રિયોને પૂછવા લાગ્યા, "દુર્યોધન ક્યાં છે ?" એટલે સર્વ ક્ષત્રિયોએ જ્યાં મનુષ્યોનો સંહાર થઈ રહ્યો હતો ત્યાં દુર્યોધનની તપાસ કરી. એને નહીં જોવાથી

મહારથીઓ તેને મરણ પામેલો જ માનવા લાગ્યા. તેમના મોં નિસ્તેજ થઈ ગયા. તેઓ અન્યોન્યને દુર્યોધનના સંબંધમાં પૂછવા લાગ્યા ત્યારે કેટલાક કહેવા લાગ્યા કે, "સારથિનું મરણ થતાં દુર્યોધનરાજા પાંચાલરાજાના દુઃસહ સૈન્યનો ત્યાગ કરીને શકુનિ પાસે ચાલ્યા ગયા છે."

ભીમસેન હાથમાં ગદા લઈને રણમાં ઘૂમવા લાગ્યો. તે જોઈ, મરતાં બચી ગયેલા ૧૧ ભાઈઓ કુરુરાજ દુર્યોધનને રણમાં નહીં દેખીને એકસાથે ભીમસેનની સામે ધસ્યા.

દુર્મુર્ષણ, શ્રુતાંત, જૈત્ર, ભૂરિબલ, રવિ, જ્યત્સેન, સુજાત, શત્રુહંતા દુર્વિષહ, દુર્વિમોચન, દુષ્પ્રધર્ષ તથા મહાબાહુ શ્રુતર્વા આ અગિયાર યુદ્ધકુશળ ભાઈઓ એકત્ર થઈને સર્વ તરફથી ભીમસેનને ઘેરી લીધો, એટલે ભીમસેન વળી પાછો પોતાના રથ પર ચઢી બેઠો. એ એમના મર્મભાગોમાં તીક્ષ્ણ બાણો મારવા લાગ્યો. તે મહારણમાં ભીમસેન બાણોનો મારો ચલાવવા લાગ્યો એટલે કૌરવ ભાઈઓ પણ જાણે ઢાળવાળા પ્રદેશ પરથી હાથી સામા ધસી જતા હોય તેમ ભીમસેન સામા ધસી ગયા.

કુંતાપુત્ર ભીમસેને યુદ્ધમાં એ અગિયારનો સામટો નાશ કરી પોતાના આત્માને કૃતાર્થ માન્યો.

હવે માત્ર દુર્યોધન અને શુદર્શ બે જ કુરુપુત્રો જીવીત હતા. શકુનિ એના થોડા ઘોડેસવારો, અશ્વત્થામા, સુશર્મા, કૃતવર્મા, અને શકુનિનો પુત્ર ઉલૂક... કૌરવોના સૈન્યમાં ફક્ત આટલા જ લોકો જીવીત હતા.

દુર્યોધન સાચે જ ભયગ્રસ્ત હતો. શકુનિ પાસે પહોંચ્યો ત્યારે એણે જોયું કે સહદેવ શકુનિની પાછળ કાળની જેમ પડ્યો હતો.

શૂરવીર અને પ્રતાપી સહદેવે શકુનિના પુત્ર ઉલૂકનો સંહાર કર્યો. પહેલાં પુત્ર ઉલૂક પૃથ્વી પર પડ્યો. પુત્રને ધરતી પર પડેલો જોઈને શકુનિની આંખો ભરાઈ આવી... એને અર્થહીન વેર તથા પોતે કરેલા પાપકર્મની સ્મૃતિ થઈ આવી.

વિદુરે એને સમજાવ્યો હતો ત્યારે એણે કોઈનું માન્યું નહીં. વિદુરનાં વચનો જીવનના અંતકાળે એને સાચા લાગવા માંડ્યા હતા, પરંતુ હવે સમય વીતી ગયો હતો. એને માટે મૃત્યુ નિશ્ચિત હતું. વિદુરે તે દિવસે રાજ્યસભામાં કહ્યું હતું :

*"ય ઈર્ષુઃ પરવિત્તેષુ રૂપે વીર્યે કુલાન્વયે,
સુખે સૌભાગ્યસત્કારે તસ્ય વ્યાધિરનન્તકઃ"*

જે અન્યોના ધનની, સૌંદર્યની, પરાક્રમની, કુળવાનપણાની, સુખની, સૌભાગ્યની કે એમને મળતા માન-સન્માનની ઈર્ષા કરે છે એવા લોકોનો રોગ અસાધ્ય છે. દુર્યોધનને પાંડવોના ધન, પરાક્રમ, સુખ, સૌભાગ્ય અને સન્માનની ભયાનક ઈર્ષા છે અને એટલે જ ઈર્ષાના આ રોગમાં બળી રહેલા દુર્યોધનનો રોગ અસાધ્ય છે.

દુર્યોધનને આ રોગ લગાડનાર શકુનિ જ હતો ને ? સગા મામાએ પોતાના ભાણેજને સત્કર્મો અને સદ્‌વિચારની શિક્ષા આપવી જોઈએ એને સ્થાને એમણે એના મનમાં ઈર્ષા જગાડી. આજે એ ઈર્ષાના દાવાનળમાં ભસ્મ થઈ ગયેલા કંઈ કેટલાય વીરો, યોદ્ધાઓના ક્ષતવિક્ષત મસ્તકો, અંગો અને આભૂષણો કુરુક્ષેત્રના મેદાનમાં વિખરાયેલા જોઈને શકુનિને પારાવાર પશ્ચાત્તાપ થઈ રહ્યો હતો.

દ્યૂતસભામાં આચરેલા છલની સ્મૃતિ અપાવીને સહદેવે સુવર્ણની પૂંઠવાળું તીક્ષ્ણ બાણ માર્યું. જેનાથી એનું મસ્તક છેદાઈ ગયું. લોહીલુહાણ થઈને પૃથ્વી પર પડેલા શકુનિને મૃત્યુ પામેલો જોઈ કૌરવપક્ષના થોડાક બચેલા રથીઓ, ઘોડેસવારો, હાથીસવારો તથા પગપાળા ચાલતા સૈનિકો નાસી જવા લાગ્યા. સામે પાંડવપક્ષના યોદ્ધાઓ હર્ષયુક્ત થઈને શંખ વગાડવા લાગ્યા..."

હું જ્યારે આ વૃતાંત સાંભળતી હતી ત્યારે મને ફક્ત એક જ વિચાર આવ્યો. સાચું પૂછો તો અમને જે પીડા કે અન્યાય મળ્યો એના મૂળમાં શકુંનિની દુર્બુદ્ધિ હતી. મહારાજ સુબલના એ દુરાચારી અને શઠ પુત્રે એના ભાણાઓને સાચી દિશા બતાવવાને બદલે દુરાચાર અને પાપ શીખવ્યા.

બધું જ જ્ઞાન હોવા છતાં ફક્ત જ્યેષ્ઠભ્રાતાની સૂચનાને અનુસરીને જ્યારે દ્યૂતસભામાં સર્વે ભાઈઓ સહિત મારું અપમાન થયું ત્યારે સહદેવ સૌથી શાંત દેખાતા હતા.

કામ્યકવનમાં મેં એમને પૂછ્યું હતું, "તમે શા માટે આ દ્યૂતની રમત અટકાવી નહીં ? સર્વે કાંઈ જાણતા હોવા છતાં તમે મૌન રહીને અન્યાય થવા દીધો ?" ત્યારે એમણે કોઈ પ્રતિઉત્તર નહોતો આપ્યો. એમની વિશાળ આંખોમાં પીડા છલકાઈ હતી, માત્ર.

બધું જ જ્ઞાન હોવા છતાં એ જ્ઞાનનો ઉપયોગ પોતાના જ સ્વજનો માટે ન થઈ શકે ત્યારે એ વ્યક્તિની પીડા કઈ કક્ષાની હશે એ મને હવે સમજાય છે. સહદેવે વચન આપ્યું હતું કે જ્યાં સુધી એમને પ્રશ્ન પૂછવામાં નહીં આવે ત્યાં સુધી સહદેવ પોતાના જ્યોતિષના જ્ઞાનનો ઉપયોગ કરીને કોઈ આગોતરી સહાય નહીં આપે.

લાક્ષાગૃહનો પ્રસંગ હોય કે દ્યૂતનો, વિષ્ટી હોય કે યુદ્ધનું મુહૂર્ત... સહદેવે સતત શાંત રહેવાનું હતું. એમના મનમાં ચાલતા તમામ વિચારો અને સંઘર્ષો ઉપર સંયમ મેળવીને શબ્દહીન ફક્ત નિહાળ્યા કરવાની હતી આ રમતને ! હવે જ્યારે વિચારું છું ત્યારે મારું હૃદય દ્રવી ઊઠે છે.

પોતાના ભ્રાતા યુદ્ધમાં હારી જશે, પોતાની પત્નીનું સન્માન રાજ્યસભામાં વડીલો અને વીર પુરુષોની સમક્ષ હણાશે... કંઈ પણ કરવામાં આવે યુદ્ધ થશે. આવાં સર્વ સત્યોથી જ્ઞાત હોવા છતાં એમણે એક સામાન્ય વ્યક્તિની જેમ જ પરિસ્થિતિમાંથી પસાર થતાં રહેવું પડ્યું.

જ્ઞાનનો ભાર અને જ્ઞાનની પીડા કેટલી હોય છે એની જાણ છે મને. સહુ બાબતો વિશે પૂર્ણ સમજ હોવા છતાંય તદ્દન અજાણની જેમ વર્તવું કેટલું દુષ્કર હોય છે ? મારી પાસે પણ જ્ઞાન હતું. કઈ પરિસ્થિતિમાં કઈ રીતે વર્તવું જોઈએ એ વિશેની સમજ હતી, તેમ છતાં મારે હોઠ સીવીને શબ્દહીન જીવવાનું હતું. જે કંઈ થતું રહે તે નિહાળ્યા સિવાય મારી પાસે બીજો કોઈ ઉપાય નહોતો. આમ જુઓ તો હું અને સહદેવ બંને લગભગ સમાન પીડામાં રહીને સમાંતરે એકમેકને નિહાળી રહ્યા હતા. હું મારા સ્થાને પીડિત હતી અને એ એમના સ્થાને.

એ ભાગ્યે જ શબ્દોમાં પોતાની વાત કહેતા, પરંતુ દ્યૂત રમવા જવાના દિવસની આગલી રાત્રિએ મેં એમને પીડામાં ગર્ત, શોકમાં મગ્ન જોયા હતા. એ સમય એમની સાથે વિતાવવાનો હતો. સંપૂર્ણ રાત્રિ એ ક્ષણ વાર માટે પણ નિદ્રા પામ્યા નહોતા. એમની પીડા એ પળે નહોતી સમજાઈ મને, પરંતુ હવે યુદ્ધ દરમિયાન હું રોજેરોજ એમની પીડા જોઈ શકતી હતી.

એમના કયા સ્વજનો ક્યારે મૃત્યુ પામશે એની આખીયે સવિસ્તર યાદી હશે એમના મનમાં. એ યાદી રોજેરોજ સાચી પડતી જોઈને એમને શું થતું હશે ?

એમણે પણ ઇચ્છ્યું હોત તો યુદ્ધ અટકાવી શક્યા હોત... કહી શક્યા હોત કે યુદ્ધમાં ફક્ત વિનાશ થશે... જીત્યા પછી પણ સુખ ભોગવવાનો સમય નહીં આવે. એમણે એમ ન કર્યું. પોતાનાં ભાઈઓ અને પત્નીના સન્માન માટે યુદ્ધ સુધી પહોંચવા દીધી પરિસ્થિતિને. એક વાર કામ્યક વનમાં યુધિષ્ઠિરે જ્યારે યુદ્ધવિમુખ થવાની વાત કરી હતી ત્યારે સહદેતે નમ્રતાથી પોતાનો વિરોધ વ્યક્ત કર્યો હતો. ત્યાર પછી કામ્યક વનમાં કૃષ્ણ પધાર્યા અને વિષ્ટિ વિશે ચર્ચા થઈ ત્યારે સહદેવે દઢતાપૂર્વક યુદ્ધની માગણી કરી હતી. કૌરવોનો નાશ અને પાંડવોનો વિજય એ ત્રિકાળજ્ઞાની સહદેવ જોઈ શકતા હતા. એમને પાંડવોના વિજય વિશે કોઈ સંશય નહોતો, પરંતુ યુધિષ્ઠિર સહિત ભીમે પણ જ્યારે યુદ્ધ અટકાવી શકાય તો અટકાવવાની વાત કરી ત્યારે સહદેવનો આક્રોશ અગ્નિની જેમ ભભૂકી ઊઠ્યો હતો. એ વિષ્ટિની નિરર્થકતા સમજતા હતા. છતાં એમણે કહ્યું, "હે શ્રીકૃષ્ણ, મારા જ્યેષ્ઠભ્રાતા તો શાંતિ અને ધર્મની વાત કરે એ સ્વાભાવિક છે. હું એમનો વિરોધ નથી કરતો, પરંતુ મારો મત પ્રગટ કરતાં ફક્ત એટલું જ કહું છું કે વિનાશ અને મૃત્યુના ભયથી પ્રેરાઈને જો કૌરવો સંધિ કરવા ઇચ્છે તોપણ તમે એવો પ્રયાસ કરજો કે તેઓ અંતે યુદ્ધ તરફ દોરાય... મારી પત્નીને જે સ્થિતિમાં રાજ્યસભામાં લાવવામાં આવી હતી એની સ્મૃતિ માત્રથી હું ઉશ્કેરાઈ જાઉં છું. દુર્યોધનના વધ વિના મારું મન શાંત થશે નહીં."

સામાન્ય રીતે ભાગ્યે જ શબ્દમાં પોતાની વાત કહેતા સહદેવ તે દિવસે પોતાનો આક્રોશ ઠાલવીને કૃષ્ણને અત્યંત પીડાપૂર્વક કહ્યું હતું :

"યદિ ભીમાર્જુનૌ કૃષ્ણ ધર્મરાજશ્ચ ધાર્મિકઃ,
ધર્મમુત્સૃજ્ય તેનાહં યોદ્ધુમિચ્છામિ સંયુગે."

હે કૃષ્ણ ! ભીમ, અર્જુન અને ધર્મરાજ જો ધર્મનું પાલન કરવા માગતા હોય તો પણ એ બંનેને ધર્મ માને છે તે ધર્મનો ત્યાગ કરીને હું રણક્ષેત્રમાં દુર્યોધન સાથે યુદ્ધ કરવા ઇચ્છું છું.

આજે શકુનિ પૃથ્વી પર હતો. એને દંડ મળી ચૂક્યો હતો અને આ યુદ્ધનું પરિણામ દૃષ્ટિ સમક્ષ દેખાવા લાગ્યું હતું. આ બધું જ પૂર્ણ થયા છતાં હજી સુધી મારા મનને શાંતિ નહોતી. મારે તો દુર્યોધનનું મૃત્યુ જોઈતું હતું અને દુર્યોધન એ સમયે સૈન્યમાં ક્યાંય દેખાતો નહોતો.

પિતામહ ધૃતરાષ્ટ્રને રાજ્યસભામાં બેસીને સંજય વૃતાંત સંભળાવતા

રહેતા. જ્યારે નિતંબિની મારે માટે આ બધા સમાચાર લઈ આવતી. આમ તો મારી અને તાજશ્રીની પરિસ્થિતિ લગભગ એક જેવી જ હતી. મહારાજ ધૃતરાષ્ટ્રે પણ આ યુદ્ધને બહાર રહીને જ જાણવાનું હતું. મારે પણ યુદ્ધની બહાર રહીને યુદ્ધની પીડા ભોગવવાની હતી.

ભીષ્મ જ્યારે ઢળ્યા ત્યારે કૌરવોનો ઉત્સાહ લગભગ સમાપ્ત થઈ ગયો હતો. ભીષ્મ પિતામહને શિખંડીની પાછળ રહી અર્જુને વીંધ્યા ત્યારે એમની આંખોમાં પોતાના પ્રિયપુત્ર દ્વારા વીંધાવાનો પરમ સંતોષ છલકાઈ રહ્યો હતો.

શિખંડીનો પ્રતિશોધ પણ પૂર્ણ થયો હતો ! દ્રુપદ પ્રતિશોધમાં જીવી ગયા. ધૃષ્ટદ્યુમ્નને એમનો પ્રતિશોધ વારસામાં મળ્યો... ને હું, જન્મી પ્રતિશોધના અગ્નિથી પ્રજ્વલિત... શિખંડી પણ પ્રતિશોધ પૂર્ણ કરવા માટે પ્રગટ થયો !

શું મારા આખાય પરિવારને પ્રતિશોધ જ એકમેક સાથે બાંધી રાખતો હતો ?!

પિતામહે જ્યારે શિખંડીના બાણથી વીંધાવાનું સ્વીકાર્યું ત્યારે એ પણ શિખંડીનો મોક્ષ જ ઇચ્છતા હશે ને ? આવા મહાન પુરુષને એટલું તો જરૂર સમજાયું હશે કે જો આ જન્મે એ શિખંડીને મોક્ષ નહીં આપે તો ફક્ત શિખંડીના પ્રતિશોધની પૂર્તિ માટે થઈને એમણે પુનઃ જન્મ લેવો પડશે...

શિવની આરાધના કરીને અંબાએ ભીષ્મનું મૃત્યુ માગ્યું હતું. જ્યારે પિતામહ પાસે તો મહારાજ શાંતનુનું ઇચ્છામૃત્યુનું વરદાન હતું !

એક પાસે ઇચ્છામૃત્યુ અને બીજા પાસે એના મૃત્યુનું વરદાન... કેવો હૃદયદ્રાવક સંગમ હતો આ. પિતામહે પોતાની શાંતિ માટે અન્યને શાંતિ પ્રદાન કરવાનો નિશ્ચય કર્યો. આપણા સર્વેના જીવનનું પણ કદાચ આ જ સત્ય છે. અન્યોને અશાંત કરતાં કરતાં સ્વયં અશાંતિની ગર્તામાં સરકતા જઈએ છીએ આપણે સહુ ! પ્રતિશોધના અગ્નિમાં પ્રજ્વલિત આપણે ક્યારેય એ નથી સમજી શકતા કે પ્રતિશોધ અન્યને તો બાળશે ત્યારે બાળશે, પરંતુ આપણને સતત પ્રજાળે છે.

પ્રતિશોધનો એક બીજો સંબંધ હતો, પિતામહ અને કર્ણની વચ્ચેનો...

જીવનપર્યંત પિતામહ ક્યારેય કર્ણનું સન્માન કરી શક્યા નહીં. યુદ્ધ આરંભ થયું ત્યારે કર્ણએ દુર્યોધનને કહ્યું કે પોતે પિતામહના સેનાપતિપદે યુદ્ધ નહીં કરી શકે. ભીષ્મ યુદ્ધમાં પ્રવૃત્ત હોય ત્યાં સુધી શસ્ત્ર ધારણ નહીં કરવાની

કર્ણની પ્રતિજ્ઞા પિતામહ માટે ભયાનક અપમાનજનક હતી. દુર્યોધને મૂર્ખતાપૂર્વક ભીષ્મ પાસે જઈને કહ્યું કે, એમણે યુદ્ધમાંથી નિવૃત્તિ લેવી જેથી કર્ણ યુદ્ધ કરીને પાંડવો પર વિજય મેળવી શકે.

યુદ્ધ સતત શત્રુ સામે લડાતું રહે એવું નથી. એક પક્ષમાં રહેલા, સાથે મળીને શત્રુઓ સાથે લડી રહેલા પણ માહોમાહે યુદ્ધ કરતા હોય છે. પાંડવોની સેનામાં આવું જવલ્લે જ બનતું, પરંતુ કૌરવોની સેનામાં એમનું માહોમાહેનું યુદ્ધ પણ આ કુરુક્ષેત્રના યુદ્ધની સાથેસાથે જ ચાલતું રહ્યું. અંદરોઅંદરના તીવ્ર અણગમા, તિરસ્કાર, પ્રતિશોધ અને અપમાન એમને એક થઈને લડવાને બદલે માહોમાહે વિખૂટા પાડી રહ્યા હતા. આ બહુ આશ્ચર્યજનક વાત હોય છે. વિચારીએ ત્યારે સમજાય કે પ્રિયજનોને અંદરોઅંદર મતમતાંતર હોઈ શકે, એકબીજાની દરેક વાત ગમતી જ હોય એવું નથી હોતું, તેમ છતાં જ્યારે કટોકટીનો સમય આવે ત્યારે આપણે જેને પ્રેમ કરતા હોઈએ એની સામેના તમામ વિરોધો તાપમાં મીણની જેમ ઓગળી જાય છે. પાંડવસેનામાં મતમતાંતર નહોતા એવું નહોતું. પાંચ ભાઈઓને જ એકબીજા સાથે ઘણા મતભેદ હતા. એમની માન્યતાઓ ભિન્ન હતી. એમના સ્વભાવ અને પ્રકૃતિ પણ ભિન્ન હતા... પરંતુ જ્યારે યુદ્ધનો સમય આવ્યો ત્યારે તેઓ એકબીજાથી સહેજેય ભિન્ન નહોતા. સહુએ એક થઈને આ પરિસ્થિતિની સમક્ષ ઊભા રહેવાનો નિશ્ચય કર્યો હતો. કદાચિત, એ જ એમના વિજયનું મુખ્ય કારણ હતું. એકતા એકબીજાની સાથે બાંધી રાખે છે. જ્યારે માહોમાહે લડાતું યુદ્ધ શત્રુને સબળ બનાવીને આપણા પક્ષને નિર્બળ બનાવવાનું કાર્ય કરે છે.

કૃષ્ણએ એક વાર કહ્યું હતું, "સખી ! આ પાંચે પાંડવો પાંચ ફૂલો જેવા છે. સૂર્યમુખી જેવો અર્જુન, ચંપા જેવો નકુલ, મોગરા જેવો સહદેવ, કમળ જેવા યુધિષ્ઠિર અને સહસ્ર પાંદડીઓ ધરાવતા ગલગોટા જેવા ભીમ... આ પાંચેય ફૂલોને એક માળામાં પરોવતી સ્નેહની દોરી તમે છો. એમને એક રાખવાનું કાર્ય તમે કર્યું છે અને કરતા રહેવાનું છે. તમે તેમનું બળ છો, શક્તિ છો. તમે જ તેમના સુખનું કારણ છો." કેટલું મોટું ઉત્તરદાયિત્વ ? શા માટે ?

સ્ત્રી એના પુરુષના સુખનું કારણ છે, પરંતુ સ્ત્રીના સુખનું કારણ પુરુષે બનવું જોઈએ એવો કોઈ આગ્રહ નથી રખાતો. હું એમને એક રાખું એવી અપેક્ષા તો છે મારી પાસે, પરંતુ એમને સાથે રાખવા માટે તેઓએ મારો

અભિપ્રાય કે મારી લાગણી સમજવી અને સ્વીકારવી જોઈએ એવી અપેક્ષા એમની પાસે નથી રખાતી !

આ કદાચ તમામ સંબંધોમાં હોય છે. ત્રાજવાનું એક પલ્લું નીચું અને એક ઊંચું... એકમાં વધુ ભાર, તો બીજું હળવું... પિતામહ ભીષ્મએ જીવનપર્યંત હસ્તિનાપુરના સિંહાસનની રક્ષા કરી. પોતે પોતાના અંગત સુખનું બલિદાન આપીને હસ્તિનાપુરના સિંહાસન પર મહારાજ શાંતનુના વારસોને બેસાડ્યા. એમના વારસ... અને એમના પણ વારસ તરીકે જન્મેલા દુર્યોધનમાં એટલી પણ સુબુદ્ધિ નહોતી કે એ જઈને ભીષ્મ પિતામહ સાથે મંત્રણા કરે, એમનો અભિપ્રાય માગે. એમને સેનાપતિપદે સ્થાપ્યા પછી પણ આખીયે સેના સંપૂર્ણપણે એમના આદેશાનુસાર વર્તે એવો આગ્રહ દુર્યોધને નહોતો રાખ્યો. એ તો પોતે જ ભીષ્મ પિતામહના કેટલાક નિર્ણયોને પડકારવા ઉત્સુક હતો.

સેનાપતિપદે નિયુક્ત થયેલા ભીષ્મ પિતામહના નેજા હેઠળ યુદ્ધ કરવાની કર્ણએ ના પાડી ત્યારે યુધિષ્ઠિર વિચલિત થઈ ગયો. એને ભીષ્મ પિતામહ કરતા વધુ શ્રદ્ધા કર્ણના યુદ્ધ કૌશલ્યમાં હતી, કદાચ ! એણે એક ક્ષણ માટે પણ વિચાર ન કર્યો કે હસ્તિનાપુરના સિંહાસનની રક્ષા જેના જીવનનું પરમ અને એકમાત્ર કર્તવ્ય હતું. એને આ યુદ્ધમાંથી નિવૃત્ત થવાનું કહેવા જેટલી મૂર્ખતા બીજી કોઈ નહોતી.

પિતામહ દુર્યોધનને જાણતા હતા.

એમણે દુર્યોધનની વાત સાંભળ્યા વગર જ પોતાની વાત કહી દીધી, "કર્ણ જો મારા સેનાપતિપદે હોવા છતાંય યુદ્ધ કરવા માગતો હોય તો એનું સ્વાગત છે. એ કુશળ યોદ્ધો છે. સેના માટે એની હાજરી પ્રોત્સાહક નીવડશે, પરંતુ જ્યાં સુધી હું છું ત્યાં સુધી હસ્તિનાપુરની રક્ષા એ મારું ઉત્તરદાયિત્વ છે. એ હું અન્ય કોઈને ન સોંપી શકું. પુત્ર, આ મારો અહંકાર નથી, મારું ઉત્તરદાયિત્વ છે. જીવનપર્યંત હસ્તિનાપુરના સિંહાસનની રક્ષા મેં મારા શિરે લીધી છે તેથી હું જીવિત હોઉં ત્યાં સુધી અન્ય કોઈ આ કાર્યમાં વિક્ષેપ ન કરી શકે. યુદ્ધના બરાબર તેર દિવસ પછી હું યુદ્ધનો ત્યાગ કરીશ ત્યારે તું આ ઉત્તરદાયિત્વ કર્ણને સોંપજે. એ કુશળ છે, નિષ્ઠાવાન છે, તારો મિત્ર છે અને એનામાં શ્રદ્ધા મૂકી શકાય એટલો ન્યાયપ્રિય છે."

શિખંડીને પોતાની અગ્રેસર રાખીને જ્યારે અર્જુને બાણવર્ષા કરી ત્યારે

કૃષ્ણને આપેલા વચન મુજબ પિતામહએ એ તમામ બાણોનો સ્નેહપૂર્વક સ્વીકાર કર્યો. એમણે કોઈ પ્રકારના વિરોધ વગર કે વિચલિત થયા વગર વીરતાપૂર્વક પોતાના વૃક્ષઃસ્થળ પર એ બાણો આવકાર્યા. એમણે કહ્યું હતું એમ જ શિખંડીને પોતાની સન્મુખ નિહાળ્યા પછી એમણે પોતાનું ધનુષ્ય રથમાં મૂકી દીધું. શિખંડી સામે પોતે યુદ્ધ નહીં કરે એ વચન એમણે નિભાવ્યું. મૃત્યુને સન્મુખ જોઈને કંઈ કેટલાય વચનોની વિસ્મૃતિ થઈ જતી હોય છે. કંઈ કેટલીયે પ્રતિજ્ઞાનો લોપ થઈ જતો હોય છે. ઇચ્છામૃત્યુના વરદાન સાથે પોતાનું જીવન સિંહની જેમ જીવેલાં આ મહાપુરુષે દૃષ્ટિ સમક્ષ ઊભેલા મૃત્યુને નિહાળ્યા પછી પણ એને નમસ્કાર કર્યા.

અર્જુન પર પ્રહાર કરવાનું બંધ કરી દીધું ત્યાર બાદ અર્જુનના બાણોથી ઘાયલ થયેલા પિતામહે વાત્સલ્યપૂર્ણ સ્મિત સાથે દુઃશાસનને કહ્યું :

મમાવિશન્તિ મર્માણિ નેમે બાણાઃ શિખંડિનઃ...
અર્જુનસ્ય ઈમે બાણા નેમે બાણાઃ શિખંડિનઃ.

'અવિચ્છિન્ન સ્વરૂપે વરસી રહેલા આ બધા બાણો શિખંડીના ન જ હોઈ શકે. આ બાણો જે દૃઢતાપૂર્વક મારા મર્મ સ્થાનમાં પ્રવેશ કરે છે એ જોતા હું સમજી શકું છું કે આ અર્જુનના બાણો છે, શિખંડીના નથી.'

મારા હૃદય સુધી એ જ પહોંચી શકે જેને પ્રવેશાધિકાર હોય ! મારા હૃદયની નિકટ કુંતીપુત્ર પાર્થ જ છે – એ જ પહોંચી ગયો.

જે પોતાનું મૃત્યુ સ્વયં આપીને તદ્દન સ્થિતપ્રજ્ઞતાથી સમર્પિત થઈ શકે તે નિર્વાણ માર્ગે નીકળી ચૂક્યા છે, એ તો નિશ્ચિત હતું. એમનું આખું શરીર વીંધાઈ ગયું હતું. જેમણે દસ દિવસમાં દસ અર્બુદની સેનાનો નાશ કર્યો તેવા મહાયોદ્ધા પૂર્વ તરફ મસ્તક રાખીને પશ્ચિમ ક્ષિતિજે વિદાય લેતા સૂર્યને જોઈ શકે એ રીતે પૃથ્વી પર ઢળી પડ્યા.

સૂર્ય દક્ષિણાયનમાં હતો... ઉત્તરાયણ સુધી પોતાના દેહને ધારણ કરી રાખવાનો પિતામહનો સંકલ્પ વેદનાભર્યો હતો, પરંતુ એ વેદનામાં એમની હસ્તિનાપુરના સિંહાસન પરત્વેની વચનબદ્ધતા અને નિષ્ઠા જ મહત્ત્વનાં હતાં. જે પુરુષ પોતે જ પોતાના મૃત્યુનો ઉપાય સૂચવે એને દેહનો મોહ નહોતો... એને તો ધર્મની સંસ્થાપનાની પ્રતીક્ષા હતી ! – પરિણામ વગર પરિસ્થિતિ છોડીને જવું પિતામહની પ્રકૃતિ નહોતી. પારાવાર વેદના છતાં પ્રાણ ટકાવી રાખીને

પરિણામની પ્રતીક્ષા કરવાના એમના નિર્ણયથી ઉત્તરાયણ સુધી એમણે પીડા સહેવાની હતી.

પિતામહ યુદ્ધના અંત વિના મૃત્યુ સ્વીકારવાના નહોતા એ નિશ્ચિત હતું. ઉત્તરાયણ પછી જ મૃત્યુને સ્વીકારવાનો એમનો નિર્ણય સહુએ માથે ચડાવ્યો.

ધનંજયે એમને માટે શરશય્યાનું નિર્માણ કર્યું. શરશય્યા પર સૂતેલા એ વીર યોદ્ધાએ માથું ટેકવવા માટે અનેક વસ્તુઓને નકારી અને કહ્યું :

"નૈતાનિ વીરશય્યાસુ યુક્તરૂપાણિ પાર્થિવા:"

આમાંની એક પણ વીરશય્યા માટે અનુરૂપ 'ઉપાધાન' – ઓશીકું નથી. અર્જુને બાણશય્યા પર સૂતેલા પોતાના પિતામહ માટે વધુ ત્રણ બાણ છોડી એમનું લટકી રહેલું મસ્તક સ્થિર કર્યું. દુર્યોધને મોકલેલા વૈદ્યોને પિતામહે પાછા વાળ્યા. પર્જન્યાસ્ત્ર યુક્ત બાણ પૃથ્વીમાં વીંધીને શુદ્ધ, શીતળ અને અમૃતસમી જળધારા પૃથ્વીમાં સીધી પિતામહના મુખમાં પડે એમ કરીને અર્જુને એમના તૃષિત ગળાને તૃપ્ત કર્યું.

અર્જુનનું આ પરાક્રમ સર્વ કુરુઓ અને પાંડવ વીરોની સમક્ષ જોયા પછી પણ દુર્યોધન હજીયે યુદ્ધ વિશે કટિબદ્ધ હતો. પિતામહ સાચા હૃદયથી ઝંખતા રહ્યા કે દુર્યોધન હજી પણ સમજે અને વાતને વાળી લે, પરંતુ એ થઈ શક્યું નહીં...

ભીષ્મ પિતામહનું ઢળવું કૌરવો માટે તો એક સંદેશ હતું જ, પરંતુ જે ન કુરુ હતો કે ન જેને પાંડુપુત્ર તરીકે સ્વીકારી શકાશે એવા કર્ણની આંખોમાં પણ આ યોદ્ધાની શરશય્યા જોતા અશ્રુ આવ્યાં વિના રહી શક્યાં નહીં. પોતાને 'રાધેય' તરીકે ઓળખાવીને છલોછલ પીડાસહ એ ભીષ્મ પાસે ઘૂંટણિયે બેઠો. અત્યંત ભરાયેલા કંઠે અને નહીં ટપકી શકેલાં અશ્રુના ભાર સાથે એણે ભીષ્મને કહ્યું, "હું તમારી આંખોમાં કણાની માફક ખૂંચતો રહ્યો છું. તમે જેને સતત દ્વેષથી જ જોયો છે તેવો રાધેય કર્ણ તમારી પાસે આવ્યો છે."

કર્ણનું જન્મરહસ્ય ભીષ્મથી અજાણ ન હતું. એમણે કર્ણને આલિંગન આપ્યું. દુર્યોધન કે અર્જુન કોઈનેય પિતામહ એકાંતમાં મળ્યા નહીં, પરંતુ કર્ણને તેઓ એકાંતમાં થોડીક ક્ષણો માટે 'રક્ષકોવિહીન'... અત્યંત વાત્સલ્યપૂર્વક મળ્યા.

કર્ણએ ક્યારેય કોઈનેય પ્રશ્ન પૂછ્યા નહોતા. એણે પિતામહને સ્પષ્ટતાપૂર્વક

પૂછી લીધું, "તમે જો મારા જન્મને અને માતા કુંતીની કુખને જાણતા હતા તો વારંવાર 'સૂતપુત્ર' કહીને મારું અપમાન શા માટે કર્યું ? યુદ્ધભૂમિ સુધી તમે શા માટે મને એક વીરયોદ્ધા તરીકે સ્વીકારવાને બદલે સતત મને અપમાનિત કરતા રહ્યા ?"

મૃત્યુને સ્વીકારીને બાણશય્યા પર સૂતેલા પિતામહે સત્ય અને નિષ્ઠાપૂર્વક, પ્રામાણિકતાથી કર્ણના પ્રશ્નનો ઉત્તર આપ્યો, "તું દુર્યોધનનો નિકટનો મિત્ર છે, સતત તેની સાથે રહીને એને યુદ્ધ માટે ઉશ્કેરતો હતો. તેથી તને હતોત્સાહ કરવા માટે હું તને કટુવચન કહેતો રહ્યો." પિતામહે કર્ણને પૂર્ણપણે સન્માન આપતા વાત્સલ્યપૂર્ણ શબ્દો કહ્યા, "તું અર્જુન કે કૃષ્ણ કરતાં સહેજેય ઊતરતો નથી !"

નિતંબિની મને પિતામહનો ઉત્તર સંભળાવતી હતી ત્યારે મારા મનમાં એક પ્રશ્ન ઉદ્‌ભવ્યો, જો જીવનપર્યંત મૌન રહીને અધર્મનો વિરોધ નહીં કરનાર પિતામહ જેવા જ્ઞાની પણ અંતિમ ક્ષણે સત્ય બોલ્યા વિના રહી શકતા નથી તો પછી જીવિત હોઈએ ત્યારે જ ધર્મ અને ન્યાયના પક્ષે રહી પુણ્યકાર્ય કેમ ન કરવું ?

પિતામહે ફરી એક વાર કર્ણને પાંડવોના પક્ષે જોડાવા આગ્રહ કર્યો, પરંતુ કર્ણએ ફરી કુંતી અને કૃષ્ણને આપેલો ઉત્તર ભીષ્મને પણ આપ્યો, "હું દુર્યોધન માટે બધું જ ત્યાગી શકીશ. એના સુખ માટે મેં પ્રતિજ્ઞા કરી છે કે તારાં સઘળાં દુષ્કર કાર્યો પૂરાં કરીશ. માટે હવે પ્રતિજ્ઞા પૂરી કરીશ."

નિરાશ થયેલા પિતામહે કર્ણને આશીર્વાદ આપ્યા, 'કૌંતેય' તરીકે સંબોધી સન્માન આપ્યું. એમણે કહ્યું, "વેર યોગ્ય નથી જ, પરંતુ એ ન ત્યાગી શકાય ત્યારે સ્વર્ગપ્રાપ્તિની ઇચ્છા સાથે નિષ્ઠાપૂર્વક યુદ્ધ કરો."

કર્ણનો મોક્ષ તો કદાચ ત્યારે જ થઈ ગયો હતો, જ્યારે પિતામહએ એને 'કૌંતેય' કહીને સંબોધ્યો. એ પછી એણે કરેલું યુદ્ધ ફક્ત દુર્યોધનના સુખ માટે હતું એવું હું સમજી શકું છું. જે કર્ણ માટે મને અત્યંત તિરસ્કાર અને ફક્ત પ્રતિશોધની લાગણી હતી એ કર્ણ હવે મને ક્ષમાને યોગ્ય લાગવા લાગ્યો. યુદ્ધની ઉપલબ્ધિ કદાચ આ જ હોય છે. પ્રતિશોધ પૂર્ણ થાય એ પહેલા જ વિફળ લાગવા લાગે છે. પિતામહએ કર્ણને જે કહ્યું તે એક જ વાક્યમાં કહેવાયેલું મારા આખાય જીવનનું સત્ય હતું, "વેર યોગ્ય નથી જ, પરંતુ એ ન ત્યાગી શકાય ત્યારે નિષ્ઠાપૂર્વક યુદ્ધ કરવું એ જ સત્ય છે."

મારી પાસે બીજું કંઈ હોય કે નહીં, નિષ્ઠા હતી એ સત્ય.

મારા સમર્પણમાં, મારા ક્રોધમાં, મારા સ્નેહમાં, મારા પ્રતિશોધમાં, મારા પ્રશ્નોમાં અને મારા વિરોધમાં એક દૃઢ નિષ્ઠા હતી. પૂરેપૂરી વિશુદ્ધતા સાથે હું સ્વયં પરત્વે નિષ્ઠાવાન હતી. મેં મારા મનને નથી છળ્યું ક્યારેય. અન્યોને સુખ આપવા માટે પણ નહીં. મને જ્યારે જે સત્ય લાગ્યું તે પ્રમાણે વર્તન કર્યું... જ્યારે જે ન્યાયપૂર્ણ લાગ્યું તે શબ્દમાં કહ્યું... જ્યારે જે અયોગ્ય લાગ્યું – અન્યાયપૂર્ણ લાગ્યું એનો નિષ્ઠાથી વિરોધ કર્યો.

આનું પ્રમાણભાન ચૂકી હોઈશ, કદાચ ! સમય યોગ્ય નહીં હોય, પરંતુ મારું સત્ય કદીયે એક ક્ષણ માટે ચ્યૂત નથી થયું. જેમ ન્યાય માગ્યો છે તેમ અન્યાય કર્યો પણ નથી, જેમ સત્ય ઝંખ્યું છે તેમ અસત્ય ઉચ્ચાર્યું નથી, જેમ શુદ્ધતાનો આગ્રહ રાખ્યો છે એમ મનને અશુદ્ધ નથી થવા દીધું મેં ! મારામાં જે અને જેટલી સમજ હતી તેટલી સમજ સાથે પૂરી નિષ્ઠાથી જીવવાનો પ્રયાસ કર્યો છે મેં.

પિતામહ ભીષ્મના મૃત્યુથી મને આવા વિચારો આવવા લાગ્યા હતા. નિષ્ઠાની પોતપોતાની અંગત વ્યાખ્યાઓ હોય છે. હસ્તિનાપુરના સિંહાસન પરત્વેની એમની નિષ્ઠાએ એમની પાસે જે કંઈ કરાવ્યું તે અન્યોની દૃષ્ટિએ અન્યાય હોઈ શકે, પરંતુ એમણે જે કંઈ કર્યું એમાં નિષ્ઠાનો અભાવ નહોતો. એ સત્યને આપણે નતમસ્તક સ્વીકારવું પડે.

આવી જ વાત ગુરુ દ્રોણ વિશે પણ કહી શકાય. આ તેજશિખા સમા બ્રાહ્મણે પોતાની તમામ વિદ્યા પૂરેપૂરા સમર્પણ સાથે, પૂરેપૂરી નિષ્ઠા સાથે પોતાના વિદ્યાર્થીઓને શીખવી. એમાં ક્યાંય કચાશ નથી રાખી એમણે. વર્ષા તો એકસરખી થાય છે પૃથ્વી પર. કયું જળાશય કેટલું જળ સંગ્રહી શકે એનો આધાર જળાશયની વિશાળતા અને એની ઊંડાઈ પર રહેલો છે. અર્જુન અને દુર્યોધનને વિદ્યા આપવામાં એમણે ભેદ નથી રાખ્યો, પરંતુ જે જળાશયમાં વધુ જળ સંગ્રહાયું તેમાં વધુ વર્ષા થઈ છે એમ ન કહી શકાય એવું ગુરુ દ્રોણના વિદ્યાદાન વિશે પણ માનવું રહ્યું.

જે ક્ષણથી એમણે હસ્તિનાપુરના કુમારોના ગુરુ તરીકે પ્રવેશ કર્યો એ ક્ષણથી એમણે પોતાની નિષ્ઠા હસ્તિનાપુરને સમર્પી દીધી. જે શિષ્યોએ એમના પ્રતિશોધને પૂર્ણ કર્યો, જેમણે એમના સન્માનને દ્રુપદના દરબારમાંથી ફરી એક વાર એમના સુધી પરત લાવી આપ્યું એવા શિષ્યો માટે એમના મનમાં પૂર્ણ

સદ્ભાવ હતો... પૂર્ણ સ્નેહ. પરંતુ એમણે દુર્યોધનના પક્ષે યુદ્ધ કરવાનું સ્વીકાર્યું, કારણ કે તેઓ હસ્તિનાપુર સાથે નિષ્ઠાથી જોડાયેલા હતા. એમની નિષ્ઠા અને સમર્પણ હસ્તિનાપુરના રાજ્ય સિંહાસન પરત્વે હતું. આટલા જ્ઞાની પુરુષ ધર્મ-અધર્મ નહીં જાણતા હોય એવું માનવું ભ્રામક છે. તેઓ સંપૂર્ણપણે અભિજ્ઞ હતા કે દુર્યોધનના પક્ષે યુદ્ધ કરવાથી વિનાશ અને મૃત્યુ જ એમના ભાગ્યમાં નિશ્ચિત છે. એમણે છતાંય દુર્યોધનના પક્ષેથી ધનુષ્ય લઈને એક વીર ક્ષત્રિયને શોભે તેવું યુદ્ધ કર્યું. બ્રાહ્મણ હોવા છતાં શસ્ત્રનું જ્ઞાન એમણે ફક્ત વિદ્યાદાન પૂરતું મર્યાદિત ન રાખતા. ક્ષાત્રધર્મને શરમાવે તેવા યુદ્ધનું કૌશલ્ય પ્રદર્શન કરીને એવું પ્રસ્થાપિત કરી દીધું કે બ્રાહ્મણ ફક્ત યાચક નથી, સમય આવ્યે એ પોતાના પ્રાણનું પણ દાન કરીને રજસ્ તત્ત્વને પ્રદર્શિત કરી શકે છે.

ભીષ્મના મૃત્યુ પછી ગુરુ દ્રોણનું મૃત્યુ લખાયું હતું... મારા પતિ, જેમણે જીવનમાં ક્યારેય અસત્યનું ઉચ્ચારણ કર્યું નથી એવા ધર્મરાજે પણ દ્રોણથી ભયભીત થઈ અસત્યનું ઉચ્ચારણ કર્યું.

એમણે આવું શા કારણે કર્યું હશે તે પ્રશ્ન મારે મન કોયડો બની રહ્યો. એ ભયભીત હતા ? કે કૌરવસેનાના ભીષણ ધસારાથી એમની શ્રદ્ધા ડગી ગઈ હતી ? ધર્મના આ યુદ્ધમાં એમણે અસત્ય ઉચ્ચારીને શા માટે એમના જીવનપર્યંત મેળવેલા પુણ્યનો નાશ થવા દીધો હશે ?

ગુરુદેવના પ્રચંડ યુદ્ધથી સમગ્ર પાંડવસેના ભયભીત હતી. સખાએ યુધિષ્ઠિરને સલાહ આપી :

સ ભવાંસ્ત્રાતુ નો દ્રોણાત્ સત્યાજ્જ્યોપાઅનૃતં ભવેત્,
અનૃતં જીવિતસ્યાર્થે વદન્ન સ્પૃશ્યતેઅનૃતૈઃ

"હે ધર્મરાજ, દ્રોણથી અમારી રક્ષા કરો. આ ક્ષણે અસત્ય, સત્ય કરતાં પણ વધુ બળવાન છે. પ્રાણરક્ષા માટે જ્યારે અસત્ય કહેવાય ત્યારે એનું પાપ નથી લાગતું."

આ સાંભળીને મને ફરી પ્રશ્ન થયો, "શા માટે તમામ સત્યો-અસત્યોને નેવે મૂકીને સખાએ આ યુદ્ધનું પરિણામ પાંડવોના પક્ષમાં લાવવાનો પ્રયાસ કર્યો ? શું સાચે જ આને ધર્મ કહી શકાય ? સત્યો-અસત્યોની બહાર નીકળીને વ્યક્તિ જ્યારે સમષ્ટિના સુખનો વિચાર કરે ત્યારે શું એને આ અસત્યના ઉચ્ચારણ માટે પાપમુક્ત ગણી શકાય ?"

ઇતિહાસ એમનાં કાર્યોમાં અધર્મને નહીં શોધી કાઢે ? 'જ્યાં ધર્મ છે ત્યાં જય છે' એમ કહ્યા પછી અસત્યના ઉચ્ચારણ સાથે જિતાયેલું યુદ્ધ અધર્મ નહીં બને ? સખાએ ધનંજયને સંબોધીને કહ્યું તો ખરું કે, "જે કલ્યાણના માર્ગે છે તેની દુર્ગતિ થતી નથી." પરંતુ કલ્યાણનો માર્ગ એટલે કયો ? ધ્યેય પ્રાપ્તિ માટે કોઈ પણ સાધન સ્વીકાર્ય હોવું જોઈએ ?

ધ્યેય ગમે તેટલું ઉચ્ચ હોય, પરંતુ ત્યાં સુધી પહોંચવાનો માર્ગ જો હીન હોય તો ધ્યેયપ્રાપ્તિ અર્થહીન બની જાય છે. ધર્મ, નીતિ, ન્યાય, સત્ય મહત્ત્વનાં મૂલ્યો છે. મૂલ્યનો ત્યાગ કરીને મેળવેલું ધ્યેય અસત્યપૂર્ણ અને અન્યાયપૂર્ણ છે જ. વિજય, પરાજય કે પરિણામ માનવના હાથમાં છે જ નહીં. ગમે તેટલો જ્ઞાની પણ પરિણામ વિશે અગાઉથી નિર્દેશ કરી શકતો નથી. જો સખાને પરિણામની જાણ હતી તો પછી એમણે આવી અશુદ્ધિ શા માટે આચરી ?

જો આ ધર્મયુદ્ધને શબ્દશઃ ધર્મયુદ્ધ તરીકે લડાયું હોત તો શું થયું હોત એ વિચાર મને ક્યારેક આવે છે. કદાચ એમ બન્યું હોત કે વિજય થોડો લંબાયો હોત. અધર્મની સામે અધર્મ આચરનાર ધર્મયુદ્ધ લડે છે એમ કઈ રીતે કહી શકાય ? મારું પ્રશ્નોપનિષદ વિદ્રોહ કરતું હતું. શું કૃષ્ણને પોતાના ધ્યેયની શુદ્ધિમાં શ્રદ્ધા નહોતી ? જો હતી તો શા માટે એમણે સાધનશુદ્ધિનો આગ્રહ ન રાખ્યો ? શક્ય છે કે એમણે વ્યાપક ધર્મનું રક્ષણ કરવાનું ઉત્તરદાયિત્વ લીધું હતું. વ્યક્તિગત સ્વાર્થ ન હોય... અને વાત સમષ્ટિના હિતની હોય ત્યારે ધર્મનું અર્થઘટન સમષ્ટિના હિતમાં કરીને વ્યક્તિ પોતાના ધ્યેય સુધી પહોંચી શકે છે એવું એ માનતા હશે ? અશુદ્ધ સાધનથી મેળવેલું શુદ્ધ ધ્યેય સ્વીકાર્ય હોવું જોઈએ કે નહીં ?

અહીં મને સત્રાજીત યાદવ પાસેથી મેળવેલા સ્યમંતક મણિની કથા યાદ આવી. દ્વારિકામાં સત્રાજીત પાસેનો મણિ પ્રસેનજીત યાદવે ચોરી લીધો. દ્વારિકા છોડીને નીકળેલા પ્રસેનજીતને પકડવા બલરામ અને કૃષ્ણ એક રથમાં સવાર થઈ એની પાછળ પડ્યા. યાદવોએ મણિની ચોરી માટે શ્રીકૃષ્ણને ચોર ઠરાવ્યા. કૃષ્ણને મણિની આવશ્યકતા હતી જ નહીં, પરંતુ પોતાના શુદ્ધ ધ્યેયને પ્રસ્થાપિત કરવા અને ચોરી જેવું કુકર્મ રોકવું એ દ્વારિકાના પ્રજાપાલક તરીકે એમનું ઉત્તરદાયિત્વ હતું. માર્ગમાં એવું જાણવા મળ્યું કે પ્રસેનજીત એકલો જ પગપાળો જંગલના રસ્તે ઊતરી ગયો છે. કૃષ્ણએ બલરામને કહ્યું કે પોતે એકલા અને

પગપાળા જ પ્રસેનજીતને પકડશે, એકલા જ યુદ્ધ કરશે અને એકલા જ મણિ મેળવીને પાછા ફરશે.

ત્યારે કૃષ્ણ ધર્મયુદ્ધ કરવા માગતા હતા. પોતાની ધ્યેયશુદ્ધિને પ્રસ્થાપિત કરવા માટે એમણે સાધનશુદ્ધિનો આગ્રહ રાખ્યો હતો. તો પછી આ પ્રસંગે શા માટે એમણે આવું કર્યું હશે એ પ્રશ્ન મને રહી રહીને પીડા આપતો હતો.

એમણે જ કહ્યું હતું, **'આત્માર્થે પૃથિવીં ત્યજેત્'** ગુપ્તવેશે જરાસંધના મહેલમાં પ્રવેશીને બ્રાહ્મણ તરીકે યુદ્ધની માગણી કરી, અધર્મનો અંત કર્યો અને ધર્મની સ્થાપના કરી.

રાજસૂય યજ્ઞ વખતે પોતાને સન્માનના અધિકારી ઠેરવવા માટે નહીં, પરંતુ શિશુપાળ જે રીતે યજમાનનું અપમાન કરી રહ્યો હતો તે માટે મહાવિનાશક યુદ્ધ રોકવાના ધ્યેયની શુદ્ધિ સહિત પોતે આ વિવાદમાં ઊતર્યા. નવ્વાણું ગાળો સુધી પૂરી સમતા અને સ્થિરતા સાથે એમણે શિશુપાળને ક્ષમા કરી. આ એમની સાધનશુદ્ધિ હતી.

તો પછી આજે અહીં શા માટે એમણે સાધનશુદ્ધિનું વિસ્મરણ કરીને મારા ધર્માચરણ કરનારા પતિને આ દિશામાં જવા પ્રોત્સાહિત કર્યા હશે ? શું સાધ્ય સુધી પહોંચવા માટે કોઈ પણ સાધન સ્વીકારવું જોઈએ ? જે નિર્ભય છે તેને પોતાનું સાધ્ય પામવા માટે શ્રદ્ધા અને શુદ્ધિ સિવાય કઈ વસ્તુની આવશ્યકતા છે ?

સાધ્ય અને સાધનને એકમેકથી ભિન્ન કરીને સખાએ પોતાની નિર્ભયતા સામે પ્રશ્નાર્થ ચિહ્ન મૂક્યું હતું એવું મને લાગ્યું. મારો પ્રશ્ન મારી અંદર સર્પની જેમ દંશ પર દંશ દઈ રહ્યો હતો. અશુદ્ધ માર્ગે પામેલી સિદ્ધિઓનું રક્ષણ કરવા માટે પણ અશુદ્ધ માર્ગ જ લેવો પડે. એક પછી એક ઉમેરાતી જતી અશુદ્ધિઓ વ્યક્તિને નષ્ટ કરી નાખે છે એમ મને લાગે છે. અભય અને નિર્ભયના બે પરસ્પરના પર્યાય નથી. નિર્ભય એટલે જેણે ભય પર વિજય પ્રાપ્ત કર્યો છે તે. જ્યારે અભય એટલે જે ભયને નષ્ટ કરી શક્યો છે તે.

જે નિર્ભય છે તે અશુદ્ધ થઈ શકે, પરંતુ અભયને અશુદ્ધ થવાનું કોઈ કારણ નથી.

એમણે અર્જુનને નિર્ભય થવાનું કહ્યું. જે નિર્ભય છે તેણે અસત્યના ઉચ્ચારણની આવશ્યકતા જ નથી. અભયને પ્રાપ્ત થયેલો કોઈથી ભયભીત થતો નથી... તો પછી, સખા ગુરુદેવના તુમૂલ યુદ્ધથી ભયભીત થયા હશે ?

એમને પાંડવોના કૌશલ્ય પણ શંકા થઈ હશે ?

કાલીયમર્દન કે કાળયવન સાથેના યુદ્ધ જેવા પ્રસંગોને ફરી એક વાર જોઈએ તો સમજાય કે 'એમણે બહુજન સુખાય, બહુજન હિતાય–' કંઈ કેટલુંય કર્યું...

યુદ્ધિષ્ઠિરને અસત્યનું ઉચ્ચારણ કરવા માટે પ્રેરીને એમણે પાંડવસેનાને ભયમુક્ત કરવાનો પ્રયાસ કર્યો હતો, કદાચિત ! મહાવિનાશ ચાલતો હોય ત્યારે એને અટકાવવો એ જ સત્ય છે. વ્યક્તિ માત્રને 'શ્રેય' અને 'પ્રેય' વચ્ચે પસંદગી કરવાની આવે ત્યારે સત્ય અને ધર્મ ભિન્ન બની જાય છે. જો અસત્યના ઉચ્ચારણથી પણ ધર્મ સચવાઈ રહેતો હોય તો સત્યના ઉચ્ચારણનો આગ્રહ રાખીને ધર્મને નુકસાન ન જ કરી શકાય.

યુધિષ્ઠિરે કહ્યું, "અશ્વત્થામા હતઃ" પરંતુ સાથે જ કહ્યું, "હતઃ કુંજરઃ" (હાથી મૃત્યુ પામ્યો)

એ જ સમયે સંજયે રાજ્યસભામાં ધૃતરાષ્ટ્રને કહ્યું, "પૃથ્વીથી ચાર આંગળ ઊંચે રહેતો યુધિષ્ઠિરનો રથ ધરતીને સ્પર્શ કરવા લાગ્યો."

સખાએ જે કહ્યું તે યુદ્ધનીતિનું, રાજનીતિનું કે એમની અંગત નીતિનું સત્ય હોઈ શકે, પરંતુ શુદ્ધ કે નિતાંત સત્ય તો એક જ છે, અને એનું ઉચ્ચારણ અનિવાર્ય છે, પ્રાણાંતે પણ !

પુત્રના મૃત્યુના સમાચાર સ્વયં યુધિષ્ઠિરના મુખેથી સાંભળ્યા પછી દ્રોણે યુદ્ધ ત્યાગી દીધું. મારા ભાઈ ધૃષ્ટદ્યુમ્નએ આગળ વધી દ્રોણનું મસ્તક ઉતારી લીધું. શું આ અધર્મ નહોતો? યુદ્ધ ત્યાગી ચૂકેલા એક વીરનું, બ્રાહ્મણનું મસ્તક ઉતારી લેવું એ અધર્મ ન કહી શકાય ?

ગુરુદેવના મૃત્યુ પછી અશ્વત્થામા ભીષણ બની ગયો. કૃષ્ણએ અસત્યથી પિતાને માર્યા એ પછી અશ્વત્થામાએ પાંડવો ઉપર વેર લેવાની પ્રતિજ્ઞા કરી.

દ્રોણના મૃત્યુથી હતોત્સાહ થયેલા કૌરવસૈન્યમાં ભંગાણ પડેલું જોઈ દુર્યોધન સાચે જ ભયભીત થઈ ઊઠ્યો. ધૃતરાષ્ટ્રના સર્વે પુત્રો મૃત્યુ પામ્યા... એકમાત્ર યુયુત્સુ, જે યુદ્ધ શરૂ થતાં પહેલાં જ પાંડવપક્ષે ચાલી આવ્યો એ જીવિત હતો.

દુર્યોધનને મૃત્યુ દૃષ્ટિ સમક્ષ દેખાવા લાગ્યું.

રણભૂમિથી ભાગીને દુર્યોધન એક સરોવરમાં સંતાયો. પોતાના જ્ઞાનના

બળથી એણે એ સરોવરના પાણીને બાંધી દીધું. અત્યંત પીડામાં ગર્ત થઈ ગયેલો દુર્યોધન જલસ્થાનને બાંધીને સ્વયંને બચાવવાનો પ્રયાસ કરી રહ્યો હતો ત્યારે એણે યુધિષ્ઠિરને કહ્યું, "આ વિધવા સમાન પૃથ્વીને હવે ભોગવીને મારે શું કરવું છે ? હું તો વનમાં ચાલ્યો જઈશ..." એ સમયે યુધિષ્ઠિર અને દુર્યોધન વચ્ચે ખૂબ વિતાદ થયો.

ધર્મરાજે કહ્યું, "તેં અમને અગ્નિમાં સળગાવી મૂકવા પ્રયત્ન કર્યો હતો, સર્પો કરડાવ્યા હતા, ઝેર ખવડાવ્યાં હતાં, પાણીમાં ડુબાડી દીધા હતા અને છેવટે રાજ્ય છીનવી લઈને તથા કેટલાંક અપ્રિય વચનો કહીને દ્રૌપદીના કેશ ખેંચીને અમારું ઘણું જ અપમાન કર્યું હતું. એ કારણથી ઓ પાપી ! હવે તારું જીવતર રહેશે નહીં. માટે ઊઠ અને યુદ્ધ કર. યુદ્ધ કરવાથી જ તારું કલ્યાણ થશે."

દુર્યોધનને પણ સમજાઈ ગયું કે યુદ્ધ સિવાય બીજો કોઈ ઉપાય નથી. એ બહાર તો આવ્યો, પરંતુ એણે ફરી એક રમત રમવાનો પ્રયાસ કર્યો, "તમે અનેક છો, હું એક છું. એકની સાથે અનેક વીરો યુદ્ધ કરે એ ન્યાયની વિરુદ્ધ છે."

ધર્મરાજે એની શરત કબૂલ રાખી. ફરી એક વાર ભયાનક દ્યૂતની રમત રમતા હોય એમ કહી નાખ્યું, "અમારામાંથી જેને તું પસંદ કરીશ એ તારી સાથે યુદ્ધ કરશે. તું જો એક પાંડવપુત્રનો વધ કરીશ તો તને રાજ્ય મળશે, જો તું મૃત્યુ પામીશ તો સ્વર્ગ નિશ્ચિત છે."

દ્યૂતસભામાં તો સખા નહોતા, પરંતુ યુધિષ્ઠિરના આ વાક્ય સમયે સખા ત્યાં ઉપસ્થિત હતા. એમણે આજ સુધી ક્યારેય યુધિષ્ઠિર પર ક્રોધ નહોતો કર્યો, પરંતુ આ વાક્ય સાંભળતાં જ એમનો આક્રોશ ભયાનક રીતે યુધિષ્ઠિર ઉપર પ્રગટ થયો. એમણે ક્રોધયુક્ત વચન સાથે યુધિષ્ઠિરને કહ્યું :

તાદિદં દ્યૂતમારબ્ધં પુનરેવ યથા પુરા,
વિષમં શકુનેશ્ચૈવ તવ ચૈવ વિશાં પતે.

"ફરી એક વાર દ્યૂત રમવા ઊભા થયા છો તમે યુધિષ્ઠિર, અને તમારો આ જુગાર શકુનિ સાથેના જુગાર કરતાંય ભયાનક પરિણામ લાવી શકે એમ છે. તમે જે રીતે એને કોઈ પણ એક ભાઈ સાથે યુદ્ધ કરવાનું કહ્યું એના પરથી હવે મને લાગે છે કે તમે રાજ્યભોગ ભોગવવાને અધિકારી જ નથી. અનંતકાળ વનવાસ કે ભિક્ષા માગીને નિર્વાહ ચલાવવો એ જ તમારી નિયતિ છે."

સખાનો ક્રોધ બહુ લાંબો ટકી શકતો નથી. એમનું મન મલિન નથી, હોઈ શકે નહીં ! પરિસ્થિતિ અને સંજોગો સામે એમનો આક્રોશ છે. વ્યક્તિના વર્તન સામે એમનો આક્રોશ છે, 'વ્યક્તિત્વ' સામે નહીં.

આપણે સહુ જો આ શીખી શકીએ તો કદાચિત કૃષ્ણત્વને પામી શકીએ. ક્રોધ ક્ષણિક હોઈ શકે, પરિસ્થિતિ કે સંજોગોની સામેનો હોઈ શકે, કારણ કે પરિસ્થિતિ અને સંજોગોનું નિર્માણ કરવા માટે વ્યક્તિનું વર્તન કારણભૂત હોય છે. વ્યક્તિ સ્વયં તો સામાન્યતઃ નિર્દોષ હોય છે. આપણે વ્યક્તિના જે તે ક્ષણના વર્તનને એનું સમગ્ર વ્યક્તિત્વ માની લઈએ છીએ. વ્યક્તિ નીકળી જાય છે. સમય પણ વીતી જાય છે, પરંતુ આપણે એ વ્યક્તિ સામે જીવનપર્યંત એ જ ક્ષણમાં ઊભા રહીને આપણો ક્રોધ ઠાલવતા રહીએ છીએ.

સખાએ દુર્યોધનને એટલો ઉશ્કેર્યો કે એણે ભીમ સાથે યુદ્ધ કરવાની માગણી કરી. ભીમ સાથેનું ગદાયુદ્ધ શરૂ થાય એ પહેલાં નારદે બલરામને યુદ્ધસ્થળે મોકલ્યા. બલરામની ઉપસ્થિતિ અન્યાયને નિવારશે એમ માનીને નારદે બલરામને યુદ્ધસ્થળે પાઠવ્યા તો ખરા, પરંતુ કુરુક્ષેત્રમાં આ યુદ્ધ નિવારીને બલરામે સૌને સમંતપંચક તીર્થમાં યુદ્ધ કરવાનું કહ્યું, "ત્યાં મૃત્યુ પામનાર નિશ્ચય સ્વર્ગને પામે છે" એમ કહીને બલરામે ગદાયુદ્ધનો પ્રારંભ કરાવ્યો.

અહીં ફરી એક વાર એક વિચિત્ર ક્ષણ આવીને સહુ સમક્ષ આવીને ઊભી રહી. યુદ્ધના અઢારમા દિવસે અંતે જ્યારે ગદાયુદ્ધ શરૂ થયું ત્યારે દુર્યોધન ધર્મથી યુદ્ધ કરી રહ્યો હતો, પરંતુ જેણે જીવન અધર્મમાં વિતાવ્યું એના યુદ્ધને કઈ રીતે ધર્મનિષ્ઠ ગણી શકાય ?

દુર્યોધનની જાંઘ પર ભીમની ગદા બેઠી. એણે રાજ્યસભાની વચ્ચે જે જાંઘ ઠોકીને મને જે બિભત્સતાથી આમંત્રિત કરી હતી એનું પરિણામ આ ક્ષણે એની સામે હતું. ભીમ બળમાં તો ઘણા જ ચડિયાતા હતા, પરંતુ બલરામના શિષ્ય દુર્યોધન પાસે જે ગદાયુદ્ધની કળા હતી તે ભીમ પાસે નહોતી.

અર્જુને પોતાના ડાબા સાથળ પર થાપ મારી ભીમને ચેતવ્યો... દુર્યોધનના ફક્ત સાથળ જ એટલા નાજુક હતા, જેના પર પ્રહાર કરી શકાય. મહર્ષિ મૈત્રેયે દુર્યોધનને આપેલો શાપ પૂર્ણ થયો. ભીમે પોતાની ગદાથી એની બંને જાંઘ તોડી નાખી. દુર્યોધનનું મૃત્યુ નિશ્ચિત થઈ ગયું.

સુયોધન તરીકે જીવવા જેણે જન્મ લીધો હતો એ આજે પૃથ્વી ઉપર

ધૂળમાં રગદોળાતો પડ્યો હતો. યુદ્ધના તમામ નિયમો જેને કંઠસ્થ હતા એવા દુર્યોધનને યુદ્ધના નિયમો તોડીને મૃત્યુના મુખમાં ધકેલવામાં આવ્યો હતો. જે શ્રેષ્ઠ યોદ્ધો હતો... જેનું નામ જ સુયોધન હતું તે આજે યુદ્ધમાં હારીને મૃત્યુના દ્વાર પર જઈ પહોંચ્યો હતો.

આ કઈ નિયતિ હોય છે ? વ્યક્તિમાત્રને મૃત્યુ તરફ લઈ જતી આ નિયતિ કર્મના કયા ફળ સ્વરૂપે પ્રગટ થતી હોય છે ? જો કર્મનું ફળ મળવું જોઈએ તો યુધિષ્ઠિર અને દુર્યોધન બંનેને સમભાગે મળવું જોઈએ. દ્યૂત તો બંને રમ્યા હતા ! મારા પતિએ મને દાવમાં લગાડી તો દુર્યોધને મને દાસી બનાવીને મારી સાથે અભદ્ર વર્તન કર્યું, પરંતુ યુધિષ્ઠિરને વિજય મળ્યો અને દુર્યોધનને પરાજય...

શું કૃષ્ણ યુધિષ્ઠિરના પક્ષે હતા માટે એમનાં કર્મોનો હિસાબ કરવામાં કોઈ અન્ય પરિમાણો વપરાયાં હશે ? શું કૃષ્ણને કારણે યુધિષ્ઠિરને એમના કર્મફળમાંથી મુક્તિ મળી હશે ? જેમણે અસત્ય ઉચ્ચાર્યું એ વિજયી હતા. આવું શા કારણે બન્યું હશે ?

સુયોધન પૃથ્વી પર પડ્યો હતો. એની આંખોમાં નિરીહ પશુની દયનિયતા હતી. એના મુખ ઉપર અપાર ક્રોધ હતો, પરંતુ ક્રોધની સાથે સાથે પરાજય પામ્યાની પીડા પણ દેખાવા લાગી હતી. તૂટેલી જંઘાની અસહ્ય વેદના સાથે એ યુધિષ્ઠિર તરફ જોઈ રહ્યો હતો. એની આંખોમાં એક ઉપહાસ હતો. મારા પતિઓને દેખાયો કે નહીં એની મને જાણ નથી, પરંતુ હું એ ઉપહાસ વાંચી શકતી હતી. ધર્મયુદ્ધના નામે કુરુક્ષેત્રના મેદાનમાં ઊતરનાર આ પાંચ પાંચ વીરોની સામે જોઈને નિઃશ્વાસ નાખતો દુર્યોધન કદાચિત્ પૂછવા માગતો હતો, ‘‘આ જ તમારી વીરતા ? આ જ તમારું ધર્મયુદ્ધ ? આ જ તમારું સત્ય અને આ જ ધર્મની સંસ્થાપના છે ?’’

જમીન પર પડેલો દુર્યોધન સર્પની પેઠે નિઃશ્વાસ નાખી ક્રોધ અને અશ્રુઓથી ઘેરાઈ ગયેલાં નેત્રો વડે સૌને નિહાળી રહ્યો હતો. પોતાના બંને બાહુઓને મદમત્ત હાથીની પેઠે પૃથ્વી પર ઘસતો હતો. એણે પીડામાં ડૂબેલો પ્રલાપ કરવા માંડ્યો, "ઉત્તમ વીર પુરુષો મારું રક્ષણ કરતા હતા અને શાંતનુકુમાર ભીષ્મ મારા નાથ હતા. અગિયાર અક્ષૌહિણી સેનાનો હું અધિપતિ હતો, છતાં આ દશાને પામ્યો છું, માટે સત્ય છે કે કાળની ગતિને કોઈ ઓળંગી

શકતું નથી. મારા પક્ષના જે પુરુષો બચ્યા હોય એમને જણાવજો કે ભીમસેને ગદાયુદ્ધની રીતિનો ભંગ કરી મને માર્યો, એટલું જ નહીં, હું જ્યારે પૃથ્વી પર પડ્યો ત્યારે ક્રોધમાં આવી મારા મસ્તકને પગથી કચર્યું..."

નિતંબિની કહે છે કે, મૃતાવસ્થામાં પડેલા દુર્યોધનના દેહ ઉપર આકાશમાંથી પુષ્પવૃષ્ટિ થઈ. અપ્સરાઓએ નૃત્ય કર્યાં. ગંધર્વો અને યક્ષોએ સંગીતની મધુ સૂરાવલિઓ છેડી. મલય પર્વત પરથી સુગંધી અને શીતળ વાયુ લહેરાવા માંડ્યો અને અંતરિક્ષમાં પ્રગટ થયેલા ઋષિઓએ દુર્યોધનને 'સાધુ સાધુ' કહીને બિરદાવ્યો. ભીમ તો ઠીક ખુદ કૃષ્ણ પણ લજ્જિત થઈ ગયા ! વિજય ભલે પ્રાપ્ત કર્યો હોય પણ આ પ્રાપ્તિ માટે જે માર્ગ અપનાવ્યો હતો એને શાશ્વતીની સ્વીકૃતિ મળી શકી નહોતી. આવો માર્ગ અપનાવનાર ભલે સ્વયં શ્રીકૃષ્ણ હતા અને તોય પરમ શાશ્વતીએ તો એ જ સંકેત આપ્યો કે દુર્યોધન ભલે પરાસ્ત થયો હોય, યુધિષ્ઠિર ભલે વિજય થયા હોય પણ અઢાર અક્ષૌહિણીના મૃત્યુ વચ્ચે દુર્યોધનનો આ પરાજય પુષ્ટવૃષ્ટિનો અધિકારી હતો અને ભીમનો આ વિજય, પછી ભલે એ ધર્મનો હોય તો પણ ગૌરવસ્પદ નહોતો, લજ્જાસ્પદ હતો.

પ્રતિશોધની આ કઈ ક્ષણ હતી ? જ્યારે મારી અંદર રહેલા શુભ અને અશુભ તત્ત્વ એકમેકની સમક્ષ ઊભા રહીને એકમેકનો વિરોધ કરી રહ્યા હતા.

પૃથ્વી પર પડેલા દુર્યોધનને જોઈને અંતે મારો આત્મા શાંત થયો. એની જાંઘમાંથી વહી રહેલા રક્તને કેશમાં સિંચવા જ્યારે મને ભીમસેને આમંત્રિત કરી ત્યારે મારા મનમાં દુર્યોધન માટે અનુકંપા સિવાય કાંઈ શેષ નહોતું. મારી પીડા, મારો પ્રતિશોધ અને મારી સાથે થયેલો અન્યાય તો ક્યાંય વિસરાઈ ગયો હતો. આટઆટલા વીરપુરુષોનાં, સ્વજનોનાં મૃત્યુના સમાચાર સાંભળી સાંભળીને મન ખિન્ન અને ક્ષુબ્ધ થઈ ગયું હતું.

કયા પ્રતિશોધના બળે મેં આ પ્રતિજ્ઞા લીધી હશે એ તો ઈશ્વર જાણે, પરંતુ આ ક્ષણે મને મારી પ્રતિજ્ઞા અર્થહીન અને મૂર્ખતાપૂર્ણ જણાવા લાગી.

દુર્યોધનના વર્તનને મૂર્ખ મનુષ્યનું વર્તન ગણીને હું ક્ષમા કરી શકી હોત તો આ મહાવિનાશ રોકી શકાયો હોત. મારા પતિઓને કંઈ કેટલાય અધર્મયુક્ત અને અપકીર્તિ આપનારાં કાર્યોમાંથી ઉગારી શકી હોત હું, કદાચિત !

પરંતુ વીતી ગયેલા સમય પર અશ્રુ સારવાનો કોઈ અર્થ નથી હોતો. પ્રાયશ્ચિત્ત અને પશ્ચાત્તાપમાં કદાચ આ જ ફરક હોય છે. પશ્ચાત્તાપ ક્ષણિક હોય

છે... પરિણામના ભયથી યુક્ત ! પોતે જે કર્યું છે તેનું પરિણામ ભોગવી શકવાની ક્ષમતા પોતાનામાં નથી એવું સમજાતા જ વ્યક્તિને પશ્ચાત્તાપ થવા લાગે છે. વર્તન કે વાણીનો દુરુપયોગ કરતી વખતે આ પશ્ચાત્તાપ એને સ્પર્શતો સુધ્ધાં નથી, પરંતુ જ્યારે પરિણામ ભોગવવાનું આવે છે ત્યારે એને પશ્ચાત્તાપ ઘેરી વળે છે.

પ્રાયશ્ચિત્ત વ્યાક્તિને સમગ્રપણે બદલે છે. મન, બુદ્ધિ અને આત્મા સહિત. પોતે જે કર્યું તે નિશ્ચિત જ યોગ્ય નહોતું એમ સમજાયા પછી પોતાના વ્યક્તિત્વનો એ ભાગ વ્યક્તિત્વમાંથી કાઢીને કશું શુદ્ધ અને શુભ ઉમેરવાનો પ્રયાસ પ્રાયશ્ચિત્ત છે. પ્રાયશ્ચિત્તમાંથી પસાર થતી વ્યક્તિ બદલાય છે. વધુ શુદ્ધ અને વધુ સત્યવાન બને છે.

દુર્યોધન અને હું બંને આ ક્ષણે લગભગ આવી જ મનોદશામાંથી પસાર થઈ રહ્યા હતા. એને પશ્ચાત્તાપ થતો હતો અને હું પ્રાયશ્ચિત્ત કરવા કટિબદ્ધ હતી ! મારામાં એવી શક્તિ નહોતી કે હું મારા પતિઓને કહું, "નથી સિંચવું મારે રક્ત દુર્યોધનનું...મારી પ્રતિજ્ઞા તો પૂર્ણ થઈ એના મૃત્યુ સાથે !" આ મહાયુદ્ધને અહીં સુધી લાવ્યા પછી આ અંતિમ પરીક્ષાની ક્ષણે જો હું વિચલિત થઈ જાઉં તો મારા પતિઓ મારા વિશે શું વિચારશે... મને આ અંતિમ ક્ષણની વિવશતા માટે ક્ષમા કરી શકશે ?

આવા જ વિચારો સાથે અન્યમનસ્ક થઈને મેં દુર્યોધનના રક્તની અંજલિ ભરી. મારા મસ્તક પર રેડી તો ખરી, પણ એ ધગધગતા રક્તમાં મને કોઈ શાંતિનો, કોઈ પૂર્ણતાનો અનુભવ સાંપડ્યો જ નહીં. આ ક્ષણ માટે કંઈ કેટલીયે કાળરાત્રીઓના ઉજાગરા સહ્યા હતા મેં. વારંવાર આ ક્ષણની કલ્પના કરીને મારા હૃદયમાં જે ઠંડક ઉદ્ભવતી હતી એ ક્યાં હતી આ ક્ષણે ? આ ક્ષણે તો પીડા હતી, પારાવાર પીડા !

સ્વજનોનાં મૃત્યુનો, અધર્મનો, યુદ્ધમાં આચરવામાં આવેલી અનીતિનો અને ભોંય પર પડેલા હારેલા પૃથ્વીપતિની દુર્દશાના ઉત્તરદાયિત્વનો આઘાત અને એની સાથે જોડાયેલી અનંત પીડા.

શું આને જ ક્ષમા કહેતા હશે ?

સ્ત્રીસ્વભાવ, ક્ષમાશીલતા અને ધૈર્યથી હું પણ મુક્ત થઈ શકી નહીં ?

પ્રતિશોધ લેવા માટે જન્મેલી હું, શા માટે આ પીડાનો અનુભવ કરી રહી હતી ?

હવે આ પ્રશ્નોના ઉત્તરોનો કોઈ અર્થ નહોતો રહ્યો. યુદ્ધ પૂર્ણ થયું હતું. મૃત્યુ પછીની સ્મશાનવત્ત શાંતિ પ્રવર્તતી હતી ચોતરફ. ભીમ મહાકાય પૌંડ્ર શંખ ફૂંકી રહ્યા હતા ! જેનો નાદ મારી શિરાઓમાં પ્રવેશીને મને ઊર્ધ્વસ્ત કરી રહ્યો હતો.

એ રાત્રે કૃષ્ણએ સૌને શિબિર બહાર રહેવાનું સૂચન કર્યું. હું કશું જ જાણતી નહોતી, પરંતુ એક વાત સમજી શકી, અમારી શિબિર પર કોઈ ભયાનક અનર્થ તોળાઈ રહ્યો હતો.

મારે પૂછવું હતું સખાને, શા કારણે આવો નિર્ણય ? પરંતુ એવો સમય જ મળ્યો નહીં. એમના શબ્દને આદેશ ગણતા મારા પતિઓએ શિબિર બહાર રહેવાનું સૂચન તુર્ત જ સ્વીકારી લીધું...

એ રાત્રી યુદ્ધની સૌથી વિનાશક, સૌથી ભયાવહ અને સૌથી પીડાદાયક રાત્રી નીવડી.

સ્વજનોના વિનાશ સુધી કદાચ મેં સહ્યું હોત. મારી દૃષ્ટિ સમક્ષ એક પછી એક વિદાય લઈ રહેલા સહુને જોઈને પણ હું મૌન રહી શકી હોત, પરંતુ એ રાત્રે જે થયું એ પછી મને યુદ્ધની વિફળતા પૂર્ણપણે સમજાઈ ગઈ. અમે આ ભૂમિ કોના માટે માગતા હતા ? આ ભૂમિના ભોકતા કોણ હતા ? અમે પોતે કે અમારા પછી અમારા પુત્રો, પ્રપૌત્રો ? આ ન્યાય મેળવ્યા બાદ શું અમે ચીરકાળ સુધી જીવિત રહેવાના હતા ?

ભૂમિ કોઈની સાથે જતી નથી. ભૂમિને જીતનારને પણ અંતે તો ભૂમિ મૂકીને જ જવું પડે છે. આ વાત શું અમે જાણતા નહોતા ? જેમ ધૃતરાષ્ટ્ર પોતાના પુત્રોને ભૂમિ સોંપવા ઇચ્છતા હતા તેમ અમે પણ અમારા પુત્રોને વાનપ્રસ્થ સમયે અમે રાજ્યાભિષેક કરીને રાજ્યકર્તા તરીકે નિહાળવા માગતા હતા એ સ્વપ્ન આ રીતે દુઃસ્વપ્નમાં પલટાઈ જશે એવી અમને કલ્પના પણ નહોતી.

અમે ન્યાય માટે યુદ્ધ કર્યું હતું કે ભૂમિ માટે ? અમને અમારું રાજ્ય પાછું જોઈતું હતું કે સન્માન ?

અમે પોતે પણ હવે આ બાબતમાં સ્પષ્ટ નહોતા રહ્યા, કદાચ ! ભાગ્યે અમને એ અણસમજનો દંડ આપ્યો એમ કહીએ તો ખોટું નથી.

જે પુત્રો માટે માતાપિતા જીવનભર ધન અને ભૂમિનો સંચય કરે છે એ

જ પુત્રોને પોતાની દૃષ્ટિ સમક્ષ મૃત્યુ પામેલા જોવા કેટલું પીડાદાયક અને ભયાવહ દૃશ્ય હશે એ હવે હું કલ્પી શકું છું. ધૃતરાષ્ટ્ર ન્યાયી હતા કે અન્યાયી... પરંતુ એમના પુત્ર માટેનો એમનો સ્નેહ ખોટો નહોતો જ. પુત્રસ્નેહમાં અંધ ધૃતરાષ્ટ્ર આ રાજ્ય પોતાના માટે નહીં, પુત્ર માટે વાંચ્છતા હતા. એ પુત્રને મૃત્યુ પામેલો જોવાની પીડા કેટલી ભયાવહ હોઈ શકે એનું જ્ઞાન મને અમારી શિબિરની બહાર વિતાવેલી રાત્રિ પછી ઊગેલા પ્રભાતે થઈ ગયું.

લોહીથી નીતરી રહેલા દુર્યોધને કૃતવર્મા, કૃપાચાર્ય અને અશ્વત્થામાથી બનેલી ત્રણ જણની સેનામાં અશ્વત્થામાને સેનાપતિપદે પ્રસ્થાપિત કર્યા.

ત્રણેય મહારથીઓ દુર્યોધનની સ્થિતિ જોઈને મનમાં દુઃખી થતા શત્રુઓ સામે યુદ્ધ કરવા બહાર પડ્યા. સૂર્યાસ્તને સમયે તેઓ શિબિર સમીપ આવ્યા.

એ જ સમયે જે વૃક્ષ નીચે તે ત્રણેય બેઠા હતા ત્યાં એક ઘુવડે આવીને એકલા હાથે પોતાના શત્રુ કાગડાઓનો ભયાનક સંહાર કર્યો. રાત્રીના સમયે આવું કપટયુક્ત કર્મ કરી ઘુવડે પોતાનું વેર વાળ્યું. એ જોઈને અશ્વત્થામાએ ઘુવડને પોતાનો ગુરુ બનાવ્યો અને વેર લેવા માટે ઊંઘતા પાંચાલો પર પ્રહાર કરવાનો નિર્ણય કર્યો.

દુર્જનો ઉપદેશ તરીકે દુર્જનોના વર્તનને જ સ્વીકારે છે. ક્યારેક વિવેકહીન પ્રાણીને પોતાના ગુરુ માનીને પોતાની અનીતિને સત્ય ઠરાવવાનો પ્રયાસ કરે છે. અશ્વત્થામાએ પણ એમ જ કર્યું.

કૃપાચાર્યએ એને સમજાવવાનો પ્રયાસ તો કર્યો, પરંતુ વેરમાં અંધ થયેલા અશ્વત્થામાએ પોતાના મામાનાં હિતવચનોને અવગણીને કહ્યું, "રોમેરોમે વ્યાપ્ત થયેલો અમર્ષ (ક્રોધ) મારી નિદ્રાનો સત્વર નાશ કરે છે. મારા પિતા અને મિત્ર સહિત અનેક સ્વજનોનાં અન્યાયી મૃત્યુનો પ્રતિશોધ લેવા હું નિદ્રાધીન થયેલા મારા શત્રુઓનો સંહાર કરીશ ત્યારે જ સંતાપથી રહિત થઈશ."

મારા પાંચ પુત્રોને એણે હૃદયહીનતાથી સંહારી નાખ્યા. નરશ્રેષ્ઠના પુત્રો પોતાનો જીવ બચાવવા માટે નહીં, શિબિરની રક્ષા કરવા માટે યુદ્ધે ચડ્યા તો ખરા, પરંતુ એ બાળકો હતાં. અશ્વત્થામાના બળ અને પિતાના અન્યાયપૂર્ણ મૃત્યુના પ્રતિશોધે એના હૃદયમાં જગાડેલા આક્રોશ સામે મારા પુત્રો ટકી શક્યા નહીં.

એણે સુતસોમના તલવારવાળા હાથને પ્રથમ કાપી નાખ્યો, પછી તેણે

તેના પડખામાં તલવારનો ઝટકો માર્યો. એટલે હૃદય તૂટી પડવાથી પૃથ્વી પર પડ્યો. તે પછી વીર્યવાન નકુલપુત્ર શતાનીકે કોઈ એક રથનું પૈડું બે હાથ વતી ઊંચકીને અશ્વત્થામાની છાતીમાં વેગથી માર્યું. શતાનીકે પોતાના પર રથનું પૈડું ફેંક્યું એટલે બ્રાહ્મણ અશ્વત્થામાએ તેને તલવારનો પ્રહાર કર્યો. આથી તે વિહ્વળ થઈને પૃથ્વી પર પડ્યો. અશ્વત્થામાએ તુરત તેનું મસ્તક કાપી નાખ્યું. પછી શ્રુતકર્માએ હાથમાં પરિઘ લઈને અશ્વત્થામાને લલાટના પ્રદેશમાં માર્યું અને એકદમ વેગથી તેની સામે ધસારો કર્યો. શ્રુતકર્માને આમ ધસી આવતો જોઈ અશ્વત્થામાએ તેના મુખ પર તલવાર મારી. તેથી તે મુખ કપાઈ જતાં બેભાન થઈને પડ્યો અને મરણ પામ્યો. શ્રુતકર્માનો પૃથ્વી પર પડ્યાનો અવાજ સાંભળી મહારથી શ્રુતકીર્તિ અશ્વત્થામા સામે આવીને બાણોની વૃષ્ટિ કરવા લાગ્યો. એટલે અશ્વત્થામાએ તેની બાણવૃષ્ટિને ઢાલ વતી અટકાવી દીધી અને તુરત જ તેના કુંડળોવાળા પ્રકાશિત મસ્તકને શરીરથી જુદું પાડ્યું.

મારા પુત્રોનાં મૃત્યુનું આ ઘોર અને દારુણ વર્ણન સાંભળીને દુર્યોધન સંતોષથી પ્રાણત્યાગ કરી મૃત્યુ પામ્યો. જ્યારે મારું મન સાવ જ છિન્નવિછિન્ન થઈ ગયું.

આ જાણ્યા પછી યુધિષ્ઠિર, અર્જુન અને મારા પતિઓ ખિન્ન થઈને શ્રીકૃષ્ણના શરણે ગયા. મારો ક્રોધ ફરી એક વાર ભભૂકી ઊઠ્યો, "પાપી અશ્વત્થામાને જો આજે ને આજે મારી નહીં નાખો તો હું યુદ્ધક્ષેત્રમાં ઉપવાસ કરીને પ્રાણત્યાગ કરીશ." મેં કહ્યું, "અશ્વત્થામાના મસ્તક પર એક મણિ રહે છે. એ જો તમે લઈ આવશો તો જ હું માનીશ કે તમે મારા પુત્રોનો પ્રતિશોધ લીધો છે."

મહાત્મા વેદવ્યાસના ચરણમાં શરીરે ઘી ચોપડીને, દર્ભની સળીનાં વસ્ત્રો પહેરીને બેઠેલો અશ્વત્થામા એમને જોઈને ગભરાઈ ગયો. એની પાસે શસ્ત્ર નહોતાં. વેદવ્યાસે એને રોક્યો તેમ છતાં એણે પોતાના વક્ષમાંથી દર્ભની સળી તોડીને મંત્રોચ્ચાર કરવા માંડ્યા.

અશ્વત્થામા પાસે બ્રહ્માસ્ત્રનું જ્ઞાન હતું. જેમ નિર્બળ પાસે ધન રાખવાથી એના રક્ષણનું વચન મળતું નથી, એ જ રીતે અશ્વત્થામા પાસે રહેલું જ્ઞાન યોગ્ય અને સાચી દિશામાં વપરાશે એવી શ્રદ્ધા કદાચ સ્વયં ગુરુ દ્રોણને નહોતી.

એના પિતાએ એને સૂચના આપી હતી કે, "પુત્રમોહમાં હું તને બ્રહ્માસ્ત્ર

આપું તો છું, પરંતુ મનુષ્ય ઉપર આનો પ્રયોગ ક્યારેય નહીં કરતો." તેમ છતાં અશ્વત્થામાએ બ્રહ્માસ્ત્ર કાઢ્યું. એની સામે પરંતપે બ્રહ્માસ્ત્ર કાઢીને ઈશ્વરને નમસ્કાર કર્યા, સર્વ ગુરુઓને નમસ્કાર કર્યા અને મનોમન પ્રાર્થના કરતાં કહ્યું, "આ અસ્ત્રનો હું પ્રયોગ કરું છું તેથી પ્રથમ આચાર્યના પુત્રનું, પછી મારું પોતાનું અને અંતે સર્વનું કલ્યાણ થાઓ." અશ્વત્થામાના બ્રહ્માસ્ત્રને શાંત કરવા ધનંજયે બ્રહ્માસ્ત્રનો પ્રયોગ તો કર્યો, પરંતુ પાપી અશ્વત્થામાનું બ્રહ્માસ્ત્ર પાછું ફરી શકે એમ નહોતું. બ્રહ્મચર્ય વ્રતને પાળનાર, રોષથી નહીં, પરંતુ વિનાશને શાંત કરવા માટે અર્જુને બ્રહ્માસ્ત્રનો પ્રયોગ કર્યો હતો. તેથી એનું શસ્ત્ર તો પાછું ફર્યું...

દર્ભની સળીને બ્રહ્માસ્ત્રથી મંત્રેલી હોવાને કારણે પાંડવોની સ્ત્રીના ગર્ભ પર છોડવાનો અશ્વત્થામાએ નિર્ણય કર્યો.

અશ્વત્થામાએ ભગવાન વેદવ્યાસની સૂચના પ્રમાણે વિરાટપુત્રી, અભિમન્યુની પત્ની અને સુભદ્રાની પુત્રવધૂ ઉત્તરાના ગર્ભ પર એનો પ્રયોગ કર્યો. આ ગર્ભ પાંડવોનો અંતિમ વંશ હતો. હું વિચલિત થઈ ગઈ. જો ભૂમિને ભોગવનાર વારસ ન રહે તો વિજયનો શો અર્થ ?

શ્રીકૃષ્ણએ એ જ સમયે સાંત્વન આપતાં કહ્યું, "અર્જુનની પુત્રવધૂ, વિરાટપુત્રી ઉત્તરા જ્યારે ઉપપ્લાવ્ય નગરમાં હતી ત્યારે એક વ્રતનિષ્ઠ બ્રાહ્મણે એને આશીર્વાદ આપ્યા હતા કે સર્વ કૌરવોનો ક્ષય થઈ ગયા પછી તને એક પુત્ર થશે અને એનું નામ પરીક્ષિત તરીકે જગતમાં પ્રસિદ્ધ થશે."

અશ્વત્થામાએ કૃષ્ણને કહ્યું, "મારું વચન મિથ્યા નહીં થાય..."

પરંતુ કૃષ્ણએ ફરી એક વાર પોતાનાં તમામ પુણ્ય અને બ્રહ્મચર્ય સહિતનાં સત્યો ગર્ભમાં રહેલા બાળકને અર્પણ કરીને કહ્યું, "ગર્ભ તારો અસ્ત્રાગ્નિના તેજથી બળી તો જશે, પરંતુ હું એને જીવતો કરીશ. મારાં તપ, વ્રત અને બ્રહ્મચર્યના તેજથી હું પાંડવવંશને જીવતો રાખીશ. પરીક્ષિતનો જન્મ અચૂક થશે."

૧૧

ક્યારેક હું તટસ્થ થઈને વિચાર કરું ત્યારે મને સમજાય છે કે ધૃતરાષ્ટ્રની વાત તદ્દન ખોટી નહોતી. હસ્તિનાપુરનું સિંહાસન જો એમનું હોય તો એ શા માટે એવું ન ઇચ્છે કે એ સિંહાસન એમના ઉત્તરાધિકારી તરીકે દુર્યોધનને મળે ? પ્રત્યેક પિતા ઉત્તરાધિકારી તરીકે પોતાના સંતાનની જ ઝંખના કરે છે. ભરતવર્ષની રાજધાની જ્યાંથી શરૂ થઈને જ્યાં પૂર્ણ થતી હતી એવા હસ્તિનાપુરની રાજ્યસત્તાની ધુરા પોતાના સંતાન સિવાય અન્ય કોઈના હાથમાં જાય એવું કોઈ પણ પિતા શા માટે ઇચ્છે ? એ એમના સ્થાને સાચા હતા.

હું શાંતિપૂર્વક ન્યાયના આસને બેસું છું અને પરિસ્થિતિને મૂલવવાનો પ્રયાસ કરું છું ત્યારે મને એ પણ સમજાય છે કે કૌરવો ધૃતરાષ્ટ્રનો અંશ હતા. એમના ઔરસ સંતાનો ! મારા પતિઓ માતા કુંતીના મંત્રોના પરિણામે જન્મેલા પુત્રો હતા. પિતાશ્રી પાંડુની અનુમતી ભલે હોય, આ સંતાનોના જન્મ માટે એમની ઉપસ્થિતિ નહોતી આ વિધિમાં !

અમે શેને માટે યુદ્ધ કર્યું ? એ ભૂમિ જે અમે અમારી સાથે લઈ જઈ શકવાના નહોતા ? એ શ્રી અને સંપત્તિ માટે, જે ક્યારેય કોઈના થયા નથી ? કે પછી એવા ધર્મની સંસ્થાપના માટે, જેની સામે મને પોતાને જ પ્રશ્નાર્થ ચિહ્ન ઉદ્‌ભવતા હતા ? શક્ય છે મારું પ્રશ્નોપનિષદ મને ખોટી દિશામાં લઈ જતું

હોય, શક્ય છે કે મહાપુરુષો જે રીતે વિચારતા હતા એ રીતે હું ન વિચારી શકતી હોઉં. પરંતુ સ્વયંને માતા કુંતીના સ્થાને મૂકું છું તો એવો પ્રશ્ન થાય છે કે જો તેઓ પોતાના પતિને મંત્રશક્તિ વિશે જણાવી શક્યા. એ મંત્રોના આશીર્વાદથી ભિન્નભિન્ન દેવોની આરાધના કરી પાંચ પાંચ પુત્રોરત્નોને પામી શક્યા તો એ જ મંત્રશક્તિ દ્વારા ઉત્પન્ન થયેલા એમના જ પુત્ર કર્ણ વિશે એમણે શા કારણે એમના પતિને અજ્ઞાત રાખવાનો નિશ્ચય કર્યો હશે ?

સ્ત્રીનું મન અકળ છે. ભલભલા વીરો અને ચતુરો સ્ત્રીના મનને સમજવામાં નિષ્ફળ નીવડ્યા છે. એક પુરુષ સ્ત્રીનું મન ન સમજી શકે એ વાત કદાચ સ્વીકારી શકાય, પરંતુ હું સ્ત્રી થઈને પણ સ્ત્રીનું મન નથી સમજી શકી એ વાતનું મને બહુ આશ્ચર્ય છે. માતા કુંતીનું મન તો મને અત્યંત ગૂઢ લાગ્યું છે. એ ઓછું બોલે છે. એમનાં નેત્રો મોટા ભાગે નીચા નમેલા હોય છે. મુખ ઉપર ભાગ્યે જ કોઈ ભાવ વાંચી શકાય એવા હોય છે. સતત ઈશ્વરસ્મરણ કરતાં હોય અથવા મનોમન જપ કરતાં હોય... પોતાનો ગમો-અણગમો કે ઇચ્છા-અનિચ્છાને તેઓ ભાગ્યે જ શબ્દમાં વ્યક્ત કરે છે. ક્યારેક એમની સાથે દૃષ્ટિ મળે તો હું એમને સમજવાનો, કોઈ ગૂઢ રહસ્યની જેમ ઉકેલવાનો પ્રયાસ કરું છું. એમની દૃષ્ટિમાં શોધું છું કે મને એકાદ નાનો તાંતણો મળી જાય તો એના આધારે હું માના મનને થોડુંઘણું પણ સમજી શકું, પરંતુ એવું ક્યારેય થતું નથી. પિતાજી પાંડુને જ્યારે ઋષિએ શાપ આપ્યો ત્યારે માતા તો તદ્દન નીરઅપરાધ હતાં. પિતાજીએ પોતાના પ્રાણોની રક્ષાને કાજે જ્યારે વનમાં નિવાસ કરવાનો નિશ્ચય કર્યો ત્યારે માતાને શું થયું હશે ? મૃગયા તો પુરુષની પ્રકૃતિ છે, પરંતુ પરિણામ સ્ત્રીએ ભોગવવું પડે છે. એ મૃગ હોય કે સ્ત્રી... મૃગયાનો આનંદ પુરુષને મળે છે જ્યારે એની પીડા સ્ત્રીના ભાગે લખાઈ છે. કિંદમ નામના તપઃશુદ્ધ મુનિને પોતાની પત્ની સાથે મૃગરૂપે સંગ કરતા હણ્યા પછી પાંડુરાજાને મળેલો શાપ માતાને માટે પણ એમની ઇચ્છાઓના દમનનું કારણ બની ગયો ! એમણે પાંડુરાજાને શાપ આપ્યો, "અમો બંનેના ઘાતક થનાર તમે કામમોહિત થઈ જ્યારે અવશ થશો, ત્યારે તમે આવરદાના અંતકારી આ જ મૃત્યુને પામશો. હું કિંદમ નામે તપઃશુદ્ધ મુનિ છું. માણસોની લજ્જાથી હું મૃગીને વિશે મૈથુન આચરતો હતો. મૃગ થઈને હું મૃગો સાથે ઘન વનમાં ફરું છું, એ તમે જાણતા નહોતા તેથી તમને આ બ્રહ્મહત્યા લાગશે નહીં. પણ

હે મૂઢ ! મૃગને રૂપે રહેલા મને કામમોહિતને તમે હણ્યો છે, તેનું તમને આવું ફળ અવશ્ય મળશે જ. તમે કામમોહિત થઈ પ્રિયા સાથે સમાગમ કરશો, એટલે તમે પણ આ જ અવસ્થામાં પ્રેતલોકને પામશો. હે શ્રેષ્ઠ બુદ્ધિમાન ! તમે જે કાન્તા સાથે સમાગમ પામશો, તે પ્રાણીમાત્રને દુસ્તર પ્રેતલોકને પામી ભક્તિપૂર્વક તમારું અનુગમન કરશે. હું સુખમાં હતો તે વખતે તમે મને દુઃખ આપ્યું છે, તેમ તમે સુખમાં હશો ત્યારે જ તમે દુઃખ પામશો.

આ કથા તો સર્વને વિદીત હતી. મારો પ્રશ્ન કથા પછી જ પ્રવેશતો હતો. મારાં લગ્ન થયા ત્યારે એક વાર મેં એમને પ્રશ્નો પૂછ્યા હતા. મારી પ્રકૃતિને ત્યાગી ન શકી માટે એમના અંગત જીવનના વીતી ગયેલા દિવસોને જાણવાની અદગમ્ય ઇચ્છાથી મેં એમને પૂછ્યું હતું, "તમને વનનિવાસ વિશે પ્રશ્ન પૂછ્યો હતો પિતાશ્રીએ કે એમના નિશ્ચયનો ભાગ ગણીને તમને એમની સાથે આવવાનો આદેશ કર્યો હતો ?"

માતાએ પૂર્ણ શ્રદ્ધા અને સન્માન સાથે મને કહ્યું હતું, "એમણે તો એકલા જ જવાનો નિર્ણય કર્યો હતો. તેઓ અમને લઈ જવા માગતા જ નહોતા, પરંતુ અમે જ એમને કહ્યું હતું કે, "હે ભરત શ્રેષ્ઠ, સંન્યાય સિવાય પણ બીજા આશ્રમો છે. એમાં અમને બંને ધર્મપત્નીઓને સાથે રહેવા દઈને પણ તમે મહાન તપ તપી શકો એમ છો. પતિના લોકમાં પરાયણ રહીને અમે બંને ઇન્દ્રિયોને વશ કરીશું, કામ અને સુખને ત્યજીશું અને તમારા તપમાં સહભાગી થઈશું." માતા કુંતીએ મને જણાવ્યું હતું કે, પિતાજીએ એમના પણ કોઈ દબાણ કર્યું નહોતું. એમણે પોતાની ઇચ્છાથી જ શતશૃંગ પર્વત ઉપર જઈને તપ તપવાનો નિશ્ચય કર્યો હતો.

એ પછી એમણે મને કહ્યું હતું કે, પિતાજીએ સ્વયં એમને પુત્ર આપવા માટે વિનંતી કરી હતી. પાંડુરાજાએ સ્વયં એમને કહ્યું હતું કે, પતિને ત્યજીને વ્યભિચાર કરનારી સ્ત્રીને ભ્રૂણ હત્યા જેવું ઘોર પાપ લાગે છે, પરંતુ પુત્રને માટે પતિથી આજ્ઞા પામેલી પત્નીને આ પાપ લાગતું નથી. વંશવૃદ્ધિ માટે કૃષ્ણ દ્વયપાયનથી કરાયેલો નિયોગ તો તમે જાણો જ છો, પરંતુ હવે જ્યારે હું પ્રજનન પ્રવૃત્તિમાંથી નિવૃત્ત થયો છું ત્યારે હું પુત્રોની ઇચ્છા ધરાવું છું. તું મારી આજ્ઞાથી તપસ્વી અને ગુણસંપન્ન પુત્રોને જન્મ આપે એવી મારી ઇચ્છા છે."

આ સાંભળીને મને સાચે જ આશ્ચર્ય થયું હતું. પોતાનો વંશ ચાલતો

રહે તે માટે પુરુષ કેટલું ઝંખતો હોય છે... પિતાજી પાંડુ પણ આનાથી ભિન્ન નહોતા. પોતે શાપને કારણે પ્રજોત્પતિ કરી શકે એમ નહોતા, પરંતુ એમના કુળનું નામ ચાલતું રહે તે માટે તેઓ પણ લાલસા ધરાવતા હતા એ જાણીને મને સહેજ હસવું આવ્યું.

કાકાશ્રી ધૃતરાષ્ટ્રએ જ્યારે 'મારા પુત્રો' અને 'પાંડવો' એમ કહ્યું ત્યારે સહુએ એ વાતનો તિરસ્કાર કર્યો હતો, પરંતુ પાંડુરાજાએ પોતાના ભાઈને સો પુત્રો હોવા છતાં 'પોતાના' પુત્રની વાંછના કરી એ વાત શું યોગ્ય હતી ? સો પુત્રો હોવા છતાં માતા ગાંધારીએ જ્યારે મનોમન એક પુત્રીની કામના કરી હતી. માતા કુંતીને શું પુત્રીની ઝંખના નહીં હોય ?

મને આજે પણ એક પુત્રીની ઝંખના છે. માતાનો સાચો પુનઃજન્મ એક પુત્રી દ્વારા જ થાય છે. માતા ગાંધારીનો તો પુનઃજન્મ થઈ ગયો. હું અને માતા કુંતી આ જન્મ પછી કદાચિત વિસ્મૃતિનાં વાદળોમાં વિલાઈ જઈશું !

યુદ્ધ સમાપ્તિના સમાચાર પછી જ હું આવું બધું કેમ વિચારવા લાગી હતી ? અત્યાર સુધી તો મને આવું કશું સૂઝ્યું નહોતું. યુદ્ધની વિફળતાએ મને સમજાવ્યું હતું કે પ્રતિશોધ અને વેર પણ વિફળ છે. મનુષ્યમાત્ર જે મેળવવા માટે આંધળી દોટ મૂકે છે તે એના હાથમાં આવ્યા પછી એનું મૂલ્ય શૂન્ય બની જાય છે. નહીં પામેલા સુખો વધુ પ્રીતિકર લાગે છે. નહીં મેળવેલું ભાગ્યફળ વધુ વાંછીત હોય છે.

યુદ્ધ સમાપ્તિની સાથે સાથે અનેક સ્વજનોના મૃત્યુના સમાચાર પણ અમારે સાંભળવા પડ્યા. મારા સો દિયરોમાંથી ફક્ત બે જીવિત રહી શક્યા. એક યુયુત્સુ અને બીજા સંજય.

યુયુત્સુએ યુદ્ધ નહીં કરવાનો નિશ્ચય કર્યો, તેથી એમને ધર્મયુદ્ધમાંથી બહાર રહેવાનો દંડ મળ્યો. માતા ગાંધારીએ પોતાના જ પુત્ર પર ભ્રાતૃદ્રોહ આક્ષેપ કર્યો. ભ્રાતા સંજય ધૃતરાષ્ટ્રને યુદ્ધનું વર્ણન કરવા મહાલયમાં રહ્યા, તેથી એ પણ યુદ્ધના પરિણામથી બહાર રહી શક્યા. પરંતુ ગાંધારીના સો પુત્રો દુર્યોધન સહિત મૃત્યુ પામ્યા. દુર્યોધન, દુઃશાસન, દુઃસહ, દુઃશલ, જલસંધ, સમ, સહ, વિંદ, અનુવિન્દ, દુર્ધર્ષ, સુબાહુ, દુષ્પ્રધર્ષણ, દુર્મર્ષણ, દુર્મુખ, દુષ્કર્ણ, કર્ણ, વિવિંશતિ, વિકર્ણ, શલ, સત્ત્વ, સુલોચન, ચિત્ર, ઉપચિત્ર, ચિત્રાક્ષ, ચારુચિત્ર, શરાસન, દુર્મદ, દુર્વિગાહ, વિવિત્સુ, વિકટાનન, ઊર્ણનાભ, સુનાભ, નન્દ, ઉપનન્દ,

ચિત્રબાણ, ચિત્રવર્મા, સુવર્મા, દુર્વિમોચન, અયોબાહુ, મહાબાહુ, ચિત્રાંગ, ચિત્રકુંડલ, ભીમવેગ, ભીમબલ, બલાકી, બલવર્ધન, ઉગ્રાયુધ, સુષેણ, કુંડધાર, મહોદર, ચિત્રાયુધ, નિષંગી, પાશી, વૃન્દારક, દઢવર્મા, દઢક્ષત્ર, સોમકીર્તિ, અનૂદર, દઢસન્ધ, જરાસંધ, સત્યસંધ, સદસ્, સુવાક્, ઉગ્રશ્રવા, ઉગ્રસેવ, સેનાની, દુષ્પરાજય, અપરાજિત, કુંડશાયી, વિશાલાક્ષ, દુરાધર, દઢહસ્ત, સુહસ્ત, વાતવેગ, સુવર્ચસ, આદિત્યકેતુ, બહ્‌વાશી, નાગદત્ત, અગ્રયાયી, કવચી, ક્રથન, કુંડી, કુંડધાર, ધનુર્ધર, વીર, ઉગ્ર અને ભીમરથ, વીરબાહુ, અલોલુપ, અભય, રૌદ્રકર્મા, દઢરથાશ્રય, અનાધૃષ્ય, કુંડભેદી, વિરાવી, ચિત્રકુંડલ, દીર્ઘલોચન, પ્રમથ, પ્રમાથી, વીર્યવાન, દીર્ઘરોમ, દીર્ઘબાહુ, મહાબાહુ, વ્યૂઢોરુ, કનકધ્વજ, કુણ્ડાશી અને વિરજસ્. સહુ એક પછી એક મૃત્યુને ભેટ્યા.

પોતાના સોએ પુત્રોને જોઈને ગાંધારીએ હૃદયદ્રાવક વિલાપ કર્યો. એમણે પોતાના મહાલયમાં બેસીને સમગ્ર યુદ્ધસ્થાનને દિવ્યદૃષ્ટિથી જોયું. એમણે જોયું કે, યુદ્ધક્ષેત્ર હાડકાં, કેશ અને ચરબીથી ભરાઈ ગયું હતું. રુધિરના પ્રવાહોથી તરબોળ થઈ ગયું હતું. હજારોની સંખ્યામાં પડેલાં મૃતશરીરો, હાથીઓ, ઘોડાના મલીન રુધિરથી ઢંકાઈ ગયું હતું. ધડ વિનાનાં મસ્તકો અને મસ્તક વિનાના ધડો ચારેતરફ રજળી રહ્યાં હતાં. હાથી, ઘોડા, પુરુષો તથા સ્ત્રીઓના આક્રંદ ધ્વનિ ચારે તરફ ગાજી રહ્યા હતા. શિયાળ, બગલા, કાગડા, ઘુવડ અને કંગડા ભમી રહ્યા હતા. શિયાળવાંઓના રુદન ધ્વનિથી સર્વત્ર ભયાનક લાગતું હતું.

ગાંધારીએ ભગવાન કૃષ્ણને સંબોધીને મોટા અવાજે રડતાં રડતાં કહેવા માંડ્યું, "હે મધુસુદન, પાંચાલો અને કુરુઓના વિનાશનો વિચાર કરતા મને જણાય છે કે આખાય વિશ્વમાંથી પાંચ મહાભૂતોનો જાણે વિનાશ થઈ ગયો છે. જે વીર યશસ્વી પુરુષો ચંદન અને અગરનું શરીરે લેપન કરીને મોંઘા મૂલના શયનો પર સૂતા હતા તે આજે રણભૂમિની ધૂળમાં આળોટે છે. જુઓ આ રણભૂમિ, મસ્તકો, હાથો, અન્યોઅન્ય સેળભેળ થઈ ગયેલા અંગોથી કેવી દેખાય છે ? ભરતકુળની કેટલીક સ્ત્રીઓ તો પક્ષીએ ફાડી ખાધેલા પતિઓનાં મસ્તકને ઓળખી પણ શકતી નથી. કેટલીક સ્ત્રીઓ કોઈના બાહુઓ, ચરણો તથા શિખારહિત મસ્તકોને એકબીજા સાથે સાંધે છે, પરંતુ તેમને કોઈ બીજાના જાણીને દુઃખાવેશને લીધે વારંવાર મૂર્છિત થઈ જાય છે." ગાંધારીનો આ વિલાપ સહુને વિચલિત કરી ગયો હતો.

આ વિલાપ ફક્ત એમના પુત્રો માટે નહોતો. મૃત્યુ પામેલા યોદ્ધાઓની સ્ત્રીઓ અને બાળકો અનાથ થયાં હતાં. રણભૂમિ રક્તરંજિત હતી.

અમને વિજય મળ્યો હતો, પરંતુ એનું મૂલ્ય અમારા સ્વજનોના મૃત્યુરૂપે ચૂકવવું પડ્યું હતું.

સર્વેના મૃત્યુના સમાચાર સાંભળીને તાતશ્રી ખૂબ જ વ્યથિત થયા. એમને સાંત્વના આપી કાકાશ્રી વિદુરે જ્ઞાનની વાતો કરી. કાળની આગળ કોઈનું કશુંય નથી ચાલતું એ વાત સર્વે જ્ઞાનીઓ જાણે છે, પરંતુ સ્વજનોના મૃત્યુ સમયે શોક એમને સ્પર્શ્યા વિના રહેતો નથી. જે જન્મે છે તેનું મરણ નિશ્ચિત છે એ વાત આપણે સહુ જાણીએ છીએ, તેમ છતાં જન્મ સમયે ઉત્સવ અને મૃત્યુ સમયે શોક કર્યા વિના રહી શકતા નથી.

કાકાશ્રીનાં વાક્યો સાંભળી ધૃતરાષ્ટ્ર મૂર્છિત થઈ પૃથ્વી પર ઢળી પડ્યા. વિદુર, સંજય અને બીજા સહૃદયો તથા દ્વારપાળો એમનો ઉપચાર કરવા લાગ્યા. ભાનમાં આવેલા તાતશ્રી ખૂબ વિલાપ કરી કરીને રડવા લાગ્યા. શ્રી વેદવ્યાસ પણ એ જ સમયે ત્યાં ઉપસ્થિત હતા. એમણે પણ તાતશ્રીને સાંત્વન આપ્યું. અંતે ખૂબ જ સંયમ મેળવીને તાતશ્રી ધૃતરાષ્ટ્ર યુદ્ધભૂમિ તરફ જવા નીકળ્યા.

રડારૂટ કરતી હજારો સ્ત્રીઓથી રાજા ધૃતરાષ્ટ્ર ઘેરાઈ ગયા હતા. કારીગરો, વ્યાપારીઓ, વૈશ્યો અને સર્વે જાતનાં કામો કરીને આજીવિકા ચલાવતા રાજાની સાથે સાથે ચાલવા લાગ્યા હતા. ધૃતરાષ્ટ્ર હસ્તિનાપુરથી એક કોશ જેટલું માંડ ચાલ્યા હશે ત્યાં તો કૃપાચાર્ય, અશ્વત્થામા અને કૃતવર્મા એમને સામે મળ્યા. માતા ગાંધારીની સાથે નીકળેલા તાતશ્રીને એમણે દુર્યોધનના મૃત્યુ સહિત સર્વે સમાચાર સંભળાવ્યા.

તાતશ્રી આ વાતથી નિશ્ચિતપણે ખૂબ જ વ્યથિત થયા હશે, પરંતુ હવે એનો કોઈ અર્થ નહોતો. દુર્યોધનની જેમ જ તાતશ્રીએ અમને ક્યારેય પોતાના નહોતા ગણ્યા. ખાંડવપ્રસ્થનું વન અમને આપીને એમણે અન્યાયપૂર્ણ કાર્ય તો કર્યું જ હતું. સાથે સાથે તેઓ જાણતા હતા કે શ્રીકૃષ્ણની વિષ્ટિ સ્વીકારીને જો અમને પાંચ ગામ આપવામાં આવશે તો પાંડવોનો મહાપ્રતાપ દુર્યોધનના સમગ્ર રાજ્યને ઝાંખો પાડવા માટે પર્યાપ્ત થઈ રહેશે.

પોતાના પુત્રોના સર્વનાશના સમાચાર સાંભળ્યા પછી રણભૂમિ પર પહોંચેલા ધૃતરાષ્ટ્રને સર્વપ્રથમ મારા પતિ યુધિષ્ઠિર મળ્યા. ધૃતરાષ્ટ્રએ એમને આલિંગન આપ્યું ત્યાર પછી એમણે મારા પતિ ભીમ વિશે પૃચ્છા કરી.

સખાએ હંમેશાં અમારી રક્ષા કરી છે. તમામ વિષમ પરિસ્થિતિઓમાં સખાની ઉપસ્થિતિ માત્રએ અમારે માટે છાયા જેવું કાર્ય કર્યું છે. તાતશ્રી ધૃતરાષ્ટ્રએ ભીમ અંગે પૃચ્છા કરી કે તુર્ત જ કૃષ્ણએ ભીમને આગળ કર્યો, પરંતુ તાતશ્રી ભીમને આલિંગન આપે એ પહેલા જ એમણે લોહની બનાવેલી મૂર્તિ તાતશ્રીના બાહુપાશમાં ધકેલી દીધી.

આ પ્રતિમા દુર્યોધને તૈયાર કરાવી હતી. પોતાના ક્રોધને શમાવવા માટે આ લોહ પ્રતિમાને અપમાનિત કરવા, એના પર પ્રહાર કરવા દુર્યોધન એને હંમેશાં હાથવગી રાખતો... આજે આ પ્રતિમા તાતશ્રીના બાહુપાશમાં ધકેલીને સખાએ કેટલું અદ્‌ભુત કાર્ય કર્યું હતું એ તો અમને થોડીક ક્ષણો પછી સમજાયું.

ધૃતરાષ્ટ્રના શરીરમાં દસ હજાર હાથીઓનું બળ હતું તેમ છતાં એ પ્રતિમાને ભીંસતા એમના હોઠમાંથી લોહી નીકળી આવ્યું. લોહની એ પ્રતિમા ભાંગીને ભુક્કો થઈ ગઈ !

ભીમ મૃત્યુ પામ્યો છે એમ માની મનોમન આનંદથી અને મુખ પર અત્યંત શોકના ભાવ સાથે "હા ભીમ... હા ભીમ..." કરીને તાતશ્રી રુદન કરવા લાગ્યા.

સખાએ સસ્મિત તાતશ્રીને ફરીથી આશ્વાસન આપ્યું, "તમારે હાથે ભીમનો વધ નથી થયો. તમે જેનો નાશ કર્યો એ તો માત્ર લોહ પ્રતિમા હતી."

આટલું સાંભળતા જ તાતશ્રી નિરાશ થઈ ગયા. પોતાના પુત્રનો વધ કરનાર ભીમનો એ વધ ન કરી શક્યા એ વાતે એ પીડિત થઈને કૃષ્ણ પર ક્રોધિત થયા ત્યારે સખાએ એમને કહ્યું :

ન ચ તે તત્ક્ષમં રાજન્હન્યાસ્ત્વં યદ્ વૃકોદરમ્,
ન હિ પુત્રા મહારાજ જીવેયુસ્તે કથંચન.

'આપના હાથે ભીમનો વધ થાય એ તો પાપ ગણાય. ભીમનો વધ કરવાથી તમારા પુત્રો પુનઃજીવિત નહીં થાય.'

જેને સ્વયં કાળ ગળી ગયો છે એનું જીવન અસંભવ છે અને કૃષ્ણએ જેનો સાથ આપવાનો નિશ્ચય કર્યો છે એને મૃત્યુ કોણ આપી શકે ?

છતાં પુત્ર મૃત્યુનો શોક કઈ માતાને ન હોય ! સરોવરમાં જળ પીવા જતા યક્ષએ યુધિષ્ઠિરને પૂછેલા પ્રશ્નનો ઉત્તર મારા સ્મરણમાં ફરી તાદશ્ય થયો, "આ જગતનો સૌથી મોટો ભાર કયો છે ?"યક્ષે પૂછ્યું હતું.

"પિતાના સ્કંધ પર પુત્રનું શબ એ આ જગતનો સૌથી મોટો ભાર છે." યુધિષ્ઠિરે પ્રતિઉત્તર આપ્યો હતો.

હવે એ સત્ય દૃષ્ટિ સમક્ષ નિહાળીને હવે હું અત્યંત પીડિત હતી.

સુભદ્રાનો પુત્ર અભિમન્યુ, હિડંબાનો પુત્ર ઘટોત્કચ, મારા પાંચ પુત્રો, શ્રુતસોમ, શ્રુતકીર્તિ, શતાનીક, શ્રુતકર્મા અને દુર્યોધનનો પુત્ર લક્ષ્મણ, કેટલાંય કુરુ બાળકો અને પાંડવ બાળકો આ યુદ્ધને સમર્પિત થઈ ગયાં હતાં. આ જગતની તમામ માતાઓ પોતાના પુત્રના મૃત્યુ પ્રસંગે વિલાપ કરે જ એ સ્વાભાવિક છે, પરંતુ માતા ગાંધારી માટે કુળનો વિનાશ અસહ્ય હતો. એ સમજી શકતાં હતાં કે આ બધું થવા પાછળ ક્યાંક એમનું પોતાનું ઉત્તર દાયિત્વ પણ સમાયેલું હતું. પુત્ર દુર્યોધનને જો એમણે સમયસર પાછો વાળ્યો હોત તો કદાચિત આ વિનાશ રોકી શકાયો હોત એમ વિચારીને છાતીફાટ રુદન કરી રહેલાં માતા ગાંધારીનો વિલાપ સાચે જ હૃદયદ્રાવક હતો.

પોતાના પુત્ર દુર્યોધન, દુઃશાસન, વિકર્ણ સહિત અભિમન્યુ માટે પણ એમણે ખૂબ વિલાપ કર્યો. મહારથી સૂર્યપુત્ર કર્ણ, દુઃશલાના પતિ જયદ્રથ સહિત સર્વે માટે માતા ગાંધારી હૃદય ફાડીને રડી રહ્યાં હતાં. સોમદત્તના પુત્ર ભૂરિશ્રવા માટે પણ માતા ગાંધારીએ ખૂબ વિલાપ કર્યો.

એમણે કૃષ્ણને કહ્યું કે, "આ બધું તમારી દૃષ્ટિ સમક્ષ થયું તેમ છતાં તમે આ બાબતે કંઈ જ કર્યું નહીં. ભીમે તમારી સામે જ દુર્યોધનને ગદાયુદ્ધ માટે આહ્‌વાન કર્યું ત્યાર બાદ એણે અન્યાયપૂર્વક એનું મૃત્યુ નીપજાવ્યું... દુઃશાસનનું રક્ત પીધું અને તમે કોઈને રોક્યા નહીં, શા માટે ?"

ભીમ શરીરમાં ગમે તેટલા બળવાન હોય, હૃદયથી અત્યંત કોમળ અને પ્રેમાળ વ્યક્તિત્વ ધરાવતા હતા. માતા ગાંધારીના વિલાપ પછી ભીમે ભીતિપૂર્વક આગળ વધીને માતાને પોતાની વાત કહેવાનો પ્રયાસ કરી સાંત્વન આપ્યું.

"ધર્મ-અધર્મ તો હું સમજતો નથી, પરંતુ આ કાર્ય કરતા મને ઘણી પીડા થઈ છે એ સત્ય છે. મેં મારો પ્રાણ બચાવવા આ કર્યું છે, માટે મને ક્ષમા આપો. તમારો મહાબલિ પુત્ર કોઈ રીતે ધર્માચરણથી મૃત્યુ પામી શકે તેમ નહોતો. માટે વિષમ આચરણ કરીને મારે અન્યાયપૂર્વક વર્તવું પડ્યું હોય તો મને ક્ષમા કરો."

માતાને ઘણું જ દુઃખ પહોંચ્યું હોવા છતાં એમણે ભીમને તો ક્ષમા આપી.

યુધિષ્ઠિર વિશેનો એમનો તિરસ્કાર અને શોક એટલા બધા વધી ગયા કે એમણે આંખે બાંધેલા પાટામાંથી યુધિષ્ઠિરના પગ એમને દેખાઈ ગયા ત્યાં જ એમના નખ વિકૃત થઈ ગયા.

માતાની આંખોમાં એટલું તો તેજ હતું કે એમની દૃષ્ટિ જ્યાં પડી તે ભસ્મ થઈ ગયું.

કૃષ્ણની પાછળ સંતાઈને ધનંજય ગાંધારીની પાસે પહોંચ્યા તો ખરા, પરંતુ માતા ત્યાં સુધીમાં ક્રોધથી મુક્ત થઈ ચૂક્યા હતા.

મૂર્છાવશ થઈ ગયેલા માતા ગાંધારી જ્યારે જાગ્રત થયાં ત્યારે ક્રોધથી કંપતાં એમણે શ્રીકૃષ્ણને નિહાળ્યા. એમણે કૃષ્ણને ક્રોધમાં કંપતા અવાજે પૂછ્યું, "અરે ઓ જનાર્દન ! પાંડવો અને કૌરવો પરસ્પર વૈર કરીને બળી મૂઆ, પણ તમે શા માટે તેમના નાશની ઉપેક્ષા કરી ? તમે શક્તિમાન હતા, તમારી પાસે અનેક સેવકો હતા, તમારી પાસે મહાન સૈન્ય હતું અને શાસ્ત્રકુશળતા તથા વાક્પટુતાને લીધે તમે બંને પક્ષનું સમાધાન કરવામાં સમર્થ હતા. છતાં ઓ મધુસુદન ! કેવળ સ્વેચ્છાને અધીન રહીને જ તમે જાણી જોઈને કુરુઓના નાશની ઉપેક્ષા કરી છે. માટે હે મહાબાહુ ! તમે તેના ફળને જરૂર પામશો. મેં મારા પતિની સેવા કરીને આજદિનપર્યંત જે તપોબળ સંપાદન કર્યું છે, તે દુર્લભ તપોબળના સામર્થ્યથી ચક્રગદાધારી એવા તમને હું શાપ આપું છું કે : ‘હે ગવિંદ ! પરસ્પર બંધુસંબંધથી જોડાયેલા કૌરવોપાંડવો જ્યારે અન્યોન્યનો સંહાર કરવા તત્પર થયા ત્યારે તમે તેમની ઉપેક્ષા કરી છે, માટે તમે પણ તમારા બંધુઓના સંહાર કરનારા થઈ પડશો. હે મધુસુદન ! આજથી છત્રીસમેં વર્ષે તમારા સર્વ બંધુઓ, મંત્રીઓ તથા પુત્રોનો નાથ થઈ જશે અને તમે પોતે પણ વનમાં રઝળશો. તમે અનાથની પેઢે અજ્ઞાત થઈ જશો અને લોકોમાં તમારી ઓળખ પણ પડશે નહીં. તમે અંતે અતિનિંદ્ય રીતે મરણ પામશો. જેમ આ સમયે ભરતકુળની સ્ત્રીઓ પોતાના પુત્રોનો, સંબંધીઓનો તથા બાંધવોનો નાશ થઈ ગયેલો હોવાથી રોકકળ કરે છે, તેમ જ તમારા યાદવકુળની સર્વ સ્ત્રીઓ પણ તેવા જ હેતુથી રોકકળ કરશે.’ ગાંધારીનું એ ભયાનક શાપવચન સાંભળીને કૃષ્ણ મંદ મંદ હસવા લાગ્યા. એમણે ઉત્તર આપ્યો, "માતે, જેને માટે મેં પ્રથમથી જ નિશ્ચય કર્યો હતો એ કાર્યને આપે શાપ દ્વારા દૃઢ કર્યું છે. હું જાણું છું કે યાદવો દૈવીયોગથી નાશ પામવાના છે. મારા સિવાય યાદવકુળનો

નાશ કરી શકે તેવો બીજો એક પણ પુરુષ આ જગતમાં નથી. આ જગતમાંના મનુષ્યો, દેવો કે દાનવો પણ યાદવોનો નાશ કરી શકશે નહીં. મારા ગયા પછી યાદવો ધરી વિનાના ગાલાની જેમ અહીંતહીં ભટકીને નિર્માલ્ય જીવન જીવે તે કરતા એમનું મૃત્યુ થાય તે વધુ યોગ્ય છે. તેઓ અન્યોથી હણાય તેમ નથી, તેથી પરસ્પર યુદ્ધ કરીને જ નાશ પામશે... આપે કહેલા વચનો મિથ્યા નહીં થાય માતે !"

શ્રીકૃષ્ણ આ વિશે અત્યંત સ્વસ્થ હતા, પરંતુ પાંડવો આ જાણીને ખૂબ જ ઉદ્‌વેગ પામ્યા.

માતા ગાંધારીએ અત્યંત ક્રોધથી શાપ આપ્યો :

ત્વમપ્યુપસ્થિતે વર્ષે ષટ્ત્રિંશે મધુસૂદન,
હતજ્ઞાતિર્હતામાત્યો હતપુત્રો વનેચર:,
અનાથવદવિજ્ઞાતો લોકેષ્વનભિલક્ષિત:,
કુત્સિતનાભ્યુપાયેન નિધનં સમવાપ્સ્યસિ.

છત્રીસમા વર્ષે તમારા સ્વજનો મૃત્યુ પામશે. તમારા અમાત્યો પણ મૃત્યુ પામશે. પુત્રો પણ મૃત્યુ પામશે અને વનમાં તદ્દન નિરર્થક રીતે અજાણ્યાની જેમ ભટકતા ભટકતા કોઈ નિમ્ન જ્ઞાતિની વ્યક્તિના હાથે તમારું મૃત્યુ થશે.

આ શાપ સાંભળી સહુ કંપી ઊઠ્યા. ત્યાં ઉપસ્થિત સર્વેના આત્મા સુધી આ શાપની ભીષણતા અને ભયાનકતાનો કંપ વિસ્તર્યો. અમે સહુ માતાને વિનંતી કરવા માગતા હતા કે એ કૃષ્ણને આપેલો શાપ મિથ્યા કરે, પરંતુ સ્તબ્ધ થઈ ગયેલા અમે સહુ ભય અને શોકમાંથી મુક્ત થઈએ તે પહેલા સખાએ સ્મિત કર્યું ! આટલી સ્વસ્થતા અને આટલો સ્વીકાર સામાન્ય વ્યક્તિ માટે અસંભવ જ છે.

સ્મિત સાથે માતા ગાંધારીને નમસ્કાર કરી એમણે કહ્યું :

જાનેડહમેતદપ્યેવં ચીર્ણં ચરસિ ક્ષત્રિયે,
દૈવાદેવ વિનશ્યન્તિ વૃષ્ણયોનાત્ર સંશય:.

હું જાણું છું કે આવું જ થવાનું છે... તમે જેને શાપ કહો છો તે થઈ ચૂક્યું છે એનું વર્ણન છે.

વૃષ્ણિ વંશનો નાશ તો નિશ્ચિત થઈ ચૂક્યો હતો. દુર્વાસાના શાપથી સાંબને મુશળ અવતરી ચૂક્યું હતું.

આજે પહેલી વાર મને સખા અને કર્ણમાં કોઈ અંતર ન લાગ્યું. પરશુરામે કર્ણને આપેલો ભયાનક શાપ જાણતા હોવા છતાં કર્ણએ યુદ્ધમાં મૃત્યુને સ્વીકારીને પણ મિત્રધર્મ પૂરો કર્યો. એ જ રીતે માતા ગાંધારીના શાપને સન્માન આપીને સખાએ પોતાનું મૃત્યુ સહર્ષ સ્વીકારી લીધું હતું.

સર્વેના તર્પણ કરતી વેળાએ માતા કુંતીએ કર્ણનું તર્પણ કરવાની વાત કરી ત્યારે મારા પતિ યુધિષ્ઠિર અત્યંત વ્યથિત થયા. માતાની લજ્જા એ સમજી શકતા હતા તેમ છતાં એમણે આ વાત છુપાવવા માટે માતાને કઠોર વચન કહ્યા.

વિલાપ કરતાં ધર્મરાજે કહ્યું, "હું જાણતો હોત કે કર્ણ અમારો જ્યેષ્ઠભ્રાતા છે તો હું આ યુદ્ધ થવા જ ન દેત..." એને અંજલિ આપ્યા પછી પોતાના મનની પીડા વ્યક્ત કરતા યુધિષ્ઠિરે સમગ્ર સ્ત્રી જાતિને શાપ આપી દીધો :

અતો મનસિ યદ્‌ગુહ્યં સ્ત્રીણાં તન્ન ભવિષ્યતિ.

હવે પછી સ્ત્રી જાતિ પોતાના મનમાં કોઈ વાત ગુપ્ત રાખી શકશે નહીં.

ધર્મરાજનું મન દુઃખસંતપ્ત અને શોકગ્રસ્ત થઈ ગયું હતું. વ્યાકુળ યુધિષ્ઠિર પોતાના જ પુત્રો અને ભાઈઓના રક્તથી સિંચાયેલું આ રાજ્ય સ્વીકારીને પોતાને શું મળ્યું એ પ્રશ્ન વારંવાર પૂછવા લાગ્યા.

અમે સહુ એ તેમને સમજાવવાનો પ્રયાસ કર્યો. ફાલ્ગુનિ ક્રોધિત થઈ ગયાં. કદાચિત પોતાનો વિષાદ યોગ એમને સાંભળી આવ્યો હશે. એથી જ જ્યેષ્ઠભ્રાતા યુધિષ્ઠિર સાથે આક્રોશ વ્યક્ત કરતી વાણીમાં એ ઊંચા સાદે બોલવા લાગ્યા. આજ સુધી એમણે ક્યારેય પોતાના મનની વાત વ્યક્ત સ્વરૂપે કહી નહોતી. આજે અર્જુને પહેલી વાર મારા પ્રત્યે પોતાનો પ્રેમ પ્રગટ કર્યો. પોતાના ભાઈઓ સાથે મારી વહેંચણી એમને માટે અસહ્ય હતી એ વાત ધનંજયે પ્રથમ વાર પ્રગટ રીતે કહી.

એમણે કહ્યું કે, "પ્રથમ શત્રુઓનો સંહાર કર્યો. સ્વધર્માનુસાર પૃથ્વીને મેળવી લીધી અને બધું થઈ ગયા પછી બુદ્ધિની હીનતાને લીધે આવા સર્વ વૈભવોનો તમે ત્યાગ કરો છો ?"

ભીમે કહ્યું, "ક્ષત્રિય માટે સંન્યાસ છે જ નહીં. તમારું ચિત્ત જો સંન્યાસમાં જ હતું તો તમે શા માટે કૌરવોનો નાશ કર્યો ? આ પૃથ્વી વીર પુરુષો માટે ભોગ્ય પદાર્થ છે. તમારે તમારું કર્મ કરવું જોઈએ..."

નકુલે કહ્યું કે, "ગૃહસ્થાશ્રમ શ્રેષ્ઠ છે. તમે પરાક્રમ કરીને પૃથ્વી જીતી છે. હવે તમારે શોક કરવો યોગ્ય નથી."

સહદેવે કહ્યું, "આ જગતમાં 'મમ' એ બે અક્ષરો મનુષ્યોને મૃત્યુરૂપ છે અને 'ન મમ' એ ત્રણ અક્ષરો, સનાનત પરબ્રહ્મનો આનંદ આપનારા છે. હે રાજા ! 'મમ' શબ્દથી કરવામાં આવતો સ્વીકાર અને 'ન મમ' શબ્દથી કરવામાં આવતો પરિત્યાગ મનુષ્યને બંધનકર્તા અને મોક્ષકર્તા થઈ પડે છે, અર્થાત્ સંસાર અને મોક્ષનું તેઓ બંને જ મૂળ કારણ છે. મૃત્યુસ્વરૂપ તે મમકાર અને બ્રહ્મસ્વરૂપ તે ન મમકાર હરકોઈ પ્રાણીઓના શરીરમાં ગુપ્તપણે રહે છે અને તેઓ બંને જ સર્વ કોઈને માંહોમાંહે લડાવી મારે છે."

સહુએ ધર્મરાજને પોતાની વાત કહેવાનો પ્રયાસ કર્યો, પરંતુ એમના મનનું સમાધાન થયું નહીં.

સખાએ એમને સમજાવવાનો ઘણો પ્રયાસ કર્યો, પરંતુ યુધિષ્ઠિરનો શોક ઘટી શક્યો નહીં.

શોકગ્રસ્ત યુધિષ્ઠિર સહિત એ રાત્રે અમે સહુએ હસ્તિનાપુરના ભવનોમાં પ્રવેશ કર્યો. સખા અર્જુનના ભવનમાં રાત્રિ ગાળવા માટે રોકાયા.

સંપૂર્ણ રાત્રિ યુધિષ્ઠિરે પોતાના ભાઈઓની અને કૃષ્ણની વાત પર વિચાર કર્યો. એમણે નિર્ણય કર્યો કે, હવે તેઓ એક ક્ષત્રિય અને રાજવીની છાજે તેવું વર્તન કરશે. સંન્યાસની વાતને બદલે તેઓ હવે પોતાની શેષ પ્રજાનું સુયોગ્ય પાલન કરશે અને આવનારી પેઢીને ઉત્તમ જીવન આપવાનો સંનિષ્ઠ પ્રયાસ કરશે. તેઓ આ અંગે પોતાનું મન દૃઢ કરીને કૃષ્ણ પાસે પહોંચ્યા. તેમણે આનંદપૂર્વક હસ્તિનાપુરમાં પ્રવેશ કરવાની ઇચ્છાથી સર્વ દેવોનું અને હજારો બ્રાહ્મણોનું પૂજન કર્યું. બંદીજનોથી સ્તુતિ કરાતા રાજા યુધિષ્ઠિર હવે નવા અને ઉજ્જ્વળ રથમાં બેઠા. પરાક્રમી કુંતીપુત્ર ભીમસેન રથ હાંકી રહ્યા હતા. શ્વેતવર્ણા બળદોથી જોડાયેલો આ રથ ઝળહળતો હતો. સહદેવે ચામર ઢોળવાનું શરૂ કર્યું અને પાંચે ભાઈઓ જ્યારે હસ્તિનાપુર પહોંચ્યા ત્યારે સારી પેઠે શણગારાયેલા નગરમાં જય જયકારનાં શુભ વાક્યોથી સ્તવન થઈ રહ્યા હતા.

યુધિષ્ઠિરે જ્યારે પોતાના મનને શોકત્યાગ કરીને નવજીવન જીવવા માટે તૈયાર કર્યું ત્યારે શ્રીકૃષ્ણએ એમને સર્વસંબંધીઓના શ્રાદ્ધ કરવાનું સૂચન કર્યું.

યુધિષ્ઠિરે દ્રોણાચાર્ય, કર્ણ, ધૃષ્ટદ્યુમ્ન, અભિમન્યુ, ઘટોત્કચ સર્વેના શ્રાદ્ધ કર્યાં. એમના આત્માના કલ્યાણાર્થે દાન-પુણ્ય કર્યાં.

ત્યાર બાદ કૃષ્ણ પાસે જઈને એમણે કહ્યું, "બુદ્ધિમાનોમાં શ્રેષ્ઠ અચ્યુત્ આપ સુખી છો ને ? હે ભગવંત, તમારું પરાક્રમ ત્રણે લોકમાં ગતિ કરવાને સમર્થ છે. તમારા પરાક્રમ અને અનુગ્રહથી અમે આ રાજ્યને પામ્યા છીએ. તમારી કૃપાથી જ અમે આવો ઉત્તમ વિજય મેળવ્યો છે અને ધર્મભ્રષ્ટ થયા નથી."

પરંતુ કૃષ્ણ અન્યમનસ્ક કોઈનું ધ્યાન ધરી રહ્યા હતા. યુધિષ્ઠિર વિજયોત્સાહમાં કૃષ્ણને પૂછવા લાગ્યા, "તમને વિજયનો ઉત્સાહ કેમ નથી ? તમે શા માટે સ્તંભ પથ્થર ઇત્યાદિની જેમ નિશ્ચેતન દેખાઈ રહ્યા છો ?"

આ વિજયના ઉત્સાહમાં અને શોકાતુર વાતાવરણમાં સર્વે ભૂલી ગયા હતા કે બાણશય્યા પર સૂતેલા ભીષ્મ પોતાના મૃત્યુની પ્રતીક્ષા કરી રહ્યા હતા. વિલાઈ જતા અગ્નિ જેવા એ પુરુષને સ્મરીને કરીને કૃષ્ણએ યુધિષ્ઠિરને એક અતિ મહત્ત્વની વાત કહી :

ચાતુર્વેદ્યં ચાતુર્હોત્રં ચાતુરાશ્રમ્યમેવ ચ,
ચાતુર્વર્ણ્યં ધર્મં ચ પૃચ્છૈ નં પૃથિવીપતે.

ચાર વિદ્યાઓ, ચાર હોતાઓ, ચાર આશ્રમો કે ચારેય વર્ણોના ધર્મ આ બાબતોમાંથી જે જાણવું હોય તે વિશે હે ! પૃથ્વીના પતિ તમે પૂછી શકો છો...

એમણે પોતાના મન, બુદ્ધિ અને ઇન્દ્રિયોને ફરી પાછા પ્રવૃત્ત કરીને મહારાજ યુધિષ્ઠિરને કહ્યું, "હે રાજા ! શાંત થયેલા અગ્નિની પેઠે બાણશય્યામાં પોઢેલા પુરુષવ્યાઘ્ર ભીષ્મે આ સમયે મારું ધ્યાન કર્યું હતું, તેથી મારું મન તેની પાસે ગયું હતું. અરે ! જે ભીષ્મ પિતામહના વજ્રના કડાકા સરખા ધનુષની દોરીના ટંકારને સાક્ષાત્ દેવરાજ પણ સહન કરી શકતો નહોતો, તે ભીષ્મની પાસે હું મન દ્વારા ગયો હતો. હે પાર્થ ! ચંદ્રનો અસ્ત થતાં રાત્રિ જેમ અંધકારમય બની જાય છે, તેમ પુરુષવ્યાઘ્ર એ ભીષ્મ પોતાનાં સુકૃત્યોને લીધે જ્યારે સ્વર્ગારોહણ કરશે, ત્યારે આ પૃથ્વી અજ્ઞાનરૂપ અંધકારથી વ્યાપ્ત થઈ જશે. માટે હે યુધિષ્ઠિર ! ભયંકર પરાક્રમી ગંગાપુત્ર ભીષ્મ સ્વર્ગારોહણ કરે નહીં તે પહેલાં તમે તેમની પાસે પહોંચી જાવ અને તેમનાં ચરણમાં મસ્તક નમાવીને તમારા મનોગત ધર્મપ્રશ્નો પૂછો. હે રાજા ! એ ભીષ્મ પાસે જઈને

તમે ધર્મ, અર્થ, કામ તથા મોક્ષના સંબંધમાં પ્રશ્નો પૂછો, બ્રાહ્મણાદિ ત્રણ વર્ણો માટેના યજ્ઞાદિ વિશિષ્ટ ધર્મો પૂછો. બ્રહ્મચર્ય, ગૃહસ્થ, વાનપ્રસ્થ તથા સંન્યાસ એ ચારે આશ્રમોના ધર્મો પૂછો અને સમગ્ર રાજધર્મો પૂછો. કૌરવોના ધુરંધર એ ભીષ્મનો આ પૃથ્વી પરથી જ્યારે અસ્ત થશે, ત્યારે તેની સાથે સર્વ પ્રકારના જ્ઞાનનો પણ અસ્ત થશે. માટે હું તમને કહું છું કે, તેમની પાસે જઈને જ્ઞાનોપદેશ ગ્રહણ કરો."

મારા પતિનાં નેત્રો સજળ થઈ ગયાં. એમણે બંને હાથ જોડીને કહ્યું, "આપે જો મારા ઉપર અનુગ્રહ કરવાનો નિશ્ચય કર્યો હોય તો આપ જ મારા અગ્રેસર થઈને મને ભીષ્મ પિતામહની પાસે લઈ જાઓ. એ આપનો આદેશ સમજીને મને નિશ્ચિતપણે જ્ઞાનનો ઉપદેશ આપશે."

કૃષ્ણએ સાત્યકિને રથ જોડાવવા આજ્ઞા કરી અને સહુ ત્યાં પહોંચ્યા ત્યારે ભીષ્મ સાથે વેદવ્યાસ, દેવર્ષિ નારદ, શાંડિલ્ય, દેવલ, મૈત્રેય, અસિત, વશિષ્ઠ, અસ્મખ, સુમન્તુ, જૈમિની, પૈલ વગેરે કેટલાય મહાત્માઓ એમની પાસે ઉપસ્થિત હતા.

હું સ્વયં તો નહોતી ગઈ, પરંતુ યુધિષ્ઠિરનું ત્યાં જવું મને અત્યંત યોગ્ય જણાયું, કારણ કે હવે જ્યારે એમણે ધર્મરાજ્યની ધૂરા સંભાળવાની હતી ત્યારે રાજાના ધર્મ વિશે એમને જ્ઞાન આપવા માટે પિતામહ ભીષ્મથી ઉત્તમ બીજો કોઈ શિક્ષક આ પૃથ્વીપટે નહોતો.

કૃષ્ણએ ત્યાં પહોંચીને ચાળીસ દિવસની શરશૈયા પર સૂતેલા ભીષ્મને અત્યંત વિનયપૂર્વક પૂછ્યું, "તમારા ગાત્રોમાં પીડા તો નથી થતી ને ? માનસિક દુઃખ કરતાં પણ શારીરિક પીડા બળવત્તર હોઈ શકે છે."

આટઆટલા દિવસથી કુલાધિપતિ પિતામહને કોઈએ ખબર નહોતા પૂછ્યા. કૃષ્ણએ એમના ખબર પૂછ્યા એટલું જ નહીં, એમણે પિતામહને એમ પણ કહ્યું કે, "જીવન-મરણની નિશ્ચિતતાનો ઉપદેશ આપ જેવા જ્ઞાની સામે કરવાનો કોઈ અર્થ નથી."

સર્વે પાંડવો અને કૃષ્ણ, સાત્યકિ સહિત ત્યાં પહોંચ્યા ત્યારે ઉચ્ચ અને સ્વસ્થ સ્વરે ભીષ્મ મારા સખા કૃષ્ણની જ સ્તુતિ કરી રહ્યા હતા ! કૃષ્ણના પ્રવેશ સાથે જ ભીષ્મ સમજી શક્યા કે કૃષ્ણનું પ્રાગટ્ય એમને સાચા હૃદયથી યાદ કરવાને કારણે જ થયું છે.

પિતામહ ભીષ્મ શરશૈય્યામાં સૂતા સૂતા પોતાના ચિત્તને આત્મામાં સ્થિર કરી રહ્યા હતા. સૂર્ય ઉત્તરાયણના થયા એટલે ભીષ્મ પિતામહએ સાવધાન થઈને શ્રીકૃષ્ણનું ધ્યાન ધરવા માંડ્યું. એમણે ઉચ્ચ સ્વરે ઈશ્વરની સ્તુતિ કરવા માંડી.

શુચિ શુચિપદં હસં તત્પદં પરમેષ્ઠિનમ્ ।
મુક્ત્વા સર્વાત્મનાત્માનં તં પ્રપદ્યે પ્રજાપતિમ્ ॥

સ્વપર દોશષી રહિત, દોષશૂન્ય માર્ગ દ્વારા પ્રાપ્ત કરવા યોગ્ય, સર્વના કરતાં અધિક શક્તિમાન, 'તત્ત્વમસિ' એ મહાવાક્યના 'તત્' પદના અર્થભૂત-ઈશ્વર, સર્વના આત્મારૂપ તથા હિરણ્યગર્ભસ્વરૂપ શ્રીકૃષ્ણને સ્થૂલ, સૂક્ષ્મ અને કારણશરીરના અહંભાવનો ત્યાગ કરી હું શરણે જાઉં છું.

ચતુર્ભિશ્ચતુરાત્માનં સત્ત્વસ્થં સાત્વતાં પતિમ્ ।
યં દિવ્યૈર્દેવમર્ચંતિ ગુહ્યૈઃ પરમાનામભિઃ ॥

બ્રહ્મ, જીવ, મન તથા અહંકારસ્વરૂપ, બુદ્ધિની અંદર પ્રકટ થનારા તથા ભક્તોના પતિ એવા જે દેવનું ઉપાસકો વાસુદેવ, સંકર્ષણ, પ્રદ્યુમ્ન અને અનિરુદ્ધ આ ચાર દિવ્ય નામો વડે પૂજન કરે છે.

નમસ્તે ભગવન્ વિષ્ણો લોકાનાં પ્રભવાપ્યય ।
ત્વં હિ કર્તા હૃષીકેશ સંહર્તા ચાપરાજિતઃ ॥

હે ભગવન્ વિષ્ણો ! લોકોની ઉત્પત્તિ કરનાર તથા વિનાશ કરનાર તમને હું નમસ્કાર કરું છું. હે ઇન્દ્રિયોના પ્રવર્તક ! તમે સર્વદા અજિત છો અને સૃષ્ટિના ઉત્પાદક તથા સંહારક છો.

કૃષ્ણને જે પૂરા હૃદયથી યાદ કરે છે એમને માટે કોઈ પણ સ્થિતિમાં કૃષ્ણ આવી પહોંચે છે એ નિર્વિવાદ સત્ય છે. રાજ્યસભામાં મારે માટે વસ્ત્ર પૂરવાથી શરૂ કરીને રુક્મિણીના શિશુપાલ સાથેનાં લગ્નને અટકાવવા, કુરુક્ષેત્રના મેદાનની વચ્ચે તેજ અને આત્મશ્રદ્ધા ખોઈ બેઠેલા અર્જુનને યુદ્ધ માટે પ્રવૃત્ત કરવા કે પછી પાંડવોને ગાંધારીના શાપથી બચાવવા... કૃષ્ણને જ્યારે સાચા હૃદયથી સાદ કરવામાં આવે છે ત્યારે એ આપ્તજનની સહાય કરવા પહોંચી જ જાય છે.

કૃષ્ણએ શોકને કારણે પોતાની બુદ્ધિ ખોઈ બેઠેલા યુધિષ્ઠિરને ધર્મ, અર્થ

તથા સમાધિયુક્ત જ્ઞાનનો બોધ કરવાનું કહ્યું ત્યારે પિતામહે નમ્રતાપૂર્વક કહ્યું, "દેવરાજ ઇન્દ્રની સામે દેવલોકનું વર્ણન કરવું જેટલું અર્થહીન છે એટલું જ તમારી ઉપસ્થિતિમાં ધર્મ, અર્થ, કામ અને મોક્ષનો ઉપદેશ કરવો એ છે."

એ દિવસે સંધ્યા સુધી ભીષ્મની પીડા દૂર કરવા સખાએ અનેક પ્રયાસો કર્યા. માનસિક અને શારીરિક પરિતાપ શાંત થાય ત્યાં સુધી પ્રતીક્ષા કરીને બીજા દિવસના પ્રભાતે યુધિષ્ઠિરને લઈને પાછા ફરવાના નિશ્ચય સાથે કૃષ્ણ મહાલયમાં પ્રવેશ્યા.

બીજા દિવસે સવારે એ જ્યારે યુધિષ્ઠિરસહ ભીષ્મ પાસે આવ્યા ત્યારે ભીષ્મએ એમને કહ્યું, "દાહ, મોહ, શ્રમ, વિકલતા, ગ્લાનિ તથા રોગ તમારી કૃપાથી દૂર થવા લાગ્યા છે." જ્યેષ્ઠ પાંડવને જ્ઞાન આપવાની શરૂઆત કરતાં પિતામહ ભીષ્મએ સર્વપ્રથમ ધર્મને નમસ્કાર કર્યા, પછી કૃષ્ણને, પછી બ્રાહ્મણોને અને પછી શાશ્વત ધર્મના વર્ણનનો પ્રારંભ કર્યો.

એમણે યુધિષ્ઠિરને આશીર્વચન આપીને કહ્યું, "હે કુરુક્ષેત્ર તાત યુધિષ્ઠિર, તારે જે પ્રશ્ન પૂછવા હોય તે નિર્ભય થઈને પૂછ. હવે ભય રાખવાનું કોઈ કારણ નથી."

યુધિષ્ઠિરે એમને પ્રથમ પ્રશ્ન પૂછ્યો, "હે રાજા, ધર્મવેત્તાઓ કહે છે કે પ્રજાનું રક્ષણ કરવું તે રાજાઓનો પરમ ધર્મ છે, પરંતુ મને એ ધર્મ એક ભાર જેવો લાગે છે. આપ મને રાજ્યધર્મનો ઉપદેશ આપો અને યોગ્ય રાજ્યવ્યવસ્થા સંભાળવા માટે મનથી અને જ્ઞાનથી તૈયાર કરો."

પિતામહ ભીષ્મએ એને સહુ પ્રથમ કહ્યું કે, "રથના બે પૈડાંની જેમ દૈવ અને પુરુષાર્થ બંને સમાન છે, તો પણ ભાગ્ય કરતા પુરુષાર્થને હું વધારે શ્રેષ્ઠ માનું છું, કારણ કે તેનું ફળ જોવા મળે છે. કોઈ સમયે કાર્યારંભ નિષ્ફળ નીવડે તો એનો સંતાપ કરવો નહીં. પુનઃ તે કાર્યની સિદ્ધિ કરવા માટે યત્ન કરવો એ જ રાજાની ઉત્તમ નીતિ કહેવાય છે. રાજાને પોતાના ધર્મના પાલન માટે સત્ય જેવો બીજો માર્ગ નથી, એ પણ અત્યંત મહત્ત્વનું છે. સાચો રાજા ગુણવાન, સદાચાર સંપન્ન, ઇન્દ્રિયોને વશ રાખનારો, દયાવાન, ધર્મનિષ્ઠ, મનને જીતનારો પ્રસન્ન મુખવાળો, દાન આપવામાં ઉદાર હોય છે. એ કદીયે રાજ્યલક્ષ્મીથી ભ્રષ્ટ થતો નથી. રાજકીય સર્વકાર્યો કરતી વેળા રાજાએ સરળ રહેવું જરૂરી છે."

રાજ્યધર્મ પછી એમણે ચારે વર્ણનું સ્વરૂપ, સત્ય અને અસત્યનું સ્વરૂપ, બ્રહ્મચર્યાશ્રમ, ગૃહસ્થાશ્રમ, વાનપ્રસ્થાશ્રમ, સંન્યાસાશ્રમ વગેરેનું જ્ઞાન આપ્યું. શત્રુઓને જીતવાના ઉપાયો, સંકટો તરી જવાના ઉપાયોની સાથેસાથે અમાત્ય અને રાજાના ગુણોની ચર્ચા કરી. યુદ્ધ કરવાની રીતિ અને નીતિ વિશે પણ એમણે માહિતી આપી. યોગીના નિયમોની સાથેસાથે અધ્યાત્મ વિચાર સુધીનું જ્ઞાન એમણે યુધિષ્ઠિરને ખૂબ ધીરજપૂર્વક આપ્યું.

ભીષ્મએ વારંવાર યુધિષ્ઠિરને જણાવ્યું કે, "કેશવ નિશ્ચિતપણે પરમેશ્વર છે. એ મનુષ્ય નથી અને મનુષ્યની વિવશતાઓથી ઘણા પર છે."

પિતામહ વારંવાર કૃષ્ણની સ્તુતિ કરતા રહ્યા. એમણે કૃષ્ણને કહ્યું કે, "આપને કારણે જ હું આજે મોક્ષની ગતિને પામ્યો છું." આટલા જ્ઞાની પુરુષ પણ જેની સ્તુતિ કરતા હતા એવા પરમવંદનીય પુરુષ વિશે વિચારતા મને આશ્ચર્ય થતું હતું. અમને જે આટલી સરળતાથી સુલભ છે તેવા શ્રીકૃષ્ણ શું સાચે જ ઈશ્વર હશે ? મને આ પ્રશ્ન વારંવાર થતો. ક્યારેક વિચાર આવતો કે મેં ક્યારેય જેમને ઈશ્વરસ્વરૂપે સ્વીકાર્યા નથી એવા મારા સખાના ચમત્કારોની કથાઓ સમગ્ર ભરતવર્ષના મુખે સંભળાય છે. મેં પણ એમના ચમત્કારોને અનુભવ્યા છે, પ્રત્યક્ષ અને પરોક્ષ બંને રીતે...

આજે જ્યારે પિતામહ ભીષ્મએ એમની સ્તુતિ કરતા કહ્યું કે,

અકોઽપિ કૃષ્ણસ્ય કૃતઃ પ્રણામો ।
દશાશ્વમેધાવભૃથેન તુલ્યઃ ॥
દશાશ્વમેધી પુનરેતિ જન્મ ।
કૃષ્ણપ્રણામી ન પુનર્ભવાય ॥

શ્રીકૃષ્ણને કરેલો એક પણ પ્રણામ દશ અશ્વમેધ યજ્ઞોના અવભૃથસ્નાન તુલ્ય છે. (અર્થાત્ શ્રીકૃષ્ણને એક જ વખત પ્રણામ કરનારો પુરુષ દશ અશ્વમેધ યજ્ઞો કર્યાના પુણ્યને પ્રાપ્ત કરે છે, એટલું જ નહીં, પણ) દશ અશ્વમેધ યજ્ઞોને કરનારા મનુષ્યને પુનઃ સંસારમાં જન્મ લેવો પડે છે, પરંતુ શ્રીકૃષ્ણને પ્રણામ કરનારા પુરુષને પુનર્જન્મ રહેતો જ નથી, પણ મોક્ષ મળે છે.

આવી અનેક વાતો મેં સાંભળી હતી... આ પહેલાં પણ.

નિતંબિની જ્યારે આ કથા સંભળાવતી હતી ત્યારે મને વારંવાર એક જ પ્રશ્ન થતો રહ્યો. પોતાની આ પ્રશસ્તિ સાંભળતી વખતે સખાને કેવું લાગ્યું

હશે ? જીવનપર્યંત જેણે અન્યોની પીડાને પોતાની ગણી કશુંયે મેળવવાના ઉદ્દેશથી નહીં, પરંતુ ફક્ત પોતાનું કર્તવ્ય માનીને કોઈ સંશય વગર કર્મને પૂર્ણત્વ સુધી પહોંચાડ્યાં. એ વ્યક્તિને જ્યારે ઈશ્વરપદે સ્થાપવામાં આવી હશે ત્યારે એ એમને સ્વીકાર્ય હશે ખરું ?

મેં ક્યારેય સખાને ઈશ્વર તરીકે જોયા નથી. જોઈ શકી નથી. એ મારી એટલા બધા નિકટ રહ્યા કે એમણે મારા માટે જે કંઈ કર્યું તેને હું મારા અધિકાર સ્વરૂપે જોતી રહી. એમની સાથેનું મારું તાદાત્મ્ય એટલું બધું ઊંડું અને વિશાળ રહ્યું કે એમનું દૈવત્વ મને મારો જ અંશ, મનુષ્યત્વ બનીને દેખાતો રહ્યો. એમની સમગ્રતામાં હું એવી તો ઓતપ્રોત થઈ ગઈ કે મારું સ્વત્વ, સ્વયંનું અસ્તિત્વ જ વિસરી ગઈ.

એ મારાથી જુદા છે, એ જે કંઈ કરે છે તે કશા હેતુથી પ્રેરાઈને કરે છે, એ વિશે લેશમાત્ર વિચાર કરવાની મને આવશ્યકતા જ ન લાગી. સખા મારા જીવનનો અભિન્ન ભાગ રહ્યા અને એ અભિન્નતાના કારણે મારાં તમામ સુખ – ખાસ કરીને મારાં તમામ દુઃખ પણ એમનાં જ છે એવું હું દૃઢપણે માનતી રહી. આજે જ્યારે આ કથા સાંભળી રહી હતી ત્યારે મને એક જ આનંદ હતો... આવા પરાક્રમી, વીર અને દૈવત્વનો અંશ એવા શ્રીકૃષ્ણ 'મારા' સખા હતા !

અઠ્ઠાવન દિવસની ભયાનક પીડા અને જ્ઞાનદાન પછી ભીષ્મએ શ્રીકૃષ્ણની આજ્ઞા માગી, "હે પુરુષોત્તમ કૃષ્ણ, હવે મને વૈકુંઠ જવાની આજ્ઞા આપો."

ભીષ્મએ પ્રાણત્યાગ કર્યો ત્યારે સ્વયં માતે ગંગા ત્યાં ઉપસ્થિત થયાં અને પુત્રને પોતાની સાથે લઈને સ્વર્ગે ગયાં.

ગંગા હોય કે ગાંધારી, સુભદ્રા હોય કે દ્રૌપદી, પુત્રની પીડા કોઈ પણ માતા માટે કોઈ પણ સ્થળ-કાળમાં અસહ્ય બની રહે છે. પુત્ર લક્ષ્મણના મૃત્યુ પછી પીડાગ્રસ્ત ભાનુમતિ હોય કે વસુષેણના મૃત્યુ પર આંસુ સારતી વૃશાલી... કર્ણના મૃત્યુ પર લજ્જા સહિત પુત્રોને યોગ્ય અંતિમસંસ્કાર કરવા વીનવતા કુંતા હોય કે ગર્ભમાંથી મૃતઃ જન્મેલા પરીક્ષિત માટે છાતીફાટ રડતી ઉત્તરા...

માતા પુત્ર માટે ક્યારેય હૃદયહીન બની શકતી નથી. વીરગતિને પામેલા પુત્ર માટે પણ માતાના હૃદયનો ગર્વ સહિતનો શોક કાયમ રહે છે.

શિખંડીના હાથે હણાયેલા પુત્ર માટે વ્યથિત ગંગાને શ્રીકૃષ્ણએ અત્યંત

આદરપૂર્વક સત્ય જણાવતા કહ્યું હતું કે, "માતે, તમારા પુત્રએ ક્ષાત્રધર્મનું પાલન કરીને વીરોચિત યુદ્ધ કર્યું હતું. એ શિખંડીના નહીં, અર્જુનના હાથે હણાયા. જ્યારે એ અયુધ્યમાન હતા ત્યારે એમનું મૃત્યુ થયું. માતા, ભીષ્મ તો ઇચ્છામૃત્યુનું વરદાન ધરાવતા હતા. એમણે સ્વયં યુદ્ધમાંથી મન ખેંચીને સ્વેચ્છાથી મૃત્યુને સ્વીકાર્યું છે, માટે શોક કરવો ઉચિત નથી."

સર્વે જ્ઞાનની પ્રાપ્તિ પછી યુધિષ્ઠિર હસ્તિનાપુરના મહાલયોમાં પાછા ફર્યા.

હવે જ્યારે યુધિષ્ઠિર પૃથ્વીપતિ થયા છે ત્યારે ભગવાન વેદવ્યાસે એમને યજ્ઞ કરવાની પ્રેરણા આપી. યુધિષ્ઠિર ફરી એક વાર શોકની ગર્તામાં ધસી ગયા. જ્ઞાતિવધ કરીને આટલા બધા જીવોને હણ્યા પછી યુદ્ધનો ખર્ચ કર્યા બાદ હવે અલ્પદાન દેવાની પણ શક્તિ ન હોય એવી વ્યક્તિ કયો યજ્ઞ કરી શકે ?

યુધિષ્ઠિરનું દુઃખ દૂર કરવા અર્જુને હિમાલયથી મરુત રાજાના યજ્ઞવેળાનો ખજાનો પ્રાપ્ત કર્યો. ધન તો મળ્યું, પરંતુ શોક ગયો નહીં.

શ્રીકૃષ્ણ ફરી વખત યુધિષ્ઠિર સાથે ચર્ચા કરવા લાગ્યા. એમણે કહ્યું, "તમારું કાર્ય હજી સંપન્ન થયું નથી. બહારના શત્રુઓને તો તમે જીતી લીધા, પણ તમારી ભીતર બેઠેલો ખિન્નતા, શોક અને વ્યર્થતાના શત્રુને તમે જીતી શક્યા નથી."

કૃષ્ણની આ વાત સાંભળતાં જ હું મારા મનને મૂલવવા લાગી. આપણા સહુનો સૌથી મોટો શત્રુ તો આપણી ભીતર જ હોય છે. બહારના શત્રુઓ સામે તો આપણે બાહુબળ અને વ્યૂહરચનાઓથી વિજય મેળવવા સક્ષમ છીએ, પરંતુ સ્વયંની સામે આપણા તમામ તર્ક અને બુદ્ધિ અર્થહીન બની રહે છે. પોતાના મનમાં ઊઠતા દ્વંદ્વને કારણે મનોરોગી બની જવાય છે. સત્વ, રજઃ અને તમઃ આ ત્રણે મનુષત્વના ગુણો છે, પરંતુ આ ત્રણેયનું પ્રમાણ સમાન રહે તો જ મનુષ્યત્વ સાર્થક બની રહે છે. સત્ત્વનો 'અતિ' અહંકાર લાવે છે. યુધિષ્ઠિરમાં પણ આમ જ થયું હશે?

એમને ફક્ત યુદ્ધમાં હણાયેલાં સ્વજનોના શોકમાં પોતાની પીડા દેખાઈ. દ્યૂતસભામાં થયેલું મારું અપમાન, અમારો વનવાસ કે ભીમ પર કરાયેલો વિષપ્રયોગ, વરણાવતનો અગ્નિ કેમ નહીં દેખાયો હોય ?

મનથી અત્યંત વિચલિત થઈને એક વાર હું અર્જુનના મહાલયમાં સખાને

મળવા ગઈ હતી. સંધ્યાકાળે અસ્ત થઈ રહેલા સૂર્યને નિહાળતા એ તદ્દન એકલા ગવાક્ષમાં ઊભા હતા. એમના મુખ પર કંઈક એવા ભાવ હતા કે મને એમનું એકાંત તોડવું યોગ્ય ન લાગ્યું. દૂર ક્ષિતિજમાં પોતાના કમલનયનને સ્થિર કરી એ ઊંડા વિચારમાં મગ્ન હતા. કદાચિત આવનારા દિવસોની પીડા એ આ ક્ષણે અનુભવી રહ્યા હતા.

કેટલા ટૂંકા સમયમાં કેટકેટલા પ્રસંગો બની ગયા હતા. યુદ્ધના ભયાવહ આરંભથી શરૂ કરીને એના અંત સમયે જાગેલી નિરર્થકતા સુધીનો સહપ્રવાસ ખેડ્યા પછી હું એમને વધુ સમજી શકતી હતી.

સામાન્યતઃ મને ક્યારેય એમને સ્પર્શ કરવાનું આકર્ષણ નહોતું જન્મ્યું આજ સુધી. ખરું પૂછો તો એમના ચરણ સિવાય ક્યારેય મેં સ્પર્શ કર્યો પણ નહોતો. આજે એમને એકાકી અને ઉદાસ જોઈને મને એમના સ્કંધ પર હાથ મૂકવાનું, પીઠ પસવારવાનું કે થોડીક ક્ષણો એમની હથેળીને મારી હથેળી સાથે જોડી, આંગળીઓમાં આંગળીઓ પરોવી એમની સાથે ઊભા રહેવાની અદમ્ય ઇચ્છા થઈ આવી.

જોકે મેં એમ કર્યું નહીં.

હું સખાને જાણું છું. મારા આવા કોઈ પણ વર્તનને એમણે અયોગ્ય ઠેરવ્યું હોત. એમના પરત્વેની મારી ધોધમાર, ધસમસતી મુશળધાર લાગણીઓને સંયમનો બંધ બાંધીને એમણે જ ખાળી હતી, સતત અને અવિરત !

જેમણે સહુને પોતાના ઉપદેશ અને વર્તન દ્વારા ખિન્નતામાંથી, વ્યર્થતામાંથી, શોક અને નિરાશામાંથી બહાર કાઢ્યા તે સ્વયં આજે શી પીડામાં ડૂબ્યા હશે એ વિચારે હું વિચલિત થઈ ગઈ, પરંતુ એમના એકાંતને અકબંધ રાખીને હું પાછી વળી ગઈ.

એ સાંજે મેં એક બીજા મધુસૂદનને જાણ્યા.

અમે કોઈએ સખાના આ પાસાને કદી જાણ્યું જ નહોતું. તમામનો શોક અને વ્યથાને પોતાનામાં શોષી લેતા સખા સ્વયં આટલા વ્યથિત અને વિચલિત થઈ શકે છે એ મને પ્રથમ વાર જ અનુભવાયું.

આપણે સૌ ભીતરથી એકાકી છીએ.

બાહ્ય ઉપચારોથી કંઈ કેટલાયે સંબંધોથી જોડાયેલા આપણે સર્વે અંતે તદ્દન એકલા અને એકાકી જ મૃત્યુ પામવાના છીએ એ વિચારે હું પણ સજળ નેત્રે શાંત થવાનો પ્રયાસ કરવા લાગી.

* * *

ઉત્તરાનો પુત્ર જન્મ્યો ત્યારે શ્રીકૃષ્ણ હસ્તિનાપુરમાં હતા. અમે સહુ એમ ધારતા હતા કે શ્રીકૃષ્ણના અભય વચન સાથે જન્મેલો ઉત્તરાનો પુત્ર હેમખેમ હશે, પરંતુ અભિમન્યુ અને ઉત્તરાના ગર્ભ પર પડેલા અશ્વત્થામાના બ્રહ્માસ્ત્રએ પોતાનું કાર્ય કર્યું હતું. જેનું નામકરણ એના જન્મની પૂર્વે જ કરી દેવાયું હતું એવા પરીક્ષિત મૃતઃ અવસ્થામાં જન્મ્યા હતા.

પોતાના પુત્રને મૃત્યુ પામેલો જોઈ ઉત્તરા પોતાનું ભાન ખોઈ બેઠી. શોક અને આક્રંદોથી ગાજી રહેલું પાંડવોનું ઘર અદર્શનીય બની ગયું. આક્રંદ કરતા ઉત્તરાએ પોતાના પુત્રને કહ્યું, "તું ધર્મજ્ઞનો પુત્ર છે, છતાં અધર્મને સમજતો નથી. કેમ કે યાદવ વીર કૃષ્ણને તું વંદન કરતો નથી. પતિને ખોઈ, પુત્ર વિહોણી થઈ હું ભિખારણ બની ગઈ છું..."

એ સમયે સુભદ્રાએ પોતાના પ્રિય ભાઈને કહ્યું, "તમે કહ્યું હતું કે હું મારા પ્રભાવથી અર્જુનના પૌત્રને જીવતો કરીશ. તમારા શબ્દને પાળવાની ઘડી આવી પહોંચી છે."

પુરુષો જ્યાં ભાગ્યે જ પગ મૂકે એવા સૂતિકાગારમાં પ્રવેશ કર્યો. સફેદ ફૂલની માળાઓથી સજાવેલા એ ખંડમાં જળના કળશ હતા. કાષ્ઠની મશાલો પ્રજ્વલિત હતી.

હું ઉત્તરા પાસે ગઈ. મેં અત્યંત વહાલથી ઉત્તરાને કહ્યું, "મધુસૂદન અહીં આવ્યા છે. અપરાજિત, અચિંત્યાત્મા અને પુરાણઋષિ એવા કૃષ્ણ અહીં ઉપસ્થિત છે."

મને કોઈ ચમત્કારની અપેક્ષા નહોતી. મને તો બાળ પરીક્ષિતના મુખમાં મારા પાંચેય પુત્રોના મુખ દેખાતા હતા. એક પછી એક મૃત્યુ પામેલા પાંડવોના સર્વે પુત્રો જાણે ઉત્તરાના ખોળામાં આવીને સૂઈ ગયા હોય એવો મને ભાસ થતો હતો. હું ચીસ પાડી બેસીશ અથવા છાતીફાટ રુદન કરવા લાગીશ એવા ભાવથી ભયત્રસ્ત આંખો સાથે મેં શ્રીકૃષ્ણ તરફ જોયું.

તેઓ ખિન્ન હતા, પરંતુ સ્વસ્થ દેખાતા હતા. પીડાને ગળે ઉતારીને એમણે જળની અંજલિ હાથમાં લીધી અને ઉત્તરાના પુત્ર પરીક્ષિતના માથે હાથ ફેરવી કહેવા માંડ્યું :

ન બ્રવીમ્યુત્તરે મિથ્યા સત્યમેતદ્ ભવિષ્યતિ,
એષ સંજીવપામ્યેનં પશ્યતાં સર્વદેહિનામ્.

હું ક્યારેય મિથ્યા નથી બોલતો ઉત્તરા... શબ્દોથી પોતાની વાત શ્રીકૃષ્ણએ પ્રારંભ કરી. એમણે ધીમે ધીમે કહેવા માંડ્યું, "હું યુદ્ધમાંથી ક્યારેય પાછળ ન હટ્યો હોઉં, જો મને ધર્મ અને બ્રાહ્મણ પ્રિય હોય, જો મારું સત્ય બળવાન હોય, ધર્મમા અને સત્યમાં મારી નિત્ય પ્રતિષ્ઠા રહી હોય, આજીવન બ્રહ્મચર્યપાલન અને અર્જુન માટેનો પ્રેમ પ્રાણાંતે પણ સચવાયો હોય તો, જો મેં કંસ અને કેશીનો વધ ધર્માનુસાર કર્યો હોય તો ઉત્તરાનું બાળક સજીવન થાય."

અમે સહુ અપલક દૃષ્ટિએ પરીક્ષિતને નિહાળી રહ્યા હતા. એના અંગમાં સંચલન થયું. સામાન્ય બાળકની પેઠે હાથ-પગ હલાવતો પરીક્ષિત રડી ઊઠ્યો...

ત્યાં ઉપસ્થિત સત્યભામા આશ્ચર્યથી બાળક પરીક્ષિતને સજીવન થતો જોઈ રહ્યા.

તત્કાળ તો કોઈ કશું બોલ્યું નહીં, પરંતુ થોડા સમય બાદ સત્યભામાનું કુતૂહલ મારા સુધી પહોંચ્યું. એમણે મને એક સાયંકાળે પ્રશ્ન કરી જ નાખ્યો, "આઠ પત્નીઓ અને આટલા પુત્રો પછી શ્રીકૃષ્ણને બ્રહ્મચારી કઈ રીતે કહી શકાય ? એમના કયા શબ્દના બળે પરીક્ષિત સજીવન થયા હશે ?"

૧૨

મારા મુખ પર સ્મિત આવ્યા વિના રહી શક્યું નહીં. કૃષ્ણની સાથે જીવનનો ઉત્તમ સમય અને આટઆટલાં વર્ષ વિતાવ્યાં પછી પણ સત્યભામા એમને જાણી શકી નહોતી એ વાતે મને સત્યભામા પર અનુકંપા પણ થઈ અને એના બાળસહજ પ્રશ્ન પર વહાલ આવી ગયું.

મેં એને સમજાવતા કહ્યું, "કૃષ્ણનાં તમામ લગ્નો એમનું કર્મ હતાં. રુક્મિણિને શીશુપાલ સાથેના વિવાહમાંથી બચાવી. એમણે એનું જીવન સુધાર્યું... જો કૃષ્ણ એનું અપહરણ કરીને ન લાવ્યા હોત અને રુક્મિણિએ સાચે જ આત્મહત્યા કરી હોત તો કૃષ્ણ પર સ્ત્રીહત્યાનું પાપ ચડત. વળી, શરણે આવેલાનો અને પોતાની પાસે માગણી કરનારનો કદીયે પરિત્યાગ ન કરવો એ કૃષ્ણનો ધર્મ છે. માટે સ્વધર્મનું પાલન કર્યા વિના એમની પાસે બીજો કોઈ ઉપાય નહોતો. તમારા પિતા સત્રાજિત પાસે સ્યમંતક મણિ મેળવ્યા વિના સમષ્ટિનું કલ્યાણ શક્ય નહોતું. માટે તમારા પિતાની આજ્ઞા અનુસાર એમણે તમારી સાથે વિવાહ કરવા પડ્યા. એ જ પ્રમાણે શૈબ્યા અને જાંબુવંતી સાથેનાં લગ્નો પણ રાજકીય લગ્નો હતાં. ભવિષ્યમાં આવનારા કુરુક્ષેત્રના યુદ્ધમાં રાજાઓને પોતાના પક્ષમાં સાથે લેવા માટે શ્રીકૃષ્ણએ કરેલાં આ લગ્નો..."

હું આ કહી રહી હતી ત્યારે સત્યભામાની મુખાકૃતિ બદલાવા લાગી. એનાં નેત્રો સજળ થવાં લાગ્યાં.

"પાંચાલી, તમે એમ કહેવા માગો છો કે શ્રીકૃષ્ણ અમને સ્નેહ નથી કરતા ? અમારી સાથે વિતાવેલો આ તમામ સમય ફક્ત એમનું ઉત્તરદાયિત્વ પૂરું કરવા માટે..."

એક સ્ત્રી હોવાને કારણે હું સત્યભામાની પીડા સમજી શકી. પતિના સ્નેહથી અધિક બીજું કશું નહીં માગતી આ સ્ત્રી માટે મેં જે કંઈ કહ્યું તે અત્યંત પીડાદાયક હતું !

મેં સત્યભામાને અત્યંત શાંતિપૂર્વક કહ્યું, "કૃષ્ણ તો સહુને સ્નેહ કરે છે, તમને વળી વિશેષ ! તમારી કોઈ ઇચ્છા કે માગણી એમણે ક્યારેય પરિપૂર્ણ ન કરી હોય એવું બન્યું છે ખરું ? તમારા મનની વાત એ ન સમજ્યા હોય એવો એકેય પ્રસંગ તમારા સ્મરણમાં છે ખરો ?" સત્યભામા અત્યંત વ્યથિત હૃદયે મારી વાત સાંભળી રહ્યાં હતાં. "...પરંતુ સત્યભામા, એમના હૃદયની ઝંખનાઓ ક્યાંક બીજે જ વહે છે. એમણે ક્યારેય પોતાની વાત કોઈને કહી નથી, કારણ કે એ સખાની પ્રકૃતિ નથી. કશું માગવું, મેળવવાની ઝંખના રાખવી, સ્વાર્થથી જીવવું કે સ્વયં માટે નાનકડો પણ મોહ રાખવો એમનો સ્વભાવ નથી. હું જાણું છું કે એમણે તો એમના મન અને હૃદયને કર્મપ્રવાસે પ્રયાણ કરતા પહેલાં જ અહીંથી ઘણે દૂર ગોકુળમાં મૂકી દીધા હતાં.

આપણે સહુ આપણા હૃદયનો એક ગોપિત ખૂણો જીવનપર્યંત સાચવી રાખીએ છીએ. આપણે જે કરવું હોય, જે કરવા માગતા હતા, જેમ જીવવા માગતા હતા અથવા જે ઝંખ્યું હતું એ સર્વે કાંઈ બાળપણના સંભાળી રાખેલાં રમકડાંઓની જેમ એક પેટીમાં મૂકીને જીવ્યા કરીએ છીએ. એ પેટીની કૂંચી આપણા સિવાય બીજા કોઈ પાસે નથી હોતી. કદાચિત કોઈ ઉઘાડી પણ નાખે તો એ પેટીમાં મૂકેલી ઝીણી ઝીણી સુંદર ક્ષણોને આપણા સિવાય બીજું કોઈ નિહાળી શકતું નથી એ સત્ય છે.

જ્ઞાની હોય કે સામાન્ય, મનુષ્ય હોય એટલે એને હૃદય હોવાનું ! જેને હૃદય છે તેને ઝંખના હોય જ. પ્રેમ પામવાની ઝંખના આપણને સહુને હોય છે, જેવો ઝંખ્યો હતો એવો પ્રેમ પામ્યા પછી જ્યારે એનો પરિત્યાગ કરવાની ક્ષણ આવે ત્યારે આપણે સહુ એ પીડામાંથી જીવનપર્યંત મુક્ત થઈ શકતા નથી.

ઝંખનાઓનો પરિત્યાગ અસંભવ હશે ? માનવ પોતાની ઝંખના છોડી શકતો નથી ? કે પછી ઝંખના મનુષ્યને નહીં છોડતી હોય ? માનવસ્વરૂપે

જન્મેલા ઈશ્વરને પણ ઝંખના પોતાની માયાજાળમાં બાંધી લેતી હશે ? એનું હૃદય પણ ઝંખતું હશે કોઈને ? એના શ્વાસ ચાલે ત્યાં સુધી એને પણ પ્રતીક્ષા હશે કોઈની ? સ્વયં ઈશ્વર પણ સંબંધ અને સંવેદનાઓના તાણાવાણાઓમાંથી મુક્ત નહીં રહી શક્યા હોય ? કે પછી એમની અસાધારણ પ્રતિભાએ એમને ઈશ્વર બનાવી દીધા હશે, અન્યોની દૃષ્ટિમાં, પરંતુ એમની સંવેદનાઓ કોઈ પણ સામાન્ય માનવીના હૃદયથી ભિન્ન નહીં હોય... સખાએ બ્રહ્મચર્યની વાત કરીને મારી ભીતરના પ્રશ્નોપનિષદને ફરી એક વાર ગતિમાન કરી નાખ્યું હતું. જે પ્રશ્નોપનિષદને વિસરી જવા માટે હું પ્રયત્નશીલ હતી એ ફરી જાગૃત થઈને મારી સાથે દ્વંદ્વ કરી રહ્યું હતું. જેને ન પામી શકો એ વ્યક્તિની ઝંખના વધુ તીવ્ર હશે, મનુષ્યમાત્ર માટે ! જે વ્યક્તિ ઝંખનાનું કેન્દ્રબિન્દુ હોય એ વ્યક્તિ વિના જીવન વિતાવવું એનાથી મોટો અભિશાપ કયો હોઈ શકે ? મારી ઝંખનાનું કેન્દ્રબિન્દુ, મારી પરમ ચેતનાનું સત્ય સખા રહ્યા છે અને છતાંય મારા જીવનમાં પ્રત્યક્ષ રીતે એ ક્યાંય નથી રહ્યા ! અભાવ અને અસ્તિત્વને પરસ્પર એકબીજા સાથે અતૂટ સંબંધ હશે એવો જ સંબંધ ઝંખના અને જિજીવિષાનો હશે ? હવે વિચારું છું તો મને સમજાય છે કે ભૂમિ પામવાની અમારી ઝંખના, ન્યાય પામવાની ઝંખના સાથે સેળભેળ થઈ ગઈ હતી. અમે જે ઝંખતા હતા તે ભૂમિ હતી કે ન્યાય ? રાજ્ય હતું કે સન્માન ? સિંહાસન હતું કે સ્વમાન ? આ ક્ષણે પણ મારી પાસે આ પ્રશ્નોનો ઉત્તર નથી. જ્યાં ઊભી છું ત્યાંથી જીવન વિશેની, સત્ય વિશેની, સ્વમાન વિશેની વ્યાખ્યાઓ જાણે બદલાયેલી લાગે છે.

સખાએ જીવનપર્યંત કદીયે અંગત સમસ્યા કોઈનેય કહી હોય એવું મારી સ્મૃતિમાં નથી. એમણે ફરિયાદ કરી હોય, પોતાના અભાવની કે અન્યાયના અનુભવની, એવું પણ મારા સ્મરણમાં નથી આવતું ! શું એમને ક્યારેય અભાવ નહીં સાલ્યા હોય ? એમને ઝંખનાઓ નહીં થઈ હોય ક્યારેય ? શું એમણે પોતાના સુખ માટે આત્યંતિક ખેવનાથી જીવન પાસે નહીં માગ્યું હોય કશું ? જ્યારે એ નહીં મળ્યું હોય ત્યારે નિરાશા, ઉદ્વેગ, ઉશ્કેરાટ નહીં થયાં હોય એમને ? હવે આ વિચારું છું ત્યારે મને સમજાય છે કે સખા શા કારણે શ્રેષ્ઠ છે. એમને હંમેશાં પોતાના કરતાં અન્યોની પીડા વધુ મોટી, વધુ મહત્ત્વની લાગી છે. પોતાના પ્રશ્નોનો ઉકેલ શોધતા પહેલા એમણે અન્યના પ્રશ્નોને પ્રાધાન્ય આપ્યું છે... અંગત ઇચ્છા, અંગત સુખ, અંગત માન કે સ્વમાનની બહાર

નીકળીને ફક્ત અન્યોના સુખ માટે જીવી ગયેલા આ નરશ્રેષ્ઠએ જો ઇચ્છ્યું હોત તો બધું જ પોતાના માટે મેળવી શક્યા હોત, પરંતુ એમને માટે એમના અંગત સુખો વિશે વિચારવાનો સમય પણ ન મળે એ રીતે એમણે અન્યોનો વિચાર કર્યો. પ્રેમથી શરૂ કરીને પરિણય સુધી બધે જ જગસમસ્તનું શ્રેય જોયું. જ્યારે ત્યાગ કરવાનો આવ્યો ત્યારે એનો અહંકાર કર્યા વિના કે અભાવ વિશે એક શબ્દ પણ કહ્યા વિના સ્વયંને સમષ્ટિ માટે સમર્પિત કરી ચાલી નીકળ્યા. કદાચ એમની આ સામાન્ય મનુષ્યથી ભિન્ન એવી સમર્પણની વિભાવનાએ જ એમને ઈશ્વરનો દરજ્જો આપ્યો હશે. ઈશ્વર એટલે જેનું કશું 'અંગત' નથી, તે. ઈશ્વર એટલે જેણે સ્વયંને સમષ્ટિના શ્રેય માટે સમર્પીને જીવનયાપન કર્યું છે તે... ઈશ્વર એટલે જેણે કશુંય મેળવવાની ઝંખના રાખ્યા વિના સતત આપતા રહેવાનો નિર્ધાર કર્યો છે તે... ઈશ્વર એટલે જેણે ત્યાગ, બલિદાન કે સમર્પણના બદલામાં કશુંય નથી જોઈતું તે ! ઈશ્વર એટલે જે માગ્યા વગર આપી શકે છે તે... ઈશ્વર એટલે આપ્યા પછી સ્મરણમાં નથી રાખતો તે... ઈશ્વર એટલે આપતી વખતે પોતાની પાસે શું શેષ રહેશે એનો વિચાર નથી કરતો તે ! સ્વયંનો વિચાર છોડીને જે અન્યો માટે જીવે છે તે જ ઈશ્વર બનીને પૂજાય છે.

સખાએ ક્યારેય શબ્દમાં રાધાનું નામ લીધું નથી, પરંતુ મેં એમની આંખોમાં રાધાને જોયા છે. એમના એકાકીપણામાં મને રાધા દરેક વખતે જડ્યાં છે. એમની પીડાના પારાવાર હિલોળા લેતા સમુદ્રમાં મને પ્રત્યેક ક્ષણે રાધાનું નામ સંભળાયું છે."

જીવનને ધ્યેય અને કર્મમાંથી ચલિત ન થવા દેનાર આ યુગપુરુષે સતત અન્યો વિશે વિચારીને, અંગત સુખોની ઝંખનાને ક્યારેય જીહ્વા પર લાવ્યા વિના પોતાના તમામ ઉત્તરદાયિત્વોને પૂરી નિષ્ઠા સમર્પણથી નિભાવી જાણ્યા. અંગત ગમા-અણગમા કે માન્યતાઓને ક્યારેય ઉચ્ચાર્યા વિના સમષ્ટિના સુખને પોતાનું ધ્યેય માનીને એમણે બહુજન હિતાય, બહુજન સુખાય પોતાનું અસ્તિત્વ સમર્પી દીધું. મારી આંખો સખા માટેનાં સ્નેહ, અનુકંપા અને સન્માનથી ક્યાંય સુધી વરસતી રહી. હું એમની પીડાને સમજી શકતી હતી, પરંતુ એ અંગે કશુંય કરી શકતી નહોતી. એ પરિસ્થિતિની અસહાયતા મને ક્યાંય સુધી પીડા આપતી રહી.

"આટઆટલું જાણતા સખાને શું જ્ઞાન નહીં હોય કે આ બધું જ પૂર્વનિયોજિત હતું ! જે નથી મળ્યું, કે નથી મળી શક્યું એની પીડાને હૃદયમાં અત્યંત ગોપિત રાખીને એમણે એમનાં તમામ કર્મો કર્યાં છે, સત્યભામા. આ પરીક્ષાની સૌથી કઠિન પળે પણ એમણે મૃતઃ બાળકને સજીવન કરીને એમનો ઈશ્વર હોવાનો આપણો ભ્રમ અકબંધ રાખ્યો છે."

સત્યભામાએ આંખો લૂછી. ક્ષણભર મારી સામે જોઈ રહ્યા. પછી રૂંધાયેલા કંઠે એમણે મને કહ્યું, "હું શા માટે કેશવને તમારી જેમ સમજી નથી શકતી ?"

હું શી રીતે સમજાવું સત્યભામાને કે હું પણ મારા ઉત્તરદાયિત્વ પૂરા કરતી મારા પાંચ પતિઓની સાથે મારું કર્મ પૂર્ણ કરી રહી હતી. ધનંજય માટેનો મારો સ્નેહ હું કદીયે વ્યક્ત સ્વરૂપે કોઈનેય કહી શકી નહીં. જેને માટે સર્વાધિક સ્નેહ હતો એને બીજી સ્ત્રીઓ સાથે વહેંચતા હૃદય દુઃખ્યું હતું મારું, પરંતુ એને ધર્મ સમજીને સતત એનું પાલન કરતી રહી હું.

સખાને સમજી શકતી હતી, કારણ કે હું પણ એમના જેવી જ મનઃસ્થિતિમાંથી પસાર થતી રહી હતી, વારંવાર !

સખાના ઉત્તરદાયિત્વો સમયસમયાંતરે પૂર્ણ થતા રહ્યા !

એકબીજાથી દૂર રહીને પણ અમે એકમેકને સમજતા રહ્યા !

* * *

યુદ્ધ માટેની કટિબદ્ધતા અને યુદ્ધ પૂર્ણ થયા પછીનો વિતરાગ અમને બંનેને સરખી જ પીડા આપતો રહ્યો !

દ્વારિકા જવાનો એમનો નિર્ણય અમને સહુને પીડિત કરી ગયો.

અંતે રાજસૂય યજ્ઞ સંપન્ન થયો અને કૃષ્ણએ પૂર્ણ આનંદ સાથે પોતાના પ્રભુસ્વરૂપ પિતાને મળવા માટે દ્વારિકા જવાનો નિર્ણય કર્યો. યુધિષ્ઠિરે કૃષ્ણને ભેટ આપવા માટે ઘણા બધા રત્ન અને ધનનો ભંડાર ખોલી નાખ્યો, પરંતુ કૃષ્ણ કશું જ સ્વીકાર્યા વિના દ્વારિકા જવા રવાના થયા.

અન્યોની મને જાણ નથી, પણ કૃષ્ણના ગયા પછી મારા માટે હસ્તિનાપુર પ્રાણહીન અને સત્ત્વવિહીન થઈ ગયું. કોઈ શરીરમાંથી જેમ પ્રાણ કાઢી લેવામાં આવે તેમ કૃષ્ણના ગયા પછી હું સ્વયંને એકાકી અને અપૂર્ણ અનુભવ કરવા લાગી. કામ્યક વનના અમારા નિવાસથી શરૂ કરીને ઉપપ્લાવ્યમાં વિતાવેલા

સમય દરમિયાન, યુદ્ધના તમામ સમય દરમિયાન કૃષ્ણનું નૈકટ્ય મારા માટે સ્વાભાવિક બની ગયું હતું.

કૃષ્ણ ક્યારેક નહીં હોય અથવા અમને મૂકીને જશે એવો વિચાર મને આવ્યો જ નહોતો.

ક્યારેક કોઈ વ્યક્તિ આપણી એટલી નિકટ હોય છે કે આપણને એના નહીં હોવાનો વિચાર પણ આવતો નથી. એ ન હોય તોપણ પરોક્ષ સ્વરૂપે એ સદૈવ આપણી સાથે, આપણી આસપાસ હોય જ છે. આપણા શ્વાસમાં, આપણા વિચારોમાં, આપણા મનની ભીતર કે આપણી સમગ્ર ચેતનામાં ક્યાંક એ વ્યક્તિનું હોવું આપણે નકારી શકતા નથી. આપણા પ્રાણ સાથે એકાકાર થઈ ગયેલા એક નામને આપણાથી વિખૂટું પાડીને જોઈ જ શકાતું નથી. એ ન પણ હોય, આપણી સાથે કે આસપાસ તોપણ સ્મૃતિરૂપે કે સંવેદનારૂપે આપણી ભીતર જીવ્યા કરે છે.

સખાનું અસ્તિત્વ કદાચ એવું જ છે. હું મારા અસ્તિત્વથી ભિન્ન એમને નિહાળી જ શકી નથી. મારા સુખ અને મારી પીડામાં... મારા પ્રશ્નોપનિષદમાં કે મારા પ્રત્યેક ઉત્તરમાં... મારા અશ્રુમાં કે મારા સ્મિતમાં... મારા જીવનની પ્રત્યેક ક્ષણે એ મારી સાથે જ હતા. અમે એકમેકથી ભિન્ન નથી અથવા રહી શક્યા નથી. અમારાં તમામ ધ્યેય અને કર્તવ્યો એકમેક સાથે જોડાયેલાં રહ્યાં. અમારાં સુખો એકમેક ઉપર આધારિત ! જાણે-અજાણે હું એ સર્વ કાંઈ સ્વીકારતી ગઈ જેમાં સખાનું સુખ હતું... જે કંઈ એમને પ્રિય હતું તે સર્વ મને પ્રિય બનતું ગયું.

હવે એ અમારી સાથે હસ્તિનાપુરમાં નહોતા. પરંતુ એમનો અવાજ, એમના સિદ્ધાંતો, એમનું જ્ઞાન અને એમનો સ્નેહ અમારી સાથે જ હતાં. હું એક ક્ષણ પણ એમના સ્મરણ વિના વિતાવી શકતી નહોતી.

સખા હોત તો શું કહેત... એ હોત તો શું વિચારત... એ કઈ વાત પર એમનું સ્મિત રેલાઈ જાત અને કઈ વાત એ ખિન્ન થઈ જાત... આ જ વિચારો મને સતત ઘેરી વળતા. ક્યારેક અર્જુન, તો ક્યારેક યુધિષ્ઠિર મને પૂછી બેસતા, "શી વાત છે, પાંચાલી ? શા કારણે તમે આટલાં બધા અન્યમનસ્ક રહો છો ?" શું કહું મારા પતિને ? હું હવે શરીરથી હસ્તિનાપુરમાં અને મનથી દ્વારિકામાં નિવાસ કરતી હતી.

મારું મન સખાને મળવા, એમની સાથે જ્ઞાન વાતો કરવા... મારા મનની પીડા વહેંચવા અને મારા સુખને સમર્પિત કરવા એમને ઝંખતું.

એમણે હસ્તિનાપુર આવવાનું બહુ ઓછું કરી નાખ્યું હતું. હવે એ જવલ્લે જ દ્વારિકાની બહાર નીકળતા. મેં સાંભળ્યું હતું કે દ્વારિકામાં પણ રાજ્ય અને રાજનીતિનો ભાર એમણે અન્યો સાથે વહેંચવા માંડ્યો હતો. અનિવાર્ય હોય તો જ અંગત રસ લેતા કે અભિપ્રાય આપતા. બાકીના સમયે પોતાના મહાલયમાં, પોતાના ખંડમાં વાંચન કરતા કે ચિંતન કરતા. હવે દ્વારિકાથી દૂત આવતા, પરંતુ એમની પાસે મારા માટે કોઈ સંદેશ હશે એવી મારી આશા નિષ્ફળ નીવડતી.

કોણ જાણે કેમ, સખાએ સ્નેહના તાંતણા ધીમે ધીમે લપેટવા માંડ્યા હતા. લાગણીઓ અને સ્નેહના સંબંધોથી જાણે પર થઈ ગયા હોય એમ, એમણે એકાકી અને શાંત જીવન ગાળવા માંડ્યું હતું.

એક વાર અર્જુન દ્વારિકા જઈને પાછા ફર્યા ત્યારે એમણે મને કહ્યું, "કૃષ્ણ તો સાવ બદલાઈ ગયા છે. ભાગ્યે જ શબ્દ ઉચ્ચારે છે. એમની દૃષ્ટિમાં આવી કરુણા મેં ક્યારેય નહોતી જોઈ. જે આંખોમાં સતત જીવનરસ વહેતો હતો એ આંખો જાણે કાચના ટુકડાની બની હોય એમ સ્થિર થઈ ગઈ છે. મને સખાની ચિંતા થાય છે, પાંચાલી.."

સખાની ચિંતા કરનાર મારા પતિ કદાચ મને નહોતા નિહાળી શકતા. દેહ સાથે જોડાયેલાં તમામ કર્મો હું યોગ્ય રીતે પૂર્ણ કરતી હતી. પૂજા, પ્રાર્થના, શૃંગાર, ભોજન અને દાન-દક્ષિણા સુધી સર્વ કાંઈ પૂરી નિષ્ઠાથી કરતી હતી હું, પરંતુ મારા પ્રાણ મારા શરીરમાંથી બહાર નીકળીને ક્યાંક બીજી દિશામાં પ્રવાસ કરી રહ્યા હતા.

આ દિશા કઈ હતી એ વિશે હું અજ્ઞાત હતી, પરંતુ એટલું જાણતી હતી કે હવે આ તમામ કર્મો મારા અસ્તિત્વની બહાર છે. મારું અસ્તિત્વ, મારી ચેતના અને મારી ઊર્જા ધીમેધીમે જગત સમસ્તમાંથી સંકેલાઈને ફરીથી મારા આત્મા તરફ પાછી ફરવા લાગી છે.

* * *

જીવન કોઈ શાંત નદીની પેઠે ખળખળ કરતું વહી રહ્યું હતું. સ્વજનો અને પુત્રોરહિત વિજયને પચાવવાનો પ્રયાસ કરતા અમે સહુ બહારથી શાંત અને ભીતરથી આંદોલિત જીવી રહ્યાં હતાં.

ક્યારેક મધ્ય રાત્રીએ મારી બાજુમાં સૂતેલા મારા પતિને પ્રસ્વેદથી નીતરતા, વિસ્ફારિત નયનો સાથે જાગીને બહાવરા થઈ આમતેમ જોતા હું નિહાળતી ત્યારે મને એ સમજાતું કે મહાયુદ્ધ તો પૂર્ણ થયું, પરંતુ એની ભૂતાવળના પડછાયા હજી નૃત્ય કરી રહ્યા છે.

તાતશ્રી ધૃતરાષ્ટ્ર વનમાં ચાલી ગયા.

એ પછી પાંડવો ખિન્ન રહેવા લાગ્યા. માતા ગાંધારી અને કુંતા પણ વનનિવાસ કરવા કટિબદ્ધ હતાં. સર્વે મહર્ષિ શતયૂપ તથા ધૃતરાષ્ટ્રના આશ્રમમાં નિવાસ કરવા લાગ્યા.

મહાત્મા વિદુરે કઠોર તપ કરીને પોતાની જાતને ક્ષીણ અને નિર્બળ બનાવી દીધી. યુધિષ્ઠિર એમને મળવા વનમાં પહોંચ્યા ત્યારે એમણે યોગબળનો આશ્રય કરી યુધિષ્ઠિરનાં અંગો સાથે પોતાનાં અંગોને, યુધિષ્ઠિરના પ્રાણો સાથે પોતાના પ્રાણોને અને એમની ઇન્દ્રિયો સાથે પોતાની ઇન્દ્રિયોને પ્રયોજી એમના શરીરમાં પ્રવેશ કર્યો.

એમના નિશ્ચેષ્ટ શરીરનો અગ્નિસંસ્કાર કરવા ઇચ્છતા યુધિષ્ઠિરે આકાશવાણી સાંભળી, "હે રાજન્, વિદુરના શરીરને તારે બાળવું નહીં. અહીં જ રહેવા દેવું. વિદુરને સાંતાનિક નામના લોકની પ્રાપ્તિ થશે. એમણે યતિ ધર્મને સ્વીકાર્યો હતો."

* * *

સમયના વહેણને કોઈ અટકાવી શકતું નથી.

કાળ પોતાની ગતિથી અને પોતાની મતિથી વહેતો રહ્યો. સહુ પોતપોતાની દશા-દુર્દશા અને મનોદશામાં જીવન યાપન કરતા રહ્યા.

સમયે સહુના મનોમસ્તિષ્ક ઉપર પાડેલા ઉઝરડાઓ ક્યારેક દૂઝવા લાગતા. પીડાનું રક્ત ટપકતું. સ્વજનોના સ્મરણની શૃંખલા નિદ્રાને ઉડાડી દેતી. ભૂખ અને ભોગ વ્યર્થ લાગવા માંડતા.

જે વિજયની કલ્પના કરી અમે સહુ આ મહાયુદ્ધમાં પ્રવેશ્યાં હતાં એ વિજય ભોગવવા માટે અમારી સાથે કોઈ સ્વજન નહોતા. સુખી થવા માટે આપણી સાથે કોઈ હોય એ અનિવાર્ય છે. દુઃખનો ભોગ એકલા કરી શકાય છે, પરંતુ સુખને ભોગવવા માટે સ્વજનો વિનાની પૃથ્વી પીડા સિવાય કંઈ આપતી નથી.

કોઈ સ્થિતિ કાયમ રહેતી નથી. કાળ પ્રવાહી છે, વહેતો રહે છે. ક્ષણોને બાંધી શકાતી નથી. સુખનો હોય કે દુઃખનો, સમય તો વીતી જ જાય છે અને વીતેલા સમયની સાથે પીડાની સ્મૃતિ પણ નામશેષ થતી રહે છે.

માતા ગાંધારીનો શાપ અમે સહુ ધીમે ધીમે વિસરવા લાગ્યાં હતાં. કુરુક્ષેત્રના યુદ્ધ પછી એમણે કૃષ્ણને શાપ આપતા યાદવકુળના નાશની વાત કહી હતી, પરંતુ એ વાત અમારા સહુની સ્મૃતિમાંથી સમય સાથે ભૂંસાઈ ગઈ હતી.

અચાનક એક દિવસ અડધી રાત્રે મારી આંખ ખૂલી ગઈ.

મને લાગ્યું કે દ્વારિકાના મહાલયના ગવાક્ષમાં તદ્દન એકાકી ઊભેલા સખા મને સ્મરી રહ્યા છે ! મેં પાર્થને જગાડ્યા. મારા મનની વાત કહી. સામાન્યતઃ એ મારી વાત ક્યારેય ટાળતા નહીં. આજે એમણે મારી સાથે નિરર્થક વિવાદ આરંભ્યો. દ્વારિકા જવાની મારી ઉત્કટ ઇચ્છાને સાંભળ્યા પછી પણ એમણે મને સમજાવવાનો પ્રયાસ કર્યો.

આજ સુધી મેં કદીયે આટલી ઉત્કટતાથી દ્વારિકા જવા વિશેની વાત કહી નહોતી, તેમ છતાં મારી વાતને સમજ્યા વિના થોડીક ક્ષણો પાર્થ વિવાદ કરતા રહ્યા.

કદાચિત એમને મારી વાત સમજાઈ હશે, તેથી એમણે મારી સાથે દ્વારિકા આવવા તૈયારી બતાવી. પ્હો ફાટે અને સૂર્યોદય થાય તે પહેલા તો અમારો રથ દ્વારિકાની દિશામાં પ્રયાણ કરી ચૂક્યો હતો...

કુરુક્ષેત્રના યુદ્ધ વખતે ગ્રહ-નક્ષત્રોની જે સ્થિતિ હતી એ જ ફરી પ્રયોજાઈ હતી. કૃષ્ણને પોતાને પણ અંતની અનિવાર્યતા કળાઈ હશે, કદાચિત.

દ્વારિકાવાસીઓને રાતના સ્વપ્નમાં કાળા રંગની સ્ત્રી શ્વેત દંતાવલિથી હસતી સહુનાં ઘરોમાં પ્રવેશી સ્ત્રીઓનાં સૌભાગ્ય ચિહ્નો લૂંટતી હોય એવું દેખાવા લાગ્યું.

નગરની શેરીઓમાં ઉંદરો વધી પડ્યા અને જ્યાં-ત્યાં ભાંગેલાં માટીનાં પાત્રો દૃષ્ટિએ પડવા લાગ્યાં. રાત્રીમાં યાદવો જ્યારે સૂઈ જતા હતા ત્યારે ઉંદરો તેમના કેશો તથા નખોને કાપી ખાવા લાગ્યા. હંસો ઘુવડોના શબ્દોનું અનુકરણ કરવા લાગ્યા અને ઘેટાં તથા બકરાંઓ શિયાળોના જેવા શબ્દો કરવા લાગ્યાં. પત્નીઓ પતિઓને ઠગવા લાગી અને પતિઓ પત્નીઓને ઠગવા લાગ્યા.

ભારતના યુદ્ધ સમયે ચૌદમી તિથિ જેમ પંદરમી થઈ હતી અને તે દિવસે જેમ ગ્રહણ થયું હતું તે તિથિ આવી પહોંચી હતી. માતા ગાંધારીનો શાપ અને સાંબને અપાયેલો દુર્વાસાનો શાપ સત્ય થવાની પળો શ્રીકૃષ્ણ અનુભવી રહ્યા હશે, કદાચ.

અંતજ્ઞ અને મતિમાન શ્રીકૃષ્ણ યાદવોના વિનાશ માટે મનને તૈયાર કરી રહ્યા હતા. યાદવકુળની સમસ્ત સ્ત્રીઓનું રક્ષણ કરવાનું ઉત્તરદાયિત્વ પિતા વસુદેવને સોંપી તેઓ સહુ યાદવોને લઈને પ્રભાસ ક્ષેત્ર તરફ ચાલી નીકળ્યા.

એ પહેલાં એક વાર અમે દ્વારિકા ગયાં હતાં. ત્યારે કોણ જાણે કયા બળે પ્રેરિત થઈને હું સવારના શ્રીકૃષ્ણના મહાલયમાં પહોંચી ગઈ. વહેલી સવારે કૃષ્ણના કક્ષમાં રાણીઓ કે બલરામ પણ અનુમતિ વિના પ્રવેશ કરી શકતાં નહીં. પૂજા અને ધ્યાન કરી હમણાં જ ઊઠેલા કૃષ્ણના ચહેરા પર અદ્વિતીય તેજ હતું. ઉત્તરીય વગરનું એમનું શરીર, મોરમુકુટ વગરનું મસ્તક, તાજા ધોયેલા કાળા, ચમકતા વાળ અને કાન પાસેની સહેજ સફેદી... હું એમને જોઈ રહી.

પહેલી વાર એમની આંખોમાંથી કશુંક અજાણ્યું, અપાર્થિવ વરસતું રહ્યું મારા સુધી. મને ડૂમો ભરાઈ આવ્યો. ગળું રૂંધાઈ ગયું. વધુ તો કશું કહી ન શકી હું, પરંતુ મારાથી કહેવાઈ ગયું :

"ત્વદિયમ વસ્તુ ગોવિન્દ તુભ્યમેવ સમર્પ્યંતે."

કૃષ્ણ સાથે એ મારી અંતિમ ક્ષણો હતી એવી મને કલ્પના પણ નહોતી. મારે એમના ચરણમાં મસ્તક મૂકીને અફાટ રુદન કરવું હતું... મારી તમામ પીડાઓ અને મારાં તમામ સુખો એમને સમર્પીને હું ચાલી નીકળી ત્યારે મને કલ્પના પણ નહોતી કે મારા સખા સ્વયં મહાપ્રયાણે ચાલી નીકળવાના છે !

* * *

કૃષ્ણના દેહત્યાગ પછી અમારા જીવનનો કોઈ અર્થ નહોતો. અમે સહુ પ્રાણવિહીન શરીરોની જેમ થોડો સમય દેહધર્મ પૂર્ણ કરતા રહ્યા, પરંતુ એક વાર યુધિષ્ઠિરની વાત સાંભળી અમે સહુએ મહાપ્રસ્થાનનો નિર્ણય લીધો.

સવારના યજ્ઞ પછી યુધિષ્ઠિરે સહુને એકત્રિત કરી કહ્યું :

કાલઃ પ્રચતિ ભૂતાનિ સર્વાણ્યેવ મહામતે,
કર્મન્યાસમહં મન્યે ત્વમયિ દ્રષ્ટુમર્હસિ.

૨૫૧ : દ્રૌપદી

કાળ, સર્વે સમયોને સમાન કરે છે. વિનાશ તરફ ગતિ કરે છે. હું હવે કાળના બંધનનો સ્વીકાર કરું છું !

અમે ઉત્તર દિશા તરફ પ્રસ્થાન કર્યું. હિમાલયને ઓળંગીને વાલુકાર્ણવ નામના રેતીના રણને જોયું. મહાગિરિ મેરુનાં દર્શન કર્યાં. મહાપ્રસ્થાનની યાત્રામાં સર્વપ્રથમ મારે જ અટકવું પડ્યું. હું પાંચેય ભાઈઓમાં ક્યારેય સમાનભાવ રાખી શકી નહીં. અર્જુન મારા માટે સતત પ્રિય રહ્યા.

અમે સહુ યોગધર્મનો આશ્રય લઈને ધીમેધીમે જઈ રહ્યા હતા ત્યારે મારા ઘૂંટણ ઢીલા પડવા લાગ્યા, ગાત્રો શિથીલ થયા, મસ્તિષ્ક ચકરાવા લાગ્યું, શરીરે પ્રસ્વેદ વળવા લાગ્યો અને જીભ લથડવા લાગી, ગળું તૃષાને કારણે વારંવાર સુકાવા લાગ્યું.

હું આગળ ચાલી શકું એવી સ્થિતિમાં નહોતી. ધીમેધીમે ચાલતી રહી, પરંતુ અચાનક મારી આંખો મીંચાવા લાગી અને હું પૃથ્વી પર પડી. મને પડેલી જોઈને ભીમસેને ધર્મરાજને પૂછ્યું, "હે જ્યેષ્ઠભ્રાતા, કૃષ્ણા દ્રૌપદીએ ક્યારેય અધર્મનું આચરણ કર્યું નથી, તેમ છતાં એ આપણા સહુમાં પહેલી શા માટે પડી ?"

"દ્રૌપદીને અર્જુન તરફ પક્ષપાત હતો. એ આપણા સહુ કરતા એને વધુ પ્રેમ કરતી હતી, તેથી આજે એના મનમાં એણે કરેલા પક્ષપાતનું ફળ ભોગવતી એ ધરતી પર પડી છે."

ભીમસેન મને ખૂબ જ પ્રેમ કરતા હતા. એ મારી સાથે ત્યાં જ રોકાવા માગતા હતા, પરંતુ એમ થયું નહીં. ધર્મરાજે એને જ્ઞાન આપતા કહ્યું કે, "દરેક વ્યક્તિના ગંતવ્યો નિશ્ચિત હોય છે. એના જવાનો સમય અને જીવનની અવધિ પણ નિશ્ચિત જ હોય છે. કોઈ કોઈની સાથે જઈ શકતું નથી, તે જ રીતે કોઈ કોઈના માટે અટકી શકતું નથી. હે ભીમસેન, દ્રૌપદી સાથેના તારા પ્રેમને વિસ્મરીને હવે તું તારા ગંતવ્ય તરફ આગળ વધ. તું રોકાઈ તોપણ બહુ લાંબો સમય અહીં રહી શકીશ નહીં, કારણ કે તારું ગંતવ્ય નિશ્ચિત છે અને તારે એ દિશામાં આગળ વધવું જ રહ્યું."

ભીમસેન અનિચ્છાએ... પીડા સાથે મને છોડીને આગળ વધી ગયા. હું ત્યાં જ ભૂમિ પર પડી પડી મારા પ્રાણ પંચમહાભૂતમાં ભળી જાય એની પ્રતીક્ષા કરતી રહી.

મારો પ્રતિશોધ, મારો અહંકાર, મારા સૌંદર્યનો દર્પ, મારી બુદ્ધિની કુશાગ્રતા... મારો પ્રશ્નોપનિષદ સર્વ કાંઈ અહીં જ રહી જવાનું હતું. આ શરીર જેના ઉપભોગથી મેં સ્વયં અને અન્યોને સુખ આપ્યું હતું તે શરીર પણ હવે ધીમેધીમે ચેતનાનું વર્તુળ સંકોરી રહ્યું હતું.

શરીર છૂટી રહ્યું છે, ભાવ છૂટી રહ્યો છે, વિચાર છૂટી રહ્યા છે. મોહ, શત્રુતા, સંબંધો છૂટી રહ્યાં છે. બહારના વિશ્વ સાથેના તમામ સંબંધો ધીમેધીમે છૂટી રહ્યા છે. રહી છું, કેવળ હું અને મારી ચેતનાનું કેન્દ્ર.

વિશ્વમાં ત્રણ પ્રકારના આત્માઓ જન્મ લે છે. એક, અત્યંત નિકૃષ્ઠ-હીનચિત્તના લોકો. બીજા, અત્યંત ઉચ્ચ, શ્રેષ્ઠ અને પવિત્ર પ્રકારના લોકો અને મોટા ભાગના એની વચ્ચેના લોકો. મેં કથા સાંભળી હતી કે જેવો મનુષ્ય મૃત્યુ પામે છે કે તરત એને સેંકડો યુગલો સંભોગ કરતા દેખાય છે. એ જે યુગલ પરત્વે આકર્ષિત થાય એના ગર્ભમાં પ્રવેશ કરી જાય છે. શ્રેષ્ઠ આત્માઓને સાધારણ ગર્ભમાં પ્રવેશ નથી મળતો. એમને માટે અસાધારણ ગર્ભ અનિવાર્ય છે. અસાધારણ સંભાવનાઓ ધરાવતું વ્યક્તિત્વ મળે ત્યાં સુધી શ્રેષ્ઠ આત્માઓ પ્રતીક્ષા કરે છે.

નિકૃષ્ઠ આત્માઓ શરીર માટે આતુર રહે છે. એમના તમામ રસો શરીર સાથે જોડાયેલા છે. ઇન્દ્રિયો ઉપર આધારિત છે. સ્વાદ, સ્પર્શ, સંભોગ એમના અસ્તિત્વો માટે અનિવાર્ય છે, પરંતુ શ્રેષ્ઠ આત્માઓને ભાગ્યે જ ઇન્દ્રિયો ઉપર આધારિત સુખોની આવશ્યકતા રહે છે. આ ક્ષણે હું જે સુખનો પરમ અનુભવ કરી રહી છું તે અનુભવ મને સમજાવે છે કે, હું પૂર્ણપણે ચેતનાના વર્તુળને સંકેલીને કેન્દ્ર તરફ પ્રવાસ કરી રહી છું. મારી અંદર એક અભાન સુખની મૂર્છા ધીમેધીમે મને પોતાના બાહુપાશમાં સંકેલી રહી છે.

મારી બંધ આંખો સામે હું ફક્ત સખાને નિહાળી શકું છું. એમનું ભુવનમોહિની સ્મિત મને પરમ સુખની દિશામાં લઈ જાય છે. ધીમેધીમે સખા એક તેજપૂંજ બની જાય છે. મારા શરીરમાંથી નીકળતા એક તેજવલયને હું પોતે જ નિહાળી શકું છું. તેજપુંજના એ વિશાળ વર્તુળમાં મારા શરીરમાંથી નીકળેલો તેજવલય એકાકાર થઈ જાય છે.

હરિં સહસ્રશિરસં સહસ્રચરણેક્ષણમ્ ।
સહસ્રબાહુમુકુટં સહસ્ત્રવદનોજ્જ્મવલમ્ ॥

જે હરિ ભગવાનને હજાર મસ્તકો છે, હજાર ચરણો છે, હજાર નેત્રો છે, હજાર બાહુઓ છે, હજાર મુકુટો છે અને હજાર ઉજ્જ્વળ મુખો છે.

હવે કોઈ પીડા નથી... કોઈ ભય નથી... કોઈ પ્રતિશોધ નથી... કોઈ ઝંખના નથી... કોઈ પ્રશ્ન નથી... મારું પ્રશ્નોપનિષદ એ તેજવલયમાં ઘૂમરીઓ ખાતું વિશાળ તેજપૂંજમાં ભળી જાય છે. મારી ચેતના શાંત થવા લાગી છે.

શું આ મૃત્યુ છે ?

શું આ શરીરનો અંત છે ?

શું આ નવજીવનનો આરંભ છે ?

યસ્ય કેશેષુ જીમૂતા નદ્યઃ સર્વાંગસંધિષુ ।
કુક્ષૌ સમુદ્રાશ્ચત્વરાસ્તસ્મૈ તોયાત્મને નમઃ ॥

જેના કેશોની અંદર મેઘો વસી રહ્યા છે, જેનાં સર્વ અંગોની સંધિઓમાં નદીઓ વહી રહી છે તથા જેની કુક્ષિ(પેટ)ની અંદર ચારે સમુદ્રોનો નિવાસ છે, તે જળરૂપ પરમાત્માને હું નમસ્કાર કરું છું.

મનુષ્ય જળમાં ડૂબી જાય છે, પરંતુ શબ જળની ઉપર તરે છે. આનું કારણ વિચાર્યું છે ક્યારેય ? મનુષ્ય જીવવાનો-બચવાનો પ્રયાસ કરે છે... જળના ભયાનક પ્રવાહ સાથે સંઘર્ષ કરે છે મનુષ્ય... આ સંઘર્ષમાં એ થાકી જાય છે. જ્યારે શબ પ્રવાહની ભયાનકતાને સ્વીકારે છે. કોઈ પ્રયાસ કે સંઘર્ષ નથી કરતું, તેથી એને થાક નથી લાગતો. જળના પ્રવાહ સાથેના સંઘર્ષમાં એણે હાર-જીત નથી કરવાની. એની પાસે જે છે જ નહીં તે એણે બચાવવાનું નથી. જીવંત મનુષ્ય પાસે જીવન છે. એને લાગે છે કે એણે જીવન બચાવવાનું છે, એ બચાવી શકે તેમ છે... પ્રવાહ એની પાસેથી જીવન છીનવી લેવાનો પ્રયાસ કરે છે એમ માનીને જીવંત મનુષ્ય સંઘર્ષ કરે છે. આ સંઘર્ષ એને થકવી નાખે છે. એને પ્રવાહ નથી ડુબાડતો, સંઘર્ષ ડુબાડે છે !

આપણે કિનારાઓ પકડવાના પ્રયાસમાં પ્રવાહ સાથે સંઘર્ષ કરીએ છીએ. શરીરને શિથીલ નથી છોડતા. જો વહી જ જવાનું છે તો શ્વાસ કે શરીર સાથે સંઘર્ષ શા માટે ? બચવાનો પ્રયાસ શા માટે ? જળના પ્રવાહ સાથેનો પ્રવાસ શા માટે નહીં ? મનુષ્યની ભીતર જે ચેતનાની ધારાઓ વહી રહી છે તે નદી જેવી છે. જ્યારે મનુષ્ય એમાં વહેવા લાગે છે ત્યારે એ સાગરમાં પહોંચી જાય છે. ચેતનાના વિસ્તૃત સાગરમાં પહોંચવું એ જ અંતિમ લક્ષ્ય છે. મનુષ્ય

ચેતનાની ધારા બની જાય અને પરમાત્મા એનો સાગર બની જાય તો એને મૃત્યુ ક્યારેય પીડાદાયક લાગતું નથી.

કૃષ્ણે કહ્યું હતું, "બધું છોડીને મારા શરણે આવ." કોઈને આમાં અહંકાર દેખાય, તો કોઈને 'હુંકાર'... એની સાથે જ કહેવાયેલું બીજું વાક્ય ઘણાની દૃષ્ટિએ ન પડ્યું. કૃષ્ણે એ જ સમયે કહ્યું હતું, "મનુષ્યોમાં હું ધનંજય છું !"

આજે શાંતચિત્તે વિચારું છું ત્યારે સમજાય છે કે એમણે તો 'મારા શરણે' કહીને ધનંજયને સ્વયંના, પોતાના જ શરણમાં જવાની આજ્ઞા કરી હતી !

ધનંજય માટે મારા મનમાં આ પક્ષપાત કે વધુ પ્રેમનું કારણ પણ કદાચ એ જ હશે ? હું અર્જુનને ક્યારેય કૃષ્ણથી ભિન્ન જોઈ શકી જ નહીં. કૃષ્ણને જે પ્રિય છે તે મને પ્રિય છે !

પાંચ પાંડવ ભાઈઓમાં જો શ્રીકૃષ્ણને ધનંજય અધિક પ્રિય હોઈ શકે તો મને શા માટે નહીં ?

કૃષ્ણને જે પ્રિય છે તે મને પ્રિયતમ છે. કૃષ્ણ જેને ચાહે છે તેને હું પ્રાણથી પણ અધિક ચાહું છું. કૃષ્ણને જે વહાલું છે તે મને સ્વયંથી પણ અધિક વહાલું છે. કૃષ્ણ જેને સ્વીકારે છે એને હું પ્રાણાન્તે પણ ત્યજી શકતી નથી.

અને, સત્ય પૂછો તો આ મારી વિવશતા કે સમસ્યા નથી. આ મારી શક્તિ છે. આ જ મારા જીવનનું સત્ય છે અને કૃષ્ણ પરત્વેનો પ્રેમ મારા સતીત્વનું, મારા સ્વત્વનું અને મારા સ્ત્રીત્વનું રહસ્ય છે !

શ્રીકૃષ્ણ માટે મારા મનમાં રહેલો મોહ હું ક્યારેય ત્યાગી શકી નહીં. એમના માટેનો મારો પ્રેમ આકાશ જેવો હતો, જેમાં આદિ કે અંત નહોતો... સાગરની જેમ એ પ્રેમ ક્યારેય ક્ષય કે વૃદ્ધિ પામ્યો નહીં. પોતાની મર્યાદા છોડીને વર્તી શક્યો નહીં અને આટઆટલું અફાટ જળ હોવા છતાં તૃષા શમાવી શક્યો નહીં.

ક્ષણભંગુર કાયા છોડીને જતી વખતે મને એક સત્ય સમજાયું, જે જીવનનાં શરૂઆતનાં વર્ષોમાં સમજાયું હોત તો હું કદાચ જુદું જ જીવી શકી હોત. સખા સાથેનો સ્નેહ અતૂટ અને અવિરતપણે વહેતો રહ્યો, પરંતુ હું ક્યારેય મારા વિસ્તૃત જગતમાંથી નીકળી સખાના સૂક્ષ્મ મૂલતઃ તેજકેન્દ્ર સુધી પહોંચી શકી નહીં.

જે ક્ષણભંગુર જગતના વિસ્તૃત મોહમાયાને ત્યાગીને, પ્રતિશોધને અતિક્રમીને, વેર, ઈર્ષ્યા અને દ્વેષને સંપૂર્ણતઃ ત્યજીને મૂલતઃ તેજસ્રોત સુધી પહોંચે છે તે જ રાધા બની શકે છે. બાકીના સર્વે મૂળમાંથી નીકળીને વિસ્તૃત જગતમાં ફેલાતી ધારાઓની જેમ વિખરાઈ જાય છે.

માત્ર જ્ઞાન, માત્ર ભક્તિ અથવા કેવળ જ્ઞાન એકલા કોઈ કામના નથી. કર્મીના હાથ, જ્ઞાનીની આંખો અને ભક્તનું હૃદય ત્રિવેણીસંગમનું નિર્માણ કરે છે. જેમાંથી માનવજીવનનું સાર્થક્ય સાંપડે છે.

આજે પૃથ્વી પર પડેલી હું કોઈ પીડા વગર મારા જીવનની અંતિમ ક્ષણે ફક્ત એક જ મુખનું સ્મરણ કરી શકું છું. એ કમલનયન, મહાબાહુ, તેજપુંજનું સ્મરણ માત્ર મને આ મરણની પીડામાંથી ઊર્ધ્વગમન તરફ લઈ જઈ રહ્યું છે.

ભીષ્મ પિતામહના ઉચ્ચ સ્વરમાં કરાતી સ્તુતિ મને સંભળાય છે :

નારાયણઃ પરં બ્રહ્મ નારાયમપરં તપઃ ।
નારાયણઃ પરો દેવઃ સર્વં નારાયણઃ સદા ॥

નારાયણ પરબ્રહ્મસ્વરૂપ છે, નારાયણ તપનું મુખ્ય ફળ છે, નારાયણ જ પરમ દેવ છે તથા સર્વદા સર્વ વસ્તુ નારાયણસ્વરૂપ જ છે.

મારી આંખો મીંચાય છે, શ્વાસનો લય ધીમો થતો જાય છે, રાજ્યસભામાં મારાં વસ્ત્રો ખેંચાઈ રહ્યાં હતાં ત્યારે મેં જે નામનું સ્મરણ કર્યું હતું એ જ નામ ફરી મારા તૂટતા શ્વાસોમાંથી પડઘાય છે...

"હે ગોવિંદ, હે ગોપાલ, હે કેશવ, હે મધુસૂદન, હે ગોવર્ધનધારી..." કહેતાં કહેતાં મારા પ્રાણ મારા દેહને છોડીને તેજપુંજમાં ભળવા ઉતાવળા થાય છે.

અર્જુન પ્રત્યેના મારા પક્ષપાતને લીધે મને સ્વર્ગની પ્રાપ્તિ નહીં થાય કદાચિત, પરંતુ સખા સાથેની મૈત્રી અને એમના મારા પ્રત્યેના અનુરાગથી મેં તો પૃથ્વી પર જ સ્વર્ગ ભોગવ્યું છે.

જેણે શ્રીકૃષ્ણનો પ્રેમ પામ્યો એને સ્વર્ગની અપેક્ષા શા માટે હોય ?

ફરી એક વાર મારા હૃદયમાંથી પોકાર ઊઠે છે, "હે ગોવિંદ, હે ગોપાલ..."

●●